நீ பாதி...
நான் பாதி...

சிறுகதைகள்

ஜி.ஆர்.சுரேந்தர்நாத்

சிக்ஸ்த்சென்ஸ் பப்ளிகேஷன்ஸ்
10/2 (8/2) போலீஸ் குவார்ட்டர்ஸ் சாலை
(தியாகராயநகர் பேருந்து நிலையத்திற்கும் காவல் நிலையத்திற்கும் இடைப்பட்ட சாலை)
தியாகராயநகர், சென்னை – 600 017
Phone: 2434 2771, 29860070, Cell: 72000 50073
Sixthsense Publications   6 th sense_karthi
e-mail : sixthsensepub@yahoo.com
Website: www. sixthsensepublications.com

Publisher	Title: Nee Paadhi..Naan Paadhi
K.S. Pugalendi	Author :G.R. Surendarnath
Managing Editor	Address:
P. Karthikeyan	**Sixthsense Publications**
Layout	10/2(8/2) Police Quarters Road,
M creative	(Between Thiyagaraya Nagar Bus Stop & Police Station)
	Thiyagaraya Nagar, Chennai - 17
	Phone: 2434 2771, 29860070
	Cell: **72**000 **50**0**73**

Sixthsense Publications
6 th sense_karthi
e-mail : sixthsensepub@yahoo.com
Website: www. sixthsensepublications.com

Edition:
First   : December, 2010
Second   : Jaunary, 2020

Pages: 224
Price : Rs. 200

No part of this book may be
reproduced or transmitted in any
form without permission in writing
from the author or publisher

நீங்கள் Smart Phone உபயோகிப்பவராக
இருந்தால் QR Code Reader Application மூலம்
இதை Scan செய்தால் நேரடியாக எமது
இணையதளத்திற்கு சென்று மேலும் எங்கள்
வெளியீடுகள் பற்றிய விவரங்களைப் பெறலாம்.

ISBN : 978-93-82577-53-9

தலைப்பு:   நீ பாதி... நான் பாதி...
நூலாசிரியர் : ஜி.ஆர்.சுரேந்தர்நாத்
பக்கங்கள் : 224
விலை: 200
முதற்பதிப்பு : டிசம்பர், 2010
முதற்பதிப்பு : ஜனவரி, 2020

சிக்ஸ்த்சென்ஸ் பப்ளிகேஷன்ஸ்
10/2 (8/2) போலீஸ் குவார்ட்டர்ஸ் சாலை
(தியாகராயநகர் பேருந்து நிலையத்திற்கும் காவல்
நிலையத்திற்கும் இடைப்பட்ட சாலை)
தியாகராயநகர், சென்னை – 600 017
தொலைபேசி : 24342771, 29860070
கைபேசி: **72**000 **50**0**73**
மின்னஞ்சல்: sixthsensepub@yahoo.com

இந்தப் புத்தகத்திலுள்ள எந்த ஒரு
பகுதியையும் பதிப்பாளர் மற்றும்
எழுத்தாளர் அனுமதியை எழுத்து மூலம்
பெறாமல் பதிப்பிக்கக் கூடாது.

வாசலில் சில வார்த்தைகள்

இது ஒரு மழைக்காலம். காலை நேரம். புது மனைவிகள் எழுந்து ஆடையைத் தேடிக்கொண்டிருக்க... புதுக் கணவர்கள் காஃபி போட்டுக் கொண்டிருக்கிறார்கள். பழைய மனைவிகள் சமைக்க... பழைய கணவர்கள் இறுக்கமான முகத்துடன் செய்தித்தாள் படித்துக் கொண்டிருக்கிறார்கள். முதியோர்கள் ஹிண்டு பேப்பரில் மரணச் செய்திகளைப் படித்து விட்டு, இறந்தவர்களின் வயதைத் தன் வயதோடு ஒப்பிட்டுப் பார்த்து நெற்றியில் வியர்க்கிறார்கள். ஹார்ட் - அட்டாக்கிற்கு 'முன் ஜாமீன்' வாங்கும் உத்தேசத்துடன் தூறலையும் பொருட் படுத்தாது, கும்பல், கும்பலாகப் பலரும் வாக்கிங் செல்கிறார்கள். இப்படி ஒரு மழைக்காலக் காலையில், முன்னுரை எழுதுவதும் சுகமாகத்தான் இருக்கிறது.

நிச்சயம் இது நீங்கள் வரும்போது வாங்க நினைத்த புத்தகம் அல்ல. இந்த முன்னுரையும், கதைகளின் நகல்களை பதிப்பாளரிடம் கொடுத்தபோது நான் எழுத நினைத்த முன்னுரை அல்ல. நம் வாழ்க்கையும், நிச்சயமாக நாம் வாழ நினைத்த வாழ்க்கை அல்ல.

வாழ்க்கை நம்மை எங்கெங்கோ கொண்டு போய் சேர்த்து விடுகிறது. பல சமயங்களில், பிரபல நடிகரின் திருமணத்துக்கு வந்த தூரத்துச் சொந்தக்காரர் போலவோ, சென்னை, கத்திப்பாரா மேம்பாலத்தில் ஏறிவிட்டு, எந்தத் திசையில் திரும்புவது என்று முழிக்கும் கன்னியாகுமரியிலிருந்து வரும் டிரைவர் போலவோ விழிக்கும்படிதான் இருக்கிறது நம் வாழ்வு. ஆனாலும் வாழ்ந்து கொண்டிருக்கிறோம்.

காலம் கலைத்து வீசிய கனவுகளே வாழ்க்கை. கனவுகள் கைநழுவும் நேரமும், அதனை நாம் எவ்வாறு எதிர்கொள்கிறோம் என்பதிலுமே நமது வாழ்க்கையின் சுவாரஸ்யம் இருக்கிறது. அந்த சுவாரஸ்யத்தில் சிலவற்றையே நான் கதைகளாக்கினேன். அது இப்போது புத்தகமாகியிருக்கிறது.

இத்தொகுப்பிலுள்ள பெரும்பாலான கதைகள், தங்கள் கனவுகள் பொய்ப்பட்ட தருணங்களை நம் சக மனிதர்கள் எதிர்கொண்ட நிகழ்வுகளே ஆகும். இளமையின் கொண்டாட்டம், முதுமையின் தனிமை, காதலின் தவிப்பு, தாய்மையின் பரிவு... என்று பலவற்றையும் இக்கதைகளில் காணலாம்.

இச்சிறுகதைத் தொகுப்பை எழுத்தாளர் வண்ணதாசனுக்குச் சமர்ப்பணம் செய்திருக்கிறேன். அப்போது நான் திருச்சி செயின்ட் ஜோசப் கல்லூரியில் எம்.எஸ்ஸி படித்துக் கொண்டிருந்தேன். அங்கு மலைவாசல் கடைவீதியில், தைலா சில்க்ஸ் கடைக்கு எதிரே ஒரு பழைய புத்தகக் கடையில் அசோக மித்திரன், வண்ணதாசன் போன்ற எழுத்தாளர்களின் புத்தகங்களை வாடகைக்குத் தருவார்கள். அங்குதான் புடவையை வாங்கி விட்டு, 'அந்த ப்ளூ பார்டர் வச்சத வாங்கியிருக்கலாமோ...' என்ற யோசனையுடன் நடந்து வரும் பெண்கள் கூட்டம்... இந்தக் கடைத்தெருக்கள் எல்லாம் காணாமல் போய் விட்டால் எவ்வளவு நன்றாக இருக்கும் என்ற பரிதவிப்புடன் உடன் வரும் கணவர்கள்... அதிக விலைப் பொருட்களை ஏக்கத்துடன் பார்த்தபடி சென்றுகொண்டிருக்கும் கிராமத்து மனிதர்கள்...

என்று ஒரு ஜனசந்தடிமிக்க சூழலுக்கு நடுவேதான் வண்ண தாசனின், 'தோட்டத்துக்கு வெளியிலும் சில பூக்கள்' புத்தகம் என் கையில் கிடைத்தது. கதாசிரியரின் பெயரும், புத்தகப் பெயரும் என்னை ஈர்க்க வாங்கிச் சென்று படித்தேன். அசந்துபோனேன். தொடர்ந்து அச்சில் வந்த அவருடைய அனைத்துக் கதைகளையும் படித்துள்ளேன். வண்ணதாசனின் கதைகள் நான் மறந்துபோன மனிதர்களில் பலரை எனக்கு ஞாபகப்படுத்திக் கொண்டே இருக்கின்றன. அவர்களைப் பற்றி எழுதினால் என்ன என்று தோன்றியது. அவர்களின் வாழ்க்கையையே நான் கொஞ்சம் கற்பனை சேர்த்துக் கதைகளாக்கினேன். எழுத்தாளர் சுஜாதா மூலமாகப் படிக்கும் ஆர்வம் வந்ததென்றால், வண்ணதாசன் மூலமாகத்தான் எழுதும் ஆர்வம் ஏற்பட்டது. எனவே இப்புத்தகத்தை அவருக்குச் சமர்ப்பிப்பதன் மூலமாக ஒரு சுய திருப்தி.

சமர்ப்பணம் செய்வதற்கு முன் ஆயிரம் யோசனைகள். சக மனிதர்களின் காயங்களையும், கண்ணீரையும், சந்தோஷத்தை யும், சிரிப்பையும் நுணுக்கமாகச் சித்தரிக்கும் வண்ணதாசனின் கதைகள் நம்மை பிரமிப்பில் ஆழ்த்துபவை. எனது கதைகள், அவருடைய கதைகளிலிருந்து மாறுபட்டவை. எனவே வண்ணதாசனின் எழுத்து மற்றும் வாசிப்பு ரசனைக்குள் வரச் சாத்தியமில்லாத இந்தக் கதைகளை அவருக்குச் சமர்ப்பிக்கலாமா என்று ஏகக் குழப்பம். அந்த சமயத்தில்தான் 'தீரா நதி' மாத இதழில் வெளிவந்த வண்ணதாசனின் நேர்காணலைப் படித்தேன். அதில், அவர் ஒரு புத்தகத்தை எழுத்தாளர் கி.ராஜநாராயணனுக்கு சமர்ப்பித்தது தொடர்பான கேள்விக்கு, 'நாம் மிகவும் மதிக்கும் எழுத்தாளர்களை இப்படித்தானே கௌரவப்படுத்த முடியும்...' என்று கூறியிருந்தார். அதைப் படித்த பிறகே, தைரியமாக இந்தப் புத்தகத்தை அவருக்குச் சமர்ப்பணம் செய்கிறேன்.

1994. அப்போது நான் கட்டாயம் ஏதாவது ஒரு வேலையில் சேர வேண்டிய நெருக்கடி. ஒரு வங்கியின் எழுத்துத் தேர்வில் தேர்ச்சிப் பெற்று, நேர்முகத் தேர்வுக்காக 400 ரூபாய்க்கு புதுச்சட்டையெல்லாம் வாங்கிப் போட்டுக் கொண்டு ஏராளமானக் கனவுகளுடன் தூத்துக்குடிக்குச் சென்றிருந்தேன். அங்கு டீச்சர்ஸ் காலனியில் இருந்த குடும்ப நண்பர் ஜோசப் அண்ணாச்சி நேர்முகத் தேர்வுக்குக் காலையிலேயே என்னுடன்

வந்தார். இரவு முடிவுகள் அறிவிக்கும்வரை அங்கேயே இருந்த அண்ணாச்சியின் நேசத்தை இன்னும் என்னால் மறக்க முடியவில்லை. முடிவு தெரிந்தபோது நான் தேர்வு பெறவில்லை. பெரும் அதிர்ச்சி. வாழ்க்கையே சூனியமாகி விட்டதுபோல் ஒரு உணர்வு.

அன்று இரவு அண்ணாச்சி வீட்டுக்குப் பக்கத்துத் தெருவில், சாய்வாக நிற்க வைத்திருந்த ஒரு ரெட்டை மாட்டு வண்டியின் மேல் படுத்துக்கொண்டு எதிர்காலத்தை நினைத்துக் கலங்கிக் கொண்டிருந்தேன். அப்போது மின்சாரமும் நின்றுபோய் தெருவே இருளாகக் கிடந்தது. ஒரு பலவீனமான நொடியில், யார் கண்ணிலும் படாமல் எங்காவது ஓடி விடலாமா என்றுகூடத் தோன்றியது. என்னை அறியாமல் கண்ணோரம் நீர் கசிந்தது. அப்போது திடீரென்று ஐந்தடித் தொலைவிலிருந்து இருட்டில் அசரீரி போல் ஒரு குரல், "யாருல அது... அழறியா?" என்று கேட்டவுடன் திரும்பிப் பார்த்தேன். இருட்டில் சரியாக முகம் தெரியவில்லை. அவர் அந்த வண்டியின் உரிமையாள ராகவோ அல்லது ஓய்வு பெற்ற ஆசிரியராகவோ இருக்கக்கூடும். என்னிடமிருந்து பதில் ஒன்றையும் எதிர்பார்க்காமல் தொடர்ந்து அவர், 'எதுக்குல அழற? அழுதா கஷ்டம்லாம் சரியா போயிடுமால? போய் அடுத்தக் காரியத்தப் பாருல... எந்திருச்சிப்போல...' என்று கூறிவிட்டு சட்டென்று டி.வி.எஸ். சேம்ப்பை ஸ்டார்ட் செய்து வேகமாகச் சென்று விட்டார்.

நான் எழுந்து நடந்தேன். இன்று நான் சென்னையில் ஓஹோ என்று பறக்காவிட்டாலும், கீழே விழாமல் நின்று கொள்ள உதவும் ஒரு நிரந்தரப் பணியில் இருக்கிறேன். நான்கு சிறுகதைத் தொகுப்புகள் வெளிவந்துள்ளன.

அன்று இரவு முகம் தெரியாத அந்த மனிதர் சொன்ன வார்த்தைகள், உங்களுக்கு வேண்டுமானால் சாதாரணமாக இருக்கலாம். அன்று வண்டியில் படுத்தழுது, புதுச்சட்டையை அழுக்காக்கிக் கொண்டவனுக்குத்தான் அந்த வார்த்தைகளின் அருமை தெரியும். வாழ்க்கை இப்படித்தான் முகம் தெரிந்த மனிதர்களால் மட்டுமல்ல, முகம் தெரியாத மனிதர்களாலும் வழிநடத்தப்படுகிறது. நம்மைக் கைப்பிடித்துத் தூக்கிவிட எங்கேனும், யாரேனும் காத்துக் கொண்டுதான் இருக்கிறார்கள். நாம்தான் பல சமயங்களில் கனவுகள் கைநழுவிப்போன அதிர்ச்சியில், அந்தக்கையைப் பிடித்துக் கொள்ளாமல் விட்டு

விடுகிறோம். கனவுகள் உடைபடும் அந்தத் தருணத்தோடு வாழ்க்கை முடிந்து விடுவதில்லை. அதையும் தாண்டி உள்ளது வாழ்வு.

இவ்வாறு முகம் தெரிந்தும், தெரியாமலும் இருக்கும் பலர் செய்த உதவிகளாலேயே இந்தப் புத்தகம் சாத்தியமாகியிருக்கிறது. அந்த வகையில் இச்சிறுகதைகளைப் பிரசுரித்த பத்திரிகைகளின் ஆசிரியர்களுக்கும், மிகுந்த முயற்சி எடுத்து புகைப்படங்களுடன் இப்புத்தகத்தைச் சிறப்பாகக் கொண்டு வந்துள்ள திரு. கே.எஸ்.புகழேந்தி அவர்களுக்கும், இதற்கான அட்டைப் படத்தை வடிவமைத்த திரு.விஜயன் அவர்களுக்கும், இந்நூலாக்கத்தில் உதவிய திரு.எம்.பி.பாலகிருஷ்ணன் அவர்களுக்கும், இக்கதைகளில் பயன்படுத்தப்பட்டுள்ள சில புகைப்படங்களை அளித்த நண்பர்கள் மு.கார்த்திக் மற்றும் எம்.சதீஷ்குமாருக்கும் மற்றும் எப்போதும் எனக்கு ஆதரவாக இருக்கும் என் குடும்பத்தினர் மற்றும் நண்பர்களுக்கும் எனது மனமார்ந்த நன்றியைத் தெரிவித்துக் கொள்கிறேன்.

சினேகங்களுடன்
சுரேந்தர்நாத்

சென்னை - 28.

தொலைபேசி எண்: 9941769120

மின்னஞ்சல் முகவரி:
grsurendarnath@yahoo.com

பதிப்பாளன் பேசுகிறேன்

சிக்ஸ்த்சென்ஸ் பப்ளிகேஷன்ஸில் வெளியாகும் புத்தகங்களின் முதல் வாசகன் நான்தான். வெளிவரவிருக்கும் புத்தகத்தை ஒவ்வொரு எழுத்தாக நிறுத்தி, நிதானமாக இரசித்துப் படிப்பவன் நான். அதற்கு புத்தகம் பிழையில்லாது வெளிவர வேண்டும் என்ற கடமையுணர்வு ஒரு காரணம்.

என்னுள் இருக்கும் வாசகனைத் திருப்தி செய்யாத எந்த நூலையும் நான் பதிப்பிப்பதில்லை. நான் சுரேந்தர்நாத் கதைகளின் ரசிகன். சுரேந்தர்நாத்துக்கும் எனக்கும் ஆறு வருடப் பழக்கம். அவருடைய சிறுகதைத் தொகுப்பைத் தவிர வேறு யாருடைய சிறுகதைத் தொகுப்பையும் நான் வெளியிட்டதில்லை.

ஒரு சிறு கதையானது படிப்பவர்கள் மனதில் பாதிப்பை ஏற்படுத்த வேண்டும். அதில் வரும் கதாபாத்திரங்களில் ஏதாவது ஒன்றோடு படிப்பவன் தன்னைத் தொடர்புப்படுத்திப் பார்த்துக் கொள்ளும் வகையில் அந்த எழுத்து இருக்க வேண்டும். வாசகன் தன் வாழ்வின் சந்தோஷத் தருணங்களை, அனுபவித்த மகிழ்ச்சியை, பாதித்த சம்ப வங்களை, நிகழ்ந்த துக்கங்களை, வெளியில் காட்ட முடியாத கோபங்களை தன் மனதில் சுமந்தபடி நடமாடுகிறான். இந்த உணர்ச்சிகளை அவனால் பிறருடன் பங்கிட்டுக் கொள்ள முடிவ தில்லை. அதை எப்படி வெளிப்படுத்துவது என்பதும் அவனுக்குத் தெரிவதில்லை. ஒரு கதாசிரியர்தான் வாசகனுக்காக அதைச் செய் கிறார். அதைச் சரியாகச் செய்ய முடிந்தவரால்தான் வெற்றிகரமான எழுத்தாளராக வரமுடியும். வெற்றிகரமான ஓர் எழுத்தாளருக்கான இலக்கணங்கள் அனைத்தும் சுரேந்தர்நாத்துக்கு இருக்கின்றன.

இவரது இருட்டில் சில இந்தியர்கள் கதையைப் படித்து முடிக்கையில் தோப்பு வீட்டுக்காரர் வந்தால் எப்படி சமாளிப்பது என்று ஐந்தாவது ஆளாக இருந்து நாமும்தான் கவலைப்படுகிறோம்.

இந்தியன் என்றாலும், இந்தியாவுக்குள் வாழ வழி இல்லை. இந்தியன் என்றால், சச்சின் டெண்டுல்கர் பவுன்டரி அடித்தால் கைதட்டுவ தற்கு மட்டும்தான் இந்தியனா? மற்ற நேரங்களில் தமிழனா? நான் தமிழனா? இந்தியனா? இல்லை ஒன்றுமே இல்லாதவனா? வெளியே பார்த்தேன். ஒரே இருட்டாக இருந்தது என்ற வரிகள் நம் வாழ்க்கையில் எத்தனையோ முறை நம் மனதிலும் ஓடியவைதானே.

“எங்கடா இப்படி என் உயிர எடுக்குறீங்க... எங்கயாச்சும் போய்த் தொலைங்களேன். நான் நிம்மதியா இருப்பேன்” எல்லா அம்மாக் களும் தன் செல்ல மகன்களை அவர்கள் சிறுவர்களாக இருக்கும் போது கோபித்துக் கொள்ளத்தான் செய்கிறார்கள். ஆனால் பெரியவர்களாகி இறக்கை முளைத்து அவர்கள் பணத்தைத் தேடிப் பறந்து விடும்போது உயிரோடு தான் பெற்ற பிள்ளையை வெளிநாடு களுக்குத் தாரை வார்த்துக் கொடுத்து விட்டுத் துடிக்கும் அந்தத் தாய்மார்களின் உள்ளத்தைப் பூக்காலம் படம் பிடித்துக் காட்டுகிறது.

சொந்தச் சம்பாத்தியம் தரும் சுதந்திரத்தில் பெற்ற தகப்பனை எடுத்தெறிந்து பேசுகிறார்கள் பிள்ளைகள். “தேரு ஊர்வலம் வர்ற வரைக்கும்தாண்டா பூஜை... மரியாதை... எல்லாம். நிலைக்கு வந்த பிறகு யாரு இங்க தேர மதிக்கிறாங்க'' என்று அப்பாக்கள் மனம் வலிக்க முனகுவது இளமைத் திமிரில் பலருக்கும் புரிவதில்லை. ஆனால்... 'அந்த அப்பாவின் வார்த்தைகளைப் புரிந்து கொள்ள நாம் அப்பாவாக வேண்டியிருக்கிறது' என்ற வரிகளிலுள்ள நிஜம் நம்மை உலுக்கியெடுத்துக் கண்ணில் கண்ணீரை வரவழைக்கிறது.

தான் கமல்ஹாசனைப்போல் இல்லாவிட்டாலும் ஸ்ரீதேவியைத்தான் மனைவியாக வரிக்கிறது ஆண்களது மனசு. பெண்களில் பலரும் கமல்ஹாசனுக்காகத்தான் காத்துக்கிடக்கிறார்கள். இவர்களுக்கும் இலக்கிய ரசனையற்ற ஒரு பெண்ணுடன் வாழ்நாள் முழுவதும் எப்படிக் கழிக்கப் போகிறோமோ என்று விசனப்படும் கணவன்மார் களுக்கும் வாழ்வின் யதார்த்தத்தைப் புரியவைக்கும் வகையில் 'கமல்ஹாசனும் காளிமுத்துவும்', 'சாரல்' என்ற இரண்டு சிறுகதை களும் உள்ளன.

“இது அவரு வர்ற நேரம், அறிவு... ஆண்...பெண், நட்பெல்லாம் காலேஜோட சரியாப் போச்சுடா... கல்யாணத்துக்குப் பிறகு, இங்க பெண்களோட வாழ்க்கை வேற மாதிரி அறிவு... காட்டுக்குள்ள நுழைஞ்ச மாதிரி இருக்கு. உள்ள இருக்கவும் முடியல. வெளிய போகவும் முடியாது'' என்னும் ஆரண்யாவின் ஆதங்கமும் ஆத்திரமும் நம்மையும் தொற்றிக் கொள்கிறது.

“ஏதோ நேரம் சரியில்ல, ஓடி வந்துட்டோம். நம்பிக் கடன் கொடுத்த மனுஷன ஏமாத்தலாமா சேகரு? அடுத்த வருஷத்துக்குள்ள ரெண்டு லட்சம் சேர்ந்துரும். சேர்ந்தவுடனே திருச்சி போறோம். கடன அடைச்சுட்டு, ஊருல தலைநிமிர்ந்து நடக்குறோம்'' என்று சொல்லும்போது கிடுகிடுவென்று வளர்ந்து, வான்வரை உயர்ந்து நிற்கிறாளே மாலதியக்கா.

'தி ஹிண்டு', 'கொடிது... கொடிது...' இரு சிறுகதைகளும் வயோதிக வாழ்க்கையின் கொடுமையைப் படம் பிடித்துக் காட்டுகின்றன.

எவ்வளவுதான் +கள் இருந்தாலும்... சுரேந்தர்நாத்தின் மீது எனக்கு நிறையக் கோபம் உண்டு. தனக்குள்ள திறமையை முழுமையாக வெளிப்படுத்தாதவர்கள் இந்தச் சமூகத்திற்கு துரோகமிழைக்கிறார் கள் என்று நான் வெகுண்டு போவதுண்டு. சுரேந்தர்நாத்தும் தன் திறமையை முழுமையாக வெளிக்காட்டாமல் வாசகர்களுக்குத் துரோகம் செய்கிறார் என்று அவர் மேல் குற்றம் சாட்டுகிறேன்.

சுரேந்தர்நாத் அடைய வேண்டிய தூரம் இன்னும் தொலைவில் இருக்கிறது. அந்த இடத்தை... இன்னும் உயரங்களை அவரால் நிச் சயமாக எட்ட முடியும். அடுத்தடுத்த படைப்புகளில் அந்த உயரங் களை அவர் எட்டிப் பிடித்து விடுவார் என்ற நம்பிக்கையுடன்...

கே.எஸ்.புகழேந்தி

பதிப்பாளர்

படைப்பாளிகளின் பார்வையில்...

இக்கதாசிரியரின் முந்தைய நூல்களின் மதிப்புரைகளிலிருந்து

திருமதி. **சீதா ரவி,** ஆசிரியர், கல்கி வார இதழ்

லாகவமான கற்பனையைக் காட்டிலும் மிகையற்ற யதார்த்தத்தை கதைகளில் அதிகம் வரவேற்கும் காலம் இது. இந்தப் போக்கை உணர்ந்து நடைமுறை வாழ்க்கை யைப் பிரதிபலிக்கிறார் ஜி.ஆர். சுரேந்திரநாத். இவரது நடை, யுக்தி, கதையம்சம் அனைத்துமே யதார்த்தமாய் இருப்பது குறிப்பிடத்தக்கது.

இந்த யதார்த்தத்துடன் முரண்படாமல் சமுதாயப் பார்வை யும் சுரேந்திரநாத் கதைகளில் அவ்வப்போது இணைவது வரவேற்க வேண்டிய விஷயம். பிட்டுப் பிட்டுச் சொல்லாமல் படம் பிடித்துக் கொண்டே போய், இறுதியில் ஒரு கருத்துப் புள்ளியில் கதையைக் குவிக்கிறார்.

- 2003ஆம் ஆண்டு வெளிவந்த 'தொலைந்த காலம்' தொகுப்பிற்கான மதிப்புரையில்

திரு. **வசந்த்,** திரைப்பட இயக்குனர்

ஒரு சிறந்த சிறுகதைக்கு என்னளவில் நான்கு விஷயம் முக்கியம் என்று தோன்றுகிறது. சுரேந்தர்நாத்... இதில் இரண்டு விஷயங்கள் உங்களுக்கு எளிதாக வருகிறது. ஒன்று நடை, மற்றொன்று விறுவிறுப்பு.

தோற்றுப்போன காதலின் துயரங்களை அழுத்தமாகப் பதிவு செய்யும் 'தீராக்காதல்' ஒரு சிறந்த சிறுகதைத் தொகுப்பு. எல்லோராலும் உணரக்கூடிய தருணங்கள்... எல்லோராலும் ஒத்துக் கொள்ளக்கூடிய வாதங்கள்... சுரேந்தர்நாத்... இது உங்கள் பலம்.

- 2008-ஆம் ஆண்டு வெளிவந்த 'தீராக்காதல்' தொகுப்பிற்கான மதிப்புரையில்

என்னுள்
எழுத்தை
விதைத்த

வண்ணதாசனுக்கு

கதாசிரியரைப் பற்றி...

எல்லோரிடமும், எல்லாவற்றையும் சொல்லி விட முடியாத சில ரகசிய சந்தோஷங்களையும், ரகசிய துக்கங்களையும் கதைகளாக்குவதாகக் கூறும் ஜி.ஆர்.சுரேந்தர்நாத்துக்கு வயது 38. திருச்சி செயின்ட் ஜோசப் கல்லூரியில் எம்.எஸ்ஸி படித்தவர். பணி நிமித்தமாக தற்போது சென்னைவாசி. இவருக்குத் திருமணமாகி ஒரு மகன் உள்ளார்.

கடந்த 12 ஆண்டுகளுக்கும் மேலாக ஆனந்த விகடன், கல்கி, குங்குமம் போன்ற வார இதழ்களில் இவரது கதைகள் பிரசுரமாகி வருகின்றன. 2002-ஆம் ஆண்டு, ஆனந்த விகடன் வார இதழின் ஓவியச் சிறுகதைப் போட்டியில் முதல் பரிசும், 2003-ஆம் ஆண்டு, கல்கி, அமுதசுரபி, தினமலர் வாரமலர் ஆகிய இதழ்கள் நடத்திய சிறுகதைப் போட்டியில் இரண்டாம் பரிசும் பெற்றவர். கடந்த ஆண்டு வெளிவந்த இவரது காதல் கதைகள் மட்டும் இடம் பெற்ற தீராக்காதல் சிறுகதைத் தொகுப்பு நல்ல வரவேற்பை பெற்றது.

கவிஞர் மனுஷ்யபுத்திரனின் ‘உயிரோசை’ இணைய வார இதழில் சமூக விஷயங்கள் குறித்து தொடர்ந்து கட்டுரைகளும் எழுதி வருகிறார்.

முன்னோட்டம்

'தாய்மை' சிறுகதையிலிருந்து...

மேலத்தெரு வீட்டுக் கதவைத் திறந்த அந்தப் பெண்மணிக் குக் கனிவான முகம். முதல் முறையாகப் பார்த்த பொழுதே எனக்குச் சின்னம்மாவைப் பிடித்துப் போய்விட்டது. "யாருப்பா நீ?" என்றாள் அவள் பரிவுடன்.

"அப்பாவைப் பார்க்கணும்" என்றேன் தலையைக் குனிந்தபடி.

"அவங்க பையனா நீ? அடக்கடவுளே... சேகர்தானே உன் பேரு? வா... வா... என்னங்க... உங்க பையன் வந்திருக்கான்" என்று உற்சாகக் குரல் கொடுத்தபடி என் கையைப் பிடித்து உள்ளே அழைத்துச் சென்றாள்.

என்னைப் பார்த்தவுடன் அப்பாவின் முகத்தில் ஒரு சிறு சங்கடம்.

"அப்படியே உங்க மூக்கு பையனுக்கு. கேசரின்னா உனக்கு ரொம்பப் பிடிக்குமாமே... உங்கப்பா நெறயா உன்னைப் பத்திச் சொல்லுவாரு. இதோ வந்திடுறேன்." என்று சின்னம்மா சமையலறையை நோக்கி ஓடினாள்.

"எனக்காகவாச்சும் வீட்டுக்கு வாங்கப்பா." என்றேன்.

◆ ◆ ◆

'ருசி' சிறுகதையிலிருந்து...

நான் திவ்யா. வயது 5^2-2. நான் உங்க ளுடன் சற்று நேரம் பேச வேண்டி யிருக்கிறது. ஒரு பெண்ணாக இருந்து கொண்டு, இதையெல்லாம் சொல்வதில் எனக்கு நிறையத் தயக்கங்கள் உள்ளன. என்னைப் பற்றிக் கேவலமாகக்கூட நினைப் பீர்கள். ஆனாலும், எனது தலை முறையைச் சேர்ந்த இளம் பெண் களை எச்சரிக்கை செய்வதற்காக இதைச் சொல்லவேண்டியிருக் கிறது.

நான் ஒரு கால் சென்டரில் பணி புரிகிறேன். என்னுடைய டீம் லீடர் வினோத். உயரமாக, அழகாக இருப் பான். அவன் என்னைப் பார்த்த பார்வையில், சில பிரத்யேக வித்தி யாசங்கள் தெரிந்தன. பேச்சில், எனது கவனத்தை ஈர்ப்பதற்கான முயற்சிகள் தெரிந்தன.

"நீங்க 'ஒன் நைட் அட் தி கால் சென்டர்' படிச்சிருக்கீங்களா திவ்யா?"

"ம்... சேட்டன் பகத்."

"பீஸ் ஆஃப் மீ... கேட்டுருக்கீங்களா?"

"ம்... பிரிட்னி ஸ்பியர்ஸ். ஹலோ... இங்க பாருங்க... ஒத்த ரசனை இருந்தா லவ்வுங்குறதுல்லாம் ஓல்டு ஸ்டைல். மேலும் அதெல்லாம் உங்களுக்குத் தேவையுமில்லை. இந்த ஃபிலிமெல்லாம் காட்டாமலே, உங்களுக்கு ஃபிகருங்க விழும்."

"நீங்க விழுந்துட்டீங்களா?"

"ம்... விழறப்ப சொல்லி விடுறேன். வந்து தூக்கி விடுங்க."

பிறகு வந்த நாட்களில் சிறிது, சிறிதாக என்னை நெருங்கினான்.

"உங்க வாய்ஸ் நல்லா இருக்குங்க திவ்யா..."

"உங்க கண்ணு அழகா இருக்குங்க திவ்யா..."

"நீ ரொம்ப அழகா இருக்க திவ்யா..." என்று அவன் கூறியபோது நியாயமாக அவனைக் கண்டித்திருக்க வேண்டும். ஆனால் வெட்கத்துடன், "தேங்க்ஸ்" என்றேன்.

வினோத், என்னை மேலும் மேலும் நெருங்கினான். ஒரு பிப்ரவரி 14இல், பாரீஸ்டா காஃபி ஷாப்பில், எக்ஸ்ப்ரஸ்ஸோ விற்கு ஆர்டர் செய்து விட்டு, "எனக்கு உன் மேல, டைரக்டர் பாலாஜி சக்திவேலோட இரண்டாவது படம் வந்துருச்சு" என்றான்.

"என்ன வந்துருச்சு?" என்றேன் புரியாமல்.

"காதல்..." என்றபடி ரோஜாப்பூவை நீட்டினான்.

நான் பதில் ஒன்றும் சொல்லவில்லை.

"என்ன திவ்யா... யோசிக்கிற... இதுதான் என்னோட கடைசி ஜென்மம்னு ஜோசியக்காரர் சொல்லியிருக்காரு. என் கடைசி ஜென்மக் காதலை ஏத்துக்க திவ்யா..."

◆ ◆ ◆

நன்றி

இக்கதைகளைப் பிரசுரித்த

ஆனந்த விகடன்

♦

கல்கி

♦

குங்குமம்

♦

அமுதசுரபி

♦

தினகரன் – வசந்தம்

♦

தினமலர் – வாரமலர்

♦

மனோரஞ்சிதம்

பொருளடக்கம்

1. பூக்காலம் ... 17
2. ஒரு மரணமும் யுவன் ஷங்கர் ராஜாவின் பாடல்களும் ... 27
3. தாய்மை ... 39
4. இருட்டில் சில இந்தியர்கள் ... 47
5. என் தோழி... என் காதலி... என் மனைவி ... 55
6. குரு ... 63
7. சிறை ... 69
8. சாரல் ... 78
9. சினேகிதனே ... 85
10. தோற்றுப்போனவர்கள் ... 92
11. காந்தி தேசம் ... 102
12. கமல்ஹாசனும் காளிமுத்துவும் ... 110
13. கோபுரம் ... 118
14. ஆரண்யா ... 126
15. காதல் காலம் ... 135
16. ருசி ... 145
17. மாலதியக்கா ... 155
18. தி ஹிண்டு ... 162
19. ஒரு கூட்டுப்பறவைகள் ... 171
20. எ ஃபிலிம் பை ... 177
21. இந்தியன்? ... 183
22. ஸ்வர்ண சித்ரா ... 192
23. கொடிது... கொடிது ... 199
24. ரோஜா ... 206
25. அப்பா ... 211

1 பூக்காலம்

பா வாடை தாவணி அணிந்து கொண்டு, கையில் வெள்ளைப் பேப்பரை சுருட்டியபடி டைப் ரைட்டிங் இன்ஸ்டிட்யூட் செல்லும் பெண்களெல்லாம் எங்கே போனார்கள்? காந்தி, நேரு புகைப் படம் மாட்டிய வீடுகளையெல் லாம் பார்த்து எத்தனை நாளா யிற்று? காலம் நகர, நகர... கூடவே சிலவற்றை இழந்து விடுகிறோம்.

இப்போது கம்ப்யூட்டர் வந்து, பெத்த பிள்ளைகளையெல்லாம், உயிரோடு வெளிநாடுகளுக்கு தாரை வார்த்து கொடுத்துக் கொண்டிருக்கிறோம்.

சூட்கேஸில் ஆடைகளை அடுக்கிக் கொண்டிருந்த எனது கடைசி மகன் ஆனந்தைப் பார்த்தபடி யோசித்துக்

கொண்டிருந்தேன். இரவு இரண்டு மணிக்குப் புறப்படும் லுஃப்தான்ஸா விமானத்தில் ஃப்ராங்க்பர்ட் சென்று, அங்கிருந்து கனெக்டிங் ஃப்ளைட்டைப் பிடித்து சான்ஃபிரான்ஸிஸ்கோ செல்கிறான்.

“என்னம்மா பாக்குற?” என்றான் ஆனந்த்.

“ஒண்ணுமில்லடா. நீ அடுக்கிட்டுரு. இதோ வந்துடுறேன்.”

அந்த மொட்டை மாடி அறையை விட்டு வெளியே வந்த நான், புடவை முந்தாணையால் கண்களைத் துடைத்துக் கொண்டேன்.

மாடிப்படியேறி மேலே வந்த என் கணவர், “என்ன பத்மா... கிளம்பிட்டானா?” என்றார்.

“கிளம்பிட்டிருக்கான்.”

“அழுதியா?” என்றார் என் முகத்தை உற்று நோக்கியபடி.

“மொத ரெண்டு புள்ளையும்தான் அமெரிக்கா போயிடுச்சு. இவன் ஒருத்தன்தான் இருந்தான். ப்ச்... இவனும் போறான்.”

“பத்மா... காலம் மாறிடுச்சு... இங்க இருந்தாலும், கல்யாண மாகி, ரெண்டு மாசத்துல தனிக்குடித்தனம் போயிடுவானுங்க...”

“போனாலும் ஒரு நாளு, கிழமைன்னா எட்டிப் பாப்பாங்க. ஒரு காய்ச்சல், தலைவலின்னா ஓடி வருவாங்க.”

“வருவாங்கங்கற?” என்றார் லேசாக சிரித்தபடி.

“அப்படி ஒண்ணும் நான் என் புள்ளங்கள வளர்க்கல.”

“வந்தா சந்தோஷம்தான்.”

“அதுக்கு கூடதான் கொடுப்பினை இல்லாமப் போச்சே... இந்த கம்ப்யூட்டர் வந்தாலும் வந்துச்சு. எல்லாப் பிள்ளைங்களையும் முழுங்கி ஏப்பம் விட்டுடுச்சு.”

“ஏன்டி... யாரு வீட்டு புள்ளங்களாச்சும் அமெரிக்கா போயிட்டா... ஊரே அந்த வீட்டப் பாத்து பொறாமைப்படுது... நீ என்னன்னா அதப் போயிப் பெரிய குறையா சொல்ற...”

“ம்க்கும்... பொறாமை. இத்தனை வருஷம் வளர்த்தப் பிள்ளைங்கள, நினைச்ச நேரத்துல பாக்க முடியாது. பேரப்புள்ளங்களைக் கொஞ்சிகிட்டு, கடைசி காலத்தை சந்தோஷமா ஓட்ட முடியாது. உடம்பு முடியலன்னா, ஒரு வெந்நீர் வச்சுக் கொடுக்கக்கூட நாதி இல்ல... கடைசி காலத்துல, மனுஷாளுங்க இல்லாம, வெறும் காச வச்சுகிட்டு என்ன பண்றது? நியாயமா எல்லாரும் நம்பளப் பாத்து அனுதாபப்படணும். பொறாமைப் படக்கூடாது.”

“அப்படிப் போடு... சரி நேரமாயிடுச்சு. ஒரு முக்கியமான வேலை இருக்கு. நான் கடைக்குக் கிளம்புறேன். எத்தனை மணிக்கு ஃப்ளைட்?”

“ராத்திரி ரெண்டு மணிக்கு. பத்து மணிக்கு வீட்டை விட்டுக் கிளம்பணும்.”

“சரி... நான் ஒன்பது மணிக்கு வந்துடுறேன்.” என்று கூறிவிட்டு அவர் படியிறங்கிச் செல்ல... மனசில் மீண்டும் வெறுமை.

அருகிலிருந்த தென்னை மரங்கள் காற்றில் அசைந்தாட... மொட்டை மாடி கட்டைச் சுவரருகில் சென்று நின்று கொண்டேன்.

மொத்தம் மூன்று தென்னை மரங்கள். இடது ஓர மரம், பெரியவன் மகேந்திரன் பிறந்தபோது நட்டது. நடு மரம், இரண்டாவது பையன் பரணி பிறந்தபோது நட்டது. வலது ஓர மரம்... இதோ இப்போது அமெரிக்கா செல்லும் ஆனந்த் பிறந்தபோது வைத்தது. ம்ஹ்ம்... கடைசியில் மகன்கள் எல்லாம் பிரிந்துபோய்... மரங்கள் மட்டும்தான் மிஞ்சும்போல.

மூப்பத்தி மூன்று வருடங்களுக்கு முன்பு, நான் இவரைத் திருமணம் செய்து கொண்டு சென்னை வந்தபோது, இந்தத் தென்னை மரங்கள் எல்லாம் கிடையாது. ஒரே ஒரு கொய்யா மரம் மட்டும்தான் இருக்கும். பக்கத்து வீட்டு சரோஜா அக்காவின் ஆலோசனைப்படிதான் பசங்கள் பிறந்தபோதெல்லாம் தென்னை மரங்கள் நட்டேன். பையன்கள் வளர வளர, தென்னை மரங்களும் சேர்ந்து வளர்ந்தன.

அவர் கடைத்தெருவில் சொந்தமாகக் கடை வைத்திருந்தார். அரிசி ஹோல்சேல் பிஸினஸ். காலையில் ஒன்பது மணிக்குப்

போனால், இரவு வீடு திரும்ப பதினோரு மணி ஆகி விடும். மனைவிக்கென்று நேரம் ஒதுக்க வேண்டும் என்ற சிந்தனை யெல்லாம் எழாத கால கட்டம் அது. நாங்களும் எதிர்பார்க்க மாட்டோம். பிள்ளைகள் வளர்ந்து, வெளிநாடுகளுக்கு எல்லாம் சென்ற பிறகுதான், தனிமையில், கணவனாவது உடனிருந்து பேச மாட்டாரா என்று மனம் ஏங்குகிறது. இதைப் பற்றியெல்லாம் நினைக்காமல், அவர் வழக்கம்போல், பணத்தைத் தேடி ஓடிக்கொண்டேயிருக்கிறார்.

எதற்கும் அவர் என்னுடன் வெளியே வந்தது கிடையாது. கடைத் தெரு, உறவினர் வீட்டு விசேஷங்கள், சினிமா தியேட்டர்... என்று எல்லா இடத்துக்கும் மகன்களுடன்தான் செல்வேன்.

அதுவும் பையன்களுடன் 'பாசமலர்' பார்த்த கதையை, இன்றைக்குகூட சரோஜாக்கா சொல்லி, சொல்லி சிரிப்பார்கள்.

அப்போது காமதேனு தியேட்டரில், 'பாசமலர்' சினிமாவை, இரண்டாவது தடவையாகப் போட்டிருந்தார்கள். ஏற்கனவே பார்த்த படம்தான். இருப்பினும், பசங்களோடும், சரோஜா அக்காவோடும் மறுபடியும் பார்க்கச் சென்றிருந்தேன்.

க்ளைமாக்ஸ் காட்சி, 'கை வீசம்மா... கை வீசு...' என்று சாவித்திரியைக் கட்டி அணைத்தபடி, சிவாஜி உருக்கமாக அழ... நானும் அழ ஆரம்பித்து விட்டேன். பெரியவன்தான் முதலில் கவனித்தான். அப்போது அவனுக்கு ஏழு வயதிருக்கும்.

"ஏம்மா அழுவுற?" என்றான்.

"ஒண்ணுமில்லடா... நீ பேசாமப் படத்தப் பாரு..." என்ற நான் தொடர்ந்து அழும் வேலையைக் கவனித்தேன்.

"யாராச்சும் அடிச்சாங்களாம்மா?"

"இல்லடா... நீ படத்தப் பாருடா."

"டேய்... அம்மா அழுவுறாங்கடா..." என்று தம்பிகளிடம் லேசான அழுகையுடன் பெரியவன் கூற... உடனே சிறியவன், "ஏம்மா அழுவுற... அழாதம்மா..." என்றபடி என் கழுத்தைக் கட்டிக் கொண்டு, சத்தமாக அழ ஆரம்பித்து விட்டான். அருகிலிருந்தவர்கள் திரும்பிப் பார்த்தனர்.

இந்தப் பசங்கள் அடித்த கூத்தில், எனக்கு அழுகை நின்று விட்டது. கண்களைத் துடைத்துக் கொண்டு, "அழலடா... நீங்க பேசாம இருங்கடா..." என்றேன் நான். அதன் பிறகும் அழுகையை நிறுத்தாமல், என்னைக் கட்டிப் பிடித்துக் கொண்டு மேலும் சத்தமாக மூவரும் அழுதனர். தியேட்டரில், அனைவரும் எங்களைத் திரும்பிப் பார்த்துச் சிரிக்க ஆரம்பித்து விட்டனர். சரோஜாக்கா, "டேய்... மானத்தை வாங்காதீங்கடா... படத்தைப் பாருங்கடா..." என்று கூறியபிறகும் தொடர்ந்து அழ... வேறு வழியின்றி பசங்களை அழைத்துக் கொண்டு வெளியே வந்து விட்டேன்.

அன்று ஒரு சினிமாப் பார்த்து விட்டு நான் அழுததைப் பொறுத்துக் கொள்ளாத மகன்கள், இன்று நான் வடித்துக் கொண்டிருக்கும் கண்ணீரை அறியாது, தூர தேசங்களில் டாலர் வேட்டையில் ஈடுபட்டிருக்கிறார்கள்.

பெரியவன் மகேந்திரன், சிறு வயது முதலே நன்றாகப் படிப்பான். மாலை சரியாக ஆறுமணியானவுடன், படிக்கத் துவங்கி விடுவான். தான் மட்டும் படிக்காமல், தம்பிகளும் படிக்க வேண்டும் என்று வற்புறுத்துவான். அவர்கள் சாமானியமாகப் படிக்க உட்காரமாட்டார்கள்.

உடனே மகேந்திரன் என்னிடம் வந்து, "அம்மா... பரணியும், ஆனந்தும் இன்னும் படிக்க ஆரம்பிக்கல..." என்று புகார் செய்வான்.

"அவனுங்க வர்றப்ப வரட்டும். நீ போய் படிரா..." என்பேன்.

"மணி ஆறாயிடுச்சுல்ல... அவங்களையும் வந்து படிக்கச் சொல்லும்மா..."

"அவங்க வந்தா வர்றானுங்க... வராட்டிப் போறானுங்க... நீ போய்ப் படியேன்டா..."

அப்போது மகேந்திரனுக்கு ஏழெட்டு வயதுதான் இருக்கும். இருப்பினும் பெரிய மனிதன் போல், "நீதானேம்மா சொன்ன... நல்லா படிச்சாதான், பின்னாடி கஷ்டப்படாம, நல்லா இருப் போம்னு... இப்ப சரியாப் படிக்கலன்னா, பின்னாடி தம்பிங்க கஷ்டப்படுவாங்கல்ல... அதுக்குதாம்மா படிக்கச் சொல்றேன்." என்று கூறிவிட்டு அழ ஆரம்பித்து விடுவான்.

“இந்தக் கூத்த நான் எங்க போய சொல்ல... அவனுங்க படிக்கலன்னு, நீ ஏன்டா அழற...” என்பேன் சிரித்தபடி.

“சிரிக்காதம்மா...” என்று தொடர்ந்து அழுவான்

ம்ஹ்ம்... தம்பிகள் நன்றாகப் படிக்க வேண்டும் என்று அன்று அழுத பிள்ளை, இன்று தம்பிகள் எப்படி இருக்கிறார்கள் என்று கூடப் பார்க்க முடியாத தொலைவில் இருக்கிறான்.

இரண்டாவது மகன் பரணி, சிறு வயதில், நீண்ட காலம் வரை மொட்டை அடிக்காமல், பெரிய குடுமி வைத்திருந்தான். சரோஜாக்கா வீட்டில் எல்லோரும் அவனை, “சிண்டு... சிண்டு...” என்றுதான் கூப்பிடுவார்கள்.

சரோஜாக்கா, எப்போதும் காலை பதினொரு மணி போல் காபி போட்டுக் குடிப்பார்கள். பதினொரு மணி ஆனவுடன், பரணிக்குக் கரெக்டாக மூக்கில் வியர்த்து விடும். “அம்மா... சஜாக்கா வீட்டுக்குப் போலாம்.” என்று மழலைக் குரலில் கூறியபடி, என்னை இழுத்துக் கொண்டு செல்வான்.

“சஜாக்கா... காப்பி...” என்று கத்திக்கொண்டே வீட்டினுள் நுழைவான்.

“வாடா... என்னடா... ஆளக் காணோமேன்னு பார்த்தேன்.” என்பார் சரோஜாக்கா.

“காப்பி...”

“தர்றண்டா... போன வாரம் என்னா ஊருககு போயிருந் தேன்னு சொல்லு. அப்பதான் தருவேன்.”

“ஞ்சாவூர் (தஞ்சாவூர்).” என்பான் மழலைக் குரலில்.

“யாரு வீட்டுக்குப் போயிருந்த?”

“தாத்தா வீட்டுக்கு... காப்பி...”

“தர்றண்டா... அங்க என்ன சினிமா பாத்தன்னு சொல்லு... அப்பதான் தருவேன்.”

“அண்ணோரு ஓயிலு (அண்ணன் ஒரு கோயில்), ஆட்டார அலமேலு (ஆட்டுக்கார அலமேலு)... காப்பி...”

“இன்னொரு தடவை சொல்லு... அப்பதான் தருவேன்...”

அவன் குரல் தளுதளுக்க, "அண்ணோரு ஒயிலு... ஆட்டார அலமேலு... காப்பி..." என்று அழ ஆரம்பித்து விடுவான்.

நாங்கள் விழுந்து, விழுந்து சிரிப்போம்.

பசங்கள் வளர, வளர... குறிப்பிட்ட காலம் வரை சண்டை அதிகமாக இருக்கும். பெரிய பசங்கள் இரண்டு பேரும் சேர்ந்து கொண்டு, கடைசிப் பயலை அடிக்கடி அழ வைப்பார்கள்.

அப்போது சின்னவனுக்கு நான்கைந்து வயதுதான் இருக்கும். சிறிய பையன் என்பதால், அவனுக்கு மட்டும்தான் பிஸ்கெட் வாங்கித் தருவோம். அண்ணன்களுக்கு அதில் ஒரு சின்னத் துண்டைக்கூடத் தராமல், அப்படியே சாப்பிடுவான். அதற்காகப் பெரிய பசங்கள் ரெண்டு பேரும் சின்னவனிடம், "நீதான் முதலாளியாம். நாங்க ரெண்டு பேரும், உன் வீட்டு நாய்ங்களாம். நீ ரெண்டு நாய்ங்களுக்கும் இப்பப் பிஸ்கெட் போடுவியாம்." என்று கூறுவார்கள். அவனும் முதலாளி போல், சேரில் கால் மேல் கால் போட்டு அமர்ந்து கொண்டு, ஒவ்வொரு பிஸ்கெட்டாக ஸ்டைலாக வீசி எறிய... இவர்கள் நாய் போல் தாவி, தாவி பிஸ்கெட்டுகளை கவ்விக் கொள்வார்கள். மொத்த பிஸ்கெட்டும் தீர்ந்த பிறகுதான், சின்னவனுக்கு உறைக்கும். அவ்வளவுதான்... "என் பிஸ்கெட்டு..." என்று வீடே அதிருமாறு அலற ஆரம்பிப்பான். அவர்கள் ரெண்டு பேரும் தலை தெறிக்க தெருவுக்கு ஓடிவிடுவார்கள்.

பெரியவன் காலேஜ் சென்றவுடனேயே, சண்டையெல்லாம் குறைந்து, மூவரும் நண்பர்கள் போல் ஆகி விட்டார்கள். எப்போதும் இந்த மொட்டை மாடி அறையில்தான் கூத்தடித்துக் கொண்டிருப்பார்கள். முதலில் பெரியவன்தான் படிப்பை முடித்து விட்டு, அமெரிக்கா சென்றான். மாடியறையில் கொஞ்சம் சத்தம் குறைந்தது. அடுத்து பரணியும் சென்றவுடன், எப்போதாவது டேப்ரிக்கார்டரில், ஆனந்த் பாட்டு கேட்கும் சத்தம் மட்டும்தான் கேட்கும். இதோ... இவனும் போகப்போகிறான்... இனி அந்தச் சத்தமும் கேட்காது.

"அம்மா..." என்றபடி ஆனந்த் அறையை விட்டு வெளியே வந்தான்.

"என்ன ஆனந்து?"

"கொஞ்சம் ஜெராக்ஸ் எடுக்குற வேலையிருக்கு. போய்ட்டு வந்துடுறேன்." என்று கூறி விட்டு கீழே இறங்கினான்.

நான் அறையினுள் சென்றேன். புதிதாகப் பார்ப்பதுபோல், அறையை உற்றுப் பார்த்தேன். மூன்று மகன்களும் அங்கு வாழ்ந்த தற்கான அடையாளங்கள் இன்னும் அங்கே மிச்சமிருந்தன.

பெரியவன் மகேந்திரன், நூற்றுக்கணக்கான கேஸட்டுகளில் பழைய இளையராஜா பாடல்களாக வைத்திருப்பான். அந்த கேஸட்டுகள், தூசியடைந்து போய் அலமாரியில் கிடந்தன. பரணிக்கு நடிகை பானுப்ரியா என்றால் மிகவும் பிடிக்கும். அப்போது அவன் சுவற்றில் ஒட்டியிருந்த பாம்பே டையிங் பானுப்ரியாவின் போஸ்டர் மூலைகளில் கிழிந்து சுவற்றில் தொங்கிக் கொண்டிருந்தது. சின்னவனின் அடையாளங்கள் தான் இன்னமும் நிறைய அங்கே இருக்கின்றது. அதுவும் இன்று சாயங்காலத்தோடு தொலைய ஆரம்பித்து விடும். நினைக்க, நினைக்க அழுகை வருவது போல் இருந்தது. சமாளித்துக் கொண்டு கேஸட் அலமாரியருகில் சென்றேன்.

மகேந்திரன் அடிக்கடி ஒரு காரியம் செய்வான். கேஸட்டு களின் ஒவ்வொரு பக்கத்திலும், கடைசியில் ஒன்றிரண்டு நிமிடங்கள் இடம் மிச்சமிருக்கும். அந்தப் பகுதியில் யாருக்கும் தெரியாமல் நாங்கள் பேசிக் கொண்டிருப்பதையோ, சண்டை போட்டுக் கொண்டிருப்பதையோ பதிவு செய்து விடுவான். பிறகு அதை எங்களுக்குப் போட்டுக் காட்டி, கலாட்டா செய்வான். யாருமில்லாத சமயங்களில், நானும் அதைப் போட்டுக் கேட்பேன்.

'முதல் மரியாதை' பாடல் கேஸட்டில், பரணிக்கும், ஆனந்துக்கும் நடுவே சிறு வயதில் நடந்த சண்டையை, பதிவு செய்து வைத்திருப்பான். கேட்பதற்கு மிகவும் நன்றாக இருக்கும்.

பொறுமையாகத் தேடி, 'முதல் மரியாதை' கேஸட்டை எடுத்தேன். 'ஏ' பக்கத்தை கடைசி வரை ஃபார்வேர்டு செய்து கேட்டேன்.

ஆனந்துதான் முதலில் கத்துகிறான். "அம்மா... அம்மா... பரணி அடிக்கிறான்."

நான் மாடியேறி வந்து அறையினுள் நுழைகிறேன். "ஒரு நிமிஷம் இந்த வீட்டுல நிம்மதியா இருக்க முடியுதா? என்னடா இங்க சத்தம்..." என்கிறேன்.

"அம்மா... பரணி என் முதுகுல சுள்ளுன்னு அடிச்சுட்டான்." என்கிறான் ஆனந்த்.

''அவனுங்க ரெண்டு பேரும் பெரிய பசங்க. மேல போகாதன்னா கேட்குறியா நீ...''

"ஆனந்தாம்மா முதல்ல அடிச்சான்..." என்கிறான் பரணி.

"அம்மா... நான் அடிக்கவே இல்ல... பரணி படுத்திருந்தான். அவன் கழுத்துல, கால வச்சு மிதிச்சேன். அவ்வளவுதான்.'' என்கிறான் ஆனந்த். பெரியவன் சிரிக்கும் சத்தம் கேட்கிறது.

"ஏங்கடா இப்படி என் உயிர எடுக்குறீங்க... எங்கயாச்சும் போய்த் தொலைங்களேன். நான் நிம்மதியா இருப்பேன்." என்கிறேன். டக்கென்று டேப் நிற்கிறது.

போய்த் தொலைந்து விட்டார்கள். ஆனால், என்னால்தான் நிம்மதியாக இருக்க முடியவில்லை. என்னை அறியாமல் கண்களிலிருந்து கண்ணீர் வடிந்தது.

சென்னை விமான நிலையம். விஸிட்டர் காலரியிலிருந்து, ரன்வேயைப் பார்த்துக் கொண்டிருந்தோம். ஆனந்த் செல்லும் விமானம் மெல்ல ஓடி... திடீரென்று வேகமெடுத்து, சர்ரென்று மேலே ஏறியதும், எனக்குத் தொண்டையை அடைத்தது.

"போலாமா பத்மா?" என்றார் அவர்.

"ம்..." என்றபடி மேலே சிறிதாகத் தெரிந்த விமானத்தையே பார்த்துக் கொண்டிருந்தேன்.

"பத்மா போலாம்மா..." என்று அவர் மீண்டும் கேட்க திரும்பி நடந்தேன். படிக்கட்டுகளில் இறங்கி, கீழே வந்தோம்.

"கூல் ட்ரிங்க்ஸ் ஏதும் குடிக்கிறியா பத்மா?"

"வேண்டாங்க..."

"வந்து ரொம்ப நேரமாகுது... வெயில் காலம்... எவ்வளவு தாகமா இருக்கும். குடி...." என்று சொல்லி விட்டு கூல் ட்ரிங்க்ஸ் கடையை நோக்கிச் சென்றவரை ஆச்சரியமாகப் பார்த்தேன்.

கூல்ட்ரிங்க்ஸ் குடித்துக்கொண்டே, அருகிலிருந்த ஆட்டோ மேடிக் மசாஜ் சேரில் அமர்ந்தபடி மசாஜ் எடுத்துக் கொண்டிருந்த பெண்ணைப் பார்த்தேன்.

"என்ன பத்மா... மசாஜ் எடுத்துக்குறியா? அம்பது ரூபாதான். அஞ்சு நிமிஷத்துல முடிஞ்சிடும்.'' என்று அவர் கேட்க... "வேண்டாங்க" என்றேன்.

வெளியே வந்து, காரில் ஏறிக்கொண்டோம். கார் மெயின் ரோட்டுக்கு வந்து வேகம் எடுத்தவுடன், "பத்மா... ஒரு விஷயம் சொல்லணும்.'' என்றார் அவர்.

நான் ஒன்றும் சொல்லாமல் அவர் முகத்தைப் பார்த்தேன்.

"நம்ம எண்ணெய் மண்டி கோபால்கிட்ட, நம்ம கடையை அறுபது லட்ச ரூபாய்க்கு வித்துட்டேன்.'' என்றவரை அதிர்ச்சியுடன் நோக்கினேன்.

"என்னங்க சொல்றீங்க?" என்றேன் வேகமாக.

"போதும் பத்மா சம்பாரிச்சது. ஒரு வாரமா உன்ன கவனிச்சுட்டுதான் வரேன். உள்ளூர்ல இருந்த ஒரே பையனும் போறான்னவுடனே, நீ அப்படியே உடைஞ்சு போய்ட்ட... இந்த முப்பத்து மூணு வருஷத்துல, பிள்ளைங்களையும், பணத்தையும் தவிர வேற எந்த சுகத்தையும் நான் உனக்குத் தரல... இருந்தாலும் அந்தக் குறை தெரியாம பிள்ளைங்க உன்னைப் பாத்துக்கிட்டாங்க... அவங்கதான் உன் உலகம்னு நீயும் இருந்துட்ட. இனிமே சம்பாரிச்சு என்ன பண்ணப் போறோம்... ஏற்கனவே நாலு வீடுங்கள வாடகைக்கு விட்டிருக்கோம். வேணும்னா இன்னும் ஒரு வீடு வாங்கிப் போடலாம். இப்படியே சாவுற வரைக்கும் வீடா வாங்கிப் போட்டுட்டு இருக்கலாம். ஊரெல்லாம் சொத்து வாங்கிப் போடறதுக்கா பொறப்பெடுத்தோம்னு திடீர்னு தோணுச்சு. இனிமே வியாபாரத்த எல்லாம ஏறக்கட்டிட்டு, எப்பவும் உன் கூடவே இருக்கப் போறேன்...'' என்ற என் கணவரை ஐம்பத்தைந்து வயதில் காதல் பொங்கப் பார்த்தேன்.

கண்கள் கலங்க... டிரைவர் இருப்பதையும் பொருட்படுத்தாது, அவர் தோளில் சாய்ந்து கொண்டேன். இனி வாழ்வில் மீண்டும் பூக்கள் பூக்கும் காலம்.

– கல்கி – அக்டோபர், 2007

புகைப்படம் : மு. கார்த்திக்

2 ஒரு மரணமும், யுவன் ஷங்கர் ராஜாவின் பாடல்களும்

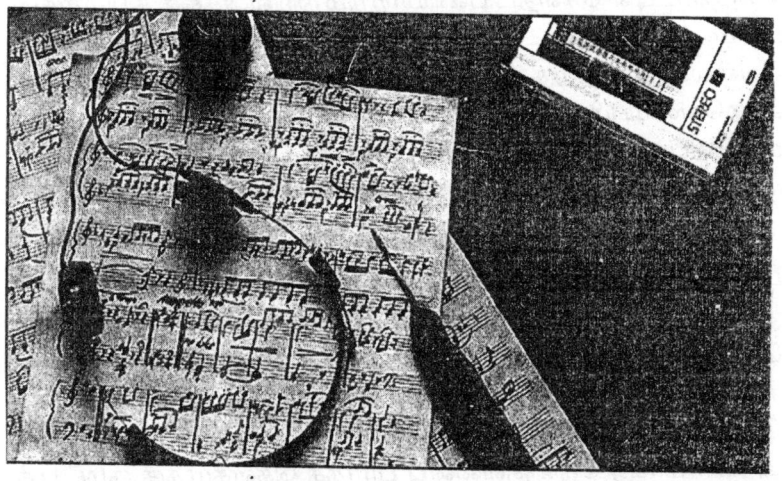

வட இந்தியாவின் ஒரு புழுதிப் பிரதேசத்திலிருந்த சிமெண்ட் தொழிற்சாலையில் அந்த விபத்து நடந்தபோது, கௌதம் பங்க்கரின் மேல் நின்றுகொண்டிருந்தான்.

திடீரென்று கோல் ஹேண்ட்லிங் ப்ளான்ட்டிலிருந்து அந்த சத்தம் கேட்டது. யாரோ அலறும் சத்தம். பிறகு தொடர்ந்து தொழிலாளர்கள் கூக்குரலிடும் சத்தம். கௌதம் வேகமாக எட்டிப் பார்த்தான்.

கீழே கும்பலாக தொழிலாளர்கள் ஓடிக் கொண்டிருந்தனர்.

ஓடிக்கொண்டிருந்தவர்களில் ஒருவன் மேலே பார்த்து, "கௌதம் சாப் ...ஆக்ஸிடென்ட் ஹோகயா..." என்று குரல் கொடுக்க, கௌதமுக்குத் தூக்கி வாரிப்போட்டது.

கௌதம்தான் சைட் இன்சார்ஜ். பி.இ., மெக்கானிக்கல் எஞ்சினியரிங் படித்து, வேலைக்கு சேர்ந்து, 27 வயதில் சைட் இன்சார்ஜ் பொறுப்பு கிடைத்தபோது சந்தோஷமாக இருந்தது. தமிழ்நாட்டில் கௌதம் பணியாற்றும் நிறுவனத்தில் தயாராகும் பாய்லர்களை, வட இந்திய தொழிற்சாலைகளில் நிறுவும் வேலை. மாதத்திற்கு இருபது நாட்கள் வட இந்தியாவில்தான் சுற்றவேண்டியிருக்கும். இருப்பினும் பிரம்மச்சாரி என்பதால் கவலைப்படாமல் சுற்றிக்கொண்டிருந்தான். இப்போதுதான் முதன் முதலாக ஒரு பெரிய பிரச்னையை சந்திக்கிறான்.

கீழே சத்தம் அதிகரித்தது. பதட்டத்துடன் வேகமாக ஸ்டீல் படிக்கட்டுகளில் இறங்கினான். கன்வேயரைச் சுற்றித்தான் கும்பல். கும்பலை விலக்கி விட்டு, கன்வேயரை நெருங்கிய கௌதம் அதிர்ந்தான். ஆள் யார் என்று தெரியவில்லை. கன்வேயர் உருளையில் தலை நசுங்கிக் கிடந்தவனை, பிற தொழிலாளர்கள் கீழே இறக்கினர். முகமெல்லாம் ரத்தம் வழிய அகோரமாகத் தெரிந்தவனைப் பார்த்த கௌதமுக்கு குமட்டிக் கொண்டு வந்தது. "கடவுளே..." என்று முகத்தைத் திருப்பிக் கொண்டான்.

"கோன் ஹை?" என்றான்.

"ஆப்கா லேபர் ஸாப்... சிவராஜ்."

சிவராஜ் என்றவுடன், கௌதமின் பதட்டம் அதிகரித்தது. 20 வயதுதான் இருக்கும். இவர்கள் நியமித்த ஆள்தான். பாய்லர் எரக்ஷனுக்கான சில சிறிய வேலைகளுக்காக, இவர்களே உள்ளூர் ஆளை வேலைக்கு வைத்திருப்பார்கள். அவர்களுக்கு இந்த சிமெண்ட் தொழிற்சாலை பொறுப்பேற்றுக்கொள்ளாது. கௌதமின் நிறுவனம்தான் அவர்களுக்குப் பொறுப்பு. சிவராஜ் உள்ளூர் ஹிந்திவாலா. சிவராஜின் முகம் மனதில் தோன்ற... துக்கம் தொண்டையை அடைத்தது. துக்கப்பட நேரமில்லை. மற்ற காரியங்களைக் கவனிக்க வேண்டும்.

ப்ளான்ட்டில் சிவராஜுடன் பணியாற்றும் பிரசாத்தைத் தேடினான். அவன் கன்வேயரின், ஹெட் புல்லியைத் தாண்டி முகத்தில் அதிர்ச்சியுடன் நின்று கொண்டிருந்தான். அவனை நெருங்கி, "என்னாச்சு பிரசாத்?" என்றான் ஹிந்தியில்.

“கன்வேயர் பெல்ட்ல, நிலக்கரி போய்ட்டிருந்தது. அதுல கம்பி ஒண்ணு கலந்து போய்ட்டிருந்துச்சு. எடுக்கறதுக்காக அப்படியே கைய விட்டான். இழுத்துடுச்சு சார்...”

“புல் கார்ட இழுக்கலையா? புல் கார்ட் இருக்குன்னு தெரியும்ல்ல?”

பொதுவாக இது போன்ற சமயங்களில், புல் கார்டை இழுத்து இயந்திரத்தின் இயக்கத்தை நிறுத்தி விட்டுதான் கன்வேயரில் கைவைக்க வேண்டும்.

“தெரியும் சார்... எத்தனையோ தடவை சொல்லியிருக்கேன். அன்னைக்கு ஒரு தடவை மெஷின நிறுத்தாம, ஒரு துணிய எடுத்தப்பவே சொன்னேன்... இன்னைக்கும் மெஷின நிறுத்தாமலே கையை விட்டுட்டான்.”

மீண்டும் சலசலப்பு சத்தம். அந்த சிமெண்ட் தொழிற்சாலையின் பர்சனல் ஆஃபிஸரும் (பிஓ), யூனியன்காரர்களும் வந்திருந்தார்கள்.

பிஓவிடம் விஷயத்தைக் கூறினான் கௌதம். யூனியன்காரர்கள், பிஓவிடம் ஏதோ சத்தமாகப் பேசினார்கள். அவர், அவர்களிடம் ஏதோ சமாதானமாகக் கூறினார். அங்கிருந்த இரைச்சலில் கௌதமின் காதில் எல்லாம் அரைகுறையாகத்தான் விழுந்தது. அதற்குள் தகவல் தெரிவிக்கப்பட்டு, ஆம்புலன்ஸ் வந்து சேர... சிவராஜின் உடல் எடுத்துச் செல்லப்பட்டது.

சில நிமிடங்களிலேயே ஃபேக்டரி இன்ஸ்பெக்டர் வந்து சேர... மீண்டும் சலசலப்பு. அவர்தான், இப்பகுதியில் உள்ள தொழிற்சாலைகளை ஆய்வு செய்யும் அரசு அதிகாரி. அவருக்கும் தகவல் தெரிவிக்கப்பட்டிருக்க வேண்டும். ப்ளான்ட்டினுள் நுழைந்தவுடனேயே வேகமாக, “சைட் இன்சார்ஜ் கோ புலாவ்...” என்றார் கடுமையாக.

கௌதம் பதட்டத்துடன் நெருங்கினான்.

“நாம் க்யா?” என்றவரின் பற்களெல்லாம் பான்பராக் கறை.

“கௌதம் சாப்...”

தொடர்ந்து ஹிந்தியில், "பையன் மேஜரா, மைனரா?" என்றார்.

"மேஜர்தான் சாப்..."

"அப்புறம் ஏஜ் ப்ரூஃப் சர்டிஃபிகேட்ட காமிக்கணும். சேஃப்டில்லாம் ஒண்ணும் கிடையாதா?"

"புல்கார்டெல்லாம் இருக்கு சார். நிறுத்தாம பையன், கையை விட்டுட்டான்."

"புல்கார்டு ஒர்க் பண்ணுதா?"

"ஒர்க் பண்ணுது சார்..."

"நான் செக் பண்ணணும்..."

"பண்ணலாம் சார்..." என்று கௌதம் கூறிக்கொண்டிருக் கும்போதே அங்கு வந்த பிஓ, ஃபேக்டரி இன்ஸ்பெக்டரை அணைத்தாற்போல் அழைத்துச் சென்றார். உள்ளூர்காரரர். ஆள் தெரிந்திருக்கும். அவரிடம் பேசி விட்டு வந்த பிஓ, கௌதமை ஓரமாக அழைத்துச் சென்றார்.

"என்ன சார்... ரொம்பக் கடுமையாப் பேசுறாரு..." என்றான் கௌதம்.

"பணம் கைக்கு வர்ற வரைக்கும், அப்படிதான் பேசுவாரு."

"பணமா?"

"ஆமாம்... அப்பதான் கேஸ் போடாம, தனி நபர் கவனக் குறைவுன்னு க்ளோஸ் பண்ணுவாரு. ஏதாச்சும் ஏடா கூடமா எழுதிட்டான்னா வம்பு. போலீஸ் கேஸாயிடும்."

"எவ்ளோ சார் தரணும்?"

"இரண்டு லட்சம்."

"ரெண்டு லட்சமா?" என்று அதிர்ந்தான்.

"அவ்ளோ பணம்ல்லாம் ஜிஎம்ம கேட்காம கொடுக்க முடியாது சார்..."

"கேளு... எல்லாம் இன்னைக்கே முடிஞ்சாகணும். இன்னும் ஆஸ்பத்திரில... போலீஸ்க்குன்னு நிறைய கொடுக்க வேண்டி யிருக்கும்."

கௌதமுக்கு தலை சுற்றியது. நடுக்கத்துடன் மொபைலில் ஜிஎம்மின் நம்பரை அடித்தான்.

"என்ன கௌதம்... ஹவ் ஆர் யூ?" என்று உற்சாகமாக பேச ஆரம்பித்த ஜிஎம்மிடம் விபரத்தைக் கூறினான். எதிர்முனையில் சில வினாடிகளுக்கு மௌனம். பிறகு "ரெண்டு லட்சம் ரொம்ப அதிகம். ஒரு லட்சத்துக்கு முடி..." என்றார்.

நான் பிஓவிடம் பேசினேன். அவர், "இங்கெல்லாம் இது ஃபிக்ஸட் ரேட்... உனக்காக பேசிப் பாக்குறேன்." என்று பேசி விட்டு வந்தவர், "அஞ்சு பைசா கூட குறைக்கமாட்டானாம். இன்னைக்கே வந்தாவணுமாம். இல்லன்னா உங்க எம்டியத் தூக்கி உள்ள வச்சுடுவன்ங்கிறான். இப்ப உன்கிட்ட எவ்வளவு இருக்கும்?"

"கம்பெனி பணம் ஒரு அம்பதாயிரம் ரூபாய் இருக்கும். அங்கருந்துதான் அனுப்பச் சொல்லணும். வேற என்ன செலவு இருக்கு சார்?"

'ம்... லேபர் கமிஷனர் ஆஃபீஸ்ல, செத்துப் போனவனுக்கு காம்பன்ஸேட் பண்றதுக்காக, மூணு வருஷ சம்பளம் டெபாசிட் பண்ணணும். அப்புறம்... இதோ போலீஸ் வந்துருச்சு. அவங்களுக்கு ஒரு அஞ்சாயிரம் ரூபாயாச்சும் கொடுத்துதான் ஆவணும். அப்புறம் ஹாஸ்பிடல பொறுத்தவரைக்கும் ஒண்ணும் பிரச்னை இல்ல... நான் ஒரு ஆள அனுப்புறேன். அவன்கிட்ட பத்தாயிரம் கொடு. போஸ்ட் மார்ட்டம் முடிஞ்சு, பாடிய வீட்டுக்கு கொண்டு போற வரைக்கும் அவன் பாத்துக்குவான். அப்புறம் மெயின் மேட்டர்... உடனே செத்துப் போனவங்க வீட்டுக்கு, ஏதாச்சும் செட்டில்மென்ட் செஞ்சாதான் யூனியன் காரங்க பாடிய எடுக்க விடுவாங்க. இல்லன்னா, பாடிய தூக்கிட்டு வந்து ஃபேக்டரி வாசல்ல போட்டுகிட்டு உக்காந்துடுவாங்க..."

கௌதம் தலையில் கையை வைத்துக் கொண்டு, அருகிலிருந்த சிமெண்ட் கட்டையில் அமர்ந்தான். தொண்டை வறண்டு போயிருந்தது. சிவராஜ் மனதில் தோன்றி, "குட்மார்னிங் சாப்..." என்றான். அழுகை வருவதுபோல் இருந்தது. ஆனால் அழ நேரமில்லை.

“டைமாவுது. சீக்கிரம் பேசு. ஆஸ்பிட்டலுக்கு வேற நீ போகணும்.” என்றார் பிஓ.

மீண்டும் ஜிஎம்மிடம் பேசினான். “சார்... ரெண்டு லட்சம் கொடுத்தே ஆவணுமாம். இல்லன்னா நம்ம எம்டியவே தூக்கி உள்ள வச்சிடுவங்கிறான். அப்புறம் இது, அதுன்னு குறைஞ்சது நாலஞ்சு லட்சம் ஆவும் போலருக்கு. உடனே நீங்க என் அக்கௌண்ட்ல டெபாசிட் பண்ணுங்க...”

“அவ்வளவு பணத்துக்கு உடனே எப்படிப்பா ஏற்பாடு பண்றது?”

“எப்படியோ பண்ணுங்க. இல்லன்னா இங்க நான் செத்தேன்.” என்று எரிச்சலுடன் ஃபோனை வைத்தான்.

பிஓ அனுப்பிய ஆளுடன், ஜீப்பில் அரசு மருத்துவமனைக்குச் சென்றான். போகும் வழியில் ஏடிஎம்மில் பணம் எடுத்துக் கொண்டான்.

மருத்துவமனைக்குச் சென்றவுடன், அவன் கையில் பத்தா யிரத்தைக் கொடுத்தான்.

“ஒரு ரெண்டு அவர்ல முடிச்சுடலாம் சார். நீங்க அலையவேண்டாம். இந்த மரத்தடில உக்காருங்க. நான் வேலை முடிஞ்சு வந்து கூப்புடுறேன்.”

தனியே நின்று கொண்டிருந்தான் கௌதம். தூரத்தில் மார்ச்சுவரி வாசலில், யாராரோ கும்பலாக உட்கார்ந்து அழுது கொண்டிருந்தார்கள். ஒருவேளை சிவராஜின் குடும்பத்தினராக இருக்கலாம். இந்த சூழ்நிலைக்குப் பொருந்தாமல் ஒரு சிறுவயது டாக்டர், ஹவுஸ்சர்ஜன் போல் தெரிந்த பெண்ணுடன் சிரிப்புடன் பேசிக் கொண்டிருக்க... அவள் முகத்தில் வெட்கம்.

கௌதமுக்கு சிகரெட் பிடிக்க வேண்டும் போலத் தோன்றியது. மருத்துவமனையை விட்டு வெளியே வந்தான். பாக்கெட்டிலிருந்து சிகரெட்டை எடுத்துப் பற்றவைத்தான். நன்கு ஆழமாக இழுத்து, புகையை வெளியே விட்டான். சிவராஜின் முகம் மனதில் தோன்ற, மனசு பாரமானது. அடுத்த இழுப்பை இழுப்பதற்குள், பிஓ வந்து விட்டார். காரிலிருந்து இறங்கியவர், நேராக இவனை நோக்கித்தான் வந்தார்.

“என்ன... ஹாயா தம்மடிச்சுட்டிருக்க. வா... வந்து யூனியன் காரங்க கூட பேசி செட்டில்மென்ட் முடிவு பண்ணு. அப்பதான் பாடிய வீட்டுக்கு எடுத்துட்டுப் போவ விடுவாங்க.”

உள்ளே யூனியன்காரர்களிடம் பேசி விட்டு வந்த பிஓ “ஃபேமிலிக்கு மூணு லட்சம் கொடுக்கணும்கிறாங்க. இன்னைக்கே அம்பதாயிரம் கொடுக்கணும். அடுத்த வாரம் பேலன்ஸ் பணம் கொடுக்கணும். சிவராஜோட தம்பிக்கு, வேலை போட்டுக் கொடுக்கணும்.” என்றார்.

“சார் லேபர் கமிஷனர்கிட்ட வேற ஒண்ணேகால் லட்சம் கட்டப் போறோம். அந்த பணம் அவங்களுக்குதான் வந்து சேரும். இதை ஒரு ரெண்டு லட்சத்துக்கு முடிச்சுடுங்க சார்... இதுக்கே ஜிஎம்கிட்ட நான் பேசியாகணும்.”

பிஓ சென்று அவர்களிடம் விஷயத்தைச் சொன்னார். உடனே யூனியன்காரர்கள், சிவராஜுடைய குடும்பத்தை அழைத்துக் கொண்டு அவன் இருந்த இடத்திற்கு வந்தனர். சிவராஜின் அம்மா போல் தெரிந்த ஒருத்தி, இவனைப் பார்த்தவுடன் கையெடுத்துக் கும்பிட்டு அழுதாள். ஹிந்தியில் ஏதோ பேசினாள். இவனுக்கு ஒன்றும் புரியவில்லை. ஒரு வினாடி சிவராஜின் 20 வயது முகம், மனதில் தோன்றி மறைய... யாரோ இதயத்தைப் பிசைவது போல் இருந்தது.

மேலும் சில நிமிடப் பேச்சு வார்த்தைக்குப் பிறகு, இரண்டரை லட்சம் கொடுப்பதென்று முடிவாயிற்று. களைப்புடன் கௌதம் மரத்தடியில் உட்கார்ந்தான். இவனருகில் வந்த பிஓ, “போலீசுக்கு...” என்று இழுக்க... கௌதம் இயந்திரம் போல், ஐந்தாயிரத்தை எடுத்து நீட்டினான். போலீஸ்காரர்கள், இவனுக்கு சலாம் போட்டு விட்டுக் கிளம்பினர்.

சில நிமிடங்களில், சிவராஜின் உடல் மார்ச்சுவரியிலிருந்து வெளியே எடுத்து வரப்பட்டது. அப்போது கிளம்பிய அழுகைச் சத்தம், அவன் மனதைப் புரட்டியது.

சுடுகாட்டிலிருந்து அனைவரும் கலைந்து செல்ல... எரிந்து கொண்டிருந்த சிவராஜின் சடலத்தைப் பார்த்துக் கொண்டே நின்றான் கௌதம்.

பிஓ இவனருகில் வந்து, “போலாமா?” என்றார்.

“நீங்க போங்க சார்... நான் கொஞ்ச நேரத்துல வந்துடுறேன்.”

சில நிமிடங்களில் மொத்தக் கூட்டமும் கலைய... கௌதமும், வெட்டியானும் மட்டுமே அங்கிருந்தனர்.

எரிந்து கொண்டிருந்த சடலத்தைப் பார்க்க, பார்க்க சிவராஜின் முகம், மெள்ள மெள்ள கௌதம் முன் உயிர் பெற்று எழுவதுபோல் தோன்றியது. சிவராஜ் இறந்ததிலிருந்து, ஒரு நிமிடம்கூட அவனைப் பற்றி சாவகாசமாக நினைத்துப் பார்க்க முடிய வில்லை. சாவு வீட்டில்கூட, அவனுடைய உறவினர்கள் சிலர் ஃபேக்டரியில் பாதுகாப்பு சரியில்லை என்று பிரச்னை பண்ணி கொண்டிருந்தார்கள்.

திகுதிகுவென்று எரிந்து கொண்டிருந்தது தீ.

இரண்டு மாதங்களுக்கு முன்பு...

கம்பெனி கெஸ்ட் ஹவுஸ். ஒரு நாள் இரவு, எட்டு மணி போல் இருக்கும். கம்ப்யூட்டரில், செவன்ஜி ரெயின்போ காலனி பாடல் கேட்டுக் கொண்டிருந்தான் கௌதம்.

“கானா காணும் காலங்கள்...

கலைந்தோடும் மேகங்கள்...”

என்ற பாட்டில் ஆழ்ந்திருந்தபோது, திடீரென்று ஜன்னலுக்கு வெளியே “ஆ...” என்பதுபோல் சத்தம் கேட்க, வேகமாக டார்ச் லைட்டை எடுத்துக் கொண்டு வெளியே போய்ப் பார்த்தான்.

சிறு வயதாகத் தெரிந்த ஒருவன், ஜன்னலருகில் காலைப் பிடித்துக் கொண்டு தரையில் உட்கார்ந்திருந்தான். “கோன் ஹை?” என்று அருகில் நெருங்கினான். தரையில் உட்கார்ந்திருந்த வனின் காலில் ரத்தம். முகம் பரிச்சயமானதாகத் தெரிந்தது. இவனைப் பார்த்தவுடன், “சாப்...” என்று எழுந்தான்.

மீண்டும் “கோன் ஹை?” என்றான்.

“உங்க சைட்டுலதான் வேலை செய்றேன்.” என்றான் ஹிந்தியில்.

"எங்க?"

"கோல் ஹேண்ட்லிங் ப்ளான்ட்... பேரு சிவராஜ்."

"இங்க என்ன பண்ணிட்டிருக்க?"

"பாட்டு கேட்டுட்டிருந்தேன்."

"தமிழ் பாட்டா கேட்டுட்டிருந்த?"

"ஆமாம்... கன்னா... காண்ணும் காலங்கள்..." என்று அவன் கொச்சையான தமிழில் பாடிக் காண்பிக்க, கௌதம் சிரிப்புடன், "உள்ள வா..." என்றான்.

உள்ளே நுழைந்தவனின் முகத்தை நோக்கினான். இருபது வயதிருக்கும். நல்ல சிகப்பு நிறம். சீரான பற்கள். சிரித்தபடி நோக்கிய, அந்த கண்களில் எந்தக் கள்ளத்தனமும் இல்லை.

"தமிழ் தெரியுமா?"

"தெரியாது."

"அப்புறம் தமிழ் பாட்டு கேட்குற?"

"சங்கீதத்துக்கு பாஷை இருக்கா என்ன?" என்று கேட்டவனை ஆச்சர்யத்துடன் பார்த்தேன். சாதாரணமான லேபர் பேசுவது போல் இருக்கவில்லை.

"உக்காரு. என்னாச்சு கால்ல?"

"இருட்டுல நின்னு பாட்டு கேட்டுகிட்டிருந்தனா. ஏதோ முள்ளு குத்திடுச்சு." என்றவன் உரிமையுடன் என்னைக் கையை நீட்டி அமர்த்தி விட்டு, தொடர்ந்து பாட்டைக் கேட்டான். பாட்டு முடிந்தவுடன், "ரொம்ப நல்ல பாட்டு." என்றான்.

"இதுக்கு முன்னாடி ஒரு பாட்டு ஓடுச்சே... தேவ...தேவ...ம்... தேவத்தய கண்டன்" என்று அவன் கொச்சையான தமிழில் பாடிக் காண்பிக்க, நான் சிரிப்புடன் அவனை ரசித்தேன்.

"நல்ல பாட்டு. யாரு மியூசிக்?" என்றான்.

"யுவன் ஷங்கர் ராஜா..."

"ஓ... அப்புறம்... அன்னைக்கு ஒரு பாட்டு கேட்டேன்..."

"என்னைக்கு? அடிக்கடி இந்த மாதிரி வந்து பாட்டு கேப்பியா?"

"இங்கருந்து எங்க வீடு பக்கம்தான். அன்னைக்கு ஒரு நாள் இந்தப் பக்கமா வந்தேன். ஒரு பாட்டு... நல்ல பாட்டு... ம். . காதல் வள்ளர்த்தேன்... காதல் வள்ளர்த்தேன்...'' என்று பாடிக் காண்பித்தான்.

"அதுவும் யுவன் ஷங்கர் ராஜா மியூசிக்தான்."

"அந்தப் பாட்டக் கேட்டேன். ரொம்ப நல்லாயிருந்துச்சு. அப்படியே நின்னுட்டேன். அதுலயிருந்து தினம் ராத்திரி இந்தப் பக்கம் வந்தன்னா, பாட்டு சத்தம் கேட்டுச்சுனனா, நினனு கேட்டுட்டுதான் போவேன்." என்ற சிவராஜைப் பிரியத்துடன் பார்த்தான். ஒரு ஹிந்திக்காரன் தமிழ்பாட்டை ரசிப்பதைக காண, ஆச்சர்யமாகவும், சந்தோஷமாகவும் இருந்தது.

அன்று முதல் தினமும் இரவு, பாடல் கேட்க சிவராஜ் வந்து விடுவான்.

"சாயங்காலம் வந்தவுடனே பாட்டுக் கேட்க ஆரம்பிச்சிடு வீங்களா?" என்றான் சிவராஜ், கௌதமிடம்.

"ஆமாம்... வேறென்ன இருக்கு இந்த ஊர்ல? திரும்பின பக்க மெல்லாம் ஹிந்தி... அதனால வந்தவுடனே பாட்டு கேட்க உக் காந்திடுவேன். அப்பதான் எனக்குத் தமிழன்னே ஞாபகம் வரும்."

"எங்க ஊரு பிடிச்சிருக்கா உங்களுக்கு?"

"உண்மைய சொல்லணும்னா, பிடிக்கலதான்."

"ஏன்?"

"மொதல்ல பாஷை. எனக்கு அரைகுறையாதான் ஹிந்தி தெரியும். அதுவே இங்க வந்து கத்துக்கிட்டதுதான். அப்புறம் மூணு வேளையும் சப்பாத்தி தின்னு, தின்னு நாக்கு செத்துப் போயிடுச்சு."

மறுநாள் இரவு சிவராஜ் ஒரு டிபன் கேரியருடன் வந்தான்.

"என்னது இது?"

"எங்க வீட்டுக்குப் பக்கத்துல ஒரு மதராஸி இருக்காங்க. அவங்கள்ட்ட சொல்லி வாங்கிட்டு வந்தேன். தினமும் ராத்திரி தர்றன்னுருக்காங்க..." என்றவனை தெய்வத்தைப் பார்ப்பது

போல் பார்த்தான். "சிவராஜ்..." என்று அவனைக் கட்டிப்பிடித்து தூக்கினான்.

"சாப்... சாப்..." என்று அவன் அலற, அலற அவனைச் சுற்றினான்.

டிபன் பாக்ஸைப் பிரித்து, சாம்பார் சாதத்தைப் பேய் சாப்பிடுவதுபோல், கௌதம் சாப்பிட்ட வேகத்தைக் கண்டு அவன் அசந்துபோனான்.

அன்றிலிருந்து, சிவராஜின் மேல் கௌதமுக்குத் தனிப்பிரியம். சிவராஜ் தினமும் இரவில் சாப்பாட்டோடு வந்து விடுவான். பாட்டு கேட்பான். எத்தனைப் பாடல்கள் கேட்டாலும், அவனுக்கு யுவன் ஷங்கர் ராஜா பாடல்கள்தான் மிகவும் பிடித்திருந்தது.

"இன்னைக்கு இதக் கேளேன்... இளையராஜாவோட ஆல்பம் ஒண்ணு. வெறும் இன்ஸ்ட்ருமெண்ட் மியூசிக்தான். ஹவ் டு நேம் இட்ன்னு பேரு... கேட்டுப் பாரு..." என்ற கௌதம், 'டூ எனிதிங்' என்ற இசைப்பாடலில் க்ளிக் செய்தான். சிவராஜ் ரசனையுடன் கேட்க ஆரம்பித்தான். சில வினாடிகளிலேயே அவன் கண்கள் மூடியது. தலைமட்டும் மெலிதாக ஆடிக் கொண்டிருந்தது. கௌதம் சிகரெட் பிடித்தபடி, அவன் முகத்தையே பார்த்துக் கொண்டிருந்தான்.

அவன் முகத்தில் விதவிதமான பாவங்கள். பாடல் உச்சக்கட்டத்தை அடைந்த கணத்தில், அவன் கண்களிலிருந்து கண்ணீர் வழிய ஆரம்பித்தது. நிற்கவே இல்லை... தொடர்ந்து கண்ணீர் வந்து கொண்டே இருந்தது. கௌதம் ஆச்சர்யத்துடன் சிகரெட்டை போட்டு அணைத்தான். பாடல் முடிந்தவுடன், எழுந்த சிவராஜ் வேகமாக கௌதமின் கைகளைப் பிடித்துக் கொண்டான். "சொர்க்கத்துக்குள்ள போனா இப்படித்தான் இருக்குமா சாப்..." என்று கேட்க, கௌதம் பிரியத்துடன் அவன் தலையைக் கோதி விட்டான்.

அவனுக்கு இருந்த இசை ரசனை, கௌதமை மிகுந்த ஆச்சர்யத்தில் ஆழ்த்தியது. அப்போதே கௌதம் முடிவு செய்து விட்டான். அவனுக்கு ஒரு ஐபாட் வாங்கித் தருவதென்று.

நேற்று மாலைதான் நேரம் கிடைத்து, அருகிலிருந்த நகரத்திற்கு சென்று வாங்கிக் கொண்டு வந்தான். இரவு கம்ப்யூட்டரிலிருந்து சிவராஜுக்கு பிடித்த யுவன்ஷங்கர் ராஜா பாடல்கள்... ஹவ் டு நேம் இட்... நத்திங் பட் விண்ட்... என்று அவனிடமிருந்த அனைத்துச் சிறந்த இசையையும் ஐபாடில் டவுன்லோட் செய்திருந்தான். இன்று மாலை வேலை முடிந்து, சிவராஜ் வீட்டுக்குச் செல்லும்போது கொடுக்கலாம் என்று அந்த ஐபாடை எடுத்து வந்திருந்தான். அதற்குள்...

எரிந்து கொண்டிருந்த தீயைப் பார்க்க, பார்க்க கௌதமின் கண்கள் கலங்க ஆரம்பித்தன. காலையில், சிவராஜின் உடலைப் பார்த்த கணத்திலிருந்து வரப் பார்த்த அழுகை இது. ஆனால் அழக்கூட நேரமில்லை. அவனுடன் பழகியதை, யாரிடமும் சொல்லக்கூட நேரமில்லை. பாக்கெட்டினுள் கையை விட்டு அந்த ஐபாடை எடுத்தான்.

காற்றில் தீ அலைய... அலைய... சிவராஜ் மனசுக்குள் கொஞ்சம், கொஞ்சமாக விஸ்வரூபமெடுத்துக் கொண்டிருந்தான்.

“இங்கல்லாம் ரஹ்மான்தான் சாப் ஃபேமஸ். ஆனாலும் எனக்கு யுவன் ஷங்கர் ராஜாதான் பிடிக்கும்.”

“எப்ப சாப் கல்யாணம் பண்ணப்போறீங்க?”

“உங்க ஊருக்கு ஒரு தடவை அழைச்சுட்டு போறீங்களா சாப்?”

கௌதம் கொஞ்சம், கொஞ்சமாக உடைந்து அழ ஆரம்பித்தான். வினாடிகள் செல்ல, செல்ல... அந்த அழுகை அதிகரித்தது. கையிலிருந்த ஐபாடை முகத்தோடு சேர்த்து இறுக்கிக் கொண்டு நீண்டநேரம் அழுது கொண்டிருந்தான்.

– கல்கி – செப்டம்பர், 2009

3 தாய்மை

கனிவுக்காக என்று பிரத்யேகமாக ஒரு தெய்வம் இருந்தால், அதன் முகம் நிச்சயம் சின்னம்மாவின் முகம் போல்தான் இருக்கும் என்று எனக்கு அடிக்கடி தோன்றும்.

இனிமேல் அந்த முகத்தைக் காண இயலாது. மாலையில் தான் சின்னம் மாவைச் சுடுகாட்டில் வைத்து எரித்து விட்டு வந்தோம்.

பந்தலுக்குக் கீழ், ஈரமான பெஞ்சில் அமர்ந்திருந்த எனக்கு, சின்னம்மா வைப் பற்றி நினைக்க, நினைக்க மனது கனத்தது.

சின்னம்மா என்றால் என் அப்பா வின் இரண்டாவது மனைவி. பிறந்த வீட்டை எதிர்த்துக் கொண்டு என் அப்பாவிற்கு இரண்டாம் தாரமாக வாழ்க்கைப்பட்டதால், ஒப்பாரி வைக்கக்கூட உறவுகளற்றுப் போனவள்.

தீபாவளித் துணியெடுக்க கடைவீதிக்குப் போனவள், லாரியில் அடிபட்டு இறந்து போய் நைந்து கிழிந்த துணியாகத் திரும்பி வந்தாள். இனிமேல் எப்பொழுதும் சிரித்தபடி இருக்கும் சின்னம்மாவைப் பார்க்க முடியாது. சின்னம்மா பிறந்தபொழுது கூட சிரித்துக் கொண்டேதான் பிறந்திருக்க வேண்டும் என்று நான் அடிக்கடி நினைத்துக் கொள்வேன். இரண்டு வருடத்திற்கு முன்னால் அப்பா ஹார்ட் அட்டாக்கில் இறந்தபோது மட்டும்தான் சின்னம்மா அழுது பார்த்திருக்கிறேன்.

இப்போது சின்னம்மா இறந்த கவலையைவிட, சின்னம்மா வின் பிள்ளைகளை யார் கவனித்துக் கொள்வது என்பதுதான் மிகப்பெரிய பாரமாக மனசை உறுத்திக் கொண்டிருந்தது.

வீட்டிற்குள்ளிருந்து சின்னம்மாவின் அண்ணன், ஈரபெஞ்சில் அமர்ந்திருந்த என்னை நோக்கி வந்தார். பெட்ரோமாக்ஸ் லைட் மங்கலாக எரிந்து கொண்டிருந்தது.

"என்ன தம்பி... மணி பன்னிரண்டாவுது. பசிக்கலையா?" என்றபடி எதிரில் அமர்ந்தார்.

"இல்லை... பிள்ளைங்க தூங்கிட்டாங்களா?" என்றேன்.

"ம்... அழுதழுது களைச்சுப் போய் தூங்கிட்டாங்க. சின்ன வயசுப் புள்ளங்க இருக்குன்னுகூட பாக்காம, கடவுள் இப்படிப் பண்ணிட்டானே..." என்று கண்கலங்கினார்.

"அவங்களப் பத்திதான் யோசிச்சுட்டிருக்கேன். எங்கம்மாவப் பத்திதான் தெரியுமே! சின்னம்மா பிணத்தைப் பார்க்கக்கூட அவங்க வரல. மனசுல அந்த அளவுக்கு கோபம். ஆங்காரம். அங்க பிள்ளைங் கள அழைச்சுட்டு போறதப் பத்தி நினைச்சுக்கூடப் பாக்க முடியாது. தப்பா நினைக்கலைன்னா ஒண்ணு சொல்றேன். சின்னப்புள்ளங்க... தனியா இங்க இருக்க முடியாது. நீங்க உங்க வீட்டுக்கு அழைச்சுட்டுப் போய் வச்சுக்குங்க. மாசா மாசம் பணம் அனுப்புறேன்."

"முப்பது வயசுல... பாவம் உனக்கு நிறைய்ச் சுமை. உன் நிலைமை புரியுது. ஆனா... எனக்கும் கஷ்டம்தான். பதினாறு வருஷத்துக்கு முன்னால வியாபார விஷயமா எங்க ஊருக்கு வந்த உங்கப்பாவோட அவளுக்குப் பழக்கமாகி, வீட்டை விட்டுட்டு

அவரோட போனப்பவே எல்லா உறவும் அறுந்துபோச்சு. நான் மட்டுந்தான் கூடப் பொறந்த பாசம், தாங்க முடியாம ஓடி வந்தேன். புள்ளங்கள அழைச்சுட்டுப் போனா என் பொண்டாட்டி சாமி ஆடிடுவா." என்று கூறிவிட்டு சற்று நேரம் பந்தல்கீற்றைப் பார்த்து யோசித்துக் கொண்டிருந்தவர், "எனக்குப் பசிக்குது தம்பி... நைட் கடை எதும் திறந்திருந்தா சாப்பிட்டுட்டு வந்துடுறேன்." என்றபடி அங்கிருந்து போய் விட்டார்.

கவலையுடன் பாக்கெட்டிலிருந்து ஒரு சிகரெட்டை எடுத்துப் பற்றவைத்துக் கொண்டேன்.

எங்கள் வீட்டிற்கு அழைத்துச் சென்றால் அம்மா ருத்ர தாண்டவம் ஆடிவிடுவாள். சின்னம்மா விபத்தில் இறந்த செய்தியைச் சொல்லிக் கூப்பிட்ட போதுகூட கொஞ்சம்கூட இரக்கமேயில்லாமல் எப்படியெல்லாம் பேசினாள்.

"சக்களத்தி சாவுக்கு வந்து மாருல அடிச்சுகிட்டு என்ன அழச் சொல்றியா? அந்த நாசமாப் போற நாயாலதானே என் குடி விளங்காமப் போச்சு. என் புருஷனை எங்கிட்டயிருந்து பறிச்சிட்டு எத்தனை நாள் என்ன அழ வச்சிருக்கா? அவ செத்துட்டாளாம். நான் வந்து ஒப்பாரி வைக்கணுமாம். போய்த் தூக்கிப் போட்டுட்டு, சனியன் ஒழிஞ்சதுன்னு தலை முழுகிட்டு வந்து சேரு. என் வயித்தெரிச்சல்தான் அவளை வாரிக்கிட்டுப் போயிடுச்சு."

ஆங்காரப் பேச்சு. நாள் முழுவதும் புருஷனை..., மகனை..., அக்கம் பக்கத்தினரை... என்று சகல மனிதர்களையும் தன் கொடூரமான வார்த்தைகளால் சாகடித்துக் கொண்டிருக்கும் இந்தப் பேச்சுதான், நாற்பது வயதிற்கு மேல் அப்பாவை சின்னம்மாவை நோக்கித் தள்ளியிருக்க வேண்டும்.

நீண்ட தூரம் வெயிலில் வியர்த்து விறுவிறுக்கப் பயணிக்கும் போது, எங்கேனும் நிழல் கிடைத்தால் சட்டென்று அதில் ஒதுங்கத்தானே ஆசைப்படுகிறோம்.

திருமணமான காலம் முதல், மாமியாருடனும், புருஷனுடனும் சதா சண்டையிட்டுக் கொண்டிருந்த அம்மாவிடம்,

இயல்பிலேயே அமைதியான சுபாவமுடைய அப்பா மாட்டிக் கொண்டு அவதிப்பட்டுக் கொண்டிருந்தபொழுது, சின்னம்மா என்ற சௌகரியமான நிழல் கிடைத்தவுடன் ஒதுங்கிக் கொண்டார்.

கும்பகோணத்திற்கு அடிக்கடி வியாபார விஷயமாகச் செல்லும் அப்பாவிற்கு, ஏதோ தோஷம் உள்ளதாக முப்பது வயதிற்கு மேலாகியும் திருமணமாகாமல் இருந்த சின்னம்மா எப்படியோ பழக்கமாகி, மாரியம்மன் கோயிலில் வைத்து அவளுக்குத் தாலி கட்டி, மேலத்தெரு வீட்டிற்கு அவளை அழைத்து வந்து விட்டார்.

மேலத்தெரு வீட்டிற்கு சின்னம்மா வந்த பிறகு அப்பா வீட்டிற்கு வருவது குறைந்து போயிற்று. அம்மாவுக்கு அப்படியே 'முதல் மரியாதை' வடிவுக்கரசி குணம். அப்படிப்பட்டவரிடம் அப்பாவிற்கு எப்படிப் பிடிப்பு இருந்திருக்க முடியும்? அதனால் அப்பாவிடம் எனக்கு எந்தக் கோபமும் இல்லை.

ஒருமுறை அம்மாவிடம் ஏதோ சண்டை போட்டுக் கொண்டு சின்னம்மா வீடு சென்ற அப்பா ஒரு வாரம் வரை வீட்டிற்கு வரவேயில்லை. அம்மா என்னை அனுப்பி அப்பாவை அழைத்து வரச் சொன்னாள். நான் அப்பொழுது ஒன்பதாம் வகுப்பு படித்துக் கொண்டிருந்தேன்.

மேலத்தெரு வீட்டுக் கதவைத் திறந்த அந்தப் பெண்மணிக்குக் கனிவான முகம். சகல ஜீவராசிகளையும் அன்பால் அணைத்துக் கொள்வதுபோல் ஒரு தோற்றம். முதல் முறையாகப் பார்த்த பொழுதே எனக்குச் சின்னம்மாவைப் பிடித்துப் போய்விட்டது. "யாருப்பா நீ?" என்றாள் அவள் பரிவுடன்.

"அப்பாவைப் பார்க்கணும்." என்றேன் தலையைக் குனிந்தபடி.

"அவங்க பையனா நீ? அடக்கடவுளே... சேகர்தானே உன் பேரு? வா... வா... என்னங்க... உங்க பையன் வந்திருக்கான்." என்று உற்சாகக் குரல் கொடுத்தபடி என் கையைப் பிடித்து உள்ளே அழைத்துச் சென்றாள்.

என்னைப் பார்த்தவுடன் அப்பாவின் முகத்தில் ஒரு சிறு சங்கடம்.

“அப்படியே உங்க மூக்கு பையனுக்கு. கேசரின்னா உனக்கு ரொம்பப் பிடிக்குமாமே... உங்கப்பா நெறயா உன்னைப் பத்திச் சொல்லுவாரு. இதோ வந்திடுறேன்.” என்று சின்னம்மா சமையலறையை நோக்கி ஓடினாள்.

“எனக்காகவாச்சும் வீட்டுக்கு வாங்கப்பா.” என்றேன்.

“சீ... பைத்தியக்காரா! உன்ன பாக்க வராம இருப்பனா... ஏதோ கோபம்...” என்ற அப்பா தொடர்ந்து என்னிடம் ஏதேதோ பேசிக் கொண்டிருந்தார்.

கால் மணி நேரத்தில் சின்னம்மா, நிறைய நெய் போட்ட கேசரியுடன் வந்தாள். சாப்பிட்டு விட்டு, கிளம்பும்பொழுது “இனிமே நீ என்னை சின்னம்மான்னு கூப்பிடணும்” என்று கூறி வழியனுப்பி வைத்தாள்.

என் அப்பா ஒரு மனைவியின் நேசத்தை மட்டுமன்று... நான் ஒரு தாய்மையின் பரிவை உணர்ந்ததும்கூட, சின்னம்மா விடம்தான்.

வீட்டிற்கு வந்து அம்மாவிடம் விஷயத்தைச் சொல்ல, “அப்பாவைக் கூட்டிட்டு வாடான்னா... என் குடியைக் கெடுத்த பாவி... அவகிட்ட கேசரி வாங்கித் தின்னுட்டு வர்றியே... தூ... அப்படி என்ன நாக்கு ருசி கண்டு அலையுது? அறுத்துடுறேன் அந்த நாக்கை...” என்று என் முதுகில் சுள்ளென்று அடித்ததில் அன்று அந்தக் கேசரி செரிக்கவே இல்லை.

அதற்குப் பிறகு நான் மேலத்தெருப்பக்கம் போனால் அம்மாவிடம் அதைப்பற்றிச் சொல்வதே இல்லை. சின்னம்மா என்னிடம் மிகவும் பிரியமாக இருந்தாள். சிறுபிள்ளை போல என்னோடு விளையாடுவாள். சினிமாவுக்கு அழைத்துச் செல்வாள். துளிகூடக் கடுமையாகப் பேசாமல் பாசத்தைக் கொட்டுவாள். என் அம்மாவிடம் அனுபவிக்காத தாய்மையின் பிரியத்தை நான் சின்னம்மாவிடம்தான் அனுபவித்தேன்.

எவ்வளவு இக்கட்டான நிலையிலும் சின்னம்மா கோபப் படமாட்டாள். மாதத்திற்கு ஒருமுறையாவது அம்மா

மேலத்தெருவிற்கு வந்து வீதியில் நின்று, "அடுத்தவ புருஷனை வளைச்சுப் போட்டு வச்சிருக்கியே... நீ நல்லா இருப்பியா..." என்பதுபோல் பேசி மண் வாரித் தூற்றுவாள். அப்போதெல்லாம் சின்னம்மா வாய் திறந்து ஒரு வார்த்தைக்கூட பேசமாட்டாள்.

நாளாக நாளாக, உறவினர் வீட்டு விசேஷங்களுக்குக்கூட அப்பா சின்னம்மாவையே அழைத்துச் செல்ல ஆரம்பித்தார். சின்னம்மாவின் மென்மையான பேச்சும், பரிவும் சொந்தக் காரர்களுக்கும் பிடித்துப்போக சின்னம்மாவிற்கு மெல்ல மெல்ல அங்கீகாரம் கிடைத்து விட்டது.

சின்னம்மாவிற்குப் பாபுவும், தீபாவும் பிறந்தனர். அவர்கள் வளர, வளர நான் அடிக்கடி அங்கு போக ஆரம்பித்தேன். அம்மாவுக்கு விஷயம் தெரியும் பொழுதெல்லாம் அடி பின்னியெடுத்து விடுவாள்.

அப்பா இறக்கும்வரை எல்லாம் சுமுகமாகத்தான் சென்று கொண்டிருந்தது. அப்பா திடீரென்று ஹார்ட் அட்டாக் வந்து இறந்து போக, சின்னம்மாவின் வாழ்க்கை சிக்கலானது.

அப்பா சாவுக்கு சின்னம்மா வந்தபோதுகூட அம்மா அழுகையை நிறுத்தி விட்டு இரக்கமே இல்லாமல்தான் பேசினாள்.

"என் குடி கெடுத்த நாயே... தினம் உன்கூட திரிஞ்சவன், பாடைல போறதைப் பாக்க வந்தியா? வெளியே போடி..." என்று கத்தினாள்.

"இந்த புள்ளங்க அப்பா முகத்தை கடைசியாப் பாக்க ணும்னுதான் வந்தேன்" என்றாள் சின்னம்மா.

"தூ... மானம்கெட்ட நாய்ங்க... என் வயித்தெரிச்சலுக்கு பொறந்த நாய்ங்கதானே. மரியாதையாப் பொறந்ததுங்களா இதுங்க... குடிகெடுத்தவளுக்குப் பொறந்த பன்னாடைங்களுக் குப் பாசம் என்ன வேண்டிக் கிடக்கு?" என்று அம்மா கத்த, கடைசியில் சொந்தக்காரர்கள் பேசி அம்மாவைச் சமாதானப் படுத்தினார்கள்.

அப்பாவிற்குப் பிறகு கடை, சொத்து நிர்வாகம் எல்லாம் என் கைக்கு வந்தது. ஊர் கூடிப் பஞ்சாயத்து பேசி, மேலத்தெருவில் சின்னம்மா குடியிருக்கும் வீட்டையும், அந்த வீட்டிற்கு முன்னால் வாடகைக்கு விட்டிருக்கும் இரண்டு கடைகளையும்

சின்னம்மாவிற்குத் தருவதென்று முடிவாயிற்று. பல நாள் சண்டைக்குப் பிறகு அம்மா இதற்கு ஒப்புக் கொண்டாள். நான் வாரமொருமுறையாவது வந்து சின்னம்மாவைப் பார்த்து விட்டுச் செல்வேன்.

அப்பாவின் இழப்பிலிருந்து மீள, சின்னம்மாவிற்கு நீண்ட நாட்களானது. அதற்குப் பிறகும்கூட பேசும் பேச்சில் பாதி அப்பாவைப் பற்றிதான் இருக்கும்.

"என்ன தம்பி... இருட்டுல உக்காந்திருக்கீங்க?" என்றபடி சின்னம்மாவின் அண்ணன் வந்தார்.

யோசித்துக் கொண்டிருந்ததில், பெட்ரோமாக்ஸ் லைட் அணைந்திருந்ததைக்கூட நான் கவனிக்கவில்லை.

"பழைய கதையை நினைச்சுட்டிருந்தேன்." என்றேன்.

"பிள்ளைங்க கவலையை மறந்துடுங்க. இப்பதான் திடீர்னு ஞாபகம் வந்துச்சு. எங்க ஊர்ல ஒரு கிறிஸ்டியன் ஹாஸ்டல் இருக்கு தம்பி!"

"அனாதை இல்லமா?"

"சேச்சே... பசங்க படிக்கிற ஸ்கூலு. ஹாஸ்டல் வசதியும் இருக்கு. அங்க ஃபாதர் எனக்கு நல்ல பழக்கம். விஷயத்த சொன்னா, வருஷ நடுவிலேன்னுகூட பாக்காம சேத்துக்குவாரு. பசங்க என்ன க்ளாஸ் படிக்கிறாங்க?"

"பெரியவன் ஏழாவது படிக்கிறான். சின்னவ அஞ்சாவது."

"அப்ப பிரச்சனையில்ல. முதல்ல பத்தாயிரம் ரூபாய் கட்ட வேண்டியிருக்கும். அப்புறம் மாசா மாசம் ஆளுக்கு ஆயிரம் ரூபா ஆகும்."

"பரவால்ல..." என்ற எனக்கு நிம்மதியாக இருந்தது. இனிப் பிள்ளைகளைப் பற்றிய கவலை இல்லை.

"நீங்க கவலைப்பட வேண்டாம் தம்பி. உள்ளூர்தான்... நான் அடிக்கடி போய்ப் பாத்துக்குவேன்."

"ரொம்ப நன்றிங்க. அப்ப... நான் கிளம்புறேன். வீட்டுக்குப் போய்ட்டு காலைல பணம் கொண்டுட்டு வர்றேன்." என்றபடி எழுந்தேன்.

ஜி.ஆர்.சுரேந்தர்நாத்

வீட்டிற்கு வந்த பிறகு, பத்தாயிரம் ரூபாய் இருக்கிறதா என்று பார்ப்பதற்காக பீரோவைத் திறந்தேன்.

சற்றுத் தள்ளிக் கட்டிலில் படுத்துக் கொண்டிருந்த அம்மா, பீரோ திறக்கும் சத்தம் கேட்டு எழுந்தாள்.

நான் கையில் பணத்தோடு நின்று கொண்டிருப்பதைப் பார்த்ததும், "இந்த நேரத்துல எதுக்குடா பணத்த எடுக்குறே?" என்றாள்.

ஏதாவது பொய் சொல்லலாமா என்று நினைத்தேன். பின்னால் தெரிய வந்தால் பெரிய சண்டையாகும் என்று உண்மையைச் சொன்னேன். அம்மா சத்தமாகப் பேச ஆரம்பித்து விட்டாள்.

"தூ... அறிவு கெட்ட நாயே! அப்பன், ஆயி இல்லாத புள்ளங்கள அநாதை மாதிரி ஹாஸ்டல்ல கொண்டு போய்ச் சேக்குறேன்னு சொல்றியே... உனக்கு வெக்கமா இல்ல? ஆயிரம் இருந்தாலும், அந்தப் புள்ளைங்க என் புருஷனுக்குப் பொறந்ததுங்க. அவங்கள அப்படி ரோட்டுல விட்டுடுவனா? ராத்திரி அழைச்சுட்டு வருவேன்னு அவங்களுக்கும் சேத்து சோறாக்கி வச்சுகிட்டு உக்காந்திருக்கேன்... ஹாஸ்டல்ல சேக்குறானாம்... பொச கெட்ட பய... மொதல்ல போய் அழைச்சுட்டு வாடா... மாடு மாதிரி வளர்ந்திருக்கியே... மண்டைல மூளை இல்ல...?"

இதையும்கூட வழக்கம்போல் அம்மாவால் கோபத்துடன்தான் சொல்ல முடிந்தது. என் வாழ்வில் முதல் முறையாக அம்மாவை மரியாதையுடன் நோக்கினேன்.

– அமுதசுரபி மாத இதழ் நடத்திய
சிறுகதைப் போட்டியில் (2002)
இரண்டாம் பரிசு பெற்ற சிறுகதை

புகைப்படம் : மு. கார்த்திக்

4. இருட்டில் சில இந்தியர்கள்...

வாசலில் இடித்துக்கொள்ளாமல் குனிந்து, குடிசையை விட்டு வெளியே வந்தான் பழனி. அருகில் இருந்த வேப்பமரத்தடி கல்லில் அமர்ந்து கொண்டான். இடுப்பு வேட்டியில் மடித்து வைத்திருந்த பீடியை எடுத்துப் பற்ற வைத்தான்.

நாளெல்லாம் உழைத்து விட்டு வருபவனுக்கு நாலு தம்ளர் கஞ்சி எந்த மூலைக்கு? இருந்தாலும் வேறு வழியில்லை.

குடிசையிலிருந்து பழனியின் மனைவி செங்கமலம் வெளியே வந்தாள். "ஒண்ணுத்துக்கும் வழியில் லன்னாலும் பீடிக்கு மட்டும் குறைச் சல் இல்ல..." என்றாள் சத்தமாக.

“ஆரம்பிச்சுட்டியா புள்ள... கொஞ்சம் வாயை மூடிக்கிட்டு இரேன்...”

“நான் வாயை மூடிக்கிட்டு இருந்தா எல்லாம் சரியாயிடுமா? மொதல்ல இந்த நெலக்கடலைய அரியலூர் கமிட்டில போட்டுட்டு காச வாங்கிட்டு வா...”

“ஒனக்கு என்ன பைத்தியம் புடிச்சுருக்கா புள்ள? கல்ல இன்னும் ஈரம் காயல. இதோட கொண்டு போய் போட்டா, மூட்டைக்கு முந்நூறு ரூவாகூடத் தரமாட்டான்.”

“ஆமாய்யா... கல்ல காயற வரைக்கும் எல்லாம் காத்திட்டிருக்குமாக்கும். கெடைக்கிற பணத்தை வாங்கிட்டு வா. புள்ள பெத்து குப்பாயி வீட்டோட ஒக்காந்திருக்கா. ஒம்மருமவன் ஒரு கிராம் மோதிரம் போட்டாதான் பொண்டாட்டி, புள்ளைய அழைச்சுட்டுப் போவேன்னு சொல்லிட்டுப் போயிட்டான்.”

“பெரிய கலெக்டருக்குப் புள்ள பொறந்திருக்கு... மோதிரம் போட்டாதான் அழைச்சுட்டுப் போவானாம். நமக்குன்னு வந்து வாச்சுருக்கு பாரேன்.”

“அப்புறம்... கொழந்தைக்கு ரெண்டு நாளா வயத்தால போவுது. கவர்மெண்ட்டு ஆஸ்பத்திரில காட்டிச் சரிவரல. நாளைக்கு அரியலூர் போயி சங்கர் டாக்டர்ட்ட காமிக்கணும். அம்பது ரூபாயாச்சும்...” என்று செங்கமலம் சொல்லிக் கொண்டிருந்தபோதே, “எல... பழனி...” என்ற சத்தம் கேட்டு பழனி திரும்பிப் பார்த்தான்.

தோப்பு வீட்டுக்காரர் நின்று கொண்டிருந்தார். “அய்யா... வாங்கய்யா...” என்று கூறிக்கொண்டே பழனி அவசரமாகத் தலையில் கட்டியிருந்த துண்டை அவிழ்த்தான்.

“ஒன் வீட்டுக்கு விருந்து சாப்பிடவா வந்திருக்கேன்? வரவேற்பு கொடுக்குற... காசு வாங்கறப்ப மட்டும் ஏழு தடவ வீட்டுக்கு வந்து வாங்கத் தெரியுதுல்ல... வட்டி யாரு ஒன் தாத்தனா வந்து கொடுப்பான்? ரெண்டு மாச வட்டி, நூறு ரூவா நிக்குது. மருவாதையா காசை எடுத்து வய்யி!” என்று தோப்பு வீட்டுக்காரர் சத்தமாகக் கத்த, பக்கத்துக் குடிசைகளில் இருந்தவர்கள் வெளியே வந்தார்கள்.

பழனி அவமானம் தாங்க முடியாமல் தலையைக் குனிந்து கொண்டு, "அய்யா... கோச்சுக்காதீங்கய்யா. அடுத்த வாரம் கல்லய கமிட்டில போட்டுடுவேன். வந்த ஒடனே மொதல்ல ஒங்க கணக்குத்தான்."

"அதுவரைக்கும் நான் என்னா புடுங்கிட்டு இருப்பனா? நாளைக்குள்ள வட்டிப் பணம் வரணும். இல்ல... நாளைக்கு வீட்டுக்கு வந்து சாமான், துணிமணி, ஒன் பொண்டாட்டி கட்டியிருக்குற பொடவ வரைக்கும் உருவிட்டுப் போயிடுவேன்." என்று சொல்லிவிட்டுத் தோப்பு வீட்டுக்காரர் வேகமாக நடக்க, பழனி சிலையாக நின்றான். கண்ணோரம் கசிந்த நீரை அழுக்குத் துணியால் துடைத்துக் கொண்டான்.

குடிசைக்குள் நுழைந்து, வீட்டு மூலையில் சாத்தி வைக்கப் பட்டிருந்த கடலை மூட்டைகளை நெருங்கினான். ஒரு மூட்டையினுள் கையை விட்டு சற்று அள்ளிப் பார்த்தான். இன்னும் ஈரமாகத்தான் இருந்தது. மூட்டை முந்நூறு ரூபா போறதே சந்தேகம்தான். இருந்தாலும் யாரேனும் வியாபாரிக்கு அவசரத் தேவையிருந்தால் நல்ல விலைக்கு வாங்குவார்கள். அது அதிர்ஷ்டத்தைப் பொறுத்தது.

"ஏ... புள்ள... விடியக்காலமே எழுப்பி விடு. காலைல அரியலூர் போகணும்." என்றான் பழனி.

"ம்..." என்றாள் செங்கமலம்.

"ஆனா, மூட்ட முந்நூத்தம்பதுக்குக் கீழே கேட்டா வாபஸ் வாங்கிட்டு வந்துடுவேன். அதுக்குக் கீழ வர்ற பணத்த வெச்சு ஒண்ணும் பண்ண முடியாது. அடுத்த வாரம் போனா கல்ல நல்ல காச்சலா இருக்கும். நல்ல விலை போகும்."

"அதுவும் சரிதான். அப்ப நீ படு. காலைல சீக்கிரம் எந்திரிச்சுப் போகணும்." என்றாள் செங்கமலம்.

விடியற்காலை எழுந்து, கஞ்சி குடித்து விட்டு பழனி கிளம்பினான். செங்கமலமும், பையன் கணேசனும் சேர்ந்து மூட்டைகளைத் தலையில் ஏற்றி விட்டார்கள். "பாத்துப் போய்ட்டு வாய்யா... கொஞ்சம் வெல முன்னபின்ன இருந்தாலும் போட்டுட்டு வா. ராவுக்கு விளக்கெரிக்க மண்ணெண்ணெய்

வாங்கக்கூட கையில காசில்ல...” என்றபடி செங்கமலம், பழனி யின் பெல்ட் பாக்கெட்டில் மூன்று ரூபாயைச் செருகினாள்.

“சரி... பாக்கலாம்.” என்றபடி யோசனையுடன் பழனி நடக்க ஆரம்பித்தான்.

இன்னும் முழுவதும் விடிநதிருக்கவில்லை. எட்டு மணிக்குள் கமிட்டிக்குப் போய் சேர்ந்து விட வேண்டும் என்று பழனி வேகமாக நடக்க ஆரம்பித்தான்.

“யாரு... பழனியா?” என்று குரல் கொடுத்தபடி மரத்தின் பின்னாலிருந்து வாயில் வேப்பங்குச்சியுடன் கோபால் வந்தான்.

“யாரு... கோபாலா? இந்தக் கல்லயப் போடணும். அரியலூர் கமிட்டி வரைக்கும் போறேன்.” என்ற பழனி சற்றே நின்றான்.

“ஒனக்கு என்னா கொமரன்னு நெனப்பா? ரெண்டு மூட்டையைத் தூக்கிட்டு எவ்ளோ தூரம் போவ...?”

“என்ன பண்றது? பஸ்சுக்கு காசு வேணும்ல? சொமக்கணும்னு எழுதியிருக்கு.”

“நான் பேசாம என் நெலத்த வித்துடலாம்னு பாக்குறேன். ஒனக்காச்சும் ரெண்டு மூட்டை தேறிச்சு. எனக்கு அதுகூட இல்ல.”

“சீ... வாயக் கழுவு. நெலத்த விக்கிறானாம். நெலம் நம்மைப் பெத்த ஆத்தா மாதிரி. செல சமயம் அணைக்கும், செல சமயம் அடிக்கும். ஒன் ஆத்தா அடிச்சா அவள வித்துடுவியா?”

“அதுசரி பழனி... நாலு வருஷமா ஆத்தா எங்க அணைக்கறா? அடிச்சுக்கிட்டேதான் இருக்கா. சரி... மூட்டையை வெச்சுக்கிட்டு எவ்வளவு நேரம் நிப்பே... நீ கிளம்பு.” என்று கூறி விட்டு கோபால் நடந்தான்.

கழுத்து லேசாக நொடித்தது. சமாளித்துக் கொண்டு பழனி வேகமாக நடக்க ஆரம்பித்தான்.

அரியலூர் பஸ் ஸ்டாண்டைத் தாண்டி, செந்துறை ரோட்டில் திரும்பினான் பழனி. வக்கீல் சின்னப்பா வீட்டு வாசலில், காலையிலேயே கட்சிக்காரர்கள் கூட்டம். ராஜாஜி நகரில் நுழைந்து, நிர்மலா காந்தி நடுநிலைப்பள்ளிக்கு எதிரே சென்ற சாலையில் திரும்பி, கமிட்டிக் கட்டடத்துக்குள் நுழைந்தபோது

பழனிக்குப் பயங்கரமாக மூச்சு வாங்கிக் கொண்டிருந்தது. சட்டை போடாத உடம்பெல்லாம் வியர்வை வழிந்து கொண்டிருந்தது. மூட்டைகளை அடுக்கும் பெரிய ஷெட்டுக்குள் வேகமாக நுழைந்தான். ஏற்கனவே வரிசையாக அடுக்கப்பட்டிருந்த மூட்டைகளுக்கருகில் தன் மூட்டைகளைப் போட்டான். இரண்டு மூட்டைகளையும் நிமிர்த்தி வைத்து விட்டு, அருகில் இருந்த சிமெண்ட் கட்டையில் உட்கார்ந்தான். தலையில் சும்மாடாக வைத்திருந்த துண்டை உதறி முகம், உடம்பெல்லாம் துடைத்தான்.

அருகில் பாண்ட், சட்டை போட்டுக் கொண்டு ஒரு பையன் சூழ்நிலைக்குப் பொருந்தாதவனாக நின்றுகொண்டிருந்தான். அந்தப் பையனின் அருகில் நெருங்கிப் பேச ஆரம்பித்தான் பழனி.

“தம்பி... நீங்களும் கல்ல போட வந்திருக்கீங்களா?” என்று கேட்டான் பழனி.

“ஆமாம்... நீங்களும் கல்லையா?” என்றான் அந்தப் பையன்.

“ஆமாம். நீங்க எந்த ஊரு தம்பி?”

“அரியலூர்தான். நீங்க எந்த ஊரு?”

“தவுத்தாக்குளம்...”

“கடலை என்னுது இல்ல. எங்க சித்தப்பாருது. மத்தியானம் அவரு வர்றவரைக்கும் என்னப் பாத்துக்கச் சொல்லியிருக்காரு. இங்க வெலக்கு வாங்குவாங்களாமே. அது எப்படி?”

“தம்பி கமிட்டிக்குப் புதுசா? இப்ப நீங்க கல்ல கொண்டு வந்துருக்கீங்கள்ல... இப்ப கமிட்டி ஆளுங்க வந்து ஒவ்வொருத் தருக்கும் ஒரு டோக்கன் தந்துட்டுப் போவாங்க. நீங்க பத்தாம் நம்பர்னு வெச்சுக்குங்களேன். நெறைய வியாபாரிங்க வந்து ஒங்க கல்லையப் பாப்பாங்க. ஆளாளுக்கு ஒரு வெல போடுவாங்க. யாரு ஒங்க கல்லைக்கு அதிக வெல கேட்டுருக்காங்களோ, அந்த வெலய டோக்கன் நம்பர சொல்லி அறிவிப்பாங்க. அந்த வெல ஒங்களுக்குப் பிடிச்சதுன்னா கல்லைய வித்துட்டுப் பணம் வாங்கிட்டுப் போலாம். புடிக்கலைன்னா வாபஸ் வாங்கிகிட்டு வீட்டுக்கு எடுத்துட்டுப் போயிடலாம்.”

“அப்படியா? இந்த மாதிரி ஒரு சிஸ்டம் இருக்கிறதே இப்பத்தான் தெரியும்.”

“தம்பி படிச்சிருக்கீங்களா?”

“ஆமாம். பி.எஸ்.ஸி... பாட்டனி....”

“அந்த படிப்புக்கு என்ன வேலை கெடைக்கும்?”

“நம்ம நாட்டுல மூணு வேளையும் சாப்பிட்டுட்டுத் தூங்கற வேலதான் கெடைக்கும்.”

“என்னங்க தம்பி... இப்டிச் சொல்றீங்க?”

“என்ன பண்றது? நெலமை அதான்.”

மேற்கொண்டு பழனி ஒன்றும் பேசத் தோன்றாமல் தன் இடத்தில் வந்து உட்கார்ந்தான். அவ்வளவு தூரம் தூக்கிக் கொண்டு வந்ததில், காலையில் சாப்பிட்ட கஞ்சி எப்போதோ செரித்து விட்டிருந்தது. பசித்தது. எழுந்து கமிட்டிக்கு எதிரே உள்ள டீ கடைக்குச் சென்று டீயைக் குடித்து விட்டு, ஐம்பது காசுக்குப் பீடி வாங்கிக் கொண்டு, மீண்டும் தன் இடத்துக்கு வந்து அமர்ந்தான்.

மூட்டைக்கு முந்நூத்தம்பது ரூவா கெடச்சா நல்லாயிருக்கும். ரெண்டு மூட்டைக்கும் எழுநூறு ரூவா வரும். இதுல மோதிரம் வாங்கணும். தோப்பு வீட்டுக்காரருக்கு நூறு ரூபா கொடுக்கணும். குப்பாயி பாவம் பச்ச ஒடம்புக்காரி. ஒரு கிலோ அரிசி வாங்கிட்டுப் போய் ரெண்டு நாளாச்சும் நெல்லுச்சோறு போட்டு அனுப்பணும். செங்கமலத்துக்கு ஒரு ரவிக்கைத் துணி வாங்கணும். ரொம்ப நாளா கிழிஞ்ச ரவிக்கையோட கூலி வேலைக்குப் போறா. கண்ட நாயெல்லாம் பாக்குதாம். நாப்பது வயசானாலும் இன்னும் கிண்ணுன்னுதானே இருக்கா.

கமிட்டியில் இப்போது கும்பல் அதிகமாகி விட்டது. சளசளவென்று ஒரே பேச்சுச் சத்தம். “விவசாயிகள் கவனத்துக்கு” என்று மைக்கில் சத்தம் கேட்டவுடன் பழனி நிமிர்ந்தான். சட்டென்று பேச்சுச் சத்தம் அடங்கி அமைதியானது. தொடர்ந்து மைக்கில், “இன்னும் சில நிமிடங்களில் டோக்கன் வழங்க அலுவலர்கள் வருவார்கள். எனவே, விவசாயிகள் தங்கள் மூட்டை இருக்கும் இடங்களிலேயே இருக்குமாறு கேட்டுக்

கொள்ளப்படுகிறார்கள்." என்று அறிவித்தவுடன் விவசாயிகள் அவரவர் இடத்துக்குச் சென்றனர். மீண்டும் மெதுவாகப் பேச்சுச் சத்தம் கேட்க ஆரம்பித்தது.

சற்று நேரத்தில் டோக்கன் கொடுப்பவர் அருகில் வந்தார். பழனியின் கையில் ஒரு டோக்கனைக் கொடுத்து விட்டு, அதே நம்பர் எழுதிய வில்லையை மூட்டையில் செருகி விட்டு நகர்ந்தார். பழனி டோக்கன் நம்பரைப் பார்த்தான். நாப்பத்தெட்டு. பழனி ஒரு மூட்டையைத் திறந்து வைத்தான். சில நிமிடங்களிலேயே வியாபாரிகள் வர ஆரம்பித்தனர்.

ஒரு வியாபாரி பழனியின் கடலையைப் பார்த்தார். பின்னால் ஒருவன் நின்று கொண்டிருந்தான். இருவரும் கடலையை உறித்துத் தின்று பார்த்தார்கள். பிறகு அவர்களுக்குள் பேசிக் கொண்டார்கள். பிறகு டோக்கன் நம்பரைப் பார்த்து விட்டு, சீட்டில் குறித்துக் கொண்டு நகர்ந்தார்கள்.

வரிசையாக வியாபாரிகள் வந்து கொண்டேயிருந்தார்கள். எல்லோரும் பேசி வைத்துக் கொண்டதுபோல் வெள்ளை வேட்டி, சட்டையுடன் உதட்டோரம் கடலைச் சாறு அப்பியிருக்க வந்தார்கள்.

ஒரு மணிக்கு மேல் விலையைச் சொல்வார்கள். வெல புடிச்சவங்க கடலைய எடை போட்டுக் கொடுத்துட்டு சக்தி தியேட்டருக்குப் போயிருவாங்க. படம் முடிஞ்சு வர்றதுக்கும் பணம் கொடுக்கவும் சரியா இருக்கும். சென்ற முறை வந்தபோது என்ன படம் பார்த்தோம் என்று பழனி யோசித்தான். பெயர் ஞாபகத்துக்கு வரவில்லை. 'நல்ல வெல கிடைச்சதுன்னா, காச வாங்கிட்டு சினிமா போலாம்.' என்று தோன்ற அருகிலிருந்த பையனிடம் "தம்பி... சக்தி தியேட்டர்ல என்ன படம் போட்டுருக்காங்க?" என்று கேட்டான்.

"பூவே உனக்காக."என்றான் அந்தப் பையன்.

திடீரென்று மைக்கில், "விவசாயிகள் கவனத்துக்கு, இப்போது விலைகள் அறிவிக்கப்படுகின்றன. விலை பிடித்தவர்கள் தங்கள் மூட்டைகளை எடை போடும் இடத்துக்குக் கொண்டு செல்லவும். விலை பிடிக்காதவர்கள் வாபஸ் வாங்கிக் கொண்டு செல்லலாம். வாபஸ் வாங்குபவர்கள் கண்டிப்பாக டோக்கன் களைக் கொடுத்து விட்டுச் செல்லுமாறு கேட்டுக் கொள்ளப்படு கிறார்கள்..." என்று கேட்டவுடன் பழனி எழுந்து நின்று கொண்டான்.

வரிசையாக டோக்கன் நம்பரைச் சொல்லி விலையை மைக்கில் அறிவித்தனர். 'என்ன வெலையோ?' என்று பழனிக்கு உள்ளுக்குள் பரபரப்பாக இருந்தது.

"டோக்கன் நம்பர் நாப்பத்தெட்டு... இருநூத்து முப்பது ரூபா..." என்று கேட்டவுடன் பழனி அதிர்ந்து போய் விட்டான்.

''சாமி...'' என்று கூறிக்கொண்டு அப்படியே தரையில் அமர்ந்தான்.

இருநூத்து முப்பது ரூபா. ரெண்டு மூட்டைக்கும் ஐந்நூறு ரூபாகூட வராது. என்ன பண்றது? தூக்கிட்டு வீட்டுக்குப் போக வேண்டியதுதான். நல்லா காயப்போட்டு மறுபடியும் இங்க கொண்டு வரணும். இல்லன்னா அடுத்த வாரம் ஜெயங் கொண்டத்துக்கு எடுத்துட்டுப் போய் பாக்கணும்.

காலையில் கஷ்டப்பட்டு சுமந்து வந்ததையும், வீட்டில் எல்லோரும் ஆசையோடு காத்துக் கொண்டிருப்பார்கள் என்பதையும் நினைத்தபோது பழனிக்குக் கண்ணீர் வந்தது. மறுபடியும் பசி வயத்தோட ரெண்டு மூட்டையையும் தூக்கிக் கிட்டு நாலு மைல் போக வேண்டும் என்று நினைக்கும்போதே மலைப்பாக இருந்தது.

டோக்கனை கவுண்ட்டரில் கொடுத்து விட்டு திரும்பி வந்தான். பக்கத்திலிருந்தவரிடம் தூக்கி விடச் சொல்லி கடலை மூட்டைகளைத் தலையில் ஏற்றிக் கொண்டு பழனி நடக்க ஆரம்பித்தான். கழுத்தும், மனசும் பாரம் தாங்காமல் வலித்தது.

அன்று இரவு, இந்திய பிரதமர் டி.வி.யில், 'இந்திய விவசாயி களின் வாழ்க்கைத்தரம் உயர்ந்துள்ளது. அவர்கள் ஒரு பிரகாசமான எதிர்காலத்தை நோக்கிக் காலடி எடுத்து வைத்துள்ளார்கள்...' என்று பேசிக்கொண்டிருந்தபோது, இந்தியாவின் ஒரு மூலையில், தவுத்தாக்குளம் கிராமத்தில், விளக்கெரிக்க மண்ணெண்ணெய்கூட இல்லாமல், இருட்டில் நான்கு பேர் தோப்பு வீட்டுக்காரார் வந்தால், எப்படிச் சமாளிப்பது என்ற பயத்துடன் உட்கார்ந்து கொண்டிருந்தனர்.

–ஆனந்த விகடன் – ஜுலை, 1997

5. என் தோழி... என் காதலி... என் மனைவி...

எ ன்னிடம் ஒரு சிவப்புக்கல் மோதிரம் இருக்கிறது. திருச்சி கோபால்தாஸ் கடையில், நகைச்சீட்டு போட்டு என் அப்பா வாங்கித் தந்த மோதிரம் அது. நான், எனது முன்னாள் காதலி, என் மனைவி... ஆகிய மூவரும் அணிந்திருந்த மோதிரம் அது.

கடவுள் பொழுதுபோகாமல் ஆடிய தொரு விளையாட்டில் சிக்கி, இப் போது அந்த மோதிரம் யாராலும் அணியப்படாமல், பீரோ லாக்கரில் பத்திரமாக உள்ளது. உங்களில் யாருக்கேனும் அது வேண்டுமா?

அந்த மோதிரத்தைப் பார்த்தவுட னேயே, யாருக்கும் சட்டென்று பிடித்துப் போய்விடும். எனது முன் னாள் காதலி நந்தினிக்கும், அந்த மோதிரத்தை மிகவும் பிடிக்கும். நந்தினி...

கல்லூரிப் படிப்பை முடிக்கும்வரை தமிழ்நாட்டைத் தாண்டியிராத எனக்கு, நான்கு வருடங்களுக்கு முன்பு, பெங்களூரில் மத்திய அரசு வேலை கிடைத்தது. சிவாஜி நகரில் அறையெடுத்திருந்த அலுவலக பிரம்மச்சாரி நண்பர்களுடன் தங்கினேன். ஆரம்பத்தில் பெங்களூரைக் கண்டு மிரண்டாலும், பிறகு பழக்கமாகிப் போனது.

பைக்கில் பறக்கும் பெங்களூர் இளைஞர்கள், எல்லா நேரமும் பிடிவாதமாக ஜெர்க்கின் அணிந்திருந்தார்கள். இருட்டிய பிறகு, அவுட்டர் ரிங் ரோடு ப்ளாட் ஃபார்ம்களில் பைக்கை நிறுத்தி, இளம் பெண்களை அணைத்தபடி காதலித்தார்கள். அல்சூரில் நுழைந்தால் எம்.ஜி.ஆர். பாட்டெல்லாம் கேட்டது. ப்ரிகேட் ரோட் பஃப்களில், ஒரு மக் பீருக்கு இன்னொரு மக் பீர் இலவசமாகக் கொடுத்தார்கள்.

பெங்களூர் நகரின் ஆரம்பகட்ட சுவாரஸ்யங்கள் அலுத்துப் போன கணத்தில், நந்தினி எனக்கு அறிமுகமானாள். எங்கள் அலுவலக ஸ்டெனோ. இரண்டு தலைமுறைகளுக்கு முன்பே பெங்களூரில் செட்டிலாகி விட்ட தமிழ்க் குடும்பப் பெண். மொழியைத் தாண்டி இருவருக்கும் பல விஷயங்கள் ஒத்துப்போயின. நல்ல நண்பர்களானோம்.

இருவரும் தென்னை மரத்தில் ஓடும் ஒற்றை அணிலை ரசித்தோம்.

இருவரும் 'சலங்கை ஒலி' ஜெயப்ரதாவின் அழகை, 2002லும் சிலாகித்துப் பேசினோம்.

இருவரும் கல்யாண்ஜி கவிதைகளை ரசித்துப் படித்தோம்.

இருவரும் காதலித்தோம்.

கப்பன் பார்க். கூட்டமில்லாத மூலையிலமர்ந்து நாங்கள் பேசிய ஒரு ஜூலை மாதத்து மாலை...

"ஹனிமூனுக்கு எங்க போலாம் சுரேஷ்?" என்று கேட்ட நந்தினி, எனது கை கட்டை விரலை, அவளுடைய மென்மை யான உதடுகளில் பற்றியபடி, எனது நகத்தைக் கடிக்க ஆரம்பித்தாள்.

"ம்... ஊட்டி... இல்லன்னா கொடைக்கானல்."

"அங்க போய் என்ன பண்றது?"

“ம்... யூகலிப்டஸ் இலைய எல்லாம் பறிச்சு, தைலம் காய்ச்சலாம். கேள்வியப் பாரு.”

“அய்யோ...” என்று என் கட்டை விரலை நறுக்கென்று கடித்த நந்தினி, “அங்கல்லாம் நான் போனதில்ல. அங்க என்ன பாக்கலாம்னு கேட்டேன்” என்றாள்.

“ஏகப்பட்டது இருக்கு. நமக்கெதுக்கு அதெல்லாம். போறோம். ஒரு வாரம் ரூம் புக் பண்றோம். ரூம் கதவைச் சாத்த றோம். ஒரு வாரம் கழிச்சுத் திறக்கறோம். சூட்கேஸ எடுத்துகிட்டு, பெங்களூரப் பாக்க வந்துக்கிட்டேயிருக்கோம். எப்படி?”

“சீ... நீ ரொம்ப மோசம்ப்பா...” என்று வெட்கத்துடன் சிணுங்கிய நந்தினி, என் இடது தோள் மீது சாய்ந்து கொண்டு, “இந்த வாரம் ஊருக்குப் போறியா?” என்றாள்.

“ஆமாம். ஏன்?”

“இல்ல... தினம் இந்த மாதிரி கலகலப்பா பேசிட்டிருந்துட்டு, மாசத்துக்கு மூணு நாள் ஊருக்குப் போயிடுற... எனக்கு எவ்வளவு கஷ்டமா இருக்கு தெரியுமா? மூணு நாளும் மனசு உன்னையே தான் சுத்தி, சுத்தி வரும். இந்தத் தடவை ஊருக்குப் போறப்ப உன் ஞாபகமா ஏதாச்சும் கொடுத்துட்டுப் போயேன்.”

“அப்படிப் போடு அருவாள. இதுக்குத்தானே ஒரு மணி நேரமா புல்லு குத்த, குத்த உக்காந்து பேசிக்கிட்டிருக்கேன்.” என்று வேகமாக நிமிர்ந்து, உதட்டைக் குவித்தபடி நந்தினியை நெருங்கினேன்.

“அய்ய... ஆசையைப் பாரு. ஏதாச்சும் ஒரு பொருள் கொடுத்துட்டுப் போ.”

“என்ன பொருள்?”

“உன் மோதிரத்தைத் தாயேன். நீ ஊர்ல இல்லாதப்ப அதப் போட்டுக்குறேன். நீயே பக்கத்துல இருக்குற மாதிரி ஒரு ஃபீலிங் கிடைக்கும்.” என்ற நந்தினியை நான் நெகிழ்ச்சியுடன் பார்த்தேன்.

அன்று முதல் நாங்கள் காதலித்த இரண்டு வருடமும், நான் எப்பொழுது ஊருக்குச் சென்றாலும், மோதிரத்தை நந்தினியின் விரலில் மாட்டிவிட்டுத்தான் செல்வேன். நான் திரும்பி வந்த வுடன், என்னிடமே அவள் அதைத் திருப்பித் தந்து விடுவாள்.

ஒரு சபிக்கப்பட்ட சனிக்கிழமை, சினிமா பார்த்துவிட்டு லியோ தியேட்டரிலிருந்து வெளிவந்த எங்களை, நந்தினியின் அண்ணன் பார்த்துவிட... எல்லாம் கலைந்து போனது.

ஜாதி, அந்தஸ்து விஷயத்தைக் காரணம் காட்டி நந்தினியின் வீட்டில் எங்கள் காதலைக் கடுமையாக எதிர்த்ததும், நந்தினி தடாலடியாக, ''என்னை மறந்துவிடு'' என்று விலகிக் கொண்டதும், காதல் தோல்வியில் மனது ரணமாகி, ஆறு மாத காலம் வரை பொட்டுத் தூக்கம் வராமல், பெங்களூர் நகர வீதிகளில் பைத்தியக்காரன் போல இரவுகளில் திரிந்ததும், நான் தமிழ் நாட்டுக்கு மாற்றல் வாங்கிக் கொண்டு வந்ததும், நாங்கள் இருவரும் வேறு வேறு நபர்களைத் திருமணம் செய்து கொண்டதும், இந்த மோதிரத்துக்குச் சம்பந்தமில்லாத விஷயங்கள் என்பதால் அதைப்பற்றியெல்லாம் விரிவாகக் கூறவில்லை.

எனக்கும், நித்யாவுக்கும் திருமணமான ஒரே வாரத்தில், ஒரு பழைய புத்தகத்திலிருந்த நந்தினியின் காதல் கடிதம் ஒன்று நித்யாவின் கண்களில் பட்டுவிட, என் காதல் கதையைச் சொல்ல வேண்டி வந்தது.

கண்கலங்க கேட்டுக்கொண்ட நித்யா, "இப்பவும் அவ நினைப்பு உங்களுக்கு இருக்கா?" என்று கேட்டாள்.

"ம்ஹ்ம்..." என்று வேதனையுடன் சிரித்துக் கொண்டே, "ஒண்ணாங்கிளாஸ் படிக்கறப்ப பக்கத்துல உட்கார்ந்திருந்த முருகேசனையே இன்னும் மறக்கல. அவள நினைக்கிறதில்லன்னு சொன்னா அது பொய். ஆனால் உன் துணையோட, அந்த நினைவுகளோட பாதிப்பு இல்லாம வாழ முடியும்னு நம்புறேன்" என்றேன்.

வாழ முடிந்தது. ஆரம்பத்தில் கஷ்டமாகத்தான் இருந்தது. வெயிலடிக்கிறது. வியர்க்கும் என்று வெளியே செல்லாமலா இருக்கிறோம்? வியர்வையைத் துடைத்துக் கொண்டு சென்று கொண்டுதானே இருக்கிறோம். கடவுளால் அவரவர்க்கு அளிக்கப்பட்டிருக்கும் வாழ்க்கையை இங்கு வாழ்ந்தே தீர வேண்டும். நானும் வாழ்ந்தேன்.

பிரசவத்துக்காக நித்யா தன் தாய் வீட்டுக்குக் கிளம்பிய பொழுது, "அஞ்சு மாசம் உங்களப் பிரிஞ்சு இருக்கணும்னு நினைக்கறப்ப, எவ்ளோ கஷ்டமா இருக்கு தெரியுமா?" என்றாள்.

"நான் மாசா, மாசம் வந்து பாக்குறண்டா செல்லம்."

"வந்து, ரெண்டுநாள் இருந்துட்டு வந்துடுவீங்க. மத்த நாளெல்லாம்..."

"அதுக்கென்னடா பண்றது? எனக்கு ஆபீஸ் இருக்குல்ல..."

"தெரியுது... ம்... உங்க நினைவா, உங்க சிவப்புக்கல் மோதிரத்தைத் தாங்க. அதப் போட்டுக்கிட்டிருந்தா நீங்க பக்கத்துல இருக்கிற மாதிரி இருக்கும்." என்று நித்யா கூற, நான் அதிர்ந்து போனேன்.

கடவுளே... எல்லாப் பெண்களும் ஒரே மாதிரிதான் இருப்பார்களா?

நித்யாவிடம் ஒரு அவுட்லைனாக எனது காதலைப் பற்றிச் சொல்லியிருக்கிறேனே தவிர, மோதிர விஷயத்தையெல்லாம் சொன்னதில்லை.

"ஏன் யோசிக்கிறீங்க? உங்க மோதிரம் தானே... இல்ல... உங்க எக்ஸ் காதலி கொடுத்ததா?"

"சேச்சே... எங்கப்பா போட்டது." என்ற நான், அந்த மோதிரத்தைக் கழற்றி அவள் விரலில் மாட்டி விட்டேன்.

பிறகு பையன் பிறந்து, நித்யா எங்கள் வீட்டுக்குத் திரும்பிய பிறகும், தொடர்ந்து அவளே அந்த மோதிரத்தை அணிந்து கொண்டிருந்தாள்.

குழந்தையும் குடும்பமுமாக குளத்து நீர்போல் அமைதியாக இருந்த வாழ்க்கையில், திடீரென்று ஒரு கல் விழுந்து சலனத்தை ஏற்படுத்தியது.

பெங்களூரிலிருந்து குமாரின் திருமணப் பத்திரிகை வந்தது. குமார் என் பெங்களூர் அலுவலக நண்பன். ஒரே அறையில்தான் தங்கியிருந்தோம்.

"கல்யாணம் எந்த ஊர்ல?" என்றாள் என் மனைவி நித்யா.

"பெங்களூர்லதான்."

"நீங்க போறீங்களா?"

"நான் போகாம... ரொம்ப க்ளோஸ் ஃப்ரெண்ட். நம்ம கல்யாணத்துக்குக்கூட வந்துருக்கான்."

“அந்தப் பொண்ணு... நந்தினியும் கல்யாணத்துக்கு வருவாளா?”

“எல்லாரும் ஒரே ஆபீஸ்லதான் வேலை பார்த்தோம். கட்டாயம் அவளுக்கும் பத்திரிகை வச்சிருப்பான். வர சான்ஸ் இருக்கு. ஏன் கேக்குற?”

“நானும் வர்றேன்ங்க. எனக்கு நந்தினியைப் பார்க்கணும் போல இருக்கு.”

“எதுக்குடா... அவ்ளோ தூரம் குழந்தையைத் தூக்கிட்டு...”

“என் ஸ்தானத்துக்கு வர ஆசைப்பட்ட பொண்ண பாக்கணும்னு ஒரு க்யூரியாஸிட்டி. ப்ளீஸ்ங்க. இப்ப விட்டா அப்புறம் பாக்க சான்ஸ் இல்ல. அப்படியே பெங்களூரையும் பாத்த மாதிரி இருக்கும்.”

“சரி... போகலாம்” என்றேன் தயக்கத்துடன்.

பெங்களூர், மல்லேஸ்வரத்தில் திருமணம்.

நான் மிகுந்த பரபரப்புடன் எதிர்பார்த்துக் கொண்டிருந்த அந்தச் சந்திப்பு, திருமண மண்டபத்தின் மாடியிலிருந்த டைனிங் ஹாலில் நிகழ்ந்தது.

காலை டிபனுக்கு நாங்கள் சற்றுத் தாமதமாகத்தான் சென்றோம். பெரும்பாலானோர் சாப்பிட்டு முடித்து, நான்கு பேர்தான் சாப்பிட்டுக் கொண்டிருந்தனர். அதில் நந்தினியும் இருந்தாள்.

நந்தினியைப் பார்த்தவுடன் மனசு படபடவென்று அடித்துக் கொண்டது. அந்தக் காலையிலும் எனக்கு வியர்த்தது.

என் முகமாற்றத்தையும், கண்கள் செல்லும் திசையையும் கவனித்த நித்யா, “அந்தப் பொண்ணுதானா?” என்றாள் வேகமாக. நான் தலையை அசைத்தேன்.

அதே சமயத்தில் நந்தினியும் எங்களைக் கவனித்துவிட, அந்தக் கணத்தை விவரிப்பதற்கு என்னிடம் வார்த்தைகளே இல்லை.

“வாங்க... அறிமுகப்படுத்தி வைங்க” என்ற நித்யா, வேகமாக நந்தினியை நோக்கிச் சென்றாள். வேறு வழியின்றி பின் தொடர்ந்தேன்.

நாங்கள் அருகில் சென்றவுடன், வியப்பும், வேதனையுமாக நந்தினி எழுந்தாள். “வா... வாங்க சுரேஷ்” என்றாள் தடுமாற்றத் துடன்.

“இது...” என்று ஆரம்பித்த எனக்குத் துக்கம் தொண்டையை அடைத்தது. சமாளித்துக் கொண்டு, “இது... நந்தினி. இது நித்யா. என் ஒய்ஃப்” என்றேன்.

“உங்களப் பத்தி நிறைய சொல்லியிருக்காரு.'' என்றாள் நித்யா, நந்தினியிடம்.

நந்தினி கேள்விக்குறியுடன் என் முகத்தைப் பார்க்க, நித்யாவுக்கு எல்லாம் தெரியும் என்பதுபோல் நான் கண்களை மூடி, தலையை ஆட்டினேன். இப்பொழுது நந்தினிக்கும் வியர்த்தது. கர்ச்சீப்பால் நெற்றியை ஒற்றிக் கொண்டாள்.

“உங்க ஹஸ்பண்ட் வரலையா?” என்றாள் நித்யா.

“இல்லை...'' என்ற நந்தினி எனது குழந்தையை நோக்கி கைநீட்டியவாறு, “பையனா? பொண்ணா?” என்றாள்.

“பையன்...” என்று நான் கூறிக் கொண்டிருந்தபொழுதே, என் மகன் சட்டென்று தாவி, நந்தினியின் கழுத்தைக் கட்டிக் கொள்ள... நான் நெகிழ்ந்துபோய் நின்றேன்.

யாரோ காதலில் தோற்ற இயக்குனர் எடுத்த சினிமா காட்சிபோல் இருந்தது அது.

முன்னாள் காதலியும், மனைவியும் அருகருகே நிற்க... அந்தத் தருணம்தான் எவ்வளவு அபூர்வமானது? மிகவும் கொடுமையான தும்கூட. மூவரின் உள்ளத்திலும் ஆயிரமாயிரம் எண்ணங்கள் ஓடிக்கொண்டிருக்க... ஒரு அர்த்தமுள்ள அமைதி அங்கு நிலவியது. திடீரென்று அழ ஆரம்பித்தான் என் மகன்.

“பசி வந்திருக்கும். கிச்சன்ல பால் கேட்டு வாங்கிட்டு வர்றேன்” என்ற நித்யா, ஃபீடிங் பாட்டிலை எடுத்துக் கொண்டு, கிச்சனைத் தேடிச் சென்றாள்.

சில வினாடிகள் அமைதிக்குப் பிறகு, “திடீர்னு... இப்படி ஒரு தர்மசங்கடமான சூழ்நிலை. ஸாரி... உனக்கு ரொம்ப கஷ்டமா இருந்திருக்கும்.” என்றேன் நான்.

“நீ இந்தக் கல்யாணத்துக்கு வருவேன்னு தெரியும். எந்தச் சூழ்நிலையும் கலங்கக் கூடாதுன்னு மனசைக் கல்லாக்கிக்கிட்டு தான் வந்தேன். உன்ன பாத்தப்ப... ஏன்... உன் ஒய்ஃப பாத்தப்ப

கூட சமாளிச்சுக்கிட்டேன். ஆனா உன் ஒய்ஃப் கைல அந்த மோதிரத்த பாத்தப்பதான் நொறுங்கிப் போய்ட்டேன். பழசெல்லாம்...” என்ற நந்தினி மேற்கொண்டு பேசாததை, அவள் கண்கள் பேசின.

சட்டென்று உடைந்துபோன நந்தினி, என் மகனை அணைத்தபடி கண்ணீர் வடிக்க... நான் ஒன்றும் கூற இயலாமல் வேதனையுடன் நின்று கொண்டிருந்தேன்.

திடீரென்று பின்னால் கொலுசுச் சத்தம் கேட்க, “நந்தினி... நித்யா வர்றா.” என்று நான் கூற, நந்தினி வேகமாக கண்களைத் துடைத்துக் கொண்டாள்.

நித்யா அருகில் வந்தவுடன், நந்தினி நித்யாவிடம் குழந்தையைக் கொடுத்து விட்டு, “நான் கீழ இருக்கேன். நீங்க சாப்டுட்டு வாங்க” என்று கூறிவிட்டு திரும்பி நடந்தாள்.

நித்யா என் கண்களை உற்றுப் பார்த்தபடி, “என்ன பேசிக்கிட்டிருந்தீங்க? நந்தினி ஏன் அழுதா?” என்றாள்.

சில நெருக்கடியான சந்தர்ப்பங்களில், சட்டென்று பொய் சொல்ல முடிவதில்லை. நான் மோதிர விஷயத்தைக் கூற, நித்யா சலனமின்றி கேட்டுக் கொண்டாள்.

நாங்கள் ஊருக்குத் திரும்பியவுடன், நித்யா அந்த மோதிரத்தைக் கழற்றி என்னிடம் நீட்டியபடி, “இத உள்ள வச்சுருங்க” என்றாள்.

“ஏன் நித்யா?”

“ஏன்னா... இனிமே இதப் பாக்குறப்ப எல்லாம் உங்க பழைய...” என்று ஆரம்பித்த நித்யாவின் அகன்ற கண்கள் கலங்கி விட்டன. ஒரு திரைபோல வேதனை அவள் கண்களில் பரவியிருந்ததை என்னால் உணர முடிந்தது.

நித்யா மேற்கொண்டு ஒன்றும் கூறவில்லை.

நான் மௌனமாக அந்த மோதிரத்தை என் விரலில் மாட்ட, “உங்க கைல இருந்தாலும், என் கண்ணுல படும்” என்றாள் நித்யா.

நான் ஒன்றும் பேசாமல், மோதிரத்தைக் கழற்றி, பீரோ லாக்கரில் வைத்தேன்.

என்னிடம் ஒரு சிவப்புக்கல் மோதிரம் இருக்கிறது. உங்களில் யாருக்கேனும் வேண்டுமா?

- கல்கி - பிப்ரவரி, 2006

புகைப்படம் : மு. கார்த்திக்

6

குரு

(Never Fails)

(ஹி...ஹி... தமிழ் சினிமாவின் பாதிப்பு)

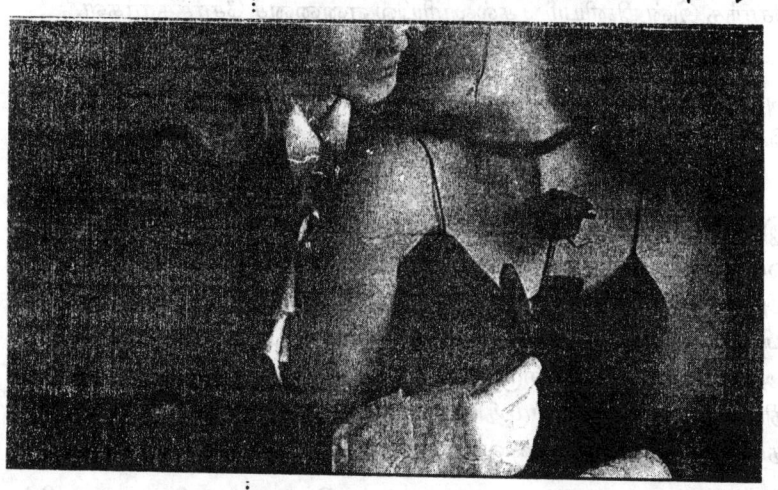

மேலேயுள்ள கவர்ச்சிப் படத்தைப் பார்த்து விட்டு அவசர அவசரமாக இக்கதையைப் படிக்கும் வயசுப் பையன்களுக்கும், 'வர வர பத்திரிகைகள் ரொம்ப மோசமாயிடுச்சு' என்று திட்டிக் கொண்டே... தவறாமல், மறக்காமல் இக்கதையைப் படிக்கும் பெரியவர்களுக்கும் வணக்கம். கற்றோர்களின் கண்டனத்துக்கும், பெற்றோர்களின் விமர்சனத்துக்கும் ஆளாகும் அபாயமிருந்தும், இதனை நான் எழுதுவதற்கான காரணம், இதன் இறுதியில் எல்லோர்க்கும் ஒரு பாடம் உள்ளது.

அது, குஷ்பு தமிழ் சினிமாவையும், சுப்ரமணியசாமி தமிழக அரசியலையும் கலக்கிக் கொண்டிருந்த காலம்.

நான் ப்ளஸ் 2வில் எடுத்திருந்த குறைவான மதிப்பெண்களுக்கு ஏற்ற கல்வியைத் தரும் தகுதி உள்ளூர்க் கல்லூரிகளுக்கு இல்லாததால், திருச்சிக்கு அருகிலுள்ள, ஒரு சிறிய நகரத்தைச் சேர்ந்த இன்ஜினியரிங் கல்லூரியில் என்னைச் சேர்த்தார்கள்.

ஹாஸ்டல் வாசம். ஒரு அறைக்கு மூன்று பேர். எனக்கு அறைத்தோழர்களாக வாய்த்தவர்கள் ராஜா, குரு, மூவரும் ஒரே கிளாஸ். ட்ரிபிள் இ.

ராஜாவை இன்ன கேரக்டர் என்று சுலபமாக வகைப்படுத்த இயலாது. சுவரில் க்யூபா அதிபர் காஸ்ட்ரோவின் படத்தை ஒட்டி, அருகில் சம்பந்தமில்லாமல், அரைகுறை ஆடையணிந்து, அருவியில் குளிக்கும் இந்தி நடிகையின் படத்தை ஒட்டியிருப்பான். "நீ அசோகமித்திரனோட 'பதினெட்டாவது அட்சக்கோடு' படிச்சிருக்கியா?" என்று கேட்டு விட்டு, அடுத்த நிமிடம் மன்மதன் எழுதிய, 'ராத்திரிக்கு வர்றியா? இன்ப சுகம் தர்றியா?' என்ற நாவலைப்(?) படித்துக் கொண்டிருப்பான்.

குருவுக்குப் பெண்கள் என்றாலே அலர்ஜி அறையில் குடியேறிய முதல் நாள், ஜன்னலைத் திறந்து பார்த்து விட்டு, "அய்யோ... லேடீஸ் ஹாஸ்டல் தெரியுது" என்று அவசரமாக ஜன்னல் கதவைச் சாத்தி விட்டான்.

நான் வேகமாகச் சென்று ஜன்னல் கதவைத் திறந்து பார்த்துவிட்டு, "சனிக்கிழமை, சனிக்கிழமை காக்காவுக்கு சோறு வச்ச புண்ணியம் வீணாப் போகலை" என்றேன்.

"நான் லேடீஸ்னா கொஞ்சம் கூச்சப்படுவேன்" என்றான் குரு.

"அதுக்குன்னு ஜன்னல சாத்தறதெல்லாம் டூ மச்" என்றான் ராஜா.

"காலைல எழுந்திரிச்சவுடனே பக்கத்து மொட்டை மாடில நைட்டி காயறதப் பாக்கறதுக்கு எல்லாம் கொடுத்து வச்சிருக்கணும்" என்று நான் கூறியவுடன் குருவின் முகம் அநியாயத்திற்குச் சிவந்து போனது.

"ஏண்டா, அவன் நைட்டின்னுதானே சொன்னான். பிரான்னா சொன்னான்?" என்று ராஜா கூறியவுடன் குருவின் முகம் மேலும் சிவந்தது.

“செத்தேன்டா சாமி.” என்று தலையில் கையை வைத்துக் கொண்டு அப்படியே உட்கார்ந்து விட்டான் ராஜா.

குரு தனது வித்தியாசமான நடவடிக்கைகளால் கல்லூரியிலும், ஹாஸ்டலிலும் அனைவரது கவனத்தையும் ஈர்த்தான். பெண்கள் எதிரே வரும்போது தலையைக் குனிந்து கொள்வான். பெண்கள் பற்றிய பேச்சை எடுத்தாலே விலகிச் சென்று விடுவான். ஒருமுறை ‘குஷ்புன்னா யாரு?’ என்று கேட்டு அனைவரையும் அதிர்ச்சியில் ஆழ்த்தினான்.

பெண்கள் பற்றிய பேச்சை எடுத்தாலே அறையில் கூத்துதான்.

“சேகரு, நம்ம எலக்ட்ரானிக்ஸ் ரேகா இல்ல...” என்பான் ராஜா என்னிடம்.

“ஆமாம். அவளுக்கென்ன...?”

“அவ்ளோ பெரிய உடம்புக்கு, ரொம்ப சின்ன...” என்று ராஜா ஆரம்பிக்கும்போதே குரு, “யோவ், போங்கய்யா... நீங்கள்லாம் ரொம்ப மோசம்.” என்பான் சின்னக் குழந்தை போல சிணுங்கிக் கொண்டே.

“டேய்... அவ்ளோ பெரிய உடம்புக்கு, ரொம்பச் சின்னக் கண்ணுன்னு சொல்ல வந்தேன்...” என்பான் ராஜா.

அப்போது அந்த ஊரிலிருந்த பிரபலமான பாலியல் தொழிலாளி... அரியலூர் செல்லும் சாலையிலிருந்த அம்சவேணி. எங்கள் ஹாஸ்டல் வட்டாரத்தில், அவளைப் பற்றி ஒரு பிரபலமான பாடல்கூட உண்டு. அந்தப் பாடலை வேண்டுமென்றே குருவை நடுவில் உட்கார வைத்து; சத்தமாகத் தாளம் போட்டுப் பாடுவோம்.

‘அரியலூரு ரோட்டப் பாரு...

அம்சவேணி வீட்டப் பாரு...

அஞ்சு ரூபா கொடுத்துப் பாரு..

................’ என்று நாலாவது வரியைப் பாடியவுடனே விருட்டென்று எழுந்து விடுவான் குரு. “சீ போங்கய்யா... ரொம்ப அசிங்க அசிங்கமா பிஹேவ் பண்றீங்க...” என்றபடி அங்கிருந்து நகர்ந்து விடுவான்.

எப்போதும் ராஜா, குருவை ஏதாவது கலாட்டா செய்து கொண்டே இருப்பான்.

"குருஜி... இங்க ஒரு புக்கு வச்சிருந்தேன் பாத்தியா...?"

"என்ன புக்?"

"ராத்திரி நேரத்து பூஜையில்..."

"சீ, போய்யா... அசிங்க அசிங்கமா பேசிக்கிட்டு..." என்று கூறும்போதே, குருவின் களங்கமற்ற முகம் அழகாக சிவந்து விடும்.

"இதுல என்ன குரு அசிங்கம்? இதுக்குன்னுதான் அவனவன் காதலிக்கிறான்... கவிதை எழுதறான்... கல்யாணம் பண்றான்..."

"அதது நடக்கறப்ப நடக்கும்... இப்ப படிப்புலதான் கவனம் இருக்கணும்..." எனும் குருவைப் பார்த்து கும்பிடு போடுவான் ராஜா.

வெறும் பேச்சோடு நிற்காமல், படிப்பில் மிகவும் கவனமாக இருப்பான் குரு. தினமும் விழுந்து விழுந்து படிப்பான். இரவுகளில், நாங்கள் தொந்தரவு செய்கிறோம் என்று வெளியே போய், தெருவிளக்கு வெளிச்சத்தில் படிப்பான். அதனால் எந்தத் தேர்விலும் அவன் ஃபெயிலானதேயில்லை (அப்பாடா... தலைப்பை நியாயப்படுத்தியாச்சு!)

நாளாக, நாளாக குரு எங்களை ஆச்சரியப்படுத்திக் கொண்டேயிருந்தான். எங்கள் வகுப்பிலேயே அழகான பெண் ஸ்வப்னா. மலையாளி. பசங்கள் அத்தனை வித்தையையும் காட்டி, அவளைக் கவர முயற்சித்துக் கொண்டிருந்தனர். 'மோகன்லால் தேசத்து மோகினிப் பிசாசே...' என்று அபத்தமாகக் கவிதையெல்லாம் எழுதினர். அவள் நெற்றியிலிருந்து விழுந்த ஸ்டிக்கர் பொட்டை எடுத்து, பிரசாதம் போல் வைத்துக் கொண்டனர்.

ஸ்வப்னாவுக்கு என்னவோ பாருங்கள்... இவர்களை எல்லாம்விட, ஒதுங்கி ஒதுங்கிப்போன குருவைப் பிடித்துப் போனது. வெட்கத்தை விட்டு அவனிடம், 'ஐ லவ் யூ' சொன்னாள். அதற்கு குரு, "இது வெறும் வயசு காலத்து சலனம். நாம படிக்கறதுக்காக வந்துருக்கோம். இப்ப அதுலதான் கவனம்

செலுத்தணும். இந்த மாதிரி அற்ப விஷயத்துல எல்லாம் கவனத்தை சிதற விடக்கூடாது." என்று புத்திமதி சொல்லி அனுப்பி விட்டான்.

விஷயம் கேள்விப்பட்ட நான் கடுப்பாகி விட்டேன். "ஆம்பளையாடா நீ... ஆம்பளயான்னு கேக்குறன். என்னா ஃபிகரு அது... பெரிய புடுங்கியாட்டம் பேசிட்டு வந்துருக்க... அவனவன் அவ ஒரு வார்த்தை பேச மாட்டாளான்னு நாயா அலைஞ்சுகிட்டுருக்கான். நீ பெரிய ஞானியாட்டம் உபதேசம் பண்ணிட்டு வந்துருக்க..." என்று கத்தக் கத்த, அவன் "உங்களுக்கு வேற வேலை இல்ல..." என்றபடி புத்தகத்தைத் தூக்கிக் கொண்டு கிளம்பி விட்டான்.

"சரியான சடைடா..." என்று தலையில் அடித்துக் கொண்டான் ராஜா.

இப்படியாக குரு, பெண் என்றால் விலகி விலகிச் செல்ல... பொதுவாகப் பேசுவதற்கான விஷயங்கள் ஏதும் இல்லாததால் (அப்போது எங்களைப் பொறுத்தவரை பொதுவான விஷயம் என்பது பெண்கள்தான்!), குருவிடம் பேசுவது கொஞ்சம் கொஞ்சமாகக் குறைந்து போயிற்று.

நாட்கள் வேகமாக நகர்ந்தன. எவ்வளவோ மாற்றங்கள்... யாருக்கும் மசியாத எலக்ட்ரானிக்ஸ் ரேகா, மெக்கானிக்கல் மகேஷிடம் மயங்கினாள். ஹாஸ்டல் காலை டிபனை எட்டு மணியிலிருந்து, ஏழரைக்கு மாற்றினார்கள். மாணவர்களின் கோரிக்கையை ஏற்று, ஹாஸ்டல் க்ரௌண்டில், மாதம் ஒரு முறை சினிமா காட்டினார்கள். ஆனால் குரு மட்டும் மாறவேயில்லை.

ஒரு நவம்பர் மாதத்து இரவு. சாப்பிட்டு விட்டு கடைத தெருவுக்குச் சென்று, பழம் சாப்பிட்டு விட்டு வந்தோம். அறைக்கு வந்து சிறிது நேரம் கழித்து, பர்ஸைக் காணோம் என்று தேடினான் ராஜா.

'எங்க போயிருக்கும்?' என்று யோசித்த ராஜா, "ம்... வாழைப்பழக் கடைலதான் கல்லமிட்டாய் டப்பா மேல வச்சேன். திரும்பி எடுத்த மாதிரி ஞாபகம் இல்ல... வா பாத்துட்டு வந்துரலாம்..." என்றவுடன் கிளம்பினோம்.

அந்நேரத்தில், கடைத் தெருவில் சுத்தமாக நடமாட்டமே இல்லை. வேகமாக நடந்து கொண்டிருந்த ராஜா, ஒரு வீட்டின் கதவு திறப்பதை கவனித்து விட்டு, "இதாண்டா அம்சவேணி வீடு..." என்றான்.

"எந்த அம்சவேணி?"

"நாயே... மறந்துட்டியா? நம்ம ஊரு கேஸுடா..."

"ஆமாமாம்..."

"இரு...இரு... ஒருத்தி வெளிய வர்றாடா..."

"இவதான் அம்சவேணியா? மச்சான்... சூப்பரா இருக்காடா... இரு. நல்லா பாத்துட்டு போவோம்" என்று பக்கத்து சந்தில் ஒதுங்கினோம்.

அந்த பச்சை பெயின்ட் வீட்டிலிருந்து, வெளியே சாலைக்கு வந்த அம்சவேணி உண்மையில் அம்சமாகத்தான் இருந்தாள்.

சாலையின் இரண்டு பக்கமும் பார்த்து விட்டு அம்சவேணி, "யாருமில்ல, வா!" என்று குரல் கொடுத்தவுடன் வெளியே வந்தது... நான் நெஞ்சைப் பிடித்துக் கொண்டேன். அது... குரு.

குரு சட்டை பட்டனைப் போட்டுக் கொண்டே, "அக்கவுன்ட்ல எழுதிக்க..." என்று கூற, "டேய்... அக்கவுன்ட்டே வச்சிருக்கான்டா" என்று ரகசியமாகக் கத்தினான் ராஜா.

இதனால் தெரியும் பாடம் என்னவென்றால்... Mistrust the obvious.

வெளிப்படையாகத் தெரிவதை நம்பாதீர்கள். எதையும் நன்கு தீவிரமாக அலசி, ஆராய்ந்த பிறகே ஒரு முடிவுக்கு வரவும்!

– குங்குமம் – ஜுன், 2007

7 சிறை

அந்த மாவட்ட தலைநகர, மத்திய சிறைச்சாலைக்கு வெளியே, திட்டுத் திட்டாகச் சிதறிக் கிடந்தார்கள் மனிதர்கள்.

நிற்பதற்கென்றே நேர்ந்து விட்டது போல், முகத்தில் எந்தவித உணர்ச்சியுமின்றி சிறை வாசலில் நின்று கொண்டிருந்த போலீஸ்காரர்கள்... புதிய கைதிகளைப் பார்க்க வந்திருந்த புதிய பார்வையாளர்கள், சோகம் கலந்த மௌனத்துடனும், வந்து வந்து பழக்கமாகி விட்ட பழைய பார்வையாளர்கள், நேற்று பார்த்த சினிமாக் கதையைப் பேசிக் கொண்டும் அமர்ந்திருந்தார்கள். வக்கீல் கொண்டு வரும் பெயில் ஆர்டருக்காகப் பரபரப்புடன் காத்திருக்கும் உறவினர்கள்...

கோர்ட்டுக்குச் செல்வதற்காகச் சிரித்துப் பேசியபடி வேனில் ஏறும் விசாரணைக் கைதிகள்...

சிறைச்சாலை வாசலுக்குச் சற்றுத் தொலைவில் மெயின் ரோடு. புழுதியைக் கிளப்பியபடி, மெயின் ரோட்டில் வந்து நின்ற மினி பஸ்ஸிலிருந்து கையில் குழந்தையோடு இறங்கினாள் செல்வி.

நீண்ட நேரம் பஸ்ஸிலிருந்து விட்டு வீதியில் இறங்கிய மகிழ்ச்சியில் குழந்தை செல்வியைப் பார்த்துச் சிரித்தது.

"அப்பன்காரன ஜெயில்ல போய்ப் பாக்கப் போற... சிரிப்பென்ன வேண்டிக் கிடக்கு?" என்று செல்லமாக செல்வி அதை அதட்ட.... குழந்தை மீண்டும் சிரித்தது.

செல்வியுடன் பஸ்ஸிலிருந்து இறங்கிய சின்ராசு, "சரி புள்ள... நீ போய்ப் பார்த்துட்டு, ஊருக்குப் போ. நான் வாத்தியார் சொன்ன வக்கீலைப் பார்த்துட்டு வர்றேன். இவரு காசு கம்மியாதான் வாங்குவாராம். பாத்து, ஜாமீன் விஷயமா பேசிட்டு வர்றேன்" என்றான்.

"சரிண்ணே..." என்றாள் செல்வி.

"ஊருக்குத் திரும்பிப் போவ காசு வச்சிருக்கியா?" என்று சின்ராசு கேட்டதற்கு, செல்வி பதில் ஒன்றும் சொல்லவில்லை.

"இந்தா..." என்று ஒரு இருபது ரூபாய் நோட்டை நீட்டிய சின்ராசு, "பத்திரமா ஊருக்குப் போய்ச் சேரு" என்றபடி, சாலையின் எதிர்ப்புறமிருந்த பஸ் ஸ்டாப்பை நோக்கி நடந்தான்.

தார்ரோட்டிலிருந்து, செம்மண் சாலையில் இறங்கி நடந்த செல்விக்கு, மிஞ்சிப் போனால் இருபது வயதிருக்கும். உடம்பின் ஒவ்வோர் அங்குலத்திலும் ஏழ்மை தெரிந்தது. போன பொங்கலுக்கு, அரியலூர் சந்தையில் வாங்கிய சாயம் போன சேலை. கழுத்தில் ஒற்றை மஞ்சள் கயிறு. தீபாவளிக்குப் பிறகு எண்ணெய் பார்க்காத தலைமுடி. கையில் ஒரு அழுக்கு மஞ்சள் பை.

இவ்வளவு ஏழ்மையிலும், செல்வி சற்று அழகாகவே இருந்தாள். வழித்தெடுக்கலாம் போன்ற கறுப்பு நிறம்தான். ஆனாலும் நல்ல களையான முகம்.

செல்வி மெள்ள நடந்து, செக்போஸ்டுக்கருகில் இருந்த கம்பிக்கூண்டு அறையை நெருங்கினாள். உள்ளே அமர்ந்திருந்தவரிடம், சிறைவாசிகளைச் சந்திப்பதற்கான மனுவைக் கேட்டு வாங்கினாள். எழுதுவதற்கு யாரேனும் ஆளிருக்கிறார்களா என்று சுற்றிலும் பார்த்தாள்.

வரிசையாக இருந்த மரங்களின் நிழலில், கைதிகளைக் காண வந்திருந்த பார்வையாளர்கள் பேசிக்கொண்டு அமர்ந்திருந்தனர். அரசமரத்தடியில் தனியாக அமர்ந்திருந்த பெரியவரைப் பார்த்தால், படித்தவர் போல் தெரிந்தது. செல்வி அவரை நோக்கிச் சென்றாள்.

"அய்யா... இந்த மனுவ கொஞ்சம்..." என்று சொல்லி ஆரம்பித்தவுடனேயே, பெரியவர் மனுவைக் கைநீட்டி வாங்கிக் கொண்டார். "இப்படி உட்காரும்மா" என்று அருகிலிருந்த கருங்கல்லைக் காட்டினார். செல்வி குழந்தையை மடியில் இருத்தியபடி உட்கார்ந்து கொண்டாள்.

குழந்தை பெரியவரைப் பார்த்து, தனது பொக்கை வாயைத் திறந்து சிரித்தது.

பெரியவர் சந்தோஷத்துடன், "தெரிஞ்ச மாதிரி சிரிக்குதே... பையனா? பொண்ணா?" என்றார்.

"பையன்... பேரு மாரிமுத்து..."

"ம்..." என்ற பெரியவர் மனுவை விரித்துக் கொண்டு, பேனாவைத் திறந்தபடி, "உன் பேரு என்னம்மா?" என்றார்.

"செல்விங்க."

பெரியவர், செல்வியிடம் வரிசையாகக் கேள்விகள் கேட்டு, செல்வி சொல்லச் சொல்ல மனுவில் எழுதிக் கொண்டார்.

"ஜெயில்ல யாரப் பார்க்கப் போறே?"

"என் புருஷன பாக்கப்போறன்ங்க."

"புருஷன் பேரு?"

"பழனி."

"ம்... என்ன கேசு?"

ஜி.ஆர்.சுரேந்தர்நாத்

"அது... ஒருத்தர கத்தியால குத்திட்டாருங்க. ஆளு சாவல... இருந்தாலும் ஜெயில்ல போட்டுட்டாங்க."

"கொலை முயற்சி வழக்கு" என்று எழுதிக் கொண்ட பெரியவர், "தண்டனைக் கைதியா? விசாரணைக் கைதியா?" என்று கேட்டார்.

சற்று யோசித்து, போனமுறை வந்தபோது ஒரு போலீஸ்காரர் சொன்னது நினைவுக்கு வந்து, "விசாரணைக் கைதிங்க" என்றாள்.

மனுவை எழுதி முடித்த பெரியவர், "கையெழுத்துப் போடத் தெரியுமாம்மா?" என்றார்.

"நல்லா கேட்டீங்க... மூணாவதே மூணு வருஷம் படிச்சிருக்கேன்" என்று சிரித்தபடியே மனுவை வாங்கி, கையெழுத்துப் போட்டாள் செல்வி.

கையெழுத்திட்ட மனுவை மடித்து, சற்றுத் தள்ளியிருந்த பெட்டியில் போட்டாள். அரைமணி நேரத்துக்கொருமுறை, போலீஸ்காரர் ஒருவர் வந்து, பெட்டியிலிருக்கும் மனுக்களை எடுத்துச் செல்வார். பிறகு சிறிது நேரம் கழித்து வந்து, பெயர்களைக் கூறி அழைக்கும்போது... உள்ளே போய்ப் பார்க்க வேண்டும்.

மீண்டும் அரசமரத்தடிக்கு வந்து அமர்ந்து கொண்டு வேடிக்கை பார்த்தாள் செல்வி.

திடீரென்று குழந்தை அழ ஆரம்பித்தது. பசியாக இருக்கும். காலையில் வீட்டை விட்டுக் கிளம்பும்போது குடித்த பால், இந்நேரம் செரித்திருக்கும்.

ஜெயிலில் இருப்பவர்களைக் காண வந்திருந்தவர்கள், சுற்றிலும் கும்பல், கும்பலாக நின்று கொண்டிருந்தார்கள். இந்தக் கூட்டத்துக்கு நடுவில் எங்கு அமர்ந்து பால் கொடுப்பது என்று செல்விக்குச் சங்கடமாக இருந்தது. நேரம் ஆக ஆக, குழந்தையின் சத்தம் அதிகரித்தது. வேறு வழியில்லை. பால் கொடுத்துதான் ஆக வேண்டும். தன் நிலையை எண்ணி நொந்தபடி, மரத்தின் பக்கமாகத் திரும்பி அமர்ந்து கொண்டு, ஜாக்கெட்டை விலக்கிப் பால் கொடுக்க ஆரம்பித்தாள். குழந்தையின் சத்தம் சட்டென்று நின்றது.

பால் கொடுத்தபடியே மெதுவான குரலில் தாலாட்டுப் பாடினாள் செல்வி.

ஆராரோ ஆரிரரோ...

ஆரிரரோ ஆராரோ...

மகிழம்பூ கொய்யவந்த மகனாரை யாரடித்தார்?

ஆரும் அடிக்கவில்லை... ஐவிரலும் தீண்டவில்லை...

தொடர்ந்து செல்வி பாட... பால் குடித்தபடியே தூங்கி விட்டது குழந்தை.

குழந்தையை வசதியாக மடியில் கிடத்தி விட்டு, ஜாக்கெட்டின் கொக்கியை மாட்டும்போதுதான் கவனித்தாள். சற்றுத் தள்ளி நின்று கொண்டிருந்த ஒரு முண்டாசுக்காரன், இவளையே வெறித்துப் பார்த்துக் கொண்டிருந்தான்.

''தூ... பொறுக்கி நாய்ங்க...'' என்று செல்வி காறித் துப்பியவுடன், முகம் வெளிறிய முண்டாசுக்காரன், வேகமாக அங்கிருந்து நகர்ந்தான்.

இப்படி ஜெயில் வாசலில், பத்து பேர் பார்க்கும்படி பால் கொடுக்க வச்சுட்டானே... என்று மனத்துக்குள் குமுறினாள் செல்வி.

திருமணமான புதிதில் பழனி ஒழுங்காகத்தான் இருந்தான். கல்லங்குறிச்சி திருவிழாவுக்குக் கூட்டிக்கொண்டு போய், இவள் கேட்ட பொருட்களையெல்லாம் வாங்கித் தந்தான். அரியலூர் நடராஜா தியேட்டருக்கு அழைத்துச் சென்று, ரஜினிகாந்த் படமெல்லாம் காண்பித்தான். எப்போதும் செல்வி... செல்வி... என்று இவள் பின்னாலேயே சுற்றி சுற்றி வந்தான்.

மூன்று மாதங்கள் கழித்து தான் அவன் சுயரூபம் தெரிய ஆரம்பித்தது. மிகவும் சந்தேகப்படுத்தி உடையவனாக இருந்தான். இருவரும், வயலில் கூலி வேலைக்குச் செல்பவர்கள். போகும் இடத்தில், யாராவது ஆண்களிடம் அவள் இரண்டொரு வார்த்தை பேச வேண்டியிருக்கும். அவ்வளவுதான்... ராத்திரி குடித்து விட்டு வந்து, ஏக கலாட்டா செய்து விடுவான்.

“ஏண்டி... களையெடுக்கறப்ப அந்த முருகேசன் பய கூட உனக்கு என்ன பேச்சு?”

“முழுகாம இருக்கியே... ஏன் வேலைக்கெல்லாம் வர்றன்னு கேட்டாரு.”

“ஆமாம்... நீ பெரிய கலெக்டர் பொண்டாட்டி... முழுகாம இருக்கறப்ப, ரெஸ்ட் எடுக்கணுமாக்கும். நீ ஏன்டி கண்ட நாய் கேக்கிற கேள்விக்கெல்லாம் பதில் சொல்லிக்கிட்டிருக்க...?”

“அய்யோ... கூட வேலை செய்றவரு கேக்குறாரு. எப்படிய்யா பதில் சொல்லாம இருக்க முடியும்?”

“என்னடி... எதிர்த்துப் பேசற... கண்டவன்கிட்ட பேசக்கூடாதுன்னா, பேசக் கூடாதுதான். வார்த்தைக்கு, வார்த்தை மறு வார்த்தை பேசினா... செருப்பு பிஞ்சிடும்.” என்றபடி கை ஓங்கி விடுவான்!

இப்படி அவ்வப்போது ஏதாவது தகராறு செய்து கொண்டேயிருப்பான். குழந்தை பிறந்த பிறகும், அவன் சந்தேகப் புத்தி மாறவேயில்லை. பழனியைத் தேடிக் கொண்டு வரும் அவனுடைய நண்பர்களுடன்கூட, தப்பித் தவறி நாலு வார்த்தை பேசி விடக்கூடாது.

மூன்று வாரங்களுக்கு முன், பழனி வீட்டில் இல்லாத நேரத்தில், அவனைத் தேடிக் கொண்டு வந்த குப்புசாமியிடம், இரண்டு வார்த்தை சிரித்துப் பேசி விட்டாள். அதை யாரோ அவனிடம் பற்ற வைக்க... அன்று இரவு கடும் சண்டை.

செல்விக்குப் பிறந்த வீட்டில் சொல்லி அழக்கூட யாருமில்லை. அம்மாவும், அப்பாவும் சிறுவயதிலேயே போய்ச் சேர்ந்து விட்டார்கள். ஒரே ஒரு அண்ணன்தான். அவன்தான் செல்விக்குத் திருமணம் எல்லாம் செய்து வைத்தான். சமீப காலமாக, வயலில் கூலி வேலை அதிகமாகக் கிடைப்பதில்லை என்று கட்டட வேலை செய்ய அவனும் கேரளாப் பக்கம் போய் விட... கேட்க நாதியற்றுப் போனது.

இரண்டு நாட்கள் கழித்து, பழனி, குப்புசாமியைப் பக்கத்து டவுன் டாஸ்மாக் கடையில் வைத்துப் பார்த்திருக்கிறான். “நான் இல்லாத நேரத்தில் ஏன்டா வீட்டுக்கு வர்ற?” என்று அவனிடம் கேட்கப்போய், பெரும் தகராறாகி... பழனி, பக்கத்து பரோட்டா கடையிலிருந்த கத்தியை எடுத்து குப்புசாமியின் வயிற்றில்

குத்திவிட்டான். குப்புசாமி உயிர் பிழைத்து விட்டாலும், போலீஸ், கொலை முயற்சி வழக்குப் பதிவு செய்து, பழனியைச் சிறையில் அடைத்து விட்டது.

அதுவும்கூட ஒரு வகையில் நல்லதாகப் போயிற்று. இப்போது பழனி திருந்தி விட்டான். போன வாரம், அவனைப் பார்க்க வந்தபோது ஓவென்று அழுதான்.

"எனக்கு இது வேணும் செல்வி...! பைத்தியக்காரன் மாதிரி உன்னைச் சந்தேகப்பட்டதுக்கு வேணும்! பண்ணுன பாவத்துக்கு, கொஞ்சமாச்சும் அனுபவிக்க வேண்டாமா?" என்று அழுதான்.

"நீ அழாதய்யா... வக்கீலப் பாத்தோம். ஜாமீன்ல எடுத்துடலாமாம். அப்புறம் கேஸ் நடந்து, தண்டனை கொடுக்க ரொம்ப வருஷம் ஆவுமாம். ஆனா ஜாமீன்ல எடுக்க ஐயாயிரம் ரூபாய் கேட்குறாரு... அதான் வேற வக்கீலப் பாக்கலாம்னு சின்ராசண்ணன் சொல்லிக்கிட்டிருக்காரு. சீக்கிரம் ஜாமீன்ல எடுத்துடுறோம்" என்று ஆறுதல் சொல்லி விட்டு வந்தாள்.

சின்ராசு, பழனியின் சித்தப்பா பையன். அவன்தான் ஜாமீனுக்காக இப்போது அலைந்து கொண்டிருக்கிறான்.

வெயில் முகத்தில் சுள்ளென்று அடிக்க, சற்றுத் தள்ளி அமர்ந்தாள் செல்வி. போலீஸ்காரர் ஒருவர் வந்து, பெட்டியில் போட்டிருந்த மனுக்களை எடுத்துக் கொண்டு சென்றார்.

முக்கால் மணி நேரம் கழித்து வந்த மற்றொரு போலீஸ்காரர், கையிலிருந்த மனுக்களைப் பார்த்தபடி, சத்தமாகப் பெயரைச் சொல்லிக் கூப்பிட்டார்.

"முத்துப்பாண்டியப் பாக்க வந்த கண்ணம்மா."

"நான்தானுங்க."

"உள்ளேபோ... சேகரப் பார்க்க வந்த உமா..." என்று தொடர்ந்து பல பெயர்களை அழைத்து விட்டு, கடைசியாக, "பழனியப் பாக்க வந்த செல்வி." என்று கூப்பிட, செல்வி வேகமாக எழுந்து சென்றாள்.

செல்வியின் பையை வாங்கிப் பரிசோதனை செய்த போலீஸ்காரர், "என்னம்மா கொண்டு வந்திருக்க?" என்றார்.

"பட்டாணி, மிக்சரு... பிஸ்கெட்டு... பீடிக்கட்டு..."

“சரி... சீக்கிரம் பாத்துட்டு வந்துடு.” என்று அவளை உள்ளே அனுப்பி வைத்தார்.

செல்வி வேகமாக நடந்து, பார்வையாளர் அறைக்குள் நுழைந்தாள். உள்ளே சளசளவென்று ஒரே சத்தம். பார்க்க வந்த பலரும், ஒரே நேரத்தில், உரத்த குரலில் பேசிக் கொண்டிருந்ததால், அந்த இடமே சந்தைக்கடை போல் இருந்தது.

கம்பித் தடுப்புக்கு அந்தப் பக்கம் கைதிகள். இந்தப் பக்கம் பார்வையாளர்கள். கைதிகளின் கும்பலுக்கு நடுவே, தன் புருஷனைத் தேடினாள் செல்வி.

“செல்வி... செல்வி...” என்று பழனியின் குரல் கேட்க, குரல் வந்த திசையை நோக்கி நகர்ந்து, பழனியைக் கண்டுபிடித்தாள்.

அவன் முகத்தில் இரண்டு வார தாடி. சோர்வாக இருந்தவனிடம், “நல்லா இருக்கியா?” என்று கேட்டாள் செல்வி.

“ம்...” என்று சுரத்தின்றி பதில் சொன்னான் பழனி.

“சாப்டுட்டியா?” என்று செல்வி கேட்டது, சுற்றிலும் ஒரே சத்தமாக இருந்ததால், பழனியின் காதில் விழவில்லை. எனவே கம்பித்தடுப்பில் தன் காதை ஒட்டினாற்போல் வைத்துக் கொண்டு, “சத்தமாக் கேளு புள்ள...” என்று கத்தினான்.

“சாப்டுட்டியான்னு கேட்டேன்” என்றாள் செல்வி சத்தமாக.

“ம்... சாப்டாச்சு. குழந்தை நல்லாருக்கா?”

“நல்லாருக்குய்யா... மாரி... இங்கப் பாரு... அப்பாவப் பாரு...” என்று செல்வி குழந்தையைத் தூக்கிக் காண்பிக்க... குழந்தை, தன் அப்பாவை அடையாளம் கண்டுகொண்டு சிரித்தது. கம்பித்தடுப்பில் பதிந்திருந்த பழனியின் முகத்தை, குழந்தை தடவ முயற்சி செய்ய... செல்விக்கு அழுகை வந்து விட்டது.

“ஜாமீன் விஷயம் என்னாச்சு?” என்றான் பழனி.

செல்வி தன் கண்களைத் துடைத்துக் கொண்டு, “வக்கீலப் பாத்துக்கிட்டிருக்கோம். அஞ்சாயிரம், பத்தாயிரம் வேணும்ங்கிறாங்க. அவ்வளவு பணத்துக்கு எங்க போறது? இப்பத்தான் வாத்தியார் ஒரு வக்கீல் சொல்லிவிட்டிருக்காரு. காசு கம்மியாதான் ஆகுமாம். சின்ராசண்ணன் வக்கீலதான் பாக்கப் போயிருக்காரு.”

“காசுக்கு என்னா பண்ணப்போற?”

“தாலிக்கொடில இருக்குற குண்டு, மாங்கா, காசு... எல்லாத்தையும் வித்துடலாம்னு இருக்கேன்.”

“சரி... இப்ப சின்ராசு அடிக்கடி வீட்டுக்கு வர்றானாமே?”

“உங்க கேசு விஷயமா வருவாரு... யாரு சொன்னா?”

“முந்தாநாளு கோபாலு என்னைப் பாக்க வந்திருந்தான். அவன்தான் சொன்னான். சீக்கிரம் ஜாமீன்ல எடுக்குற வழியப் பாரு. புருஷன்காரன் உள்ளேயே கிடக்கட்டும்... சின்ராசுகூட சேர்ந்து ஆட்டம் போடலாம்னு நெனச்சுக்கிட்டிருக்காத...” என்று பழனி கூற, செல்வி அதிர்ந்தாள்.

துக்கம் தொண்டையை அடைக்க, “ஏன்யா... உன் புத்தி இப்படித் தறிகெட்டு அலையுது. சின்ராசு, உன் சித்தப்பாரு மகன்யா. உனக்குத் தம்பி முறை வேணும். ஆபத்துக்கு உதவ வந்த மனுஷன, இப்படி நாக்குல நரம்பில்லாம பேசாதய்யா” என்றாள் செல்வி.

“உள்ள இருந்தா, எனக்கு எதுவும் தெரியாதுன்னு நெனச்சுக்காத. எதுக்குடி அவன் தெனம்... தெனம்... பொழுது சாஞ்சப்புறம் வீட்டுக்கு வர்றான்?”

“அய்யோ... அவரு பகல்ல வேலைக்குப் போய்டுவாருய்யா... சாயங்காலம் தானே வரமுடியும். அதுவும், ஏதாச்சும் விஷயம் இருந்தாதான் வருவாரு. தெனம்லாம் வரமாட்டாரு. எவனோ சொன்னான்னு ஏன்யா இப்படி புத்தி கெட்டுப் பேசற?”

“நெருப்பில்லாமப் புகையாதுடி... இப்ப சொல்றேன் கேட்டுக்க... இவன் ஜெயில்லதான இருக்கான்... கண்டவன்கூட கூத்தடிக்கலாம்னு நினைச்சுக்கிட்டிருந்த... வெளிய வந்ததும் வெட்டிப் போட்டுடுவேன்” என்று பழனி சத்தமாகக் கத்த... சுற்றிலும் நின்று கொண்டிருந்தவர்கள் பேச்சை நிறுத்தி விட்டு, இவர்களை வேடிக்கை பார்த்தனர்.

ஊரே வேடிக்கை பார்க்க, சவுக்கால் அடித்ததுபோல் அவமானமாக இருந்தது செல்விக்கு.

பழனி சில நாட்களில் ஜாமீனில் இந்த சிறையிலிருந்து வெளியே வந்து விடுவான். ஆனால் செல்வி?

- கல்கி - தீபாவளி மலர், 2007

8

சாரல்

"வெளியுலகம்னா என்ன?" என்று கேட்ட புதுமனைவியைப் பார்த்து, சிரிப்பதா, அழுவதா என்று தெரியவில்லை.

ரயில் கிளம்பிய நேரம் முதல் தொடர்ந்து நான் கேட்ட கேள்விகளுக்கு, இந்து கொடுத்த பதில்கள் ஏமாற்றமளிப்பதாகவே இருந்தன.

"புத்தகமெல்லாம் படிப்பியா இந்து?"

"ம்... மங்கப்பா கடைக்கு வர்ற பழைய புத்தகம் ஏதாச்சும் கைல கிடைச்சா படிப்பேன்."

"ம்... நியூஸ் பேப்பர்?"

"அய்யே... நியூசுன்னாலே எனக்குப் பிடிக்காது. டீவில நியூஸ் ஆரம்பிச்சவுடனே சேனலை மாத்திடுவேன்."

“தி ஜானகிராமன், அசோகமித்திரன்... இவங்கள்லாம் யாருன்னு தெரியுமா...?”

“தெரியாது.”

“வண்ணதாசன்... சுஜாதா... பிரபஞ்சன்...”

“ம் ஹூம்... தெரியாது. யாரு இவங்கள்லாம்?”

“ம்... இந்தியா சுதந்திரம் அடையறதுக்காக போராடினவங்க.”

“அப்படியா?” என்று அப்பாவியாகக் கேட்டாள் இந்து.

மண்டு! நம்புகிறது.

“அய்யோ, அவங்கள்லாம எழுத்தாளருங்க...”

“ஓஹோ...”

நல்லவேளையாக எழுத்தாளர்னா யாரு என்று கேட்கவில்லை. ஏதோ அந்த அளவிற்கு நான் அதிர்ஷ்டக்காரன்தான். கடவுளே... தேடித் தேடிப் புத்தகங்கள் படிக்கும் எனக்கு, இப்படி ஒரு மனைவியா? இலக்கிய ரசனையற்ற ஒரு பெண்ணுடன் வாழ்நாள் முழுவதையும் எப்படிக் கழிக்கப் போகிறோமோ?

“வெளியூருக்கெல்லாம் போயிருக்கியா?”

“எப்பவாவது எங்க மாமா வீட்டுக்குத் தஞ்சாவூர் போவோம். ஒரு தடவை எங்க ஸ்கூல்ல, பெங்களூர் டூர் அழைச்சுட்டுப் போனாங்க.”

“நீயும் போனியா?”

“பேர் கொடுத்திருந்தேன். கிளம்பற அன்னிக்கு சாயங்காலம் திடீர்னு காய்ச்சல் வந்து போக முடியலை.” என்று கூறினாள் இந்து.

“ஸோ... நான்தான் உனக்கு வெளியுலகத்தைக் காட்டணும்.” என்று கூறியதற்குதான், என் மனைவி ‘வெளியுலகம்னா என்ன?’ என்று கேட்டாள்.

எப்படிப் புரியும்படி சொல்வதென்று எனக்குப் புரியவில்லை. புத்தக ரசனையும் இல்லை. சங்கீதமும் பிடிக்காது என்று முதலிரவன்றே சொல்லி விட்டாள். நான் ரசிக்கும் எதையுமே ரசிக்காத ஒரு பெண்ணுடன் வாழப்போவது குறித்து சலிப்பாக இருந்தது. மேற்கொண்டு ஒன்றும் பேசாமல் வெளியே வேடிக்கை பார்த்தேன்.

ரயில் ஏதோ ஒரு ஸ்டேஷனில் நிற்க வெளியே பார்த்தேன். டால்மியாபுரம். சட்டென்று மனசுக்குள் உற்சாகம் கொப்பளித்தது. இன்னும் அரைமணி நேரத்தில் எங்கள் ஊர் வந்து விடும். நாங்கள் குடும்பத்தோடு திருச்சிக்கு வந்து பத்து வருடங்கள் ஆகியிருந்தாலும், இன்னும் எனக்கு எங்க ஊர் என்றால் பிறந்து, வளர்ந்து, பி.எஸ்.சி. வரையிலும் நான் படித்த ஊர்தான்.

அரை டவுசரை பிடித்தபடி, குமாருடன் பட்டாம்பூச்சி பிடிக்க ஓடியது, வயசுப் பெண்களால் சலனமடைந்து, 'இன்னும் சூரியன் உதிக்கவில்லை. எனக்குத் தெரியும். நீ இன்னும் விழித்திருக்க மாட்டாய்' என்பது போன்ற சில்லறைத்தனமான கவிதைகள் எழுதியது... வீட்டுக்குத் தெரியாமல் சினிமா போனது... எல்லாம் அங்குதான்.

ட்ரெயின் மீண்டும் கிளம்ப, திடீரென்று மழை பெய்ய ஆரம்பித்தது. நாங்கள் திருச்சியில் கிளம்பும் போதே மழையை எதிர்பார்த்தேன். வானம் அப்படி இருட்டியிருந்தது. சடசடவென்று வேகமாக மழை பெய்ய ஆரம்பிக்க, கதவுகள், ஜன்னல்கள் எல்லாம் சாத்தப்பட்டன. எங்கள் ஊர் வருவதற்குள், மழை நின்று விடவேண்டும் என்று வேண்டிக் கொண்டேன். மழை விட்டால்தானே கதவைத் திறந்து என் புது மனைவியிடம் எங்கள் ஊரைக் காண்பிக்க முடியும்.

பார்த்துட்டு என்ன பண்ணுவா? அப்படியான்னு ஒரு கேள்வி கேட்பா. அவ்வளவுதான்... என்ற எண்ணமும் கூடவே தோன்றியது.

இருப்பினும், உற்சாகத்துடன் இந்துவிடம் எங்கள் ஊரைப் பற்றிச் சொல்ல ஆரம்பித்தேன்.

"பி.எஸ்சி, படிக்கறவரைக்கும் ஒரு ஊர்ல இருந்தோம்னு சொல்லியிருக்கன்ல... அது இந்த ரூட்லதான் இருக்கு. இன்னும் அரை மணி நேரத்துல வந்துரும்" என்றேன்.

"அப்படியா?"

"ப்ச்... இப்ப பார்த்து மழை பெய்யுது... வர்றப்ப உனக்கு காட்டணும்னு நினைச்சேன்."

"உங்களுக்கு ரொம்பப் பிடிச்ச ஊரா?"

"இருக்காதா... இருபது வருஷம் வளர்ந்த ஊராச்சே... ஒரு லைன் வீட்டுலதான் குடியிருந்தோம். நாடார் காலனின்னா

ஊருக்கே தெரியும். வரிசையா அஞ்சு வீடு. கடைசி வீட்டுல நாங்க. பக்கத்துல குமார் வீடு. நேத்துகூட வந்திருந்தானே வீட்டுக்கு... அப்புறம் முன்னாடி பட்டாணிக் கடைக்காரம்மா வீடு. எல்லோர் வீட்டுலேயும் என் வயசு பசங்க, பொண்ணுங்க தான்... செம ஜாலியா இருக்கும். காம்பௌண்ட் சுவர் முன்னாடி பசங்க விளையாடற மாதிரி சின்னதா ஒரு டவர்கூட இருக்கும். ட்ரெய்ன்லருந்து பாத்தாலே தெரியும்.'' என்று கூறி விட்டு லேசாக ஜன்னலை உயர்த்தி மழை நின்று விட்டதா என்று பார்த்தேன்.

அதற்குள் பக்கத்திலிருந்தவர், "மூடுங்க சார்... சாரலடிக்குது" என்று கத்த,வேகமாக ஜன்னலைச் சாத்தினேன். தொடர்ந்து ஊர்க்கதையைச் சொன்னேன்.

"சினிமா பாக்க அலைஞ்சது அந்த ஊர்லதான். அப்பல்லாம் அவ்வளவு ஈஸியா சினிமா பார்த்துட முடியாது. அப்பா டெர்ரர். சினிமால்லாம் பாக்கறதா இருந்தா, அவரு ஒரு படம் பாத்துட்டு வந்து, அவருக்குப் பிடிச்சிருந்தாதான் நாங்க போகலாம். ஊரே கொண்டாடற படம் அவருக்குப் பிடிக்காது. 'சூரக்கோட்டை சிங்கக்குட்டி'னு ஒரு படம். கேள்விப்பட்டிருக்கியா? பிரபு நடிச்சது. 'காளிதாசன்... கண்ணதாசன்'னு ஒரு பிரமாதமான பாட்டுகூட இருக்கு."

"இல்ல... நான் அதிகமா படம் பார்த்ததில்லே. அப்பா விட மாட்டாரு. மொத்தமா தியேட்டர்லே ஒரு பத்து படம்தான் பார்த்திருப்பேன்."

"சரியாப் போச்சு... அந்தப் படம் பாக்கணும்னு ஒரே அடம். அப்பா விடமாட்டேன்னுட்டாரு. குமார் இருக்கான்ல... 'நந்தா' படத்துல சூர்யாவுக்கு, ராஜ்கிரண் உபதேசம் பண்ணின மாதிரி, ரயில்வே டிராக்லே நடந்துகிட்டே, "நாம்ப நியாயமா கேட்டோம். அவங்க விடல. எதுவும் கிடைக்கலன்னா விட்டுறக் கூடாது. நாளக்கி மத்தியானமே ஸ்கூல் கட் அடிச்சிட்டுப் போறோம்"ன்னான். மறுநாள் மத்தியானம் சக்தி தியேட்டர்ல படம். இடைவேளைல யாரும் பார்த்திடக் கூடாதுன்னு, புத்திசாலித்தனமா செய்யறதா நினைச்சி, நோட்புக்கை விரிச்சு மூஞ்சிலே வைச்சு மூடிக்கிட்டேன். அதுலேதான் வினையே வந்தது..."

“என்னாச்சு?”

“நோட்டுக் அட்டைல க்ளீனா பேர் எழுதியிருந்துச்சு. அதை எங்கப்பா ஃப்ரண்டு ஒருத்தரு பாத்துட்டு, நோட்டுக்க எடுத்து, என்னைப் பார்த்தாரு... அப்புறம் என்னா... சாயங்காலம் வீட்டுல அர்ச்சனைதான்.”

இந்து சத்தமாகச் சிரித்தாள்.

“இதைவிட பெரிய ஜோக் ஒண்ணு... நாங்க கமல் ஃபேன்ஸ். ‘விக்ரம்’ படம் வந்தன்னைக்கே பாக்கணும்னு கேட்டோம். ஒரே அடம்... அப்படியும் விடலே. அட போங்கடான்னு, நானும் குமாரும் மேட்னி பாத்துட்டு வர்றோம். காலனி ‘கேட்டு’கிட்டயே எங்கம்மாவும், குமார் அம்மாவும் நிக்கறாங்க.”

“என்ன... தெரிஞ்சிடுச்சா?”

“அதில்ல... நீங்க ரொம்ப அடம் புடிச்சீங்கன்னு, மத்தியானம் சாப்பாட்டுக்கு அப்பா வந்தப்ப, ஃபர்ஸ்ட் ஷோ ‘விக்ரம்’ பார்க்க, பர்மிஷன் வாங்கிட்டோம். கிளம்புங்கன்னு சொல்றாங்க. நானும், குமாரும் திருதிருன்னு முழிக்கிறோம்.”

இந்து பொங்கி வந்த சிரிப்பை அடக்கியபடி, “அப்புறம்...” என்றாள்.

“வேறே வழி... அப்படியே திரும்பி, மறுபடியும் போய் ‘விக்ரம்’ படம் பார்த்தோம்.”

இந்து ரசித்துச் சிரித்தாள்.

ரயில் நிற்க, வேகமாக ஜன்னலைத் திறந்தேன். இன்னும் மழை பெய்து கொண்டிருந்தது.

“ப்ச்... இன்னும் மழை பெஞ்சுகிட்டிருக்கு. அடுத்து எங்க ஊர் வருது. உன்கிட்ட காட்ட முடியாது போலிருக்கே” என்று இந்துவிடம் கவலையாகக் கூறியபடி, ஜன்னலை ஒருமுறை திரும்பிப் பார்த்தேன்.

“ஜன்னலைச் சாத்துங்க சார்... சும்மா, சும்மா, தொறந்துக்கிட்டு...” என்று ஒருவர் குரல் கொடுக்க, வேகமாக ஜன்னலைச் சாத்தினேன்.

பிறகு இந்துவிடம் தொடர்ந்தேன்.

“எங்க ஸ்கூல்ல காவேரினு ஒரு பொண்ணு... நல்ல அழகு... நாங்க ரெண்டு பேரும் நல்லா படிப்போம். அப்ப எட்டாவதோ, ஒன்பதாவதோ படிக்கிறோம். எப்பவும் சேர்ந்தே இருப்போம். அப்பாகூட ஒரு தடவை, ‘என்னடா... காவேரியைக் கல்யாணம் பண்ணிக்கிறியா?’ன்னு கேட்டுருக்காரு.”

“அய்யோ... சொல்றப்பவே மூஞ்சில சந்தோஷத்தைப் பாரு... ஐ லவ் யூல்லாம் சொல்லிட்டீங்களா?” என்றாள் இந்து.

“அடச்சீ... இந்தக் காலத்து பசங்க மாதிரியா... அதெல்லாம் இல்லை. அடிக்கடி கண்ணால பேசிப்போம். புதுசா ட்ரெஸ் போட்டுக்கிட்டு வந்தா, நல்லாருக்கான்னு க்ளாஸ் ரூம்ல அவ ஜாடையா கேட்பா... இப்படியெல்லாம் சின்ன, சின்ன சந்தோஷம்.”

“அடடடடா... சூப்பர்... அப்புறம்...?”

“ஸ்கூல்ல பிளஸ் டூ முடிஞ்சதும் அவள திருச்சில காலேஜ் ஹாஸ்டல்ல சேர்த்துட்டாங்க. ‘டச்’ விட்டுப் போச்சு.”

“அப்புறம் அவளப் பாக்கவே இல்லையா?”

“ம்... ஒரேயொரு தடவை, தீபாவளியன்னைக்குப் பார்த்தேன். நான் சினிமாத் தியேட்டருக்குப் போய்க்கிட்டிருக்கேன். அப்ப வழில பாத்தேன். யார் வீட்டுக்கோ பலகாரம் கொடுக்கறதுக்காக மஞ்சள் கலர் தாவணில வந்தா. ‘நல்லாருக்கியா காவேரி?’ன்னேன். ‘ம்’னு சொன்னா. “என்னை எப்பவாச்சும் நினைச்சுப்பியான்னு” கேட்டேன். “ம்... இப்பவும் புது டிரஸ் போடறப்ப எல்லாம் உன்னை நினைச்சுப்பேன். ஸ்கூல்ல, புதுடிரஸ் போட்டுகிட்டு வந்தா உன்கிட்ட ஜாடைல நல்லாருக்கான்னு கேப்பன்ல... இன்னைக்குக் காலைல புது ட்ரெஸ் போட்டப்ப கூட நினைச்சுக்கிட்டேன்”ன்னா... அவ்வளவுதான். அதுக்குப் பிறகு அவளப் பாக்கவேயில்லை. அவங்கப்பாவுக்கு டிரான்ஸ்ஃபராயிருச்சு.”

ரயில் அடுத்த ஸ்டேஷனில் நின்றது. இது எங்கள் ஊர் ஸ்டேஷன்தான்

மழை இன்னும் விடவில்லை. ஜன்னலைத் திறந்தால் கத்துவார்கள்.

மிக இலேசாக, ஜன்னலை உயர்த்திப் பார்த்தேன். ஜோராக மழை பெய்து கொண்டிருந்தது. எதிரிலிருந்த பெரியவர் முறைக்க, வேகமாக சாத்திவிட்டேன்.

"சை... உனக்கு எங்க ஊர காட்டலாம்னு எவ்வளவு ஆசையா இருந்தேன்..."

"உங்க ஊர் ஸ்டேஷன் வந்துடுச்சா?" என்று இந்து கேட்டுக் கொண்டிருக்கும்பொழுதே, ட்ரெய்ன் கிளம்பி விட்டது.

"ம்..." என்று சோகத்துடன் கூறிய என்னை, சில வினாடிகள் உற்றுப் பார்த்த இந்து, விருட்டென்று எழுந்து, கம்பார்ட்மென்ட் கதவை நோக்கி நடந்தாள்.

"ஏய், எங்க போற?"

"கதவைத் திறக்கப் போறேன்."

"ஏய்... ரிசர்வ்டு கோச்... கத்துவாங்க... கதவைத் திறந்தா பயங்கரமா சாரல் அடிக்கும்."

"பரவாயில்லை." என்ற இந்து வேகமாகக் கதவைத் திறந்தாள். சடசடனெ மழைத் துளிகள் உள்ளே விழுந்தன.

நனைந்தபடி, வெளியே பார்த்தாள் இந்து. தூரத்தில் மழை நீர். நடுவில் கட்டடங்கள்... நாங்கள் குடியிருந்த குடியிருப்பு டவர்... எல்லாம் தெரிந்தன.

"ஏய்... யாரும்மா அது? அறிவில்ல..." என்று ஆளுக்கு ஆள் கத்த, இந்து பொருட்படுத்தாமல், "அந்த டவர்தானே நீங்க சொன்னது..." என்று கேட்டு விட்டு, ஊர் மறையும் வரை பார்த்து விட்டுதான் கதவை மூடினாள்.

"ஏன் இந்து... இப்படி லூசு மாதிரி பண்ற..."

"நீங்க எவ்வளவு ஆசை, ஆசையா சொன்னீங்க... அந்த ஊரப் பாக்கணும்னு. எனக்கு மட்டும் அந்த ஆசை இருக்காதா?" என்ற இந்துவின் முகத்தை உற்றுப் பார்த்தேன்.

பிரியத்துடன் இந்துவின் கைவிரல்களை இறுக்கப் பற்றிக் கொண்டேன். மழைச் சாரலில் விரல்கள் நனைந்திருந்தன. என் மனசும்கூட. இப்பொழுது இந்துவை எனக்கு மிகவும் பிடித்திருந்தது.

- கல்கி - ஏப்ரல், 2002

புகைப்படம் : மு. கார்த்திக்

9 சினேகிதனே

ஏனோ தெரியவில்லை... மனதிற்குப் பிடித்தவர்களெல்லாம் வெகு தூரத்திற்குப் போய் விடுகிறார்கள். எனக்கு மிகவும் பிடித்த சித்தப்பா, டெல்லி செகரட்டேரியட்டில் வேலை கிடைத்து, காகிதக் கட்டுகளுக்கு நடுவில் காணாமல் போய் விட்டார். பக்கத்து வீட்டு யமுனாக்கா, கோயம்புத்தூரில் ஒரு பெரிய குடும்பத்துக்கு மருமகளாகி, இரவில் விளக்கணைத்த பிறகு மட்டும் பேசும் புருஷனோடு இயந்திர வாழ்க்கை நடத்திக் கொண்டிருக்கிறாள். ஆனால் அருகில் இருப்பவர்களோடு எல்லாம் ஏதேனும் மனக்கசப்பாகி விடுகிறது. ஒருவேளை சித்தப்பாவும், யமுனா அக்காவும் தூரத்தில் இருப்பதால்தான் அவர்களோடு மனக்கசப்பு ஏற்படவில்லையோ என்னவோ...

இதோ... கடைசியாக எஞ்சியிருந்த பாபுவும் மெட்ராஸுக்குப் போகப் போகிறான். இனி, இந்தத் தஞ்சாவூரில், நான் தன்னந்தனியே சுற்றிவர வேண்டும்.

எட்டரை மணிக்குத்தான் ட்ரெய்ன். கீழவாசலிலிருந்து ஜங்ஷன் தூரம்தான். பேசிக்கொண்டே நடந்து செல்லலாம் என்று, பாபுவும் நானும் ஏழு மணிக்கே கிளம்பி விட்டோம்.

"என்னடா சந்துரு... ஒரு மாதிரி இருக்க... நான் போறது கஷ்டமா இருக்கா?" என்றான் பாபு.

"ஒரு பக்கம் உனக்கு வேலை கிடைச்சதுல சந்தோஷம்தான். ஆனா நீ போன பிறகு தனியா இருக்கப் போறதை நினைச்சாதான் ரொம்பக் கஷ்டமா இருக்கு!"

"கொஞ்ச நாள் பொறுத்துக்கோ. அங்க போன உடனே யாரையாச்சும் புடிச்சு, உனக்கும் வேலை ஏற்பாடு பண்ணிடுறேன்."

ம்ஹ்ம்... வேலை கிடைப்பது அவ்வளவு சுலபமா என்ன? இப்படித்தான் வேலை கிடைத்துச் சென்ற எல்லா நண்பர்களும் சொல்லி விட்டுச் சென்றார்கள்.

எங்கள் செட்டில், முதலில் மனோகருக்குத்தான் வேலை கிடைத்தது. 'தண்ணி பார்ட்டி' எல்லாம் முடிந்து சந்தோஷமாக ஜங்ஷனுக்குச் சென்று வழியனுப்பி வைத்தோம். பிறகு அசோக்... அப்புறம் சிவா.

கடைசியில், நானும் பாபுவும்தான் மிஞ்சினோம். அவனையும் நான் இப்பொழுது வழியனுப்பி வைக்கப்போகிறேன். எனக்கு வேலை கிடைத்தால், வழியனுப்ப ஆட்களே இல்லை.

ஐந்து பேரும் ஒன்றாகவே திரிந்தாலும், நானும் பாபுவும் எதிரெதிர் வீடு என்பதால் ஒரு தனி நெருக்கம்.

பாபுவின் அப்பா மளிகைக்கடை வைத்திருக்கிறார். நல்ல வசதியான குடும்பம்தான். சென்னையில் ஒரு கம்பெனியில் ஜி.எம்.மாக இருக்கும் மூர்த்தி, பாபுவுடைய அப்பாவின் நெருங்கிய நண்பர். தஞ்சாவூரில் ஒரு கல்யாணத்திற்காக வந்தவர்,

பாபுவின் வீட்டிற்கு வந்திருக்கிறார். பி.எஸ்சி கெமிஸ்ட்ரி படித்த பாபு, வீட்டில் சும்மா இருப்பதைப் பார்த்து விட்டு, தமது கம்பெனியில் காலியாக இருக்கும் கெமிஸ்ட் வேலைக்கு அவனைக் கையோடு அழைத்துச் செல்கிறார்.

மூர்த்தி, வேறு ஒரு நண்பரைப் பார்த்துவிட்டு நேரே ஸ்டேஷன் வந்து விடுவதாக ஏற்பாடு.

"சில சமயம் எனக்குத் தோணும் சந்துரு. படிக்கறது... வேலைக்குப் போறது... கல்யாணம் பண்ணிக்கறது... எல்லாத்தையும் ஒரு முன்னேற்றமாக எல்லாரும் பாக்கிறாங்க. எனக்கு என்னமோ பின்னடைவுன்னுதான் தோணுது." என்றான் பாபு திடீரென்று.

"ஏன்டா அப்படிச் சொல்ற?"

"உனக்கு ஞாபகமிருக்கா... ஒண்ணாங்கிளாஸ் படிக்கறப்ப, நாம்ப பத்து பைசா கடலை மிட்டாய்க்காக, தேர்தல் சமயத்துல, காலைல தி.மு.க.வுக்கும், சாயங்காலம் அ.தி.மு.க.வுக்கும் வோட்டு கேட்டு ஊர்வலம் போவோம். யாரோ ஒரு பொண்ணு, பஸ்லருந்து உன்னைப் பாத்திச்சுன்னு சைக்கிள்லயே கருந்தட்டான்குடி வரைக்கும் பஸ்ஸைத் துரத்திட்டுப் போனோம். அந்த நாட்களோட சந்தோஷத்தை எல்லாம், வேலையும், பணமும் கொடுத்திடுமா?"

"முடியாதுதான். ஆனா வாழ்க்கைல ஒரே கட்டத்தில இருக்க முடியாதில்லையா?"

"புரியுது... ஆனா..." என்ற பாபு ஈஸ்ட் கேட் பள்ளி வாசலில், ரேகா, அவள் அப்பாவுடன் வந்து கொண்டிருப்பதைப் பார்த்ததும், "சந்துரு... உன் ஆள்ரா..." என்று பரபரப்பானான்.

என்னைப் பார்த்தவுடன் சட்டென்று ரேகாவின் கண்களில், தீக்குச்சியைக் கொளுத்தியது போல் ஒரு வெளிச்சம்.

ரேகாவின் அப்பா பாபுவைப் பார்த்து, "என்ன தம்பி... மெட்ராஸுக்கு வேலைக்குப் போறீங்களாமே... அப்பா சொன்னாரு."

"ஆமாங்க."

ஜி.ஆர்.சுரேந்தர்நாத்

“அங்க போய் ஊர் சுத்தாம, வேலையுண்டு ரூம் உண்டுன்னு இருக்கணும்” என்றவர், என்னைத் தெருவிலுள்ள மின்கம்பத்தைப் பார்ப்பதுபோல் எந்தச் சலனமுமின்றி பார்த்து விட்டு, எங்களைக் கடந்து சென்றார். வேலையில்லாதவனிடம் பேச என்ன இருக்கிறது.

“ரேகாவைப் பார்த்தியா... கண்ணு டாலடிக்குது. நீ மட்டும் ஒரு லெட்டர் கொடு... மறுநாளே உன் பின்னாடி ஓடி வருதா இல்லையா பாரு.” என்றான் பாபு.

“தெரியுதுடா... என்ன பண்றது? நமக்கே வேலை, வெட்டி இல்ல... வீட்டுல எங்கப்பாகிட்ட திட்டு வாங்கியே மாளல... இதுல காதல் ஒரு கேடான்னு விட்டுட்டேன். பாக்கலாம்... ஏதாச்சும் வேலை கிடைச்சா சொல்லலாம். இல்லைன்னா வெறும் பார்வைலயே இந்தக் காதல் செத்துப் போகட்டும்.”

“உங்கப்பான்னவுடனே ஞாபகம் வருது. அவர்கிட்ட சொல்லியிருக்கேன்... நானும் ஊர்ல இல்லை... அவனைச் சும்மா திட்டாதீங்கன்னு.”

“இந்த மூணு வருஷத்தில அதெல்லாம் எனக்கு மரத்துப் போச்சு பாபு. ஆனா தங்கச்சியப் பாக்கிறப்பத்தான் மனசுக்கு ரொம்பக் கஷ்டமா இருக்கும். அவ வயசுப் பிள்ளைங்க எல்லாம் கல்யாணமாகி, புருஷனோட போகுறதப் பாக்கிறப்ப மனசாட்சி குத்தும்... எனக்கு ஒரு வேலை கிடைச்சுத் தொலைச்சதுன்னா காசு சேர்த்து, இவளுக்கு கல்யாணம் பண்ணி வைக்கலாம்னு அப்பாவுக்கு நெனப்பு... அவரு ஜவுளிக்கடை கணக்கு எழுதி, மூணு பிள்ளைங்கள வளர்த்ததே பெரிய விஷயம். பெண்ணைக் கல்யாணம் பண்ணிக் கொடுக்கக் காசுக்கு எங்க போவாரு... அந்த ஆதங்கத்திலதான் என்னைக் கோபமா பேசறது... சரி விடு...” என்றேன்.

“நீ கவலைப்படாத மாப்ள. மெட்ராஸ்ல, எண்ணி ரெண்டே மாசத்தில உனக்கு வேலை பார்த்திட்டுத்தான் மறுவேலை...” என்றான் பாபு.

ஜூபிடர் தியேட்டரைத் தாண்டும்பொழுது நல்ல கூட்டம். விஜய்காந்த் படம். நேத்துத்தான் ரிலீஸ். இங்கு நாயகன் படம்

பார்க்க வந்தபொழுது க்யூவில் நின்று கொண்டிருந்த ஜனங்களின் மேல் ஏறி விடுவிடுவென்று சென்று, டிக்கட் கவுண்டருக்கருகில் குதித்து யாரிடமோ அடிவாங்கியது ஞாபகத்திற்கு வந்தது.

பாபு போன பிறகு தினசரி வாழ்க்கையை நினைத்துப் பார்க்கவே பயமாக இருக்கிறது.

காலை எழுந்தவுடனேயே பாபு என் வீட்டிற்கு வந்து விடுவான். இருவரும் வடவாத்துக்கு போய்க் குளித்து விட்டு வந்து டிஃபன் சாப்பிடுவோம். அப்புறம் சென்ட்ரல் லைப்ரரி. இரண்டு மணி நேரம் புத்தகம் படித்து விட்டு வெளியே வந்து, எதிரே தெரியும் கவர்மென்ட்டு ஆஸ்பத்திரிக்குப் போகும் ஜனங்களைப் பார்த்துக் கொண்டே தம்மடிப்போம். பிறகு சாப்பாடு. அப்பா பார்த்தால் திட்டுவார் என்று மதிய தூக்கம் எப்பொழுதும் பாபு வீட்டில், அவன் மாடியறையில். சாயங்காலம், பிள்ளையார் கோவில் கட்டைச் சுவரில் உட்கார்ந்தால் நேரம் போவது தெரியாமல் மணிக்கணக்கில் பேசிக் கொண்டிருப்போம்.

ப்ச்... இனி எல்லாம் சூன்யமாகத் தெரிந்தது.

"மாப்ள... தம்மு... வச்சிருக்கியா?" என்றேன்.

"ம்..." என்ற பாபு, சூட்கேசைக் கீழே வைத்து விட்டு, பேண்ட் பாக்கெட்டிலிருந்து சிகரெட் பாக்கெட்டை எடுத்தான்.

இருவரும் சிகரெட்டுகளைப் பற்ற வைத்துக் கொண்டு நடந்தோம்.

"கோபால் வாத்தியார் ஒரு தடவை என்னைப் பயங்கரமா அடிச்சுட்டார்னு அவர் பின்னாடி போய், சைக்கிள்ல மோதி ரோட்டுல விழ வைச்சியே... ஞாபகமிருக்கா பாபு?"

"ஆமாம். ஆமாம். கோணவாய் கோபாலு..."

"அப்புறம்... நான் டென்த்ல ஸ்கூல் ஃபர்ஸ்ட்டு வந்தப்போ, நீ என்னவோ ஃப்ர்ஸ்ட் வந்த மாதிரி வீடு வீடாய்ப் போய் சொல்லிட்டு வந்தியே..." என்று நான் தொடர்ந்து பேசிக் கொண்டிருந்தேன். பாபு அதிகம் பேசவில்லை.

“போய் லெட்டரெல்லாம் போடுறா மாப்ளே... மறந்துராதே...” என்று சொல்லும்போதே என் குரல் இலேசாக உடைந்திருந்தது. அழுகை வரப் பார்த்தது.

பாபு என் கையை வேகமாய்ப் பிடித்து, “யேய் லூசு... எதுக்குடா கலங்குறே...” என்றான்.

“தாங்க முடியலடா... இப்படி உயிருக்குயிராப் பழகினது எல்லாம், கடைசியில் பிரியறதுக்குத்தானா...?”

இருவர் மனதிலும் பிரிவுச் சோகம் அழுத்த, சில நிமிடங்கள் ஒன்றும் பேசாமல் நடந்தோம்.

ரயில்வே ஸ்டேஷனுக்குள் நுழைந்தவுடன், “நீ இங்கேயே தம்மடிச்சுக்கிட்டு இரு. நான் எங்கப்பாக்கு ஒரு ஃபோன் பண்ணிட்டு வந்திர்றேன்” என்று கூறிவிட்டுச் சென்றான் பாபு.

நான் சிகரெட் புகையை விட்டபடி ப்ளாட்ஃபாரத்தைக் கவனித்தேன். யாரோ ஒரு புதுக் கணவன், புத்தகக் கடை பின்பக்க இருட்டில் தனது புது மனைவியைச் சீண்டிக் கொண்டிருந்தான். யாரோ ஒரு இளம் தந்தை, பிளாட்ஃபாரத்தில் தத்தித் தத்தி நடந்து சென்று கொண்டிருந்த தன் குழந்தையின் பின்னால், ‘யேய்...விமல்...’ என்று ஓடிக் கொண்டிருந்தான். கடைசி வரையிலும் இப்படி எல்லாம் ஒரு வாழ்க்கை கிடைக்காமலே போய் விடுமோ என்ற பயம் வந்தது.

வேகமாக என்னருகில் வந்த பாபு, “போய் அந்த பைப்ல மூஞ்சி கழுவிக்கிட்டு வா. மூர்த்தி ஸார் வர்ற நேரம்!” என்றான்.

“நான் எதுக்குடா மூஞ்சி கழுவணும்?” என்றேன்.

“நீதான் அவர்கூட மெட்ராஸ் போகப் போற...”

“உனக்கென்ன பைத்தியமா?”

“சீரியஸாத்தான் சொல்றேன். எங்கப்பா மளிகைக் கடைல நல்லா சம்பாதிக்கிறாரு. என்னையும் எப்பவோ கடைல உக்காரச் சொன்னாரு. ஆனா நான்தான் பிடிவாதமா கடைப்பக்கம் போகல. எங்க அக்காவுக்கும் கல்யாணம் பண்ணிக் கொடுத்தாச்சு. நான் ஒரே பையன். ஆனா உன்னோட நிலைமையே வேற... நீ வேலைக்குப் போனா உங்கப்பாவோட

பாரம் கொஞ்சம் குறையும். உன் தங்கச்சிய ஒரு நல்ல இடத்துல கட்டிக் கொடுக்கலாம். ஏன்... உன் தம்பியைக்கூட பி.ஈ., படிக்க வைக்கலாம். அப்புறம் ரேகாவைக் கூட லவ் பண்ணலாம். இவ்வளவு கமிட்மெண்ட் இருக்கிற நீதான் முதல்ல வேலைக்குப் போகணும். நீயும் கெமிஸ்ட்ரிதானே... அதனால நோ பிராப்ளம். அப்பாக்கிட்டே பேசிட்டேன். அவரும் சரின்னுட்டார். மூர்த்தி ஸார் வந்தவுடனே கடைக்கு ஃபோன் பண்ணச் சொல்லு நான் அவர்ட்ட சொல்லிடுறேன்னாரு."

பாபுவின் உச்சக்கட்ட அன்பில் நெகிழ்ந்துபோய் அவன் கைகளைப் பிடித்துக் கொண்டு, "டேய்... என்னடா இது... வேணான்டா. நீயே போடா" என்றேன்.

"ம்... பேசக்கூடாது. நான் சொன்னதில நியாயம் இருக்கா? இல்லையா?"

"இருக்குடா... ஆனாலும்."

"நான் சொன்னா சொன்னதுதான். ஓ.கே.?"

எனது சூழ்நிலை புரிந்து, சம்மதத்திற்கு அடையாளமாக நான் ஒன்றும் பேசவில்லை.

"அதோ, மூர்த்தி ஸார் வர்றாரு... அவர அழைச்சுக்கிட்டுப் போய், நான் அப்பாக்கிட்டே ஃபோன்ல பேசச் சொல்றேன்" என்று பாபு அவரை நோக்கி வேகமாக நடந்தான்.

- கல்கி - ஏப்ரல், 2001

புகைப்படம் : மு. கார்த்திக்

10 தோற்றுப்போனவர்கள்

ஆயிரமாயிரம் வண்ணப்பூக்கள் சிதறிக் கிடந்த ஒரு பூங்கொத்து விற்பனைக் கடையில், மழைக்காக ஒதுங்கிய போதுதான் ஜெனிஃபர் முதன் முதலாக ஜோவைப் பார்த்தாள். மெலிதாகத் தூறிக்கொண்டிருந்த ஒரு நவம்பர் மாத மழைக்காலத்தில், சர்ச்சுக்குச் செல்லும் மலைப்பாதையில் ஏறிக்கொண்டிருந்தபொழுது தான் இருவரும், தங்கள் காதலைக் கூறிக் கொண்டார்கள். அவன் கண்களிலிருந்து வழிந்தது மழைநீரா, கண்ணீரா என அறியமுடியாத ஒரு மழைக்கால மாலையில்தான் இருவரும் நனைந்தபடி பிரிந்தார்கள்.

மலைப்பிரதேசத்தில் வாழ்க்கை அமையும்பொழுது, எல்லா சம்பவங்களும் மழையில் நனைவதைத் தவிர்க்க முடிவதில்லை.

இப்போது ஆறு வருடங்கள் கழித்து, ஜெனிஃபர், மீண்டும் ஜோவை சர்ச்சில் இன்று மாலை சந்திக்கும்பொழுதும் மழை பெய்து கொண்டிருந்தது. மழை ஒரு நிழலைப் போல எப்போதும் அவர்களுடைய காதலைத் தொடர்ந்து வந்தபடி இருக்கிறது.

தனது தூரத்து சொந்தமான கிரிஸ்டோபர் திருமணத்திற்கு வந்தபோதுதான், ஜெனிஃபர், ஜோவைப் பார்த்தாள். ஜோ இப்போது சென்னையில் இருக்கிறான். யார் அழைத்து, இந்தத் திருமணத்திற்கு வந்திருக்கிறான் என்று தெரியவில்லை. ஒரு வேளை பெண் வீட்டிற்குத் தெரிந்திருக்கலாம்.

ஜெனிஃபருக்கு முன்னால் நான்கு வரிசைத் தள்ளி அமர்ந்திருந்தான் ஜோ. கவனமாக "பிரைடல் மார்ச்" பாடலைப் பாடிக்கொண்டிருந்தான். இன்னும் அவன் ஜெனிஃபரைக் கவனிக்கவில்லை.

பாடல் முடிந்தவுடன், ஃபாதர், "பிரியமானவர்களே... இந்த மாலை வேளையில், கிரிஸ்டோஃபரையும், ஜெசிந்தாவையும் திருமணத்தில் இணைப்பதற்காக கர்த்தர் முன்னிலையில்..." என்று கூறிக்கொண்டிருந்த பொழுது, பின்பக்கம் திரும்பிய ஜோ இவளைப் பார்த்து விட்டான். அவன் பார்வை பட்டதும், ஜெனிஃபரின் உடல் ஒரு வினாடி சிலிர்த்து அடங்கியது. அழுகை வருவதுபோல் இருந்தது. "கர்த்தரே..." என்று உதடுகளைக் கடித்துக் கொண்டாள். மேற்கொண்டு அங்கிருந்தால் உடைந்து, அழுதுவிடுவோமோ என்ற பயத்தில், வேகமாக எழுந்து, சர்ச்சை விட்டு வெளியே வந்தாள்.

நன்கு மழை பெய்து கொண்டிருந்தது. புடவைத் தலைப்பால் தலையை மூடிக்கொண்டு, அருகிலிருந்த கார் ஷெட்டை நோக்கி ஓடினாள்.

புடவை முந்தானையைப் பிழிந்து, முகத்தைத் துடைத்துக் கொண்டபொழுது வெடித்துக் கிளம்பிய அழுகையை ஜெனிஃபரால் தடுக்க முடியவில்லை. "ஜோ..." என்று மனதிற்குள் கூவியபடி அழுதாள்.

‘‘ஆறு வருடங்கள் கழித்த பிறகும், எதையும் மறக்க முடியவில்லையே ஜோ? ஒரு புத்தாண்டு நள்ளிரவு மாஸ் முடிந்து திரும்பும்பொழுது, ஒரு டீ எஸ்டேட் வளைவு இருட்டில் கைகளைக் கோர்த்துக்கொண்ட நிமிடங்கள் ஞாபகமிருக்கிறதா ஜோ? எனது விரல்களில், நீ சொடக்கு எடுக்கும்பொழுது, பலமுறை முயன்றும், என் இடதுகை சுண்டுவிரலில் மட்டும் சொடக்கு வராமல் சோர்ந்து போவாயே... ஞாபகமிருக்கிறதா ஜோ?” என்றெல்லாம் மனதிற்குள் புலம்பினாள் ஜெனிஃபர்.

ஜெனிஃபரின் வாழ்க்கையில், அவளை அதிகம் சிரிக்க வைத்தவன் ஜோ. எப்போதும் கலகலப்பாக பேசிக் கொண்டே யிருப்பான்.

ஒரு நாள் ஊருக்கு வெளியே இருந்த அருவிக்கரையில் அமர்ந்து பேசிக்கொண்டிருந்தார்கள்.

தூரத்தில் ரோட்டில் சென்றுகொண்டிருந்த ஒருவர், தன் அப்பாவின் நண்பர் போல் தெரிய, ஜெனிஃபர் பயந்துபோய், “அய்யோ... அப்பா ஃப்ரண்டு” என்று நெஞ்சில் கைவைத்தபடி, ஜோவின் தோள்களுக்குப் பின்னால் முகத்தை மறைத்துக் கொண்டாள்.

அவர் பாலத்தைக் கடந்து சென்றதும், பெருமூச்சு விட்டபடி, ‘‘பயந்தே போயிட்டேன்... எப்படித் தெரியுமா நெஞ்சு துடிக்குது’’ என்றாள் நெஞ்சில் கைவைத்தபடி. “எங்க பார்க்கலாம்” என்று ஜோ கையை நீட்ட... “அய்யோ... ஜோ...” என்று அவன் கையைத் தட்டி விட்டு வெட்கமும், அடிமனதில் கிளுகிளுப்புமாக ஒரு வினாடி கண்களை மூட, சட்டென்று ஜெனிஃபரின் இடது கண்ணில் முத்தமிட்டான் ஜோ.

“யு... ராஸ்கல்” என்று ஜெனிஃபர் முறைத்தாள்.

“ஏன்ம்மா?” என்றான் ஜோ பயத்துடன்.

‘‘வலது கண்ணுல யார் கொடுப்பா? அதுக்குத் தனியா ஒருத்தனை லவ் பண்ணனுமா?”

“அப்படிப் போடு...” என்ற ஜோ, ஜெனிபரின் வலது கண்ணில் முத்தமிட்டு விட்டு, “அப்புறம் ஜெனிஃபர்... எங்க தாத்தா ஒண்ணு அடிக்கடி சொல்வாரு” என்றான்.

"என்ன சொல்வாரு?"

"ரெட்டைப் படைல முத்தம் கொடுத்தா, ரெண்டு பேருக்கும் ஆகாதாம். உதட்டுல ஒண்ணு கொடுத்து கணக்க மூணாக் கிடுறேன்" என்ற ஜோ மீண்டும் அவளை நெருங்க, "ஆசையைப் பாரு..." என்று ஜெனிஃபர் விலகி ஓட, ஜோ துரத்திப் பிடிக்க முயற்சிக்க... ஜெனிஃபர் கால் வழுக்கி அருவி நீரில் விழப்பார்க்க... ஜோ தாவி, அவள் இடுப்பை வளைத்து, இறுகப் பிடித்து தூக்கினான்.

"அப்பா... முரட்டுக் கை" என்று ஜெனிஃபர் அவன் கைகளை விலக்கினாள்.

"சை... இதே சினிமான்னா... நீ தண்ணில விழுந்து, முழுசா நனைஞ்சி போயி, தாவணி முந்தானையை புழிஞ்சுகிட்டே, என்னைக் கிறக்கத்தோட பாப்ப. நான் இறுக்கக் கட்டிப் புடிப்பேன். நீ வேணாம், வேணாம்னு சொல்லிகிட்டே பல்லி மாதிரி ஒட்டிக்குவ" என்ற ஜோவை இடைமறித்த ஜெனிஃபர், "ஆமாம். அப்புறம் கேமிரா திரும்பி, லாங் ஷாட்ல நிலாவைக் காட்டும். இல்லன்னா ஓடற தண்ணியக் காட்டும். நீயும் தண்ணிய பாத்துக்கிட்டே இரு" என்று கூற, ஜோ சத்தமாகச் சிரித்தான்.

"ஜெனிஃபர்... உன்கூட இருக்கறப்பதான் சந்தோஷமா ஃபீல் பண்றேன். என்னை விட்டுப் பிரிஞ்சுடமாட்டியே?" என்றான் ஜோ.

"ஏய்... என்ன திடீர்னு சந்தேகம்?"

"எனக்கு வேலை கிடைக்குற மாதிரி தெரியல. நீயும் எவ்ளோ நாள்தான் வீட்டுல சமாளிப்ப. எம்.காம். முடிச்சுடுறேன்னு சொல்லி உங்க வீட்ல கல்யாணப் பேச்ச எடுக்கவிடாம வச்சிருக்க. இந்த வருஷத்தோட எம்.காம் முடிஞ்சிடும். அதுக்குப் பிறகு என்ன பண்ணப்போற? இன்னும் எனக்கு வாழ்க்கைல இருக்குற ஒரே பிடிப்பு நீதான். நீயும் போயிட்டன்னா நான் அவ்வளவுதான்."

"நீ ஏன் அதைப் பத்தியெல்லாம் நினைக்குற? அதுக்குள்ள உனக்குக் கட்டாயம் வேலை கிடைச்சிடும்." என்றபடி எழுந்தாள் ஜெனிஃபர்.

ஆனால் ஜெனிஃபர் சொன்னபடி வேலை கிடைக்கவில்லை. எஸ்தரும் எம்.காம். முடித்து விட்டாள். வீட்டில் திருமணத்திற்கு நெருக்க ஆரம்பித்தனர். இவளுக்குத் திருமணம் செய்து விட்டுதான், திருமணம் செய்து கொள்வேன் என்று ஜெனிஃபரின் அண்ணன் பிடிவாதமாக இருந்தான். ஜெனிஃபரும் மூன்று வருடங்களாகக் காதலித்து வருகிறாள். ஜோவிற்கு வேலை கிடைப்பதுபோல் தெரியவில்லை. அவனுக்கு விரைவில் வேலை கிடைக்கும் என்ற நம்பிக்கையை, அவள் கொஞ்சம், கொஞ்சமாக இழக்க ஆரம்பித்த சமயத்தில், வீட்டில் மாப்பிள்ளை பார்க்க ஆரம்பித்தனர். அவள் மறுப்பேதும் சொல்லவில்லை.

ஜெனிஃபர் ஒரு முடிவுடன், மெலிதாகத் தூறிக்கொண்டிருந்த ஒரு மாலைப்பொழுதில், ஜோவைப் பார்க்கில் சந்தித்தாள்.

“எங்க வீட்டுல மறுபடியும் மாப்பிள பாக்க ஆரம்பிச்சிட்டாங்க. நான் ஓகே சொல்லிட்டேன்” என்றாள் ஜெனிஃபர் முகத்தை இறுக்கமாக வைத்துக் கொண்டு.

“என்ன சொல்ற ஜெனிஃபர்?” என்று ஒரு கணம் அதிர்ந்த ஜோ, முகமெங்கும் பொங்கி வழியும் துயரத்துடன், “எவ்வளவு பெரிய முக்கியமான முடிவு எடுத்திருக்க. என்கிட்ட சொல்லணும்னுகூட உனக்கு தோணல.” என்றான்.

“எப்படி ஜோ சொல்ல முடியும்? ஒவ்வொரு செகண்டும் “ஜோ...” “ஜோ...”ன்னு பறந்து, பறந்து காதலிச்ச மனசு. அந்த மனசக் கல்லாக்கிட்டு, உன் முகத்தப் பாத்து எப்படி சொல்றது ஜோ? எனக்குக் கல்யாணம் பண்ணிட்டுதான், கல்யாணம் பண்ணிப்பேன்னு பிடிவாதமா இருக்கான் எங்கண்ணன். நானும் மூணு வருஷமா அவனக் காக்க வச்சுட்டேன். உனக்கும்... ஐயம் சாரி... வேல கிடைக்கற மாதிரி தெரியல. ரொம்ப வேதனையோட, வேற வழியில்லாமதான் இந்த முடிவுக்கு வந்தேன்.”

“இதனால எனக்கு ஏற்படற துக்கத்தைப் பத்தி உனக்கு அக்கறையில்லையா ஜெனிஃபர்?”

“உனக்கு மட்டும் தூக்கமில்ல ஜோ. நானும் துக்கத்தோடதான் பிரியறேன் ஜோ...” என்று சொல்லும்பொழுது, ஜெனிஃபர் அழுது விட்டாள்.

"இவ்வளவு கண்ணீர்... இவ்வளவு துக்கத்தோட இந்தப் பிரிவு அவசியம்தானா ஜெனிஃபர்? எனக்காக இன்னும் கொஞ்ச காலம் காத்திருக்கக் கூடாதா?" என்ற ஜோவின் முகத்தில் மழைத்துளிகள் சிதறி விழுந்தன.

"எவ்வளவு நாள்? எத்தன மாசம்?"

அந்தக் கேள்விகளுக்கு அவனிடம் பதில் இல்லை.

"ஓகே... முடிவு பண்ணிட்ட... இனிமே எனக்கு வேலையே கிடைக்காதுன்னு..."

"அப்படியில்ல ஜோ... என் சூழ்நிலை அப்படி. தன்னோட வாழ்க்கையைத் தானே நிர்ணயிக்கிற அதிகாரம், இங்க பெண்களுக்குக் கிடையாது ஜோ. என்னைப் புரிஞ்சுக்க."

"புரியுது ஜெனிஃபர்." என்று எழுந்தான் ஜோ.

நின்று கொண்டிருந்த ஜோவின் கைவிரல்களை பிடித்துக் கொண்டு, "ஸ்டில் ஐ லவ் யூ ஜோ..." என்று அழுதபடி, அவன் முழங்காலில் சாய்ந்தாள்.

அவள் கூந்தலைக் கோதியபடி, "புரியுதும்மா. கிளம்பு. லேட்டாயிடுச்சு" என்றான்.

அதற்குப் பிறகு அவன் ஜோவைப் பார்க்கவே இல்லை. ஜெனிஃபருக்கு திருமணமாகி ஆறு மாதங்களுக்குப் பிறகு, ஜோவுக்குச் சென்னையில் வேலை கிடைத்து, அவன் குடும்பமே சென்னைக்குச் சென்று விட்டதாகக் கேள்விப்பட்டாள். அதன் பிறகு ஜோவைப் பற்றிய தகவல்கள் இல்லை.

ஜெனிஃபரின் காதல் வாழ்க்கைதான் சோகத்தில் முடிந்ததென்றால், திருமண வாழ்க்கையும் சுகப்படாமல் போயிற்று. ஜெனிஃபருக்கு, அவர்கள் வீட்டில் பார்த்து வைத்த புருஷன் சரியான குடிகாரன். தினமும் குடி... தகராறு... அடி, உதைதான். இதற்கு நடுவில் எப்படியோ ரெண்டு பிள்ளைகளையும் பெற்று, அவர்களுக்காக அனைத்தையும் சகித்துக்கொண்டு, குடிகார கணவனுடன் வாழ்க்கையைத் தொடர்ந்து கொண்டிருக்கிறாள்.

நல்ல புருஷன் அமைந்தாலே, அவ்வப்பொழுது பழைய காதலனின் நினைவுகள் வருவதைத் தவிர்க்க முடியாது. தினமும் குடித்து விட்டு வந்து உதைக்கும் புருஷன் அமைந்தால் கேட்கவா வேண்டும்? எப்போதும் ஜோவின் நினைவுகள், அவளைத் தொடர்ந்து கொண்டேயிருந்தன. ஜோவைத் தவிக்க விட்டு விட்டு திருமணம் செய்து கொண்டதற்கான தண்டனைதான் இந்த வாழ்க்கையோ என்று அடிக்கடி நினைத்துக் கொள்வாள். இன்று ஜோவிடம் பேச முடிந்தால், இதையெல்லாம் அவனிடம் கூறி அழ வேண்டும்.

சர்ச்சிலிருந்து, "நமது ஆண்டவர் இயேசு கிறிஸ்து கலிலேயாவில் தம்முடைய பிரசன்னத்தால்..." என்று பிரசங்கம் செய்வது காதில் விழ, ஜெனிஃபர் கண்களைத் துடைத்துக் கொண்டு, மீண்டும் சர்ச்சிற்குள் சென்றாள்.

ஜெனிஃபர் சென்றபொழுது, ஜோ வாசலையே பார்த்துக் கொண்டிருந்தான். இவளைப் பார்த்ததும் லேசாகப் புன்னகைத் தான். எஸ்தரும் பலவீனமாகப் புன்னகைத்தபடி தனது இருக்கைக்குச் சென்றாள்.

அதன் பிறகு திருமணத்தில் கவனம் செலுத்த முடியவில்லை. ஏதேதோ நினைவுகளில் உட்கார்ந்திருந்தாள்.

திருமணம் முடிந்தவுடன், அனைவரும் எழுந்து, கலைந்தனர். இரவு உணவுக்கு ஏற்பாடு செய்யப்பட்டிருந்த, அருகிலிருந்த பள்ளியை நோக்கிச் சென்றனர்.

ஜெனிஃபர் சர்ச்சை விட்டு வெளியே வர, ஜோ இவளுக்காகப் படிக்கட்டுகளில் காத்துக் கொண்டிருப்பது தெரிந்தது. சுற்றிலும் தெரிந்தவர்கள் யாராவது இருக்கிறார்களா என்று பார்த்தபடி ஜெனிஃபர், ஜோவை நெருங்கினாள். சற்று விட்டிருந்த மழை, மீண்டும் தூற ஆரம்பித்தது.

"ஜெனிஃபர்..." என்ற ஜோவிற்கு லேசாகக் கண் கலங்கியது.

"ஜோ..." என்ற ஜெனிஃபர் சட்டென்று குமுறி அழ ஆரம்பிக்க, "ஏய்... யாராச்சும் பார்க்கப்போறாங்க. கார் ஷெட் பக்கம் போயிடலாம் வா" என்றான் ஜோ.

கண்களைத் துடைத்துக்கொண்டு முன்னால் நடந்தாள் ஜெனிஃபர். மழைத்துளி ஒன்று அவளது வெற்று முதுகில் விழுந்து, நேர்கோடாகக் கீழிறங்கி ஜாக்கெட்டை நனைத்தது.

"எப்படி இருக்க ஜோ?" என்று கேட்டபொழுது, அடக்க முடியாமல் கண்ணீர் வந்தது. ஒன்றும் சொல்லாமல் நின்றான் ஜோ. அவனுக்கும்கூட அழுகை வரப் பார்த்தது. அழுகையை அடக்கிக் கொண்டு, "நல்லா இருக்கியா ஜெனிஃபர்?" என்றான்.

"ம்..."

"என்னை எப்பவாவது நினைச்சுப்பியா ஜெனிஃபர்?"

"மனிதர்களை வேணும்னா தவிர்த்திடலாம் ஜோ. நினைவுகளை எப்படித் தவிர்க்க முடியும்?"

"எஸ்... யு ஆர் ரைட். உன்னப் பிரிஞ்சு ஆறு மாசம் கழிச்சுதான் வேல கிடைச்சது. அப்பறம் கல்யாணம்... குடும்பம்னு திசை மாறிப் போயிட்டாலும், எல்லாப் பீரியட்லயும், அடிமனசுல உன் நினைப்பு ஓடிகிட்டேதான் இருக்கும்."

"சென்னைலதான இருக்க?"

"ஆமாம்."

"இந்த கல்யாணத்துக்கு நீ எப்படி?"

"பொண்ணு, அப்பாவுக்கு டிஸ்டண்ட் ரிலேடிவ். அப்பாவால வர முடியல. நீ எப்படி இந்த மேரேஜுக்கு?"

"மாப்பிள்ள எனக்கு அண்ணன் முறை வேணும். அவரு வரலன்னுட்டாரு. நான் மட்டும் வந்தேன்."

"எத்தன பசங்க?"

"ஒரு பையன், ஒரு பொண்ணு. பெரியவன் செகண்ட் ஸ்டாண்டர்ட். அடுத்தவ எல்.கே.ஜி. உனக்கு?"

"ஒரு பொண்ணு."

"மேரேஜ் லைஃப் எப்படி போயிட்டிருக்கு ஜோ?"

"நைஸ்... வெரி நைஸ். ரொம்ப ஹேப்பியா ஓடிகிட்டிருக்கு. நீ ஒரு முறை எமிலியப் பார்க்கணும் ஜெனிஃபர். பயங்கர ஜாலி டைப். என்மேல ரொம்ப பொஸஸிவ்வா இருப்பா. எல்லா

நிமிஷமும் நான் அவ கூடவே இருக்கணும். உன் ஹஸ்பெண்ட் எப்படி?"

கணவன் என்றொரு மிருகம் தன்னை சித்திரவதைப்படுத்தும் கதையை எல்லாம், ஜோவிடம் சொல்லி அழத்தான் நினைத்தாள் ஜெனிஃபர். ஆனால் ஒரு விஷயம் இடித்தது.

அவளாகவேதான் ஜோவை விட்டுப் பிரிந்து சென்றாள். இப்போது அவனிடம் தனது கணவன் சரியில்லை என்று சொன்னால் என்னைக் கழட்டி விட்டுட்டு போனீல்ல... நல்லா அனுபவி... என்று அவனுக்குத் தோன்றாது? ஜோ அந்த மாதிரி நினைக்கக்கூடியவன் இல்லைதான். இருந்தாலும் எனது பிரிவால் பாதிக்கப்பட்டவன். அப்படி நினைப்பதற்கு வாய்ப்புள்ளது. அவன் வேறு மனைவியுடன் மிகவும் சந்தோஷமாக வாழ்ந்து கொண்டிருக்கிறான். இவனிடம் தன் வாழ்க்கை நரகமாகிப் போனதை ஏன் சொல்ல வேண்டும்? அவனைப் பிரிந்ததால், தனது வாழ்க்கை பாதிக்கப்பட்டுப் போனது அவனுக்குத் தெரியக்கூடாது என்ற முடிவுடன், "ஓ... ஃபர்ஸ்ட் க்ளாஸ் டைப். எந்நேரமும் ஜெனிஃபர்... ஜெனிஃபர்ன்னு என்னையே சுத்தி சுத்தி வருவாரு. என்னப் பிரிஞ்சி ஒருநாள்கூட இருக்க முடியாதுன்னு எங்க அம்மா வீட்டுக்குக் கூட அடிக்கடி அனுப்பறதுல்ல." என்றாள் ஜெனிஃபர் தூரத்தில் காற்றில் ஆடிக்கொண்டிருந்த சைப்ரஸ் மரங்களைப் பார்த்தபடி.

"வெரிகுட்... பரவால்ல. கர்த்தர் நம்பள கைவிடலை. ரெண்டு பேரும் பிரிஞ்சு போயிட்டாலும், ரெண்டு பேரு மேரேஜ் லைஃப்புமே நல்லபடியா அமைஞ்சிடுச்சு." என்றான் ஜோ.

"ஆமாம்.. காட்ஸ் க்ரேஸ்."

மேலும் சில நிமிடங்கள் பேசிக்கொண்டிருந்தபொழுது, மீண்டும் மழை பெய்ய ஆரம்பித்தது.

"மழை பெய்யுது ஜோ... சாப்பிடப் போலாமா?"

"இல்லை... நீ போ. நான் கிளம்பறேன். போய் பஸ்ஸைப் பிடிக்கணும். இப்பப் போனாதான் சரியாயிருக்கும்."

“கிளம்புறியா? ஓகே. ஆல் தி பெஸ்ட்” என்று கூறிய ஜெனிஃபர், ஒரு வினாடி ஜோவை உற்று நோக்கி விட்டு, சட்டென்று திரும்பி நடந்தாள். பள்ளியில் நுழைவதற்கு முன் திரும்பிப் பார்த்தாள். ஜோ மழையில் நனைந்தபடி இவளையே பார்த்துக் கொண்டு நின்று கொண்டிருந்தான்.

பள்ளிக்கூட கேட்டிலிருந்து திரும்பிப் பார்த்த ஜெனிஃபரை நோக்கி கையசைத்து விட்டு, நடக்க ஆரம்பித்த ஜோவிற்கு, ஜெனிஃபரிடம் உண்மையைச் சொல்லியிருக்கலாமோ என்று தோன்றியது.

ஜெனிஃபர் பிரிந்தவுடன், வேலையில்லாததால்தானே பிரிந்து போகிறாய். உன் கண் முன்னால் நல்ல வேலையில் அமர்ந்து, திருமணம் செய்து கொண்டு, சந்தோஷமாக வாழ்ந்து காட்டுகிறேன் பார் என்ற வைராக்கியத்துடன்தான் தீவிரமாகப் படித்து, பேங்க் பரீட்சை எழுதி வேலைக்குச் சேர்ந்தான். எமிலியை திருமணம் செய்து கொண்டான். ஆனால் இருவருக்கும் ஒத்துப் போகவில்லை. அடிக்கடி சண்டை, பிரச்னைகள்... என்று அவள் குழந்தையுடன், தன் அம்மா வீட்டிற்கு சென்று விட்டாள். இப்போது விவாகரத்து வழக்கு, நடைபெற்றுக் கொண்டிருக்கிறது. இதையெல்லாம் ஜெனிஃபரிடம் கூற முடியுமா? நீ பிரிந்து போனதால் எனக்கு எந்தப் பாதிப்பும் இல்லை. நான் சந்தோஷமாகத்தான் வாழ்ந்து கொண்டிருக்கிறேன் என்ற கூறினால்தானே இவனுடைய ஈகோ திருப்தி அடையும்.

யோசனையுடன், முகத்தில் வழிந்த மழைநீரைத் துடைத்தபடி நடந்தான் ஜோ.

- ஆனந்த விகடன் - அக்டோபர், 2006

11 காந்திதேசம்

"காந்தி தமிழ்நாட்டுக்கு வந்தப்ப இந்த வீட்டுத் திண்ணைல ஒக்காந்து கஞ்சியோ, மோரோ குடிச்சாராம். அதனால அந்தப் பெரியவருக்கு வீட்டு மேல செண்டிமெண்டா ஒரு டச். அதனால விக்க மாட்டாராம்." என்றான் குமார்.

எத்திராஜ் முதலாளி யோசனை யுடன், "பாய்லர அந்த இடத்துல தான் எரக்ட் பண்ணணுமா?" என்று கேட்டார்.

"ஆமாம் சார். அப்பத்தான் ப்ரொடக்சனுக்கு சூட்டபிளா இருக்கும்னு ப்ளானிங் எஞ்சினியர் உறுதியா சொல்லிட்டாரு."

"சரி வா... நான் பேசிப் பாக்குறேன். சுதந்தரப் போராட்ட தியாகி... முரண்டு பண்ணுவாரு."

“ஆமாம் சார்... இந்த காலத்திலகூட ராட்டைல நூல் நூத்து, வேட்டி செஞ்சி போட்டுக்குவாராம்.”

பேசிக் கொண்டே இருவரும் அந்தப் பழைய காலத்து ஓட்டு வீட்டை நெருங்கினர்.

பெரியவர் குருமூர்த்தி, திண்ணையில் உட்கார்ந்து கொண்டு, கண்ணாடி மூலம் உன்னிப்பாகப் பார்த்துக் கொண்டு நடுங்கும் விரல்களால் ராட்டையில் நூல் நூற்றுக் கொண்டிருந்தார்.

“பெரியவரே... வணக்கம்.” என்று எத்திராஜ் கூறியதும் மெதுவாகப் பெரியவர் நிமிர்ந்து பார்த்தார்.

“வணக்கம். தம்பி யாருன்னு தெரியலையே...” என்று அவரை உற்றுப் பார்த்த பெரியவர் ராட்டை சக்கரத்தைச் சுற்றுவதை நிறுத்தினார்.

எத்திராஜும், குமாரும் எதிர் திண்ணையில் அமர்ந்தனர்.

“ஒங்களுக்குத் தெரிஞ்சிருக்காது. கடவுள் புண்ணியத்துல ஒம்பது கோடி ரூபாய்க்கு சொத்து வச்சிருக்கேன். ஒரு ஃபேக்டரி ஆரம்பிக்கலாம்னு இருக்கேன். நான் மட்டும் சம்பாதிச்சு உபயோகம் இல்ல. கூட நாலு பேரு வாழணும். இந்தக் கிராமத்துல விவசாயம், நொடிச்சுப் போயி ஜனங்க கஷ்டப்படறாங்க. இங்க ஃபேக்டரி ஆரம்பிச்சா இந்த ஜனங்களுக்கு வேலை கிடைக்கும்.”

பெரியவருக்கு சட்டென்று விஷயம் புரிந்தது.

“தம்பி, சுத்தி வளைக்க வேணாம். ஏற்கனவே ஒங்க ஆளுங்க வந்து பேசியாச்சு. முடியாதுன்னு சொல்லிட்டேன்” என்றார் பெரியவர்.

“பெரியவரே... காந்தின்னா எனக்கும் உசுருதான். என் பையனுக்குக்கூட செல்வ காந்தின்னுதான் பேர் வச்சுருக்கேன்” என்று எத்திராஜ் கூற குமார் தன் முதலாளியின் பொய்யை நினைத்து வியந்தான். எத்திராஜ் தொடர்ந்து பேசினார்.

“காந்தி ஒக்காந்த திண்ணைன்னா மதிப்புதான். காந்தி எதுக்குப் பாடுபட்டாரு? இந்தக் கிராமத்து ஜனங்க முன்னேறணும்னு

தானே... அவரே உயிரோட இருந்தா ஒங்கள்ட்ட இந்த வீட்ட விக்க சொல்லிடுவாரு."

"சும்மா அளக்காதே தம்பி... இந்த மாதிரி ரூரல் ஏரியாவுல ஃபேக்டரி ஆரம்பிச்சா பத்து வருஷம் வரைக்கும் டெஃபரல் ஸ்கீம்ல சேல்ஸ் டாக்ஸ் கட்ட வேண்டியதில்லை. எனக்குத் தெரியும்! எனக்கு விக்கறதா எண்ணம் இல்ல. மொதல்ல இடத்தைக் காலி பண்ணு."

பெரியவர் விவரம் தெரிந்தவர் என்று எத்திராஜுக்கு உறைத்தது.

"இந்தக் கிராமத்துல, இந்த பழைய வீடு மிஞ்சிப் போனா பத்தாயிரத்துக்குமேல் போகாது. நான் ரெண்டு லட்சம் தரேன். பக்கத்துல வேணும்னா கொஞ்சம் தள்ளி ஒரு காந்தி சிலை வச்சிடலாம்."

"இங்க பாரு தம்பி. இதுக்கு விலையே கெடையாது. மேற்கொண்டு என்கிட்ட பேசிப் பிரயோஜனம் இல்லை."

பேச்சு சத்தம் கேட்டு, உள்ளேயிருந்த பெரியவரின் பேத்தி சுமதி வாசலுக்கு வந்து, அவர்கள் பேசுவதைக் கவனித்தாள். எத்திராஜ் சுமதியை ஒருமுறை பார்த்துவிட்டுப் பேசினார்.

"இங்க பாரு... என் பலம் ஒனக்குத் தெரியாது. ஏதோ தியாகின்னு மரியாதையா பேசிக்கிட்டிருக்கேன். இல்லன்னா நாலு ஆள வச்சு எல்லாத்தையும் தூக்கிக் கடாசிடுவேன்."

"இந்த மெரட்ற வேலையெல்லாம் வேணாம் தம்பி. உனக்கு... ஒரு நாப்பது வயசு இருக்குமா? சுதந்திர தேசத்துல பொறந்துருப்ப. காந்திங்கற மனுசன் இல்லன்னா அடிமை தேசத்துல பொறந்து நீ லோல் பட்டிருப்பே."

"அட போய்யா... உபதேசம் பண்ணிக்கிட்டு! அஞ்சு லட்சம் தர்றேன். என்ன சொல்றே?" என்றார் எத்திராஜ கோபமாக.

"ஒன்கிட்ட இருக்குற ஒம்பது கோடியக் கொடுத்தாலும், விக்க மாட்டேன். எடத்த காலி பண்ணு" என்றார் பெரியவர் கண்டிப்பாக.

எத்திராஜ் மேற்கொண்டு ஒன்றும் பேசாமல் எழுந்து நின்றார். சில நொடிகள் அமைதியாக நின்று விட்டு, "கல்யாணம் ஆவாத

பேத்தி துணைக்கு வந்து இருக்கு. அகிம்சைல பேசிப் பார்த்தேன். சரி வரலை. பசங்ககிட்ட ஒரு வார்த்தைச் சொன்னாப்போதும், சின்னப் பொண்ணை சீரழிச்சிடுவாங்க. ஜாக்கிரதை. ஒருவாரம் டயம் தர்றேன். சீக்கிரம் முடிவு பண்ணு" என்று எத்திராஜ் மிரட்டியதும் பெரியவர் ஆக்ரோஷமானார்.

"பொறுக்கி நாய்ங்களா... மிரட்டிப் பாக்குறீங்களா?" என்று கத்திக் கொண்டே அருகில் நூல் சுற்றியிருந்த டப்பாவை தூக்கி எத்திராஜின் மேல் விட்டெறிந்தார்.

எத்திராஜூம், குமாரும் ஒன்றும் பேசாமல் நகர்ந்தனர்.

சுமதி பயத்துடன், "ஏன் தாத்தா இவ்வளவு பிடிவாதமா இருக்கீங்க?" என்றாள்.

"ஒனக்கு இதோட மதிப்பு தெரியாது புள்ள. காந்தி இருக்காரே..." என்று காந்தியின் பெயரை உச்சரிக்கும்பொழுதே பெரியவரின் கண்கள் மின்னின. "அவரு பெரிய மகான்மா. காந்திகூட சேர்ந்து அவ்வளவு தலைவர்கள் போராடினாங்களே? அவங்கள்லாம் யாராச்சும் பதவிக்கு ஆசைப்படாம இருந்தாங் களா? லெனின், ஹோசிமின், நெல்சன் மண்டேலான்னு யார எடுத்துக்கிட்டாலும், உலகத்துல மக்கள் போராட்டத்துக்கு தலைமையேத்து நடத்தின எல்லாத் தலைவர்களும், பின்னாடி அதுக்கான பதவி சுகத்த அனுபவிச்சிருப்பாங்க. ஆனால் காந்தி ஒண்ணுத்துக்கும் ஆசைப்படலை. அப்பேர்ப்பட்ட மகாத்மா ஒக்காந்த திண்ணை இது. இந்த இடத்துலதான் அவரு ஒக்காந்திருந்தாரு." என்ற பெரியவருக்கு மூச்சு வாங்கியது.

பாசத்துடன், மெதுவாக அந்த இடத்தைத் தடவிக் கொடுத்தார். பிறகு, "இந்தப் பசங்க மிரட்டறானுங்க. நான் எதுக்கும் போலீஸ் ஸ்டேஷன் போயி ஒரு புகார் கொடுத்துட்டு வர்றேன்" என்று கூறிவிட்டு பெரியவர் எழுந்தார்.

அந்த ஞாயிற்றுக்கிழமை, வெயிலில் நான்கு மணி நேரம் காத்திருந்த பிறகு மாவட்டக் கலெக்டரை அவரது வீட்டில் சந்தித்தார். கலெக்டர், பெரியவர் சொல்வதைப் பொறுமையாகக் கேட்டார். பக்கத்தில் விளையாடிக் கொண்டிருந்த இரண்டு சிறுவர்களும், பெரியவர் சொன்னதை விளையாட்டை நிறுத்தி விட்டு, உன்னிப்பாகக் கவனித்தனர்.

"என் பேத்திக்கு பாதுகாப்பு வேணும்னு கேட்டா, பெரிய இந்திராகாந்தி பேத்தி, பாதுகாப்பு வேணுமான்னு போலீஸ்காரங்க கிண்டல் பண்ணி சிரிக்கிறாங்க. ஒரு நடவடிக்கை யும் எடுக்கலை." என்று கூறி முடித்தார் பெரியவர்.

"சரி... நான் பாத்துக்கறேன். போலீஸ் பாதுகாப்புக்கு ஏற்பாடு பண்றேன். ஆனால் கொஞ்சம் ஜாக்கிரதையாகவே இருங்க. பெரிய இடம்."

மறுநாள் இரண்டு போலீசார் காவலுக்கு வந்தனர்.

எத்திராஜ் வேறு வழிகளில் இறங்கினார். ஊர்ப் பெரியவர்கள் வந்து பேசிப் பார்த்தனர். இரண்டு மருமகன்களும் வந்து பேசியும் பெரியவர் பிடிவாதமாக இருந்தார். மூத்த பெண் பேத்தியை அழைத்துக் கொண்டு சென்று விட்டாள்.

துணைக்கு ஆளின்றி பெரியவர் தவித்தார். மிலிட்டரியில் இருக்கும் பேரனை வரச்சொல்லிக் கடிதம் எழுதியிருந்தார். அவனுக்கு பெரியவர் மீது மிகவும் பிரியம்.

யோசனையோடு திண்ணையில் அமர்ந்திருந்த பெரியவர், ஜீப் வந்து நிற்கும் சத்தம் கேட்டுத் திரும்பினார். ஜீப்பிலிருந்து மூன்று பேர் இறங்கினார்கள். அவர்களுக்குள் பேசிக்கொண்டு, டேப்பை வைத்து அளந்து கொண்டே பெரியவரின் வீட்டை நெருங்கினார்கள். பெரியவர் எழுந்து அவர்களை நோக்கிச் சென்றார்.

"யாரு நீங்கள்லாம்?" என்றார்.

"ஹைவேஸ்." என்றவரிடம், இன்னொருவர், "வீடு அடிபடுமா?" என்றார்.

"முக்கால்வாசி வீடு அடிபடும்."

பெரியவருக்குப் பதறியது. ஏதோ சதி நடக்கிறது என்று புரிந்தது.

"அய்யா... என்ன சொல்றீங்க நீங்க?"

"பெரியவரே... தவுத்தாக்குடிக்கு ரோடு போடறதா இருக்கோம். இந்த வழியாத்தான் போடணும்."

"அய்யா... வீடு என்னுது."

“அது யாரோ ஏமாத்தியிருக்காங்க. இது பொறம்போக்கு இடம்.”

“சுதந்திரத்துக்கு முன்னாடியே வாங்குன வீடுய்யா இது. யாரும் எதுவும் சொன்னதில்லை.”

“அதுக்கு அப்ப அவசியம் வரலை. இப்பத்தானே ரோடு போடறதா பிளானு. ரிஜிஸ்ட்ரேசன் டிபார்ட்மெண்ட்ல வெரிஃபை பண்ணியாச்சு. யாரோ உங்கள ஏமாத்தி வித்துருக் காங்க.”

“அய்யா... ஏதோ சதி பண்றீங்க. அநியாயமா ஒரு கெழவனை ஏமாத்தாதீங்க.”

“ஒங்கள ஏமாத்தி எங்களுக்கு என்ன ஆகப் போவுது? இன்னும் ரெண்டு நாள்ல நோட்டீஸ் வரும். ஒரு வாரத்துக்குள்ள காலி பண்ணிடணும். இல்லன்னா நாங்களே இடிச்சுடுவோம்” என்று எச்சரித்து விட்டு ஜீப்பில் ஏறினர்.

பெரியவர் அதிர்ந்து போய் நின்று கொண்டிருந்தார்.

மூவரில் ஒருவன் ஜீப் டிரைவரிடம் கண்களைக் காட்ட, அவன் பெரியவரை நோக்கி வந்தான்.

“பெரியவரே... எத்திராஜுு பெரிய இடம். பி.டபிள்யூ.டி, ஹைவேஸ், ரிஜிஸ்ட்ரேசன்னு எல்லா டிபார்ட்மென்டையும் வெலைக்கு வாங்கிட்டாரு. பொறம்போக்கு நெலம்தான்னு நிருபிக்கிற மாதிரி போலி பத்திரமெல்லாம் ரெடியாயிடுச்சு. அடுத்த வாரம் இடிச்சுடுவோம். பேசாம நல்ல வெலைக்கு வித்துடு.”

“இடிச்சா ரோடு போட வேணாமா?” என்றார் பெரியவர்.

“கிழிச்சாங்க. இடிச்ச பெறகு ஃபண்டு இல்லன்னு வேலையை நிறுத்திடுவாங்க. கொஞ்ச நாள் கழிச்சு எத்திராஜுுவுக்கே வித்துடுவாங்க. அதுக்கு நீயே வித்துடலாம்.”

பெரியவருக்கு இப்படியெல்லாம் கூட நடக்குமா என்று நெஞ்சு பதறியது.

மறுநாளே பெரியவர் சென்னை சென்று, ‘இந்தியன் எக்ஸ்பிரஸ்’ பேப்பரில் நிருபராகப் பணிபுரியும் தனது நண்பரின்

பேரனிடம் விஷயத்தைச் சொன்னார். அடுத்த நாள் "வார் ஆஃப் எ ஃப்ரீடம் ஃபைட்டர்" என்ற தலைப்பில் பெரிய செய்திக் கட்டுரை வந்தது. அதற்கு நல்ல பலன் இருந்தது. என்ன நடந்தது என்று தெரியவில்லை. நோட்டீஸ் ஒன்றும் வரவில்லை. சில அரசியல் கட்சித் தலைவர்கள் வந்து ஆதரவு தெரிவித்து விட்டுப் போனார்கள். மிலிட்டரியில் இருக்கும் பேரனும் லீவில் வர, பெரியவர் உற்சாகமானார். பேரன் தாத்தாவிற்கு முழு ஆதரவு தெரிவித்தான். இது சம்பந்தமாக நிறையப் பேரைச் சென்று சந்தித்தான். சில நாட்கள் எந்தத் தொந்தரவுமின்றி பெரியவருக்கு நிம்மதியாக இருந்தது.

திண்ணையில் அமர்ந்திருந்த பெரியவருக்கு அருகில், கையில் கத்தையாக பேப்பர்களுடன் பேரன் குமரேசன் வந்து உட்கார்ந்தான்.

"என்னடா கையில பேப்பரு?" என்றார் பெரியவர்.

"நேத்து சுப்புணி வாத்தியாரைப் பாத்தேன். நீ இருக்கற வரைக்கும் பரவாயில்ல. அதுக்குப் பிறகு பிரச்னை வந்தாலும் வரும். எதுக்கும் சி.எம்.க்கு ஒரு பெட்டிசன் குடுன்னு அவரே எழுதித் தந்தாரு. நீங்க, இதுல கையெழுத்துப் போடுங்க" என்று பேப்பர்களை அருகில் வைத்தான்.

"சரி... நீ உள்ள போய் என் கண்ணாடிய எடுத்துட்டு வா" என்று பெரியவர் கூறியதும் குமரேசன் எழுந்து உள்ளே சென்றான்.

சில நொடிகளில் ஏதோ விழும் சத்தம் கேட்க, பெரியவர் உள்ளே எட்டிப் பார்த்தார். குமரேசன் கீழே விழுந்து கிடந்தான். பெரியவர் பதறிப்போய் எழுந்து ஓடினார். "என்னடா ஆச்சு?" என்றார். "மூட்டை தடுக்கி விழுந்துட்டேன். ஒண்ணும் அடி இல்ல." என்று கூறிக்கொண்டே குமரேசன் எழுந்தான். தூரத்தில் விழுந்து கிடந்த கண்ணாடியை எடுத்தான்.

"அய்யய்யோ... கண்ணாடி ஒடஞ்சிடுச்சு தாத்தா" என்று பதறினான்.

"பரவால்ல விடு. வேற மாத்திக்கலாம்" என்று அவனை சமாதானப்படுத்தியபடி பெரியவர் வெளியே வந்தார்.

கையெழுத்து போடுவதற்காக பேனாவை நீட்டினான் குமரேசன். "கண்ணாடி இல்லாம ஒரு எழுத்தும் தெரியாது. எந்தெந்த இடத்துல கையெழுத்து போடணும்னு கை வச்சு காமி. நான் போட்டுடறேன்." என்ற பெரியவர் குமரேசன் சொன்ன இடங்களில் கையெழுத்து போட்டார்.

மறுநாள் காலை. திண்ணையில் ராட்டை சுற்றிக் கொண்டிருந்த பெரியவர், ஏதோ சளசளவென்று பேச்சுச் சத்தம் கேட்டு நிமிர்ந்து பார்த்தார். ஒரு வேனிலிருந்து கடப்பாறை, மண்வெட்டி, சட்டியுடன் நிறையப் பேர் இறங்கினர். பெரியவருக்குப் பகீரென்றது. "டேய் குமரேசா... இங்க வாடா." என்று கத்தினார்.

வெளியே வந்து பார்த்த குமரேசன் பதற்றமடையவில்லை. அவர்களை நோக்கிக் கையைக் காட்டி விட்டு,

"தாத்தா... இது வரைக்கும் பேரப்புள்ளைங்களுக்கு பெருசா எதுவும் செஞ்சிடல. உயிரக் கைல புடிச்சுக்கிட்டு, எவ்ளோ நாள் நான் மிலிட்டரில இருக்கிறது. வலிய வர்ற ஸ்ரீதேவிய ஏன் வேணான்னு சொல்லணும். எத்திராஜு பத்து லட்சம் தந்தாரு. நான் ஆயுசு பூரா பார்டர்ல நின்னாலும் அந்த காச சம்பாதிக்க முடியாது. நம்ப நிம்மதியா பக்கத்து டவுன்ல...'' என்ற குமரேசனை மேற்கொண்டு பேச விடாமல் பெரியவர் அவன் சட்டையை பிடித்து உலுக்கினார். பிறகு கண் கலங்க சில விநாடிகள் அவனைப் பார்த்த பெரியவர் திண்ணையில் அமர்ந்தார்.

சில நிமிடங்கள் கழித்து குமரேசன் பெரியவரை அழைத்த பொழுது, அவரிடமிருந்து பதில் ஏதும் வரவில்லை. அருகில் சென்று பார்த்தபோது அவர் இறந்து விட்டிருந்தார்.

– கல்கி – நவம்பர், 1997

புகைப்படம் : மு. கார்த்திக்

12 கமல்ஹாசனும் காளிமுத்துவும்

பஸ் நகரைத் தாண்டி, வெளியே வந்ததும், குளிர் காற்று சில்லென்று முகத்தில் அறைந்தது. வித்யா ஜன்னலைச் சாத்தினாள்.

அருகில் அதற்குள் உறங்கிவிட்டிருந்த, தனது புதுக் கணவனைப் பார்த்த வித்யாவுக்கு எரிச்சலாக வந்தது. நேற்று அவன் தாலி கட்டிய நேரம் முதல், அவனின் எந்தச் செயலும், அவளுக்கு எந்தவித சந்தோஷத்தையும் தரவில்லை. அவனின் கடைக்கண் பார்வையில் மனசு ஒன்றும் சிலிர்க்கவில்லை. அவன் இவளுடைய உள்ளங்கையை வருடியபொழுது கிளுகிளுக்கவில்லை. முதலிரவின் பொழுதுகூட, உடல் உலகம் மறந்து, மயிலிறகாய்ப் பறக்கவில்லை.

புதுக்கணவனுடன் குடித்தனம் நடத்தப்போகும் பெண்ணின் மனத்தில், எவ்வளவு எதிர்பார்ப்புடன் கூடிய உணர்வுகள் இருக்க வேண்டும்? ஆனால் தன் மனதில் அப்படி எந்தவிதமான உணர்வும் இல்லாதது வித்யாவுக்கு ஆச்சரியத்தை ஏற்படுத்தியது. கனவுகள் கரைய ஆரம்பித்த, முப்பது வயதைத் தாண்டி விட்டதாலா? இல்லை. கமலஹாசன் போன்ற தோற்றம் கொண்ட புருஷனுக்கு ஆசைப்பட்டு, கடைசியில் காளிமுத்துவுக்கு வாழ்க்கைப்பட்டதால் அந்த மாதிரி உணர்வுகள் ஏற்படவில்லையா?

உடம்பில் தாவணியும், மனசில் கனவுகளும் புதிதாகக் குடியேறிய வயது அது. திடீரென்று உடம்பில் வளர்ச்சிகள் ஏற்பட்டு, தெருவில் நிறையப் பேருக்குத் தூக்கத்தைக் கலைத்தாள். மாதத்திற்கு ஒருவன், "நீதான் என் வாழ்க்கைக்கு சாவி. இல்லையேல் அணிந்திடுவேன் காவி" என்ற ரீதியில் லவ் லெட்டர் தருவான்.

அவள் எங்கு வெளியில் சென்றாலும், கறுப்புப் பூனை பாதுகாப்பு படை போல் ஒரு வாலிபர் கூட்டம் பின் தொடரும். அவள் வீட்டு வாசலில் மட்டும் எல்லா இளைஞர்களின் சைக்கிள் செயினும் அவிழ்ந்து விழும். ஆனால் யாரையும் பொருட்படுத்த மாட்டாள். ஆமாம். எவ்வளவு பெரிய அழகனாக இருந்தாலும், ஒற்றை வரியில், 'பெரிய கமல்னு நெனப்பு' என்று அனைவரையும் ஒதுக்கி விடுவாள்.

அவள் வயதுக்கு வந்த பிறகு, அவள் பார்த்த முதல் படம் மூன்றாம் பிறை. அந்த படத்தில் கமலின் அழகு அவளை அலைக்கழித்தது. அந்த சிவப்பும், டிஸ்கோ ஹேர் கட்டிங்கும், முகப்பொலிவும் அந்த மெலிதான சிரிப்பும் அவளுக்கு சொல்ல முடியாத கிறக்கத்தை ஏற்படுத்தியது. கமல் தாலாட்ட தூங்கிய ஸ்ரீதேவியை பார்க்க, பார்க்க பொறாமையாக இருந்தது. கமலுடன் நெருக்கமாக நடனம் ஆடிய சில்க்கை பார்க்க, பார்க்க கோபமாக வந்தது.

அன்று முதல் கமல்தான் மனசு முழுவதும் ஆக்கிரமிப்பு. மேலும் இவளின் மிகையான அழகும், தோழிகள் எல்லாம் 'அழகுல ஸ்ரீதேவியவே நம்ப வித்யா தூக்கிச் சாப்பிட்டுடுவா' என்று ஊதி விட்டதும் சேர்ந்து, கமலஹாசன் போன்ற தோற்றமுடைய ஒருவன்தான் தனக்குக் கணவனாக அமைய வேண்டும் என்று முடிவெடுத்து விட்டாள்.

அதனால் ஊரில் தன் பின்னால் சுற்றிய அனைத்து ஆண்களையும் அலட்சியப்படுத்துவாள். தோழிகள் மிகவும் பிரமாதமாக ரசிக்கும் பிரபாகரைக்கூட தூக்கி எறிவாள், “ஏன்டி சிவப்பா, நல்லா ட்ரெஸ் பண்ணிட்டு வந்தா பெரிய ஆளா?” என்பாள்.

“நீ இருக்கற அழகுக்கு ஒனக்கு ராஜகுமாரனே கெடப்பான். எங்களுக்குப் பிரபாகர் கெடச்சாலே பெரிசு!” என்பார்கள் அவர்கள்.

கரெக்ட் தன் அழகுக்கு நிச்சயமாக ராஜகுமாரன்தான் கிடைப்பான். ஆனால் அந்த ராஜ குமாரனுக்கு நெடுநாட்களாக உருவமில்லாமல் இருந்தது. கமல் அழகாக ஸ்ரீதேவியின் கழுத்தில் கையை வைத்து இழுப்பதும், தலையைச் சாய்த்து கை நீட்டிக் கூப்பிடுவதும் வித்யாவுக்கு மிகவும் பிடித்துப் போயிற்று. கமலை ரசிக்க ரசிக்க... மெள்ள, மெள்ள அவளுடைய ராஜகுமாரனுக்கு கமலுடைய தோற்றத்தை அளித்தாள்.

அவன் மிகவும் வித்தியாசமானவன். அவன் பிரபாகர் போல தியேட்டர்களில் விசிலடிக்க மாட்டான். ஆத்தங்கரையில் மூணு சீட்டு விளையாட மாட்டான். பிறர் பார்க்கும்பொழுது மூக்கை நோண்ட மாட்டான். அவன் கமல்போல அழகானவன். நாகரிகமும் நாசூக்கும் நிறைந்தவன். மெதுவாகத்தான் பேசுவான். இவனை ‘வித்தூ...’ என்றுதான் கூப்பிடுவான். எப்பொழுதும் குறும்புத்தனமாக இருப்பான்.

இதுபோல் ஏதாவது பைத்தியக்காரத்தனமாகக் கற்பனை செய்து கொண்டேயிருப்பாள். ப்ளஸ் டூ ஃபெயிலாகி வீட்டில் உட்கார்ந்தவுடன் கனவும் கற்பனையும் மேலும் அதிகமாயிற்று.

ஒரு நாளிரவு அம்மா எதற்கோ திட்ட, அன்றிரவு நெடுநேரம் வரை தூக்கம் வரவில்லை. திடீரென்று மனதில் அந்த விசித்திர மான கற்பனைத் தோன்றியது. அவள் அம்மா திட்டியவுடன் இவள் ஓடிப்போய் கமலின் மடியில் படுத்துக் கொண்டு அழுகிறாள். கமல் “கண்ணே... கலைமானே...” என்று அவள் தலையைத் தடவி ஆதரவாக பாடுவது போல் நினைக்க... புன்னகையுடன் தூங்கி விட்டாள். தொடர்ந்து இது போல் பல கற்பனைகள். அப்பா அவளுக்கு வாங்கித் தராத கொலுசை, அவன் காலில் முத்தமிட்டு மாட்டி விடுவான். அவளுக்கு காய்ச்சல் வந்தபோது அவன்தான் நெற்றியில் ஈரத்துணி போட்டு

எடுப்பான். அக்காவால் மாட்டிவிட முடியாது ப்ரா ஹூக்கை, அவன் மாட்டி விடுவான்.

"அரைகுறைத் துணியோட என்ன மெதப்புல நிக்கற?" என்று அம்மா சுள்ளென்று முதுகில் அறைவாள். "இப்பவே இப்படி இருக்க? ஒனக்கு மேல மூணு பேரு இருக்காளுங்க. அவளுகளுக்குக் கல்யாணம் முடிச்சுட்டு, ஒனக்கு முடிக்கற வரைக்கும் வயித்துல நெருப்பக் கட்டிக்கிட்டிருக்கணும்.'' என்று புலம்புவாள் அம்மா.

ஆனால் அம்மா பயந்தபடி ஒன்றும் நடக்கவில்லை. ஏனெனில் தான் சந்தித்த ஆண்கள் எல்லோரையும் தன் அழகுக்கு நிகரானவர்கள் அல்ல என்று அவள் புறக்கணித்தாளே! அவளைப் பொறுத்தவரை கமலஹாசனின் தோற்றம் கொண்ட ராஜகுமாரனுடன்தான் அவள் வாழ்ந்து கொண்டிருந்தாள்.

அவனோடு குன்னூர் ரயில் பாதைத் தண்டவாளத்தில், கைகளைக் கோத்துக் கொண்டு நடந்தாள். கொடைக்கானல் மலைச்சரிவில், ஒரே சால்வைக்குள் போர்த்தியபடி இருவரும் நடந்தனர். வித்யா தூங்கும்பொழுது அவன் இவளுடைய கால்களுக்கு மருதாணி பூசி விடுவான்.

பின்னாளில் பிரபு, கார்த்திக், அரவிந்த்சாமி என்று நிறைய நடிகர்கள் வந்தபொழுதும் இவள் மாறவில்லை. கமல் நாயகன் படத்தில் மீசை எடுத்தபொழுதும், சத்யா படத்தில் தாடி வைத்தபொழுதும்கூட வித்யா தன் கற்பனைக் கணவனின் தோற்றத்தை மாற்றவில்லை. அவன் எப்பொழுதும், எத்தனை வருடங்கள் ஆனபொழுதும் ஸ்ரீதேவிக்காகக் குட்டிக்கரணம் போடும் மூன்றாம் பிறை கமல்தான். பின்னாலிருந்து ஸ்ரீதேவியின் இடுப்பில் கிள்ளும் மீண்டும் கோகிலா கமல்தான்.

கனவுகள்... கற்பனைகள்... ஆண்டுகள் ஓடிக்கொண்டேயிருந்தன. கவர்மெண்ட் ஆஃபிசில் ப்யூன் வேலை பார்க்கும் அப்பா தட்டுத் தடுமாறி, கடன் வாங்கி மூன்று அக்காக்களுக்கும் திருமணம் முடிக்கும்பொழுது, வித்யாவுக்கு இருபத்தெட்டு வயதாகி விட்டது. பிறகு வித்யாவுக்கு மாப்பிள்ளை பார்க்க ஆரம்பித்த பொழுதுதான் அவள் கண்களைத் திறந்து, நடைமுறை உலகைப் பார்த்தாள்.

ஊரே ரசிக்கும் வித்யாவின் உடைந்த பல் சிரிப்பும், திரண்ட தோளும், பளீரென்ற இடுப்பும், முழங்கால் தொடும் கூந்தலும்

பணத்திற்கு முன்னால் மதிப்பை இழந்தன. ராஜகுமாரனுக்காகக் காத்துக் கொண்டிருந்தவளுக்கு முப்பது வயது வரையிலும் ஒரு சேவகன்கூடக் கிடைக்கவில்லை. கடைசியில் சென்னையில் ஒரு பிரைவேட் கம்பெனியில் வேலை பார்க்கும் இந்தக் காளிமுத்து, அவள் அப்பா சொன்ன ஐந்து பவுனுக்கு ஒத்துக்கொள்ள... இவளின் சம்மதத்தைக்கூடக் கேட்காமல் அப்பா கல்யாண ஏற்பாட்டில் இறங்கினார். நிஜம் புரிந்தது. வயது வேறு ஆகி விட்டது. வித்யா மௌனமானாள்.

கண்ட கனவையும், அடைந்த வாழ்க்கையையும் நினைக்க, நினைக்க வித்யாவால் பொறுக்க முடியவில்லை. அருகில் தூங்கிக் கொண்டிருந்த கணவனைத் திரும்பிப் பார்த்தாள். குள்ளமாக, முக்கால் வழுக்கையும், வெற்றிலைக் காவியேறிய பற்களும் முன்னே தள்ளும் தொப்பையுமாகத் தூங்கிக் கொண்டிருந்தவனைப் பார்க்கப் பார்க்க வித்யாவால் அழுகையை அடக்க முடியவில்லை. ஜன்னல் கம்பியில் சாய்ந்தபடி, இருட்டில் வேகமாக அடிக்கும் மரங்களைப் பார்த்த வித்யாவின் விழியோரம் நீர்த்துளிகள் எட்டிப்பார்த்தன.

ஏதோ ஒரு புத்தகத்தில் படித்த மேத்தாவின் கவிதை ஞாபகத்திற்கு வந்தது.

"விழிகள் என்னவோ விண்மீன்களோடு உறவாடினாலும், விரல்கள் என்றும் ஜன்னல் கம்பிகளோடுதான்!"

திருவல்லிக்கேணியின், ஒரு சந்திலிருந்த அந்த வீட்டினுள் நுழைந்தபொழுது, வித்யாவுக்குப் பகீரென்றது. ஒண்டுக் குடித்தன வீடு. வீடு சிறியது என்று அப்பா சொல்லியிருந்தார். ஆனாலும் இவ்வளவு சிறியதாக இருக்கும் என்று எதிர்பார்க்கவில்லை. ஒருகூடம். ஒரு சமையலறை. அவ்வளவுதான் வீடு. பெயர்தான் சமையலறையே தவிர, அதில் ஒரே சமயத்தில் இரண்டு பேருக்கு மேல் நிற்கக்கூட முடியாது.

புதுப்பெண் வந்திருக்கிறாள் என்று பெரிய வரவேற்பெல்லாம் ஒன்றும் இல்லை. பக்கத்துக் குடித்தனக்காரர்கள் இரண்டு, மூன்று பேர் எட்டிப் பார்த்துவிட்டுப் போனார்கள். வெளியே முற்றத்தில் தண்ணீரடிக்கும் சத்தம், குழந்தைகளின் அலறல், தாத்தாக்களின் இருமல் என்று வீடு ஒரே அமர்க்களமாக இருந்தது.

பாத்ரூம் வெறும் நாலுக்கு நாலுதான். உடையும் அங்குதான் மாற்றிக்கொள்ள வேண்டும். வீட்டிற்குள் முடியாது. மாமனார்,

நாத்தனார், கொழுந்தனார் எல்லோரும் கூடத்தில்தான் இருப்பார்கள். வேறு இடம் ஏது? ஜாக்கெட் மாற்றக் கையை உயர்த்தியபொழுது கை மேலே இடித்துக் கொண்டு நல்ல வலி. வித்யாவுக்கு அழுகையாக வந்தது. இவள் கனவுலகில், தனது ராஜகுமாரனோடு வாழ்ந்த வீடு ரொம்பப் பெரியது. அதில் இவர்களைத் தவிர வேறு யாரும் இருக்கமாட்டார்கள்.

குளித்து விட்டு வந்து, தலையை உலர்த்துவதற்காக ஃபேனின் கீழ் உட்கார்ந்திருந்தாள். அவளின் ராஜகுமாரன் வீட்டில், மொட்டை மாடியில் நின்று கொண்டு, ரோட்டில் போகும் கார்களை பார்த்துக் கொண்டு தலை உலர்த்துவாள். உண்மை வேறு மாதிரியாக இருந்தது.

"என்ன மகாராணி மாதிரி ஒக்காந்துட்ட? புதுப்பொண்ணு சுகத்தை எல்லாம் மறந்துரு. அவரு கம்பெனிக்குப் போகணும். பசங்க காலேஜ் போகணும். வந்து வேலையைப் பாரு" என்று மாமியார் அதட்ட, கணவனின் முகத்தைப் பார்த்தாள். அவன் இவளை பரிதாபத்துடன் பார்த்தானே தவிர, ஒன்றும் சொல்லவில்லை. இதுவே அவளுடைய ராஜகுமாரனாக இருந்தால், "ஏம்மா... கல்யாணமாகி இன்னக்கித்தான் வீட்டுக்கு வந்துருக்கா. வந்தன்னைக்கே வேல செய்யணுமா?" என்று கேட்டிருப்பான்.

இரவு கூடத்தில்தான் அனைவருக்கும் படுக்கை. மாமனார் மட்டும் வெளியே போய்ப் படுத்துக் கொண்டார். வித்யா சுவரோரத்தில் படுத்திருக்க, அருகில் கணவன். அவனுக்கடுத்து அவனுடைய தம்பி, தங்கை, அம்மா எல்லாரும் படுத்திருந்தார்கள். தூக்கம் வராமல் வித்யா சுவரைப் பார்த்தபடி படுத்திருந்தாள்.

திடீரென்று தோளில் கை விழ, வித்யா திரும்பிப் பார்த்தாள். அவளின் கணவன் லேசாகச் சிரித்தபடி அணைக்க வந்தான். அவனைத் தடுத்த வித்யா, அருகில் படுத்திருந்தவர்களை நோக்கிக் கையைக் காட்டினாள். "அதெல்லாம் பாத்தா, இந்த ஒண்டு குடித்தனத்துல யாரும் குடும்பமே நடத்த முடியாது. இருட்டாத்தானே இருக்கு." என்று கிசுகிசுப்பாகக் கூறிய காளிமுத்து, மீண்டும் அவள் தோளில் கை வைக்க, வித்யா மௌனமானாள். திடீரென்று முகத்தில் வெளிச்சம் விழ, வித்யா சட்டென்று காளிமுத்துவைத் தள்ளினாள்.

ஜி.ஆர்.சுரேந்தர்நாத்

திரும்பி வெளிச்சம் வந்த திசையைப் பார்த்தாள். பக்கத்தில் இருந்த அபார்ட்மெண்டின், மாடி வீட்டில் இப்போதுதான் ஆட்கள் வந்திருக்கிறார்கள் போல. அவர்கள் வீட்டு டியூப் லைட் வெளிச்சம் இரு வீட்டு ஜன்னல்களையும் கடந்து இவர்கள் வீட்டினுள் விழுந்தது. அவர்கள் லைட்டை அணைப்பதற்குள் இருவரும் தூங்கி விட்டிருந்தார்கள்.

மறுநாள் பீச்சுக்கு அழைத்துச் சென்ற கணவனிடம், "கொஞ்சம் பெரிய வீடா பாக்க முடியாதாங்க?" என்றாள்.

"கட்டுப்படி ஆகாதும்மா. எனக்கு ஆயிரத்தைநூறு ரூபா சம்பளம். அப்பாவுக்குப் பிடித்தமெல்லாம் போக ரெண்டாயிரம் ரூபா வரும். இந்தச் சின்ன வீட்டுக்கே எழுநூத்தம்பது ரூபா வாடகை. அப்புறம் கடனுக்கு வட்டி கொஞ்சம் தர வேண்டியிருக்கு. மீதி சம்பளத்துலதான் பசங்க படிப்பு. ஆறு பேர் சாப்பாடு எல்லாத்தையும் பாத்தாகணும். தனி ரூமோட வசதியா பாத்தம்னா வாடகையே ஆயிரத்தைநூறு ரூபா போயிடும். என்ன பண்ண முடியும்?" என்ற கணவனுக்கு, வித்யா ஒன்றும் பதில் சொல்லவில்லை.

தூரத்தில் தெரியும் கடல் அலைகளைப் பார்த்துக் கொண்டிருந்தாள். அவ்வளவுதான் வித்யா. இதுதான் உன் வாழ்க்கை. வேலைக்குப் போய்ட்டு வர்ற புருஷன் நெஞ்சுல சாஞ்சுக்கிட்டு காபி கொடுக்க முடியாது. வம்புக்கிழுக்கும் கணவனின் வயிற்றில் செல்லமாகக் குத்த முடியாது. மடியில் ஆசையாகப் படுத்துக் கொண்டு பேச முடியாது. இருட்டில் கட்டிக் கொள்ளலாமென்றாலும்கூட, பக்கத்து வீட்டுக்காரன் லைட்டை அணைக்கும்வரை காத்திருக்க வேண்டும். வீட்டில் எப்பொழுதும் தன்னைச் சுற்றி நாலு பேர் இருந்து கொண்டே இருப்பார்கள். புருஷனிடம் நாலு வார்த்தைகூடப் பேச முடியாது. சை... என்ன வாழ்க்கை இது? வீட்டை விட்டு வெளியில் வந்தால்கூடப் பிடிக்கவில்லை. பீச், கோயில், சினிமா, ஹோட்டல் என்று எங்கு பார்த்தாலும் கும்பல் கும்பலாக ஜனங்கள். இவ்வளவு பேரும் இந்த ஊரில் என்ன செய்து கொண்டிருக்கிறார்கள்?

யோசனையுடனிருந்த வித்யா, தன் தோளை அணைத்த கணவனின் கைகளை வெடுக்கென்று தள்ளி விட்டாள்.

மறுநாள், பார்த்தசாரதி கோயிலில் யோசனையுடன், தனியாக அமர்ந்திருந்தாள் வித்யா. முதுகில் யாரோ கை வைப்பதை உணர்ந்து, திரும்பிப் பார்த்துவிட்டு, "அக்கா..." என்று உடனே சந்தோஷத்திற்கு மாறினாள்.

வாயில் சிரிப்போடு சித்ராக்கா நின்று கொண்டிருந்தாள். நான்கு வருடங்களுக்கு முன்பு வரை ஊரில் வித்யா வீட்டிற்குப் பக்கத்தில் குடியிருந்தவள். பிறகு வீடு மாறி போய் விட்டார்கள் வித்யாவின் நெருங்கிய தோழி.

"நீங்க எங்கக்கா இந்தப் பக்கம்?"

"மெட்ராஸ்ல ஒரு கல்யாணத்துக்கு வந்தேன்." என்று சித்ராக்கா கூற, பிறகு சம்பிரதாய விசாரிப்புகள்.

"ஏன்டி புதுப்பொண்ணு. மொகத்துல ஒரு சந்தோஷத்தையும் காணோம்!" என்று சித்ராக்கா கேட்டதுதான் தாமதம். வித்யா அழுதுகொண்டே தன் கனவுகளையும், அமைந்த வாழ்க்கையை யும் கொட்டித் தீர்த்து விட்டாள்.

சில வினாடிகள் அவளை உற்றுப் பார்த்த சித்ராக்கா, "இங்க பாரு வித்யா. பொம்பளயாப் பொறக்கக் கூடாது. அப்படியே பொறந்தாலும் ஏழை வீட்டுல பொறக்கக் கூடாது. கனவுல்லாம் பணக்காரங்களுக்குத்தான். நமக்கில்லடி. எனக்கு முப்பத்து நாலு வயசாவுது. கல்யாணம் பண்ணி வைக்க வீட்டுல காசில்ல. இனிமே கல்யாணம் நடக்கும்ங்கற நம்பிக்கையே போயிடுச்சு. என்ன மாதிரி இங்க ஆயிரக்கணக்கான பொம் பளைங்க இருக்காங்க. அம்மா, அப்பா இருக்கற வரைக்கும் ஓட்டிடலாம். அதுக்கப்புறம்... ஆனா உனக்காவது கமலஹாசன் கெடைக்கலன்னாலும், ஒரு காளிமுத்து கெடைச்சிருக்கான். சுதந்தரமா பழகற அளவுக்கு. வீடு வசதியில்லன்னாலும், தலைவலின்னா விசாரிக்க நாலடி தூரத்துல புருஷன்னு ஒருத்தன் இருக்கான். இங்க என்ன மாதிரி பல பேருக்கு அதுகூட இல்லடி." என்றாள்.

சட்டென்று தனது மனதினுள் இருந்த இருட்டு விலகுவதை வித்யாவால் உணர முடிந்தது.

அன்று இரவு தன் தோளில் கை வைத்த கணவனை, வித்யா அன்போடு அணைத்துக் கொண்டாள்.

— கல்கி - மார்ச், 1998.

13

கோபுரம்

கிணற்றடியில் குளித்துவிட்டு, வழுக கைத் தலையில் வெயில் சுள்ளென்று அடிக்க... இங்கிருந்து தெரிந்த பெரிய கோயில் கோபுரத்தைப் பார்த்து, "ஈஸ்வரா..." என்று கையெடுத்துக் கும்பிட்டேன்.

தஞ்சாவூரில், பெரிய கோயிலைத் தவிர எல்லாம் மாறித்தான் போய் விட்டது.

வடவாறு வறண்டுபோய், ஆற்றில் குளித்துவிட்டு, தோளில் ஈரத் துணிகளைப் போட்டபடி வரும் பெண்களைப் பார்ப்பதெல்லாம் மிகவும் அபூர்வமான காட்சியாகி விட்டது. தினமும் இருபது ஏழை களுக்குச் சோறு போட்ட பெரிய வீட்டுப் பேரன் நொடித்துப்போய்,

பஸ் ஸ்டாண்டில் டீ அடிப்பான் என்று யார்தான் நினைத்தார்கள். பையன்கள் காலேஜுக்கும், வேலைக்கும் போக பைக் கேட்கிறார்கள்.

என் பையன் பி.ஏ., முடித்துவிட்டு, பொறுப்பற்று, மூன்று வருடங்களாக சும்மா ஊரைச் சுற்றிக் கொண்டு திரிகிறானே என்று, முதலியாரைப் பிடித்து ஒரு ஸ்டோர் கீப்பர் வேலை வாங்கித் தந்தேன். அவனோ டி.வி.எஸ். சேம்ப்பும், நாலு புது ஜீன்ஸ்சும், சட்டையும் வாங்கித் தந்தால்தான் வேலைக்குப் போவேன் என்று முடிவாகச் சொல்லிவிட்டான். இன்ஸ்டால்மெண்ட்டில் டி.வி.எஸ்ஸும், புது ட்ரெஸ்சும் வாங்கிக் கொடுத்த பிறகுதான் இன்று வேலைக்குக் கிளம்புகிறான்.

சோப்பு டப்பாவைக் கையிலெடுத்துக் கொண்டு, நான் வீட்டினுள் செல்ல... என் மகன் ஷு போட்டுக் கொண்டிருந்தான்.

“என்னடா... கிளம்பிட்டியா?” என்றேன்.

“ம்... கிளம்பியாச்சு, ஒரு இருபது ரூபா தாங்க” என்றான்.

நான் பணத்தைக் கொடுத்தபடி, “போற இடத்துல நல்ல புள்ளன்னு பேரு வாங்கணும். உன் இளவயசு வீறாப்பையெல்லாம் யாருகிட்டயும் காட்டாத. எதுக்கும் கோபப்படாத.” என்றேன்.

“சரி... சரி...” என்று சலிப்பாகக் கூறியவன், “அம்மா நான் போய்ட்டு வர்றேன்” என்று கிளம்பினான்.

வெளியே டி.வி.எஸ். ஸ்டார்ட் செய்யும் சப்தம் கேட்டது.

“இப்பயாச்சும் இந்தப் புள்ளைக்குப் புத்தி வந்துச்சே.” என்றாள் கோமதி.

“ம்க்கும்... நீதான் உன் மவன மெச்சிக்கணும். உன் மவ கல்யாணத்துக்கு வாங்குன கடனே அடைஞ்சபாடில்ல. இதுல இவன் வேலைக்குப் போறதுக்கு ட்ரெஸ்சு, டி.வி.எஸ்ஸு... என்னமோ போ.”

பையன் வேலைக்குச் சென்றதில் பெரும் நிம்மதி. இரண்டாயிரம் சம்பளம் வரும். கொல்லப்பக்க வீட்டு வாடகை

ஆயிரம் ரூபாய் வருகிறது. மூன்று பேர் குடும்பத்தை ஓட்டி விடலாம். இனி நான் வேலைக்குச் செல்ல வேண்டியதில்லை.

நான் எட்டாவது ஃபெயிலானவுடன், என்னை அந்த ரெடிமேட் கடையில் சேர்த்து விட்டார் அப்பா. நாற்பது வருஷமாக ஒரே கடை. ஒரே முதலாளி. தஞ்சாவூரைச் சுற்றியுள்ள கிராம மக்களுக்கான, மட்டரக ரெடிமேட் துணிகள் விற்கும் கடை. சேல்ஸ் பண்றது. கணக்கு வழக்கு பாக்குறது எல்லாம் நான்தான். முப்பது ரூபாய் சம்பளத்தில் சேர்ந்து, இப்போதுதான் இரண்டாயிரத்து ஐநூறைத் தொட்டிருக்கிறது.

என் முதலாளி எந்நேரமும் கடுகடுவென்றிருப்பார். ஏதேனும் தவறு செய்து விட்டால், தஞ்சை மாவட்டத்தில் புழக்கத்தில் உள்ள அத்தனைக் கெட்ட வார்த்தைகளையும் அற்புதமாகப் பிரயோகிப்பார். இருந்தாலும் பழக்கமாகி விட்டது.

ஆனால் இப்பொழுதெல்லாம் முன்புபோல் பேசாமல் கேட்டுக் கொண்டிருக்க முடியவில்லை. கோபம் வந்து விடுகிறது. மேலும் கீழ வாசல் கடைவீதியில் ஒரு வருடத்திற்கு முன் ஒரு விபத்தில், காலில் ஆட்டோ ஏறிவிட, முழங்கால் உடைந்து, இரண்டு மாதம் படுக்கையில் கிடந்தார். இப்போது சரியாகி விட்டாலும், முன்பு போல் நீண்ட நேரம் நின்றுகொண்டு வியாபாரம் செய்ய முடிவதில்லை. நன்கு வலி வந்து... இரவு அந்த வேதனையில் தூங்கவே முடிவதில்லை. டாக்டர், வேலைக்குச் செல்வதை நிறுத்தச் சொன்னார். அதற்கு இப்பொழுதுதான் நேரம் வந்திருக்கிறது.

கோமதி தட்டில் இட்லியை வைக்க, சாப்பிட அமர்ந்தேன்.

“அப்ப... இந்த மாசத்தோட வேலைய விட்டு நின்னுக்கு றேன்னு முதலாளிகிட்ட சொல்லட்டுமா?” என்றேன்.

“யோசனையே வேண்டாம். சொல்லிருங்க ராத்திரியெல்லாம் வலில நீங்க படுற அவதியப் பாக்குறப்ப... போதும்பா... உங்க மவன்கிட்டகூட சொன்னேன்.”

“என்ன சொன்னான்?”

“உடம்பு முடியாம எதுக்கு இன்னும் கஷ்டப்பட்டுக்கிட்டு... நான்தான் வேலைக்குப் போறேன்ல்ல... மூணு பேருக்கு இந்த சம்பாத்தியம் போதும்ன்னான்.”

"அடேங்கப்பா... இந்த புத்தி மூணு வருஷமா எங்க போச்சாம்? ஒரு வேலைக்குப் போகணும்னு நினைச்சானா?"

"சின்னப் பையன்ங்க. நாம்ப வேற கடைசிப் புள்ளன்னு செல்லம் கொடுத்து வளத்தோம். வயசு ஆவ, ஆவத்தானே புத்தி வரும்."

"எப்படியோ இனிமேலாச்சும் நம்பள உக்கார வச்சு சோறு போட்டா சரி" என்று எழுந்தேன்.

நான் முதலாளி வீட்டு கேட்டைத் திறந்து கொண்டு நுழைந்தபொழுது, அவர் வெளியே அமர்ந்து தினத்தந்தி பேப்பர் படித்துக் கொண்டிருந்தார்.

நாற்பது வருஷமாக நான் கடைச் சாவி வாங்க வரும்பொழுது, அவர் பேப்பர் படித்துக் கொண்டிருப்பதும், என்னைப் பார்த்தவுடன் கையில் தயாராக வைத்திருக்கும் சாவியை நீட்டுவதும், மிகச் சில நாட்களைத் தவிர மாறவே மாறாது.

நான் சாவியை வாங்கிக் கொண்டு, "முதலாளி... ஒரு விஷயம்..." என்று இழுத்தேன்.

"என்ன?" என்றார் எப்போதும் போல் வெடுவெடுவென்று. "வந்து... பையன் வேலைக்குப் போய்ட்டான். உடம்பு முன்ன மாதிரி முடியறதுல்ல. அதான் இந்த மாசத்தோட வேலைய விட்டு நின்னுக்கலாம்னு இருக்கேன்." என்றேன். முதலாளி முகம் மாறி விட்டது.

"நீ போய்ட்டா ரொம்ப கஷ்டமாயிடும்டா. நீ இல்லன்னா எனக்குக் கை ஒடிஞ்ச மாதிரி ஆயிடும்." என்றெல்லாம் முதலாளி சொல்வார் என்று எதிர்பார்த்தேன். ஆனால் அவர் ஒரே ஒரு வினாடி யோசித்து விட்டு, "தீபாவளி வரைக்கும் இருந்துட்டுப் போயேன்" என்றார்.

"அய்யோ... தீபாவளி வியாபாரத்துக்கெல்லாம் இந்த உடம்பு தாங்காது முதலாளி" என்றேன்.

"சரி. நீ கடைக்குப் போ. மத்தியானம் கும்பகோணம் போய் சரக்கு வாங்கணும். சாப்டுட்டுப் போய்ட்டு வந்திரலாம்" என்று கூறினார்.

கடையைத் திறந்து பெருக்கினேன். டீக்கடையில் பிடித்து வைத்திருக்கும் நல்ல தண்ணீர்க் குடத்தை எடுத்து வந்து வைத்தேன். துணியிருக்கும் அலமாரி, கண்ணாடிகளையெல்லாம் துடைத்து விட்டு நான் அமர்வதற்கும், முதலாளி வந்து கல்லாவில் அமர்வதற்கும் சரியாக இருந்தது.

கடைக்குள் ஒரு வயதான கிராமத்துப் பெண்மணி நுழைந்தார்.

கடைக்கு வாடிக்கையாக வரும் ஆள்தான். "வா புள்ள... என்ன ஆளையே காணோம்..." என்றார் முதலாளி.

"எங்க வர்றது? மழையும் இல்ல. ஆத்துலயும் தண்ணி இல்ல. குறுவ சாகுபடியே இந்த வருஷம் கிடையாது. சோத்துக்கே வழியில்ல. எங்கயிருந்து துணி வாங்க. பேத்திக்கு அடுத்த வாரம் காதுகுத்து. கடன உடன வாங்கி செய்யத்தானே வேணும். அதான் ஒரு கவுனு வாங்கலாம்னு வந்தேன்."

அந்தம்மா நெடுநேரம் நான் எடுத்துப் போட்ட கவுன்களைப் பார்த்துக் கொண்டிருந்தாள். விபத்தில் அடிபட்ட வலது முழங்கால் சுள்ளென்று வலிக்க, நான் ஸ்டூலில் அமர்ந்தேன்.

அந்தம்மா அலமாரியில் அடுக்கி வைக்கப்பட்டிருந்த கவுன்களைக் காட்டி, "அந்த ஊதா கலர எடு." என்று கூற, நான் கால் வலியால், எழுந்திருக்காமல், அப்படியே அந்த கவுனை இழுக்க, மொத்த கவுன் அடுக்கும் கீழே சரிந்து விழுந்தது. அவ்வளவுதான் முதலாளி பொங்கி விட்டார்.

"ஏன்டா, கலெக்டர் வேலை பாக்கறோம்னு நினைப்பா? துரைக்கு எழுந்திருச்சு எடுக்க முடியாதா? ஏன்டா என் உயிரை எடுக்கற? உன்கிட்ட கத்தி கத்தியே என் உசுரு போயிடும்டா." முதலாளி கத்த, எனக்கு அவமானமும், ஆத்திரமும் பொங்கியது. சரி. இன்னும் கொஞ்ச நாளதானே என்று அமைதியாக இருந்தேன்.

மதியம் சாப்பாட்டிற்கு மேல் கடையைப் பூட்டிவிட்டு கும்பகோணத்திற்குச் சென்று பாவாடை, ஜாக்கெட் எல்லாம் பத்து, பத்து டஜன் வாங்கிக் கொண்டு, தஞ்சாவூர் திரும்பியபோது இருட்டி விட்டது.

துணிகளை ஒரு பழைய வேட்டியில் மூட்டையாகக் கட்டியிருந்தோம். முதலாளி முன்னால் நடக்க, நான் துணி மூட்டையைத் தோளில் தூக்கிக் கொண்டு பின்னால் நடந்தேன். எவ்வளவு தூரம் போக வேண்டும்? ஒரு ஆட்டோ வைத்தால் குறைந்தா போய் விடுவார். கஞ்சம்... கஞ்சம்... நாற்பது வருஷமாயிற்று... சரக்கு வாங்கி வர்றப்ப, ஒரு தடவைகூட ஒரு வண்டியோ, ஆட்டோவோ பிடித்தது கிடையாது. பஸ் ஸ்டாண்டிலிருந்து ஒரு மைல் தூரம் நான்தான் தூக்கிக் கொண்டு வரவேண்டும்.

வரவர கால்வலி தொந்தரவு அதிகமாகி விட்டது. தோளில் சுமையோடு நடக்க... ஒவ்வொரு அடிக்கும், முழங்கால் விண் விண்ணென்று வலித்தது. அப்படியே மூட்டையைத் தூக்கிப் போட்டு விட்டு, 'உன் வேலையுமாச்சு... நீயுமாச்சு...' என்று போய் விடலாமா என்று தோன்றியது.

நான் மெதுவாக நடக்க, முதலாளி திரும்பிப் பார்த்து, "வேகமா வாடா... ஏற்கெனவே அரை நாள் வியாபாரம் போச்சு. மாப்பிள்ளை ஊர்வலம் மாதிரி சாவகாசமா வர்ற..." என்று கூற, எனக்கு ஆத்திர ஆத்திரமாக வந்தது. இன்னும் ஒரே மாசம்தான், அதோட இந்தச் சனியனுக்கு முழுக்குப் போட்டுடலாம்.

நீண்ட தூரம் நடந்து, கடை வாசலுக்கு வந்த பொழுது, எனக்கு வியர்த்துக் கொட்டியது. கடுமையான கால்வலி.

முதலாளி மூட்டையை என் தோளிலிருந்து இறக்கும் போதுதான் கவனித்தோம். மூட்டை மூலையில் பெரிதாகப் பிரிந்திருந்தது.

"அறிவு கெட்ட நாயே... என்னத்தடா தூக்கிட்டு வந்த...?" என்றபடி முதலாளி ரோட்டைத் திரும்பிப் பார்த்தார். இரண்டு பாவாடை கீழே விழுந்து கிடந்தது.

"நாசமாப் போறவனே...! போறதுக்குள்ள என்ன போண்டி யாக்குறதுன்னே முடிவு பண்ணிட்டியா. கும்பகோணத்துலருந்து எத்தனைத் துணியை ரோட்டுல விட்டியோ. போய் எடுறா..." என்று கூற, நான் கால்வலியோடு வேகமாக ஓடி, ரோட்டில் கிடந்த பாவாடைகளை எடுத்து வந்தேன்.

“பொறம்போக்கு நாயே... போய் முக்கு திரும்பி, அந்த ரோட்டுல எதும் விழுந்துருக்கான்னு பாத்துட்டு வாடா...” என்று முதலாளி கூற, ரோட்டில் சென்று கொண்டிருந்தவர்கள் எல்லாம் வேடிக்கை பார்க்க... என்னை அவமானம் பிடுங்கித் தின்றது.

மீண்டும் காலில் வலியோடு சென்று, தெரு முக்கில் திரும்பிப் பார்த்தேன். அங்கு நான்கைந்து ஜாக்கெட்டுகள் விழுந்து கிடந்தன. அதையும் எடுத்துக் கொண்டு வந்தேன். முதலாளி இன்னும் கடையைத் திறக்காமல் ரோட்டில்தான் நின்று கொண்டிருந்தார்.

நான் அவர் அருகில் சென்றவுடன்“ஏன்டா மவன் வேலைக்கு போயட்டா, பெரிய மினிஸ்டர் ஆயிட்டதா நினைப்பா? ஒரு மூட்டையைக்கூட ஒழுங்கா தூக்கிட்டு வர முடியலன்னா எதுக்கு நீ வேலைக்கு வர்றே...” என்று தொடர்ந்து அவர் ஒரு கெட்ட வார்த்தையைப் பிரயோகிக்க, ஏற்கனவே கடுமையான கால்வலியிலிருந்த எனக்குக் கண்ணீரும், ஆத்திரமும் பொங்க, சட்டைப் பையிலிருந்தக் கடைச் சாவியை எடுத்து ரோட்டில் வீசி, “போதும்ய்யா... போதும். இன்னையோட என்னைத் தல முழுகிடுங்க. எனக்கு இந்த வேலையே வேண்டாம்.” என்றேன், மேற்கொண்டு எதுவும் கோர்வையாகப் பேச முடியாமல், கன்னத்தில் வழிந்த நீரைத் துடைத்துக் கொண்டு, ரோட்டில் எல்லோரும் வேடிக்கை பார்க்கத் திரும்பி நடந்தேன்.

முதலாளி, ‘‘டேய்... டேய்...’’ என்று கூப்பிட, நான் பொருட்படுத்தாமல் நடந்தேன்.

கோமதி அழுத்தமாக, என் முழங்காலில் தைலத்தைத் தேய்க்க, தேய்க்க வலிக்கு இதமாக இருந்தது.

“வயசான ஆளாச்சே. பாவம்னு கொஞ்சமாச்சும் ஈவு, இரக்கம் வேணாம். மவன் வேலைக்குப் போன பிறகும் இந்த ஆளுகிட்ட பேச்சு வாங்கிட்டு இருக்கணும்னு தலையெழுத்தா என்ன? இனிமே அந்தத் தெரு பக்கமே தலை வைச்சுப் படுக்காதீங்க” என்றாள் கோமதி.

நான் ஒன்றும் பேசவில்லை. மனசு ஓய்ந்து போய்க் கிடந்தது.

ஷு சப்தம் கேட்க, திரும்பிப் பார்த்தேன். வேகமாக உள்ளே வந்த என் மகன், சேரில் அமர்ந்து ஷூவைக் கழற்றினான்.

"என்னடா, வேலையெல்லாம் எப்படியிருந்துச்சு?" என்றாள் கோமதி.

"பெரிய இந்த வேலை... நாம்ப வேற வேல பாக்கலாம்." என்றான மூர்த்தி.

"ஏன்டா..." என்று பதற்றத்துடன் நான் நிமிர்ந்து அமர்ந்தேன்.

"என்னை எடுபிடின்னு நினைச்சுக்கிட்டாங்க. போனா அட்டைப் பெட்டியத் தூக்கி விடுறாங்கிறாங்க. சரி போனாப் போவுதுன்னு செஞ்சா, டீ வாங்கிட்டு வாங்குறான் ஓனரு. இவனுங்களுக்கு டீ வாங்கவா நான் பி.ஏ. படிச்சேன். நாளைலருந்து வரமாட்டேன்னு சொல்லிட்டு வந்துட்டேன்." என்று கூறியவன், செருப்பை மாட்டிக் கொண்டு உடனே வெளியே சென்று விட்டான்.

நானும் கோமதியும் அதிர்ந்துபோனோம். மனசு முழுக்க வேதனையுடன் எழுந்து சட்டையை மாட்டினேன்.

"எங்க கிளம்பிட்டீங்க?" என்றாள் கோமதி.

"முதலாளி வீட்டுக்குத்தான். போய் கைல, கால்ல விழுந்து மறுபடியும் சேத்துக்கச் சொல்லணும். வீட்டுல சோறு பொங்கணும்ல. இந்தக் கடங்கார மவன நம்பி டி.வி.எஸ். வேற இன்ஸ்டால்மென்ட்ல வாங்கித் தந்தேன் பாரு. என்னைச் செருப்பால அடிக்கணும். போய்த்தான் ஆவணும். காறித் துப்புவாரு. இருந்தாலும் நான் இல்லாம அவருக்கு ரொம்பக் கஷ்டம். சேத்துக்குவாரு." என்று கூறிவிட்டு வெளியே வந்தேன்.

ரோட்டிற்கு வந்தவுடன் தெரிந்த பெரிய கோவில் கோபுரத்தைப் பார்த்தேன். தஞ்சாவூரில் மாறாதது பெரிய கோவில் கோபுரம் மட்டுமல்ல. என் வாழ்க்கையும் கூடத்தான் என்று நினைத்தபடி, முதலாளி வீட்டை நோக்கி நடந்தேன்.

– கல்கி – செப்டம்பர், 2002

14 | ஆரண்யா

ஆரண்யா கல்லூரியில் நுழைந்தவுடனேயே, ஆளும் கட்சி எம்.எல்.ஏ. அட்மிட் ஆன அரசு மருத்துவ மனைப் போல், கல்லூரியே அல்லோகல்லோலப்படும். எங்கெங்கோ சிதறிக் கிடக்கும் பையன்கள் வேகமாக வாசல் நோக்கி வருவார்கள். அவளுக்குக் கால் தடுக்கி விட்டால், பாத்து... பாத்து... என்று பத்து பேர் ஓடி வருவார்கள். அவள் தவறி கீழே விட்ட கர்ச்சீப்பை எடுத்துக் கொடுப்பதற்காக, ஏறத்தாழ ஒரு விஜய் படக்ளைமாக்ஸ் ரேஞ்சுக்கு சண்டை நடக்கும். காம்பவுண்ட் சுவரில் ஆரண்யாவைப் பற்றி புதிதாகக் கவிதைகள் முளைக்கும்.

அவளைப் பற்றிக் கல்லூரிச் சுவர்களில் எழுதப்பட்ட கவிதைகளைப் புத்தகமாகப் போட்டால், பொன்னியின் செல்வன் சைஸுக்கு வரும். அந்த பயங்கர அபத்தமான கவிதைகளை எழுதியவர்களை, கேள்வி கேட்காமல் வன்கொடுமைத் தடுப்புச் சட்டத்தின் கீழ் உள்ளே தள்ளலாம். சாம்பிளுக்கு சிலவற்றைக் கூற எனக்கு ஆசைதான். ஆனால் நீங்கள் விடும் சாபத்தில், என் பரம்பரைக்கே பாதி வயிறு போஜனம்கூடக் கிடைக்காது என்பதால் அதனை விட்டு விடுகிறேன்.

இத்தனைக்கும் காரணம், ஆரண்யா மிகவும் அழகாக இருப்பாள். எனது வகுப்புதான். ஆனால் இவ்வளவு அழகான ஆரண்யாவுடன், நான் எவ்வித சலனமுமின்றி, கடைசி வரையிலும் ஆரோக்கியமுடனான நட்புடன் மட்டுமே பழகினேன். காரணம்: அவள் ஏறத்தாழ எனக்கு ஒரு குரு... வழிகாட்டி...

காஞ்சிபுரம் அருகிலிருந்த கிராமத்திலிருந்து, சென்னைக் கல்லூரியில் சேர்ந்ததும், ஃபிலிம்ஃபேர் விழாவுக்கு வந்த பிச்சாண்டிப்பட்டி பிச்சைமுத்துபோல் நான் அரண்டு போனேன்.

பெண்கள் அபாயமான ஆடைகளில், ஆண்களை இம்சைப் படுத்தினார்கள். பையன்கள் அடிக்கடி... ஹீ...ஹு... என்று கத்தினார்கள். லெச்சரர் கூறிய, 'சைலன்ஸ்' என்ற ஒற்றை வார்த்தை ஆங்கிலத்திற்கே எனக்கு அடிவயிறு கலங்கியது. இன் பண்ணாமல், எண்ணெய் வழியும் முகத்துடன் கல்லூரிக்கு வரும் என்னை அனைவரும் ஓரக்கண்ணால், ஓரமாக ஒதுக்கினார்கள். நானும் ஒதுங்கிக் கொண்டேன்.

ஒருநாள் மதிய சாப்பாட்டுக்காக ஹாஸ்டலுக்குச் சென்று கொண்டிருந்தபோது, என்னை நோக்கி வந்த ஆரண்யா, "உங்க பேரு அறிவழகன்தானே?" என்றாள்.

"ஆமாங்க..."

"என் பேரு ஆரண்யா... நானும் ஹாஸ்டல்லதான் தங்கிப் படிக்கிறேன்..."

"தெரியும்ங்க..."

"ஏன் யாருகிட்டயும் பழகாம ஒதுங்கி, ஒதுங்கி போறீங்க..."

"இல்லங்க... நான் கிராமத்து ஆளு. தமிழ் மீடியத்துலதான் படிச்சேன்... அதான்..." என்றேன் தயக்கத்துடன்.

"தமிழ்நாட்டுல இருந்துகிட்டு, தமிழ்ல படிக்கலன்னாதான் வெட்கப்படணும்..."

"அதெல்லாம் சரிங்க... இருந்தாலும், சுத்தி எல்லாரும் இங் லீஷ் பேசறப்ப..."

"அதெல்லாம் முக்காவாசி ஃபிலிமு... ஒரு ஜெனரல் டாபிக்ல அஞ்சு நிமிஷம் பேசச் சொல்லு... அம்பேல் ஆயிடுவானுங்க..."

"இருந்தாலும்... அதென்னவோ தெரியலங்க. நீங்கள்லாம் பேசறது, உங்க ட்ரெஸ்ஸு... இதையெல்லாம் பாத்தாலே, ரொம்ப தாழ்வு மனப்பான்மையாயிடுது..."

"இங்க பாருங்க... இப்ப நீங்களே சொன்னமாதிரி, அது உங்க மனசுக்குள்ள இருக்குற ஒரு மனப்பான்மைதானே தவிர, உண்மை அது கிடையாது."

என்னடா இது... இங்க்லீஷ்தான் புரியலன்னு பாத்தா, இவ பேசற தமிழே புரியமாட்டேங்குது என்று அவளைப் பார்த்து விழித்தேன்.

"சரி விடுங்க... நான் ஏன் தெரியுமா உங்கள்ட்ட பேச வந்தேன். இருக்குற பசங்கள்ல, நீங்கதான் என்னைப் பொருட்படுத்தாம, சாதாரணமா இருக்கீங்க... ஒவ்வொருத்தனும், எங்கிட்ட அசட்டு ஜோக் அடிச்சுகிட்டு, என்னையே சுத்தி வந்துகிட்டு, எல்லாரு கண்ணுலயும் ஒரு சபலம் தெரியுது. உங்க கிட்டதான் அது இல்ல."

"நானும் ஒண்ணும் யோக்கியன் இல்லங்க. எனக்கு இந்த காலேஜ் பில்டிங்க எல்லாம் பாத்தாலே பயமா இருக்கு. இதுல எங்கருந்து, பொம்பளைங்கள எல்லாம் சைட் அடிக்குறது? இதுவே நீங்க, எங்க ஊரு செங்கல் சூளைல வேலை செய்ற பொண்ணாயிருந்தா, நானும் உங்கள சுத்தி சுத்தி வருவேன்..." என்றதற்கு ஆரண்யா சத்தமாக சிரித்தாள்.

"ஓகே... முதல்ல காலேஜ் லைப்ரரிக்கு போங்க... முதல்ல தமிழ் பேப்பர் படிச்சுட்டு, அப்புறம் அதே நியூஸ இங்லீஷ் பேப்பர்ல படிங்க. இங்லீஷ் கொஞ்சம், கொஞ்சமா புரிய ஆரம்பிக்கும்.

அப்புறம்... புத்தகம்ல்லாம் படிங்க. படிக்க, படிக்க, நாலு விஷயம் தெரியும். நாலு விஷயம் தெரிஞ்சா தானா நம்பிக்கை வரும்... என்ன?"

அன்றிலிருந்து ஒரு நட்புக்கான விதை ஊன்றப்பட்டது. ஒன்றிரண்டு மாதங்களிலேயே வா... போ... என்று பேசிக் கொள்ளும் அளவுக்கு நெருங்கி விட்டோம்...

ஒரு ஞாயிற்றுக்கிழமை. நான் மட்டும் தனியாக ஹாஸ்டல் பார்க்கில் படுத்துக்கொண்டு, மெதுவாகப் பாடிக்கொண்டிருந்தேன்.

"தொட்டு தொட்டு உன்னை... பட்டாம்பூச்சிப் பெண்ணை..." என்று ஏதோ ஒரு மூடில் நான் முழுதும் பாடி முடித்தவுடன், படபடவென்று யாரோ கைதட்டும் சத்தம் கேட்டது. திரும்பினேன். ஆரண்யா.

"ஏய்... ரொம்ப நல்லா பாடறப்பா..."

"நீ வேற... நான் சும்மா முணகிட்டிருக்கேன்."

"முணகுறியா? நல்ல பேஸ் வாய்ஸ்... சங்கதில்லாம் அட்டகாசமா வருது. இதுக்குப் பேரு முணகறதா?"

"என்ன ஆரண்யா... என்னன்னவோ சொல்ற..."

"அய்யோ... நீ நல்லா பாடறன்னு சொல்றன்டா... வா நம்ப காலேஜ் கல்ச்சுரல் டீம்ல சேர்த்துவிடுறேன்..." என்று எனது கையைப் பிடித்து எழுப்பினாள்.

காலேஜ் ஆடிட்டோரியத்தில் நுழைந்தோம். உள்ளே அரங்கத்தில் சிலர் கிடார் வாசித்துக் கொண்டும், தபேலாவைத் தட்டிக் கொண்டும் அமர்ந்திருந்தனர். ஆரண்யாவைப் பார்த்தவுடன், கிடாரையும், தபேலாவையும் அம்போவென்று விட்டு விட்டு ஓடி வந்தனர்.

"வா ஆரண்யா... என்ன திடீர்னு ஆடிட்டோரியத்துக்கு விசிட்..." என்றான் அந்தக் குழுவிற்குத் தலைவன் போல் தெரிந்தவன்.

"உன்னப் பாக்கதான் வந்தேன் தினேஷ்... இவன் அறிவு. என் கிளாஸ்தான்..."

“தெரியும்... உன் ஃப்ரண்டு, இவனைப் பாத்து, காலேஜே காதுல புகை விட்டுட்டு திரியுது.”

“அதை விடு... இவன் நல்லாப் பாடறான். உன் குரூப்ல சேத்துக்குறியா?”

“நல்லா பாடறானா? இங்க பாரு ஆரண்யா... வயக்காட்டுல நாத்து நடறப்ப பாடறத எல்லாம், காலேஜ் ஆர்கெஸ்ட்ரால பாட முடியாதும்மா...”

“ஏய்... சும்மா கலாய்க்காத... லைட் மியூசிக்லாம் நல்லா பாடறான். அறிவு... நீ பாடிக் காமி...”

“வேணாம் ஆரண்யா... எனக்குக் கூச்சமா இருக்கு. நம்ம போலாம்...”

“அறைஞ்சன்னா பல்லெல்லாம் பேந்திடும். நீயே உன்னப் பத்தி அன்டர் எஸ்டிமேட் பண்ணிகிட்டு இருக்காத. இங்க பாடறவங்கள விட நீ நல்லாவே பாடற... தைரியமாப் பாடு. இது மேடையா என்ன? நாம மட்டும்தானே இருக்கோம். பாடுறா...” என்று ஆரண்யா சத்தமாகக் கூற, சில வினாடி அமைதிக்குப் பிறகு பாட ஆரம்பித்தேன். மீண்டும் அதே தொட்டு தொட்டு உன்னை... பாடல்.

பாடி முடித்தவுடன், தினேஷ் என்னைக் கட்டிப் பிடித்துக் கொண்டான். “பின்னிட்டான் ஆரண்யா... கொஞ்சம் பேசிக் பிராக்டிஸ் கொடுத்துட்டு, வர்ற இன்டிபென்டன்ஸ் டே பங்ஷன்ல தம்பிய அரங்கேற்றிடலாம்'' என்றான். நான் இதையெல்லாம் நம்ப முடியாமல் பார்த்துக் கொண்டிருந்தேன்.

சுதந்திர தின நிகழ்ச்சிக்கு முந்தைய நாள், ஆரண்யா என்னை ரெடிமேட் கடைக்கு அழைத்துச் சென்று பேண்ட்டும், ஜீரோ சட்டையும் வாங்கித் தந்தாள்.

“இன் பண்ணிக்க... தலைல வண்டி எண்ணெய அப்பிக்காம, லைட்டாத் தடவிக்க. குரல் நல்லாயிருந்தாலும், ஒரு குட் அப்பியரன்ஸ் இருக்கணும்... புரியுதா?”

மறுநாள் மேடை ஏறியவுடன், எதிரே இருந்த கும்பலைப் பார்த்தவுடனேயே கால்கள் நடுங்கியது. பயத்துடன்,

மேடையின் ஓரமாக நின்று கொண்டிருந்த ஆரண்யாவைப் பார்த்து, வேண்டாமே என்பதுபோல் கண்களால் கெஞ்சினேன். அவள், நான் உனக்காக வேண்டிக் கொள்கிறேன் என்பதுபோல் கையைக் கும்பிட்டு, மேல்நோக்கி சைகை காட்டினாள். உடனே கண்ணை மூடிக்கொண்டு வேண்ட ஆரம்பித்தாள். சில வினாடிகள் வரைப் பார்த்துக் கொண்டிருந்தேன். அவள் கண்களைத் திறக்கவேயில்லை. விசில் சத்தம் அதிகரிக்க... சட்டென்று நான் பாட ஆரம்பித்தேன்.

"வெண்ணிலவே... வெண்ணிலவே... விண்ணைத் தாண்டி வருவாயா..." என்று நான் ஆரம்பிக்க, விசில் சத்தம் காதைப் பிளந்தது. தொடர்ந்து நான் பாட, கூட்டம் அமைதியானது. நான் பயம் தணிந்து, இயல்பாகத் தொடர்ந்து பாடியபடி ஆரண்யாவை நோக்க, அவள் கட்டை விரலை உயர்த்திக் காட்டினாள்.

நான் பாடி முடித்தவுடன் எழும்பிய கைதட்டல் சத்தம் அடங்க நீண்ட நேரம் ஆனது. நான் நன்றியுடன் ஆரண்யாவை நோக்கினேன்.

நான் மேடையை விட்டு இறங்கியவுடன், நிறைய பேர் சூழ்ந்து கொண்டு கை குலுக்கினர். கும்பலுக்குள் புகுந்து என்னருகில் வந்த ஆரண்யா, மணிக்கட்டுக்கு மேல் என் கையில் இறுக்கமாகக் கிள்ளினாள். ஆரண்யாவுக்கு சந்தோஷம் வந்து விட்டால் இப்படித்தான் நறுக்கென்று கிள்ளுவாள்.

சட்டென்று எனது வாழ்க்கையில் நிறைய மாறியது. எதிரில் என்னைப் பார்க்கும்போது மற்ற மாணவர்கள் மரியாதையுடன் புன்னகைத்தனர். வகுப்பில் பெண்கள், என்னை சூழ்ந்து கொண்டு, "டேய்... கண் பேசும் வார்த்தைகள பாடுடா...", "முன் பனியா... முதல் மழையா... பாடுடா" என்று கொஞ்சினர். பாடினால் கேன்டீனுக்கு அழைத்துச் சென்று ட்ரீட் கொடுத்தனர். தாழ்வு மனப்பான்மையெல்லாம் காணாமல் போய் மிகவும், தன்னம்பிக்கை மிக்கவனானேன். ஆரண்யா தொடர்ந்து என்னை வழி நடத்திக் கொண்டிருந்தாள்.

மாவட்ட அளவிலான இன்டர் காலேஜ் காம்ப்படிஷனில் கலந்து கொள்ள, எனது காலேஜில் என்னைத்தான் தேர்ந்தெடுத்

தார்கள். வெளியே ஏதோ ஒரு காலேஜில், புது முகங்களுக்கு நடுவே நின்றவுடன், எனக்கு வேர்த்துக் கொட்டி விட்டது. ஆரண்யா வழக்கம்போல் மேடையில் பக்கவாட்டில் நின்று கொண்டு எனக்காக வேண்டினாள்.

"இல்லை என்று சொல்ல ஒரு கணம் போதும்..." என்று நான் தொகையறாவை ஆரம்பித்த பிறகும், அந்தக் கல்லூரி மாணவர்கள் விடாமல் ஊளை விட்டுக் கொண்டே இருந்தனர். நான் தயக்கத்துடன் ஆரண்யாவின் முகத்தைப் பார்த்தேன். அவள் சத்தம் போட்டு "பாடுறா..." என்று கூற தொகையறாவை முடித்து விட்டு, "சந்தனத் தென்றலை... ஜன்னல்கள் தண்டித்தல் நியாயமா? நியாயமா?" என்று உச்சகுரலுக்குச் செல்லக் கூட்டம் அமைதியானது. சில வினாடிகளில் அரங்கில் பொட்டு சத்தம்கூட இல்லை. நான் பாடி முடிக்க, அனைவரும் தன்னை மறந்து வேகமாகக் கைத்தட்ட எனக்குக் கண்கள் கலங்கி விட்டது. எனக்குதான் முதல் பரிசு. அன்று ஆரண்யா மிகவும் சந்தோஷ மாக இருந்தாள். பல முறை எனது கையை நறுக், நறுக்கென்று கிள்ளினாள்.

தொடர்ந்து கல்லூரியில் படித்த 3 ஆண்டு காலமும், நான் ஆரண்யா கிள்ளுவதற்கு சந்தர்ப்பம் அளித்துக் கொண்டே யிருந்தேன். எனது தயக்கம், அச்சம், கூச்சம் எல்லாம் விட்டு, ஒரு வெற்றிகரமான மாணவனாக உலா வந்தேன்.

கல்லூரி வாழ்க்கை முடிவுக்கு வர... வாழ்க்கையில் எல்லாமே அஸ்தமித்து விட்டது போல் இருந்தது. ஆரண்யாவை ரயில் ஏற்றி விடச் செல்லும் வழியெங்கும் நான் ஒன்றும் பேசவேயில்லை.

ரயிலில் ஏறியவுடன், "என்ன அறிவு... பேசவே மாட்டியா?" என்றாள்.

"ப்ச்... எல்லாமே வாழ்க்கைல முடிஞ்சு போன மாதிரி இருக்கு ஆரண்யா..."

''ஏய்... லூசு... எனக்கு வேணும்ன்னா சொல்லு... ஒத்துக்குறேன். இதோ இன்னும் மூணு மாசத்துல மாமா பையனோட கல்யாணம்... அப்புறம் குழந்தை, மூத்திரத் துணி, நாத்தனார் கல்யாணம், இது அதுன்னு சுத்தமா வேறொரு

உலகத்துக்குப் போயிடுவேன். அப்புறம் இதெல்லாத்தையும் நினைச்சுப் பாத்தா, எல்லாம் வேற யாருக்கோ நடந்த மாதிரி இருக்கும். ஆனா நீ ஆம்பள. இனிமேதாண்டா உனக்கு லைஃபே ஸ்டார்ட் ஆவுது. தினேஷ் தனியா ஆர்கெஸ்ட்ரா ஆரம்பிக்கிறதா இருக்கான். அவன்கூட டச்லயே இரு. நானும் அவன்கிட்ட சொல்லியிருக்கேன். நீ நல்லா வருவடா... எனக்குத் தெரியும். என்னல்லாம் மறந்துடாதடா..." என்ற ஆரண்யாவின் கண்கள் கலங்கியது.

"என்ன ஆரண்யா?" என்ற நான் சட்டென்று உடைந்து அழ ஆரம்பித்து விட்டேன். "ஏய்... என்னப்பா..." என்று ஆரண்யாவும் அழ ஆரம்பிக்க... அவ்வளவுதான். சுற்றி அமர்ந்திருந்த மாணவர்கள் அனைவரும், ஆளுக்காள் ஒருவருக்கொருவர் கட்டிப் பிடித்துக் கொண்டு அழ ஆரம்பித்து விட்டனர். ரயில் ஏற்றி விட வந்த கும்பல் மொத்தமும், ஆச்சர்யத்துடன் வேடிக்கை பார்க்க... அது எங்களை உறுத்தவே இல்லை.

நாட்கள் வேகமாக ஓடியது. நானும் தினேஷும் ஆர்கெஸ்ட்ரா ஆரம்பித்தோம். ஆரண்யா திருமணப் பத்திரிகை அனுப்ப, நானும், தினேஷும் சென்று வாழ்த்திவிட்டு வந்தோம். பிறகு ஆர்கெஸ்ட்ராவில் பிஸியானேன். கொஞ்சம், கொஞ்சமாக எங்கள் புகழ் பரவி, வெளி மாவட்டங்களுக்கு எல்லாம் செல்ல ஆரம்பித்தோம்.

ஒன்றிரண்டு முறை ஆரண்யாவிடம் தொலைபேசியில் பேசினேன். பிறகு அவர்கள் வீட்டில் லேண்ட்லைனை கட் செய்து விட்டார்கள் போல. மொபைல் நம்பரும் கிடைக்கவில்லை. ஒரே ஒரு கடிதம் போட்டேன். பதில் ஒன்றும் வராமல் போக அப்படியே தொடர்பு விட்டுப்போனது.

ஒரு டிவி சேனல் நடத்திய பாட்டுப்போட்டியில் நான் கலந்து கொண்டேன். படிப்படியாக முன்னேறி குவாட்டர் ஃபைனல் வரை வந்தவுடன், ஆரண்யாவை நேரில் சந்தித்து சொல்ல வேண்டும் போலத் தோன்றியது.

நான் ஆரண்யாவின் வீட்டில் நுழைந்தபோது, ஆரண்யா மட்டும் ஒரு கைக்குழந்தையைக் கொஞ்சிக் கொண்டு அமர்ந்திருந்தாள். குழந்தை பிறந்து விட்டதா? சொல்லவே

இல்லை... என்று நினைத்தபடி சந்தோஷமாக "ஆரண்யா..." என்றேன்.

நிமிர்ந்து என்னைப் பார்த்த ஆரண்யா ஒரு வினாடிகூட தாமதிக்காமல், 'அய்யோ... நீ எங்கடா இங்க வந்த?' என்று வேகமாகக் கேட்க நான் அதிர்ந்தேன்.

"என்ன ஆரண்யா... ஒரு முக்கியமான விஷயம் சொல்லலாம்னு வந்தேன்..."

"இதெல்லாம் அவருக்குப் பிடிக்காது அறிவு... ஏற்கனவே இங்க நிறையப் பிரச்னை. நீ ஃபோன் பண்ணினன்னுதான் லேண்ட் லைனையே கட் பண்ணிட்டாரு. நீ கிளம்பு... ப்ளீஸ்..."

நான் துக்கத்தை விழுங்கிக் கொண்டு, "என்ன குழந்தை ஆரண்யா?" என்றேன்.

"பாழாப்போற பொம்பள புள்ள... இது அவரு வர்ற நேரம். அறிவு... ஆண் - பெண் நட்பெல்லாம் காலேஜோட சரியாப் போச்சுடா... கல்யாணத்துக்குப் பிறகு, இங்க பெண்களோட வாழ்க்கை வேற மாதிரி அறிவு... காட்டுக்குள்ள நுழைஞ்ச மாதிரி இருக்கு. உள்ள இருக்கவும் முடியல. வெளிய போகவும் முடியாது. ப்ச்... அதெல்லாம் பெரிய கதை... நீ சீக்கிரம் கிளம்பு அறிவு..." என்ற ஆரண்யாவின் கண்களில் தெரிந்த வேதனையையும், பயத்தையும் பார்த்தபோது, யாரோ மனசை அறுப்பது போல் இருந்தது. நான் மேற்கொண்டு ஒன்றும் பேசாமல் திரும்பி நடந்தேன்.

சில காயங்களுக்கு மருந்தே கிடையாது.

- கல்கி - பிப்ரவரி, 2009

15 காதல் காலம்

ரம்யா

காலம் கலைத்து வீசிய மனிதர்களை ஞாபகப்படுத்துவதற்கென்றே எல்லோரிடமும், ஏதேனும் சில பொருட்கள் இருந்து கொண்டு தான் இருக்கின்றன. என்னிடமும் அதுபோன்றதொரு நூறு ரூபாய் நோட்டு இருக்கிறது எனது தேவதை மீராவின் நினைவாக. அந்த தேவதையின் கையெழுத்துடன் கூடிய அந்த ரூபாய் நோட்டை, ஒரு பழைய டப்பாவில் பத்திரமாக வைத்திருக்கிறேன்.

அதற்கு திடீரென்று புது மனைவி ரம்யா மூலமாக ஆபத்து வந்தது. வீட்டை சுத்தம் செய்து கொண்டிருந்த ரம்யா, பரணில் கிடந்த அந்த டப்பாவை எடுத்துக் கீழே போட்டாள்.

நான் வேகமாக எழுந்து, "இத எதுக்கு எடுக்குற? அங்கேயே வை" என்றேன்.

"இத வெச்சுகிட்டு என்ன பண்ணப்போறீங்க?"

"அதுக்கில்ல... பழைய காலத்து டப்பா. இருந்துட்டுப் போகட்டுமே" என்றேன்.

"உங்க புத்தகக் குப்பையே ஏகப்பட்டது இருக்கு. இது வேறயா?" என்று கூறி விட்டு, பழைய சாமான்களைப் போட்டிருந்த மூட்டையில் அதைத் தூக்கிப் போட்டாள்.

புது மனைவியிடம் ஒரு அளவுக்கு மேல் விவாதம் செய்வது, சூரிய அஸ்தமனத்துக்குப் பிறகு கடுமையான பாதிப்பை ஏற்படுத்தும் என்பதால் நான் மௌனமானேன்.

விடிந்தவுடன் அதைத் தூக்கியெறிந்து விடுவாள். அதற்குள் அந்த ரூபாய் நோட்டை எடுத்தாக வேண்டும். ரம்யா பார்க்காத சமயங்களில் டப்பாவைத் திறந்து பணத்தை எடுக்க, நான்கைந்து முறை முயற்சித்தேன். அது துருப்பிடித்து, இறுகிப் போய்க் கிடந்ததால் திறக்க முடியவில்லை.

கடைசியாக ஒரு முறை முயற்சித்துக் கொண்டிருந்தபோது படுக்கை அறைக்குள் நுழைந்த ரம்யா, "அந்த பழைய டப்பாவை ஏன் நோண்டிக்கிட்டு இருக்கீங்க?" என்றபடி டப்பாவை வாங்கி, சாக்கினுள் வீசினாள். நான் யோசனையுடன் கட்டிலில் அமர, "அந்த டப்பாவை எடுத்ததுலயிருந்தே உங்க முகமே சரியில்லை. என்னப்பா விஷயம்?" என்றாள் ரம்யா.

"அதெல்லாம் ஒண்ணுமில்லை" என்றேன்.

"கல்யாணமாகி ஆறு மாசம் ஆகுது... உங்க முகத்தப் பார்த்தா தெரியாதா?"

மீராவைப் பற்றி ரம்யாவிடம் சொல்லி விடலாமா? எப்படி எடுத்துக் கொள்வாளோ என்று குழப்பமாக இருந்தது. ஆனாலும், அவளிடம் உண்மையைக் கூறவேண்டுமென்று தோன்றியது.

"ரம்யா, சாகற வரைக்கும் ஒண்ணா வாழப்போறோம். நமக்குள்ள எந்த ஒளிவு மறைவும் வேண்டாம்னு நினைக்கிறேன்..."

"எதுவாயிருந்தாலும் பரவாயில்ல... சொல்லுங்க." என்று ரம்யா கூற, மீராவைப் பற்றிக் கூற ஆரம்பித்தேன்.

மீரா

அப்போது நான் பிளஸ்-2 படித்துக் கொண்டிருந்தேன். எங்கள் பள்ளி, ஊரிலிருந்து இரண்டு கிலோ மீட்டர் தூரத்தில் இருந்தது. நாங்கள் கடற்கரையோர தென்னந்தோப்பு வழியாகத்தான் பள்ளிக்குச் செல்வோம்.

நானும், செல்வமும் வழக்கம்போல சென்று கொண்டிருந்த போதுதான், முதன் முதலாக மீராவைப் பார்த்தேன். எங்கள் பள்ளிச் சீருடையான நீலநிறத் தாவணியும், வெள்ளை நிறப் பாவாடையும் அணிந்து கொண்டு, சற்று முன்னால் நடந்து கொண்டிருந்தாள் அவள். பக்க வாட்டில் தெரிந்த அவளது முகமே, எனக்குள் அதிர்வுகளை ஏற்படுத்தியது. அவளின் பொன்னிறக் கன்னம், வெயில் பட்டு மினுமினுத்துக் கொண்டிருந்தது. காதோரம் லேசான பூனை முடிகள், சிவப்புக்கல் வைத்த குடை ஜிமிக்கி அவள் கன்னத்தை உரசிக் கொண்டிருந்தது.

"யாருடா அது? புதுசா இருக்கு." என்றேன்.

"தெரியலையே... புதுசா சேர்ந்த பிளஸ் ஒன் பொண்ணா இருக்கும்." என்றான் செல்வம்.

"சைடுல பார்க்குறப்பவே அட்டகாசமா இருக்கு. நான் கிட்ட போய்ப் பாக்குறேன்." என்றபடி வேகமாக முன்னால் நடந்தேன்.

அவளுக்குப் பின்னால் நான் நெருங்கிய சமயத்தில், திடீரென்று தென்னை மட்டை ஒன்று, மரத்திலிருந்து அவள் முன் விழ... அவள் 'ஆ' என்று அலறியபடி சட்டென்று பின் வாங்கினாள். பின்வாங்கிய வேகத்தில், அவளுக்குப் பின்னால் நெருக்கமாக வந்து கொண்டிருந்த என்மேல் வேகமாக மோதிச் சரிந்தாள். நான் அப்படியே அவளைத் தாங்கிப் பிடித்துக் கொண்ட அந்நொடிகளைச் சேகரித்து வைத்துக் கொள்ள முடிந்தால் எவ்வளவு நன்றாக இருக்கும்!

பிரமிப்பு அகலாமல், அவளது தோள்களைப் பிடித்துத் தூக்கி விடும்போது, அவளது கூந்தலிலிருந்து வந்த முல்லைப்பூவின்

நறுமணம், சூழ்நிலையை மேலும் சுகமாக்கியது. பதற்றத்துடன், "ஸாரி..." என்றவள், வேகமாக விலகி நடந்து சென்றாள்.

நான் ஆச்சரியத்துடன் நின்று கொண்டிருக்க... அருகில் வந்த செல்வம், "கில்லாடி மாப்ள நீ... எப்படிடா கரெக்டா பிடிச்ச? பாரதிராஜா படம் பார்த்த மாதிரி இருந்துச்சு." என்றான்.

"அதவிடுடா... ஆளைப்பார்த்தியா?"

"பார்த்தேன்... பார்த்தேன்... நானும் எட்டு வருஷமா இந்தத் தோப்புலதான் நடந்துட்டிருக்கேன். பொண்ணுங்க பின்னாடியும் போயிட்டுதான் இருக்கேன். சனியன்... ஒரு தென்ன மட்டை கூட விழுந்ததில்லை. ம்... எல்லாத்துக்கும் மச்சம் வேணும்டா மாப்ளே!"

"முதல்ல அது யாரு, என்னன்னு விசாரிக்கணும்" என்றேன்.

அடுத்த இரண்டு வார காலத்துக்குள், எங்களுக்கு இருந்த பல்வேறு 'சோர்ஸ்'கள் மூலமாக தகவல்கள் சேகரித்தோம்.

அவளது பெயர் மீரா. ஊருக்குப் புதிதாக டிரான்ஃபர் ஆகி வந்திருக்கும் தாசில்தாரின் மகள். எங்கள் பள்ளியில் ப்ளஸ் ஒன் சேர்ந்திருக்கிறாள் என்பதிலிருந்து, அவர்கள் வீட்டில் நெல்லுக்கடை சேகரிடம் அரிசி வாங்குகிறார்கள் என்பது வரை அனைத்து விபரங்களும் தெரியவந்தன.

அவ்வப்பொழுது மீராவைப் பள்ளிக் கட்டிடங்களின் நீண்ட நிழல்வெளிகளிலும், கடற்கரையின் ஈர மணல்வெளிகளிலும் பார்த்தேனே தவிர, பேசவோ, பழகவோ வாய்ப்புக் கிடைக்கவில்லை.

பள்ளிக் கலைவிழாவின்போது, அந்த வாய்ப்புக் கிடைத்தது. அவ்விழாவை முன்னிட்டு, ஒவ்வொரு ஆண்டும், 'பாட்டுக்குப் பாட்டு' போட்டி நடக்கும். கடந்த மூன்று ஆண்டுகளாக நான்தான் முதல் பரிசு வாங்கிக் கொண்டிருந்தேன்.

அந்த ஆண்டு மீராவும் கலந்து கொண்டாள். அனைவரும் நாக் அவுட் ஆன பிறகு, கடைசியில் நானும், மீராவும்தான் மிஞ்சினோம். இருவரும் சளைக்காமல் அடுத்தடுத்துப் பாடிக் கொண்டே இருந்தோம். 'ஸ', 'ஸ்ரீ' என்று எந்த எழுத்தில்

ஆரம்பிக்கச் சொன்னாலும், இருவரும் அசராமல் பாடிக்கொண்டிருந்தோம். நம்புங்கள்... ஒன்றரை மணி நேரம் ஆகியும், போட்டி தொடர்ந்து கொண்டே இருந்தது. போட்டியை நடத்திக் கொண்டிருந்த பி.டி. மாஸ்டரின் தொண்டை வறண்டு போக... நேரமும் இரவு ஏழைத் தாண்டியதால், போட்டியை நிறுத்தி இருவருக்கும் முதல் பரிசைக் கூட்டாக அளித்தார்கள்.

போட்டி முடிந்ததும், கூட்டம் கலைந்த பிறகு, மீராவை நோக்கிச் சென்று "ரொம்ப நல்லாப் பாடினீங்க" என்றேன்.

"நீங்களும் நல்லாப் பாடினீங்க. உங்களுக்குத்தான் ரொம்ப அப்ளாஸ்." என்றாள் மீரா.

இப்படி ஆரம்பித்த நட்பு, வேக, வேகமாக வளர்ந்தது. சிறிது நாட்களில், இருவரும் பேர் சொல்லி, 'வா... போ' என்று கூப்பிட்டுக் கொள்ளும் அளவுக்கு நெருக்கமானோம். பள்ளியை விட்டு வரும்போது, அனைவரையும் முன்னால் விட்டு விட்டு, நாங்கள் தனித்து நடக்க ஆரம்பித்தோம். விஸ்விஸ் என்று சத்தம் போட்டுக் கொண்டிருந்த சவுக்குத் தோப்புகளின் வழியே நடந்து கொண்டிருந்தபோது, மீரா தனது தங்கச் செயினை, தனது சிவந்த இதழ்களில் கவ்விக் கொண்டு ஏதேதோ 'ஸ்வீட் நத்திங்ஸ்' பேசினாள்.

நாங்கள் மேலும், மேலும் நெருக்கமானோம்.

அப்போது திடீரென்று எங்களுக்கு சமூக அக்கறை தோன்றியது. எங்கள் ஊரிலிருக்கும் ஊனமுற்ற பிச்சைக்காரர்கள் பலர் கிழிந்த, அழுக்கு ஆடைகளை அணிந்து கொண்டு சுற்றிக் கொண்டிருந்தனர். ஊரில் பணம் வசூலித்து, அவர்களுக்குப் புதிய ஆடைகள் வாங்கித்தர முடிவெடுத்தோம். அப்படித்தான் எங்கள் 'ஊனமுற்றோர் நற்பணி மன்றம்' தொடங்கியது. செல்வம்தான் தலைவர், மீரா செயலாளர், நான் பொருளாளர், பயாலஜி குரூப் ஹேமா துணைச்செயலாளர். எங்கள் யோசனையை, எனது அண்ணனின் நண்பரான ஒரு கம்யூனிஸ்ட் தோழரிடம் கூற, அவர் பாராட்டி, தனது செலவில் நோட்டீஸும், ரசீது புத்தகங்களும் அச்சடித்துக் கொடுத்தார்.

ரசீது புத்தகத்தைப் புரட்டிப் பார்த்த மீரா, "முதல்ல நான் பணம் தர்றேன். எங்க பெரியப்பா துபாய்லருந்து வந்தப்ப,

---

ஜி.ஆர்.சுரேந்தர்நாத் 139

யாருக்கும் தெரியாம எனக்கு நூறு ரூபாய் கொடுத்தார். இந்தா" என்று நீட்டினாள்.

"ஏய்... நூறு ரூபாயா? வேண்டாம். சும்மா பத்து ரூபா தா போதும்" என்றேன்.

"பரவாயில்ல... இருக்கட்டும்" என்றாள் மீரா.

அந்த நோட்டை வாங்கிப் பார்த்தேன். அதன் இடதுபுற வெற்றிடத்தில், 'மீரா' என்று அழகாகக் கையெழுத்திட்டு, கீழே லேசாக ஒரு கோடு போட்டு, அதற்கும் கீழ் மூன்று புள்ளிகளை வைத்திருந்தாள். நான் அதற்கான ரசீதை அவளிடம் கொடுத்தேன்.

ஒரு மாதம் நாங்கள் ஊரைச் சுற்றி ஆயிரத்து ஐநூறு ரூபாய் சேகரித்தோம். எட்டு ஊனமுற்ற பிச்சைக்காரர்களை அழைத்துச் சென்று, கண்ணன் ஜவுளி ஸ்டோரில் ஆடைகள் வாங்கிய எங்களை, கடையே வினோதமாகப் பார்த்தது. பில் 1390 ரூபாய்.

பணத்தைக் கொடுக்கும்போதுதான் திடீரென்று அந்த ஆசை தோன்றியது. மீரா கொடுத்த ரூபாய் நோட்டை, அவள் ஞாபகமாகவே வைத்துக் கொள்ளவேண்டும் என்று தோன்ற... கவனமாக, அந்த ரூபாய் நோட்டை மட்டும் எடுத்து வைத்துக் கொண்டேன். ஏனோ சந்தோஷமாக இருந்தது.

அந்த சந்தோஷம் அதிக நாள் நீடிக்கவில்லை. நாங்கள் ஊரில் பணம் கலெக்ட் செய்த விஷயம், ஹெட்மாஸ்டருக்குத் தெரிய வர... எங்கள் நால்வரையும் வரச்சொன்னார்.

"யாரைக் கேட்டுக்கிட்டு இந்தக் காரியம் பண்ணினீங்க?"

"நல்ல காரியம்னுதான்..." என்று இழுத்தாள் மீரா.

"பணம் கலெக்ட் பண்ணதுக்கு கணக்கு வழக்கெல்லாம் இருக்கா?" என்று கேட்டார்.

நான் ரசீது புத்தகத்தையும், கணக்கு நோட்டையும், பில்களையும் எடுத்துக் காட்டினேன். ரசீது புத்தகத்தைப் பார்த்த ஹெச்.எம்., "நம்ம ஸ்கூல் பேரப் போட்டு ரசீது புத்தகம் அடிச்சிருக்கீங்க. நீங்க அந்தப் பணத்தை மிஸ்யூஸ் பண்ணினா, ஸ்கூலுக்குத்தானே கெட்ட பேரு... எவ்வளவு செலவு பண்ணீங்க? மிச்சம் எவ்வளவு இருக்கு?" என்று கேட்டார்.

“நூத்தி பத்து ரூபாய் சார்” என்றான் செல்வம்.

“வேலை முடிஞ்சிடுச்சில்ல. பொதுப் பணத்த நீங்க ஏன் வெச்சுகிட்டிருக்கீங்க? மீதிப் பணத்தை கொடுங்க. ஸ்கூல் பில்டிங் ஃபண்டுல சேத்துடறேன்.” என்றார்.

நான் அதிர்ந்தேன். மீரா கையெழுத்திட்ட அந்த ரூபாய் நோட்டை எனக்கு யாரிடமும் தரும் எண்ணம் இல்லை. பின்னால் ஏதாவது பணம் கிடைக்கும்போது, அதை மன்றக் கணக்கில் கொடுத்து விட்டு, மீராவின் நோட்டை நான் தனியாக வைத்துக் கொள்ளலாம் என்று நினைத்திருந்தேன். திடீரென இப்படிக் கேட்டால், காரணத்தைச் சொல்லவும் முடியாது. என்ன நடந்தாலும் சரி... அந்தப் பணத்தைக் கொடுப்பதில்லை என்ற முடிவுக்கு வந்தேன்.

“இல்ல சார்... அந்தப் பணமும் செலவாயிடுச்சி” என்ற என்னை அனைவரும் ஆச்சரியத்துடன் பார்த்தனர்.

செல்வம் என் காதில் கிசுகிசுப்பாக, “ஏன்டா சொதப்புற... நாளைக்கு கொண்டு வந்து தர்றேன்னு சொல்லிடு” என்றான்.

“என்ன பண்ணீங்க... சொல்லுங்க?” என்று அதட்டினார் ஹெட்மாஸ்டர்.

“மறந்துட்டேன் சார்... ஏதோ செலவாயிடுச்சி” என்றேன் விறைப்பாக.

என் அருகில் வந்த ஹெட்மாஸ்டர், “இந்த வயசுல ஊர்க்காசை ஏப்பம் விடுறியா? பொறுக்கி நாயே...” என்று கூறியபடி என் கன்னத்தில் ஓங்கி அறைய... எனக்குப் பொறி கலங்கியது. வராண்டாவில் சில ஆசிரியர்களும், மாணவர்களும் எங்களை வேடிக்கை பார்த்துக் கொண்டிருந்தனர். அவமானத்தில் கூனிக் குறுகி நின்றாலும், பணத்தை மட்டும் தருவதாகச் சொல்லவில்லை.

“எக்கேடோ கெட்டு ஒழிங்க. ஏதோ நல்லா படிக்கிற பசங்கன்னு விடுறேன். கெட் அவுட்...” என்று கத்த நாங்கள் வெளியேறினோம்.

கடற்கரை வழியாக நானும் மீராவும் தனியாக நடந்து வர... எங்கள் மௌனத்தைக் கலைப்பதுபோல் அலைகள் மட்டும் சப்தமேற்படுத்திக் கொண்டிருந்தன.

"நீ நிச்சயம் அந்தப் பணத்தை செலவு பண்ணியிருக்கமாட்டே. உன்னைப் பத்தி எனக்குத் தெரியும். ஏன் செலவாயிடுச்சுன்னு சொன்ன?"

"அது வந்து... அது வந்து..."

"எதுவாயிருந்தாலும் சொல்லு."

"அந்தப் பணம் என்கிட்டதான் இருக்கு..."

"அப்புறம் ஏன் கொடுக்கலை?"

"அதுல நீ கையெழுத்து போட்டுக் கொடுத்த நூறு ரூபாய் நோட்டு இருக்கு... இந்த வருஷத்தோட ஸ்கூல் முடிஞ்சு போயிடுவேன். உன் ஞாபகமா இருக்கட்டுமேன்னு..." என்று நான் கூற, மீராவின் முகத்தில் சந்தோஷமும், வெட்கமும் சட்டென்று வந்து உட்கார்ந்தது.

சில வினாடிகள் புன்முறுவலுடன் கடலலைகளைப் பார்த்துக் கொண்டிருந்த மீரா, "நானும் உன் ஞாபகமா ஒண்ணு வெச்சிருக்கேன்" என்றாள்.

"என்ன?"

"அந்த நூறு ரூபாய்க்கு, நீ கையெழுத்து போட்டுக் கொடுத்தியே... அந்த ரசீது" என்ற மீராவின் கண்களில் பொங்கிய உணர்வுகளை எப்படி வர்ணிப்பது என்றே தெரியவில்லை.

"எனக்காக எவ்வளவு அவமானம்... ரொம்ப வலிக்குதா?" என்று கேட்ட மீரா, நான் சற்றும் எதிர்பாராதவிதமாக மெல்லிய விரல்களால் எனது கன்னத்தில் தடவிக் கொடுக்க... மனசு காற்றாகப் பறந்தது.

அப்படியே எனது தோளில் சாய்ந்த மீராவை இதமாக அணைத்துக் கொண்டேன். அவ்வளவுதான். 'ஐ லவ் யூ' என்றெல்லாம் கூறவில்லை. பூக்கள் வாய்விட்டா தங்கள் வாசனையைச் சொல்லிக் கொள்கின்றன?

அன்று இரவு முழுவதும் தூக்கமில்லாமல் உற்சாகத்தில் புரண்டு கொண்டிருந்த எனக்கு, மறுநாள் மாபெரும் அதிர்ச்சி காத்திருந்தது.

மறுநாள் பள்ளி செல்லும்போது மீராவைப் பார்த்தேன். அவளின் முகம் மிகவும் சோகமாக இருந்தது...

“என்ன மீரா, டல்லாயிருக்க?” என்று கேட்டேன்.

“போன வாரம் தண்ணீர் பிரச்னைக்காக இங்க சாலை மறியல் நடந்து, துப்பாக்கிச் சூடு நடந்துச்சில்ல... அந்தப் பிரச்னைய அப்பா சரியா ஹேண்டில் பண்ணலன்னு திடீர்னு டிரான்ஸ்ஃபர் பண்ணிட்டாங்க. இன்னைக்கே கிளம்புறோம்.” என்று மீரா கூற மனசுக்குள் இடி விழுந்தது.

துக்கத்தைத் தொண்டையில் விழுங்கியபடி, “இனிமே பார்க்கவே முடியாதா?” என்றேன்.

“ம்ஹும்... ரொம்ப தூரம் போறோம்...”

அந்த வாரம் ஞாயிற்றுக்கிழமையே அவர்கள் ஊரைக் காலி செய்து விட்டுக் கிளம்பினர். வீட்டுக்குச் சென்று பார்த்தால் தப்பாக நினைத்துக் கொள்வார்களென்று அவர்களுடைய வேன் வரும் பாதையில், கடற்கரையில் காத்துக் கொண்டிருந்தேன்.

வேனைப் பார்த்தவுடன் உஷாரானேன். முன்பக்கம் மீராவைக் காணவில்லை. பின்னால் பீரோ, நாற்காலிகளுக்கு மத்தியில் மீரா நின்று கொண்டிருந்தாள். அவளைப் பார்த்தவுடன், நான் கைகளை அசைத்தபடி வேன் பின்னால் ஓடினேன். மீராவும் கண்ணீருடன் கையசைக்க... நான் கையை ஆட்டிக் கொண்டே பைத்தியக்காரன் போல் சிறிது தூரம் ஓடினேன். வேன் தார்ச்சாலையை நெருங்கி வேகமெடுக்க... சிறு புள்ளியாக மறைந்தாள் மீரா.

மீரா - ரம்யா

சேர்களுக்கும், பீரோவுக்கும் நடுவில் நின்றபடி மீரா கண்ணீருடன் கையசைத்த கோலம், இத்தனை ஆண்டுகளுக்குப் பிறகும் இன்னும் மனதில் அப்படியே இருக்கிறது.

சொல்லி முடித்தபொழுது, ரம்யாவின் கண்கள் கலங்கி யிருந்தன. ஒரு பூகம்பத்தை எதிர்நோக்கி அவள் முகத்தையே பார்த்துக் கொண்டிருந்தேன்.

“ரொம்ப சின்சியரா காதலிச்சீங்களா?” என்று கேட்டாள் ரம்யா.

“சீரியஸா காதல், கல்யாணம்னெல்லாம் நினைக்கல. ஆனா, அப்ப அவ மேல ஒரு பெரிய ஈர்ப்பு இருந்துச்சு. பப்பி லவ்வுன்னு சொல்லுவாங்களே அந்த மாதிரி...” என்ற என்னை உற்றுப் பார்த்த ரம்யா, எழுந்து அந்த டப்பாவை எடுத்தாள். திறக்க முயற்சித்தபடி, “அப்பப்ப பாப்பீங்களா?” என்று கேட்டாள்.

‘‘முதல்ல அடிக்கடி திறந்து பாப்பேன். இப்ப ரொம்ப நாளாகுது...”

ரம்யா மூடியில் எண்ணெய் விட்டுத் திறக்க, மூடி கழன்று கொண்டது. ஆர்வமுடன் ரம்யா அந்த நோட்டுகளை எடுத்தாள். பத்து ரூபாய் நோட்டை அதிலேயே வைத்து விட்டு, நூறு ரூபாய் நோட்டை மட்டும் பார்த்தாள். சிரிப்புடன் என்னிடம் நீட்டினாள். நோட்டு சற்றே பழுப்பேறி இருந்தாலும், மீராவின் கையெழுத்தும், அதற்குக் கீழே அவள் கோடு போட்டு வைத்த மூன்று புள்ளிகளும் பளிச்சென்று தெரிந்தன.

அடுத்து ரம்யா செய்த காரியம் நான் சற்றும் எதிர்பாராதது. “இத. இவ்வளவு அஜாக்கிரதையாவா வைக்கிறது?'' என்று கேட்டபடி பீரோவைத் திறந்து ஒரு டைரியை எடுத்தாள். அவள் ஆடி மாதம் ஊருக்குச் சென்றிருந்தபோது, நான் முதன் முதலாக அவளுக்கு எழுதிய கடிதத்தை அந்த டைரியில்தான் பத்திரமாக வைத்திருக்கிறாள். டைரியைப் பிரித்த ரம்யா, அந்தக் கடிதத்தோடு, மீரா கொடுத்த நூறு ரூபாய் நோட்டையும் சேர்த்து வைக்க... நான் ஆச்சரியத்தின் உச்சத்துக்குப் போனேன்.

“உங்க தேவதையோட நோட்ட பத்திரமா வெச்சிட்டேன். போதுமா?'' என்று என் கன்னங்களைப் பிடித்தபடி சிரித்த ரம்யாவின் கண்களில் எந்த ஒரு துயரமும் இல்லை.

திருமணமாகி ஆறு மாதங்கள் ஆகிறது. அவளிடம் அன்பு, பிரியம் எல்லாம் இருந்தாலும் ஏனோ தெரியவில்லை. இதுவரை ஒரு முறைகூட அவளிடம் நான் சொல்லாததை இப்போது சொல்லத் தோன்றியது. அவளை மென்மையாக அணைத்தபடி, காதோரம் கிசுகிசுப்பாக, ‘ஐ லவ் யூ ரம்யா’ என்றேன்.

– குங்குமம் – நவம்பர், 2007

புகைப்படம் : மு. கார்த்திக்

16

ருசி

நான் திவ்யா. வயது 5^2-2. நான் உங்களுடன் சற்று நேரம் பேச வேண்டியிருக்கிறது. ஒரு பெண்ணாக இருந்து கொண்டு, இதையெல்லாம் சொல்வதில் எனக்கு நிறையத் தயக்கங்கள் உள்ளன. என்னைப் பற்றிக் கேவலமாகக்கூட நினைப்பீர்கள். ஆனாலும், என்து தலைமுறையைச் சேர்ந்த இளம் பெண்களை எச்சரிக்கை செய்வதற்காக இதைச் சொல்லவேண்டியிருக்கிறது.

நான் ஒரு கால் சென்டரில் பணிபுரிகிறேன். என்னுடைய டீம் லீடர் வினோத். உயரமாக, அழகாக இருப்பான். அவன் என்னைப் பார்த்த பார்வையில், சில பிரத்யேக வித்தியாசங்கள் தெரிந்தன. பேச்சில், எனது கவனத்தை ஈர்ப்பதற்கான முயற்சிகள் தெரிந்தன.

“நீங்க ‘ஒன் நைட் அட் தி கால் சென்டர்’ படிச்சிருக்கீங்களா திவ்யா?”

“ம்... சேட்டன் பகத்.”

“பீஸ் ஆஃப் மீ... கேட்டுருக்கீங்களா?”

“ம்... பிரிட்னி ஸ்பியர்ஸ். ஹலோ... இங்க பாருங்க... ஒத்த ரசனை இருந்தா லவ்வுங்குறதுல்லாம் ஓல்டு ஸ்டைல். மேலும் அதெல்லாம் உங்களுக்குத் தேவையுமில்லை. இந்த ஃபிலிமெல்லாம் காட்டாமலே, உங்களுக்கு ஃபிகருங்க விழும்.”

“நீங்க விழுந்துட்டீங்களா?”

“ம்... விழறப்ப சொல்லி விடுறேன். வந்து தூக்கி விடுங்க.”

பிறகு வந்த நாட்களில் சிறிது, சிறிதாக என்னை நெருங்கினான்.

“உங்க வாய்ஸ் நல்லா இருக்குங்க திவ்யா...”

“உங்க கண்ணு அழகா இருக்குங்க திவ்யா...”

“நீ ரொம்ப அழகா இருக்க திவ்யா...” என்று அவன் கூறியபோது நியாயமாக அவனைக் கண்டித்திருக்க வேண்டும். ஆனால் வெட்கத்துடன், “தேங்க்ஸ்” என்றேன்.

வினோத், என்னை மேலும் மேலும் நெருங்கினான். ஒரு பிப்ரவரி 14இல், பாரீஸ்டா காஃபி ஷாப்பில், எக்ஸ்ப்ரஸ்ஸோ விற்கு ஆர்டர் செய்து விட்டு, “எனக்கு உன் மேல, டைரக்டர் பாலாஜி சக்திவேலோட இரண்டாவது படம் வந்துருச்சு” என்றான்.

“என்ன வந்துருச்சு?” என்றேன் புரியாமல்.

“காதல்...” என்றபடி ரோஜாப்பூவை நீட்டினான்.

நான் பதில் ஒன்றும் சொல்லவில்லை.

“என்ன திவ்யா... யோசிக்கிற... இதுதான் என்னோட கடைசி ஜென்மம்னு ஜோசியக்காரர் சொல்லியிருக்காரு. என் கடைசி ஜென்மக் காதலை ஏத்துக்க திவ்யா...”

"எங்க ஜோசியர், எனக்கு அரேஞ்டு மேரேஜ்தான்னு அடிச்சுச் சொல்லியிருக்கிறாரு..."

"ப்ச்... அப்ப... சான்ஸே இல்லையா?"

"ம்ஹ்ம்..." என்றேன் சிரித்தபடி.

"ஷ்யூர்?"

"ஷ்யூர்..."

"இதுல ஒண்ணும் மாற்றம் இருக்காதே... அப்புறம் நாளைக்கு வந்து, நான் குப்புறப் படுத்து யோசிச்சுப் பாத்தேன். எனக்கும் குபீர்ன்னு காதல் வந்துருச்சுன்னு சொல்லக்கூடாது."

"ம்ஹ்ம்... அதுக்கெல்லாம் சான்ஸே இல்லை..."

"அப்ப சரி..." என்று பேக்கை எடுத்துக் கொண்டு எழுந்தான்.

"ஏய்... எங்க போற?"

"நீதான் வாய்ப்பில்லன்னுட்ட. அதுக்குப் பிறகு எதுக்கு டைம் வேஸ்ட் பண்ணிகிட்டு? அந்த மூணாவது டேபிள் பொண்ணு, தனியா உக்காந்து, ரொம்ப நேரமா என்னை, வெறிச்சு வெறிச்சு பாத்துட்டிருக்கு. போய், என்ன ஏதுன்னு விசாரிக்கிறேன். எக்ஸ்ப்ரஸ்ஸோ வந்துச்சுன்னா, அப்படியே அந்த டேபிளுக்கு அனுப்பிடு."

"யு... லவ்லி ராஸ்கல்..." என்று அவன் தலைமுடியைப் பிடித்து உலுக்கி உட்கார வைத்தேன்.

"ஒரு மாசத்துக்கு முன்னாடியே, உன்னை லவ் பண்ண ஆரம்பிச்சுட்டேன்" என்றேன்.

அன்று முதல், சட்டென்று வாழ்க்கையில் எல்லாம் மாறிப்போய் விட்டது. ஆடைகள் அணிவதில், திடீரென்று கூடுதல் அக்கறை. அம்மாவுடன் பேசிக்கொண்டிருக்கும்போதே, திடீரென்று கவனம் நழுவுகிறது. டிவியில் காதல் பாடல்கள் போடும்போது, கைகள் சேனலை மாற்றுவதில்லை. எதிரில் வரும் முகம் தெரியாதவர்களை நோக்கிப் புன்னகைக்கத் தோன்றுகிறது. வினோத்தைப் காணாதபோது தவித்து... கண்டபோது சிலிர்த்து... எவ்வளவு அழகான நாட்கள் அவை...

சென்னைக் காதலர்கள் இலக்கணப்படி, ஒரு நாள் கடற்கரைக்குச் சென்றிருந்தோம். வினோத் அமைதியாக உட்கார்ந்திருந்தான்.

"என்ன வினோத்? சும்மா உட்கார்ந்திருக்க..." என்றேன்.

"நீ இவ்வளவு வெளிப்படையா இருப்பேன்னு நினைக்கவே இல்ல திவ்யா. இன்னும் கொஞ்சம் இருட்டட்டுமேன்னு பாத்தேன். ஆனாலும் நீ படா ஸ்பீடும்மா. இட்ஸ் ஓகே..." என்று வினோத் பரபரவென்று கைகளைத் தேய்த்தபடி என்னை நெருங்கினான்.

"அய்யோ... ஒண்ணும் பேசாம உட்கார்ந்திருக்கியேன்னேன்..."

"பேச்செல்லாம் காதலிக்கிறதுக்கு முன்னாடிதான். அதுக்குப் பிறகு ஒன்லி ஆக்ஷன்..." என்று தோளில் கைவைத்தான். நான் சட்டென்று அவன் கையைத் தட்டி விட்டேன்.

"இதுக்குத்தான் என்னை லவ் பண்றியா வினோத்?"

"இந்த ஆப்பிள் ஃப்ளேவர்டு கான்டம் யுகத்துல தொடாம எப்படி லவ் பண்ண முடியும் திவ்யா?"

"தொடாமக் காதலிக்கிறதுக்குப் பேருதான் காதல். தொட்டா அதுக்குப் பேரு வேற..."

"மைகாட்... திவ்யா... நீ எந்தக் காலத்துல இருக்க? நேத்துக் காதலிக்க ஆரம்பிச்சவன்லாம், மகாபலிபுரம் தள்ளிட்டுப் போயி..." என்ற வினோத்தின் பேச்சில் குறுக்கிட்ட நான், "தள்ளிட்டுப் போயீ..." என்றேன் கோபமாக.

"தள்ளிட்டுப் போயி, அர்ச்சுணன் தவம் சிற்பத்தைப் பார்த்துட்டு வர்றாங்கன்னு சொல்லவந்தேன்." என்று வினோத் கூற, நான் கோபம் தணிந்து சிரித்தேன்.

ஒருநாள் ஒரு ஹிந்திப்படம் பார்த்தோம். படத்தின் பெயர் 'கோல்' என்று நினைக்கிறேன். அதில் ஜான் ஆப்ரஹாமும், பிபாஷா பாசுவும் பரிமாறிக் கொள்ளும் ஒரு சூடான முத்தக் காட்சி இருந்தது.

பார்த்து விட்டு அருகிலிருந்த ஐஸ்க்ரீம் பார்லருக்குச் சென்றோம். தனி கேபின். அந்த கேபின், முக்கால் கதவால் மறைக்கப்பட்டு, காதலர்கள், இடுப்பிற்கு மேல்பட்ட காரியங்களை முடித்துக் கொள்வதற்கு வசதியாக இருந்தது.

"படம் எப்படி?" என்றான் வினோத்.

"கடைசில நல்லா விறுவிறுப்பா இருந்துச்சு... ஆனா கிஸ் சீன்லாம் ஓவர்... அப்படி என்னதான் கிஸ்ஸுல இருக்கோ? மாஞ்சு, மாஞ்சு கொடுத்துக்குறாங்க..."

"கிஸ்ஸுல என்ன இருக்கா? உடம்போட உடம்பு ஒட்டி கிட்டு, சூடா மூச்சுக்காத்து முகத்துல பட... முதல்ல கன்னத்துல உதட்டப் பதிச்சு, அப்படியே நகந்து வந்து, மேலுதட்டுக்கு மேல இருக்குற வியர்வையை உதட்டால ஒத்தி எடுத்துட்டு, அப்படியே கீழுதட்டுக்கு வந்தா எப்படி இருக்கும் தெரியுமா?" என்று வினோத் சொல்ல, சொல்ல... இப்போது உங்களுக்கு எப்படி இருக்கிறதோ, அப்படித்தான் அன்று எனக்கும் இருந்தது. எனது உடலுக்குள் அனல்காற்று சுழன்றடிக்க, "எப்படி இருக்கும்?" என்றேன் கிறக்கத்துடன்.

"இப்படி இருக்கும்" என்று என்னை நெருங்கிய வினோத், எனது இடுப்பை லேசாக அணைத்தபடி, மேலே சொன்ன காரியங்களை எல்லாம் அட்சரம் பிசகாமல் செய்ய... விலகி மூச்சு வாங்கினேன். வாட்சைப் பார்த்து, "சரியா ஒன்றரை நிமிஷம்." என்றான். "சீ..." என்று வெட்கப்பட்டேன்.

"இங்க பார்றா... நான் நகர்ந்தப்ப, என் சட்டைக் காலரை விடாம புடிச்சுகிட்டு... இப்ப வெட்கத்தைப் பாரு."

"அய்யோ... வினோத்..." என்று நான் சிணுங்கியபடி அவன் நெஞ்சில் மாறி மாறி அடிக்க... அப்படியே இழுத்து, என் உதடுகளை மீண்டும் கவ்விக் கொண்டான் வினோத்.

இப்படித்தான் அந்த முதல் ஸ்பரிசம் ஆரம்பித்தது. பிறகு முத்தங்கள் தொடர்ந்தன. இரவு ஷிப்டுகளின்போது, சர்வர் ரூமில்... பாத்ரூம் செல்லும் பாதை மறைவு இருட்டில்... என்று முத்தங்களை வழங்கிக்கொண்டே இருந்தான். ஒருமுறை சர்வர் ரூமில் என் இடுப்பில் கைவைத்து, அடுத்த கட்டத்திற்கு செல்ல...

நான், "வேண்டாம் வினோத். முத்தத்தோட நிறுத்திக்கலாம்." என்று விலகிக் கொண்டேன்.

மறுநாள் வினோத் எனக்கு, ஒரு அடல்ட்ஸ் ஒன்லி எம்எம்எஸ் அனுப்பினான். மனதில் குற்ற உணர்வுடன் அதை ரசித்து விட்டு, ஒரு சம்பிரதாயத் திற்காக, "கண்ட, கண்ட எம்எம்எஸ்ஸெல்லாம் எனக்கு அனுப்பாத வினோத்'' என்று பலவீனமாகக் கண்டித்தேன்.

ஆனாலும் வினோத், எம்எம்எஸ் ஸ்கேண்டல் என்று, வரிசையாக பாலுணர்வைத் தூண்டும் க்ளிப்பிங்குகளாக அனுப்பிக் கொண்டே இருந்தான். அதையெல்லாம் பார்க்கக் கூடாது, என்று நினைத்தாலும். பார்க்காமல் இருக்க முடிய வில்லை.

ஒருநாள் இரவு ஷிப்ட் முடிந்து கிளம்பும்போது, "திவ்யா, நாளைக்கு உன் பர்த்டே வருதுல்ல... உங்க வீட்லயும் எல்லாரும் கோயம்புத்தூர் போயிருக்காங்க. அதனால ஈசிஆர் ரிசார்ட்ஸ் ஒண்ணுல, ஒரு பர்த்டே பார்ட்டிக்கு ஏற்பாடு செஞ்சுருக்கேன்."

"ஏய்... ரிசார்ட்ஸெல்லாம் எதுக்கு?"

''அதான் இப்ப ஃபேஷன். பத்து பேரை இன்வைட் பண்ணியிருக்கேன். நம்ம ரேஷ்மா, சுனில், பரணி... எல்லாரும் வராங்க. நாளைக்கு நைட் ஷிப்ட் முடிஞ்சவுடனே, நேரா ரிசார்ட்ஸ்க்கு போயிடலாம்."

நண்பர்கள் எல்லாரும் வருகிறார்கள் என்றவுடன், தயக்க மின்றி, "சரி..." என்றேன்.

மறுநாள் காலை. இரவு ஷிப்ட் முடிந்து கிளம்பும்போது, "இப்ப நேரா ரிசார்ட்ஸ் போறோம்" என்றான்.

"அவங்கள்லாம் எத்தனை மணிகு வர்றாங்க?"

"லெவன் ஓ கிளாக்..."

"ஏய்... இப்ப மணி ஏழுதான் ஆவுது."

''நீ குளிச்சு, புது ட்ரெஸ்ல்லாம் போட்டு ரெடியாக வேண்டாமா?"

எனக்கு எதுவும் சரியாகப் படவில்லை. இருப்பினும் நம்மை மீறி என்ன நடந்து விடப்போகிறது என்ற தைரியத்தில், "சரி..." என்றேன்.

"உனக்கு மெயில்ல ஒரு லவ் லெட்டர் அனுப்பியிருக்கேன். கிளம்பறதுக்கு முன்னாடி படிச்சுட்டு வா..."

"அதான் தினம் நேரில் பாக்கறோமே... அப்புறம் என்ன லெட்டர் வேற..."

"இன்னைக்கு உன் பிறந்த நாள் இல்ல... அதை முன்னிட்டு ஒரு சிறப்புக் கடிதம். போய்ப் பாத்துட்டு வா... நான் கீழ பார்க்கிங்ல வெய்ட் பண்றேன்" என்றான்.

மெயில் ஓப்பன் செய்து பார்த்தேன். முதலில் நாகரிகமாக ஆரம்பித்திருந்த கடிதம், போகப் போக செக்ஸியாக மாறியது. வினோத் நேற்று ஒரு கனவு கண்டதாகவும், அதில் அவர்களது இரண்டு உயிரும், உடல்களும் ஒன்றாகக் கலந்து விட்டதாகவும் தெரிவித்து, இரண்டு உடல்களும் எவ்வாறு கலந்தன என்பதை விலாவாரியாக விளக்கியிருந்தான். மனசு படிக்க வேண்டாம் என்று தடுத்தாலும், உடல் படிக்கத் தூண்டியது. முழுவதும் படித்து முடித்தபோது, உடம்பெல்லாம் தீப்பற்றி எரிவதுபோல் இருந்தது.

லிஃப்டில் இறங்கும்போது, "ரொம்ப செக்ஸியாக எழுதி யிருக்க." என்றேன்.

"கண்ட கனவை எழுதினன்ப்பா..." என்றான்.

பைக்கில் செல்லும்போது வழக்கத்தைவிட இறுக்கமாக வினோத்தை அணைத்துக் கொண்டேன்.

ஒரு மணி நேரத்தில் ரிசார்ட்ஸில் இருந்தோம். கேட்டைத் தாண்டியவுடன் எதிர்பட்ட ரிசப்ஷனுக்கு சென்றான். "காட்டேஜ் நம்பர் 310" என்றான். சாவியை வாங்கிக் கொண்டு நடந்தோம். ஆங்காங்கே புதிதாக நட்டிருந்த மரங்கள், லேசாக நிழல் தந்து கொண்டிருந்தன. இரவு பார்ட்டி முடிந்தவர்கள், காரில் களைப்புடன் திரும்பிக் கொண்டிருந்தார்கள். ஸ்விம்மிங் பூலில் அதிகக் கும்பல் இல்லை. ஒன்றிரண்டு வெள்ளைக்காரர்கள்

மட்டுமே இருந்தனர். ரெஸ்டாரென்டைக் கடந்து இடது பக்கம் திரும்பியவுடன் அந்த காட்டேஜ்.

காட்டேஜுக்கு எதிரே சிறிது தூரத்திலேயே கடற்கரை. கடற்கரையில் யாரும் இல்லை. அலைகள் மட்டுமே சத்தம் எழுப்பிக் கொண்டிருந்தன. ஏனோ தெரியவில்லை. இதையெல்லாம் ரசிக்க முடியாமல் மனதினுள் ஒரு பாரம்.

காட்டேஜுக்கு வெளியே பால்கனி. உள்ளே நுழைந்தவுடன், ஒரு ஹால், பிறகு பெட்ரூம். பெட்ரூம் உள்ளேயே பாத்ரூம். பாத்ரூம் என்றால் நீங்கள் நினைப்பதுபோல் அல்ல. பெட்ரூமை ஒட்டியே கண்ணாடியால் தடுக்கப்பட்ட பாத்ரூம். பெட்ரூமிலிருந்து குளிப்பதைக் காண முடியும். சற்றே மங்கலாகத் தெரிந்தாலும், பார்க்க இயலும்.

படுக்கையில் தொப்பென்று விழுந்த வினோத், "போய் குளிச்சுட்டு வந்துடு..." என்றான்.

அதன் பிறகு நடந்ததையெல்லாம் விரிவாகக் கூறவேண்டிய அவசியமில்லை. நான் பாத்ரூமில் குளித்துக் கொண்டிருந்த போதே, வினோத் "நானும் குளிச்சுடுறேன்..." என்று வந்ததும், என்னை அணைத்ததும், நான் பலவீனமாக மறுத்ததும்... அதற்கு மேல் என்ன நடந்திருக்கும் என்று நான் சொல்லித் தெரியவேண்டியதில்லை. "வேண்டாம் வினோத்... இதெல்லாம் தப்பு..." என்பது போன்ற எனது சம்பிரதாயமான மறுப்புகள். 'அடுத்த வருஷம் கல்யாணம் பண்ணிக்கப்போறோம். என் மேல நம்பிக்கை இல்லையா?' என்பது போன்ற வினோத்தின் சம்பிரதாயமான வாக்குறுதிகள்... முத்தங்கள்... ஆடை கலைப்புகள்...

ஒரு விஷயத்தை நீங்கள் கவனிக்க வேண்டும். வினோத் அனுப்பியிருந்த மெயிலைப் பார்த்து விட்டு, எனது உடல் உணர்ச்சிகள் தூண்டப்பட்டு, முற்றிலும் தயார் நிலையிலேயே எனது உடல் இருந்தது. அந்த சூழ்நிலையில், என்னை வீழ்த்துவது வினோத்துக்கு அதிக சிரமமில்லாத விஷயமாகவே இருந்தது. எல்லாம் முடிந்த பிறகு, மீண்டும் சம்பிரதாயமாக ஒரு அழுகை. "ஸாரி திவ்யா... திஸ் இஸ் ஃபர்ஸ்ட் அன்ட் லாஸ்ட்" என்றான்.

நானும் அப்படித்தான் நினைத்துக் கொண்டிருந்தேன். ஆனால் வினோத்தின் காரியங்களும், எனது 23 வயதும் அதற்கு அனுமதிக்கவில்லை. வினோத் தொடர்ந்து என்னைத் தூண்டிக்

கொண்டே இருந்தான். போனில் பேசும்போது, அனறைக்கு நடந்ததை விவரித்து, "அப்ப சூப்பரா இருந்துச்சுல்ல..." என்று அவன் கூறியவுடன், எனக்கு அந்த ஞாபகம் வந்து விடும். பிறகு மெயிலில், ஏதாவது கிளுகிளுப்பான காட்சிகளை அட்டாச் செய்து அனுப்புவான்... இப்படியாக வினோத் எனது உடலைத் தொடர்ந்து ஒரு கொதி நிலையிலேயே வைத்திருந்தான்.

உடல் ருசி கண்ட பூனையாய் அலைந்தது. ரிசார்ட்ஸ்களிலும், வினோத்தின் பிரம்மச்சாரி நண்பனின் அறையிலும் அடிக்கடி வெட்கம் விட்டேன். ஆடை கலைந்தேன். ஒரு கட்டத்தில், எங்கள் வீட்டில் ஆளில்லாத சமயங்களில் நானே வினோத்தைக் கூப்பிட ஆரம்பித்தேன்.

வினோத் திட்டமிட்டு, எனது உடல் உணர்வுகளைத் தூண்டி, என்னைப் பயன்படுத்திக் கொள்கிறான் என்பதை நான் உணரத் துவங்கியபோது, ஒரு வருடத்திற்கு மேல் ஆகியிருந்தது. அதே சமயத்தில், வினோத்தும் என்னிடமிருந்து கொஞ்சம், கொஞ்சமாக விலகத் தொடங்கினான். என்னைப் பார்க்கும் போது, முகத்தில் அந்தப் பழைய மலர்ச்சி இல்லை. பழைய கேலி, கிண்டல் இல்லை.

இதற்கிடையே நிறைய சம்பளம் என்று வேறொரு கம்பெனிக்கு வேலை மாறினான் வினோத். புதிய கம்பெனியில் சேர்ந்தவுடன் கொஞ்சம், கொஞ்சமாக என்னைத் தவிர்க்க ஆரம்பித்தான். அவனாகவே போன் செய்வதில்லை. நானே போன் செய்தாலும், கடனே என்று பேசி விட்டு கட் செய்து விடுவான். நேரில் பார்க்கலாம் என்றால், புதிய கம்பெனியில் நிறைய வேலை என்று தவிர்த்து விடுவான். வினோத்துக்கு நான் சலித்துப்போய் விட்டதாக உணரத் துவங்கிய சமயத்தில், அந்த தகவல் வந்து சேர... நான் அதிர்ந்தேன்.

வினோத், புதிய கம்பெனியில் பணிபுரியும் ஒரு பெண்ணுடன் சுற்றிக்கொண்டிருப்பதாகக் கேள்விப்பட்டு நேரில் சென்று விசாரித்தேன்.

வினோத் சினிமாக்களில் வரும் வில்லன்போல், "ஆமாம். நீ கேள்விப்பட்டது உண்மைதான். அதுக்கென்ன இப்ப?" என்றான் அலட்சியமாக.

“கொஞ்சம்கூட மனசாட்சி இல்லாமப் பேசறியே வினோத். உனக்காக எல்லாத்தையும் கொடுத்தேன்.” என்றேன் கண்ணீருடன்.

“அதான். அதனாலதான் வேணாங்கிறேன்.”

“என்ன வினோத் சொல்ற?” என்றேன் குழப்பத்துடன்.

“வந்து திவ்யா... சொன்னா உனக்குக் கஷ்டமா இருக்கும். அதுக்குன்னு உண்மையை சொல்லாம இருக்க முடியாது. நீ வந்து... செக்ஸ்ல கொஞ்சம் வீக்கு. கண்ட்ரோல் பத்தாது. நீயாவே உங்க வீட்டுக்கு கூப்புடற அளவுக்கு வீக்கா இருக்க. உன்னைக் கல்யாணம் பண்ணிட்டு, உன்னை வேலைக்கு அனுப்பிட்டு... என்னால நிம்மதியா இருக்க முடியாது. வேலைக்குப் போகாம வீட்டுல இருக்கன்னு சொன்னாலும், உன்னை வீட்டுல வச்சுட்டு என்னால நிம்மதியா வேலைக்குப் போக முடியாது.” என்று வினோத் சொன்னதும்... பாய்ந்து அவன் சட்டையைப் பிடித்தேன்.

“யூ... ஹார்ட்லெஸ் சீட்... நாளைக்கு என் புருஷனாவப் போறவன்னு நம்பித்தாண்டா என் உடம்பைக் கொடுத்தேன். என் உடல் உணர்வுகளத் தூண்டி விட்டு அனுபவிச்சுட்டு, இப்ப நீயே என்னை செக்ஸுல வீக்குன்னு சொல்றியேடா... உன்னை நான் சும்மா விட மாட்டன்டா...”

“திவ்யா... பிரச்சனை பண்ணாம போயிடு... இல்லன்னா, நாம நெருக்கமா எடுத்துகிட்ட ஃபோட்டாவை எல்லாம் எதாச்சும் வெப்சைட்டுல போட்டு விட்டுடுவேன்...” என்று வினோத் கூற, நான் அதிர்ச்சியில் உறைந்து போனேன். இயலாமையில் அழுகை வந்து விட்டது.

அழுதேன். அழுகிறேன். இன்னும் அழுதுகொண்டே இருக்கிறேன்.

–ஆனந்த விகடன் – பிப்ரவரி, 2009

புகைப்படம் : மு. கார்த்திக்

17 மாலதியக்கா

வாழ்க்கை மிகவும் விசித்திரமானது. சத்துணவுச் சோற்றுக்காகத் தட்டைத் தூக்கிக் கொண்டு ஓடிய என்னை, நாற்பதாயிரம் ரூபாய் சம்பளம் வாங்க வைத்திருக்கிறது. நூறு பவுன் போட்டுத் திருமணம் செய்து வைத்த பக்கத்து வீட்டு மாலதியக்காவை, என் ஆபீஸ் கேண்டீனில் உள்பாவாடை விற்க வைத்திருக்கிறது.

மாலை நான்கு மணிக்கு மேல், காபிக்காக கேண்டீனுக்கு வந்த பொழுதுதான் நான் மாலதியக்கா வைப் பார்த்தேன்.

ஒரு மேஜையைச் சுற்றிப் பெண்கள் கூட்டம். கும்பலுக்கு நடுவிலிருந்து, "நல்ல குவாலிட்டியான இன்ஸ்கர்ட்

மேடம்.” என்று கேட்ட குரல் எனக்கு மிகவும் பரிச்சயமானதாக இருந்தது.

வேகமாகச் சென்று பார்த்தேன். ஒரு பெரிய நீல நிறப் பையிலிருந்து உள் பாவாடைகளை எடுத்துப் போட்டுக் கொண்டிருந்தது... மாலதியக்கா. அதிர்ச்சியில் எனக்குக் கால்கள் நடுங்கின.

“இந்தப் பிங்க் கலரப் பாருங்க மேடம்” என்று நிமிர்ந்த மாலதியக்கா என்னைப் பார்த்து விட்டாள். அவளுக்கும் இது எதிர்பாராத அதிர்ச்சியாகத்தான் இருக்கும். இருந்தாலும் சமாளித்துக் கொண்டு, அவளுக்கென்றே பிரத்யேகமான அந்தச் சிரிப்பை உதிர்த்தாள். எந்தச் சூழ்நிலையிலும் மாலதியக்காவால் மட்டும்தான் இப்படிச் சிரிக்க முடியும்.

எல்லாம் ஒரு கண நேரம்தான். சட்டென்று திரும்பி, அவள் தன் வியாபாரத்தைக் கவனிக்க ஆரம்பித்தாள். கும்பல் போனவுடன், “நீ எப்ப சேகரு மெட்ராஸ் வந்த? இந்த ஆபீஸ்லதான் வேலை செய்றியா?” என்றாள்.

நான் மாலதியக்காவின் கேள்விக்குப் பதில் சொல்லாமல், “என்னக்கா... இதெல்லாம்...” என்றேன் குரல் தழுதழுக்க.

“இன்ஸ்கர்ட். நீ நாலு பாவாடை வாங்கிக்கோ, சேகரு...” என்று அக்கா விளையாட்டாகக் கூறியவுடன், என் கண்கள் கலங்கி விட்டன.

“கண்ணு கலங்கல்லாம் நேரமில்ல சேகரு... லேடீஸெல்லாம் வர்றாங்க... வியாபாரத்த முடிச்சுட்டுப் பேசிக்கலாம். வாங்க மேடம்... இன்ஸ்கர்ட், நைட்டி...” என்று திரும்பவும் அவள் தன் வியாபாரத்தில் ஆழ்ந்தாள். கேன்டீனுக்கு வெளியே வானம் இருண்டு கிடந்தது.

மாலதியக்காவின் கழுத்தில், ஒரு வெளுத்துப் போன மஞ்சள் கயிற்றைத் தவிர வேறொன்றுமில்லை. கைகளில் கவரிங் வளையல்; உடம்பில் ஒரு பழைய சேலை. “கடவுளே...” என்று வேதனையுடன் அங்கிருந்து நகர்ந்தேன். மாலதியக்கா வாழ்ந்த வாழ்க்கையை எந்தச் சூறைக்காற்று அடித்துக் கொண்டு போனது?

அப்போது நாங்கள் திருச்சியில் இருந்தோம். அப்பா டெய்லர். டெய்லர் என்றால், பேண்ட், சட்டையெல்லாம் தைக்கும் பெரிய டெய்லர் அல்ல. கடைசி வரையிலும் முதலியார் & சன்ஸ் ஜவுளிக்கடை வாசல் ஓரமாக அமர்ந்து கொண்டு, ஜாக்கெட்டைத் தவிர வேறொன்றையும் தைக்காத டெய்லர். முப்பது ரூபாய் வாடகைக்கு, ரெட்டியார் சந்தில் குடி யேறியபோது தான், முதன் முதலாக நான் மாலதியக்காவைப் பார்த்தேன்.

அப்போது நான் ஆறாவது படித்துக் கொண்டிருந்தேன். பக்கத்து வீட்டு முத்து ஒரு நாள் என்னிடம், "மலைக்கோட்டைக்கு கார்ல போகலாமா?" என்றான்.

"கார்லயா? யாரு கார்ல?" என்றேன் ஆச்சர்யத்துடன்.

"எதிர்த்தாப்ல ஒரு பச்சை கலர் பங்களா வீடு இருக்குல்ல... அங்க ஒரு அக்கா இருக்கு. சின்னப்புள்ளைங்கன்னா அதுக்கு உசுரு. தெருப் பசங்களுக்கு காசு வாங்காம ட்யூஷன் எடுக்கும். அடிக்கடி எங்கள கார்ல வெளிய அழைச்சுட்டுப் போகும். நீயும் வா..." என்று முத்து என்னையும் இழுத்துக் கொண்டு அந்த வீட்டை நோக்கிப் போனான்.

அந்த பங்களாவின் கேட்டைத் திறந்தவுடனேயே, ஒரு பெரிய தோட்டம். தோட்டத்தைக் கடந்தவுடன், பிரம்மாண்டமான பங்களா. வாசலில் இரண்டு கார்கள் நின்றிருந்தன.

காரைத் தாண்டி வீட்டினுள் நுழைந்தோம். ஹாலில் நாலைந்து குட்டீஸ்களுக்கு நடுவில் பாவாடை, தாவணி அணிந்து கொண்டு அந்தப் பெண் அமர்ந்திருந்தாள். "அக்கா... இவனையும் மலைக்கோட்டைக்கு அழைச்சுட்டுப் போலாமா?" என்று முத்து கூறியவுடன், அந்தப் பெண் திரும்பி என்னைப் பார்த்தாள். "இவங்கதான் மாலதியக்கா" என்றான் முத்து.

மாலதியக்கா, "சார் பேரு என்ன?" என்றாள்.

"சந்திரசேகர் எங்க ஸ்கூல்தான். ஆறாம் கிளாஸ் படிக்கிறான். எப்பவும் ஃபர்ஸ்ட் ரேங்க்தான் எடுப்பான்" என்று முத்து கூறியவுடன், மாலதியக்காவின் முகமெங்கும் பொங்கி வழிந்த அந்தச் சிரிப்பில், பிறந்தது முதலே அவளுடன் பழகியது போன்றதொரு உணர்வு எனக்கு ஏற்பட்டு விட்டது.

ஜி.ஆர்.சுரேந்தர்நாத் ■ 157

நான் ஒன்பதாவது படிக்கும்போது மாலதியக்காவுக்குத் திருமணமானது. நூறு பவுன் போட்டு, உள்ளூரிலேயே ஒரு பணக்கார வியாபாரிக்குத் திருமணம் செய்து வைத்தார்கள். என் வாழ்நாளில் அந்த மாதிரியொரு பிரம்மாண்டமான கல்யாணத்தை நான் பார்த்ததே இல்லை. கல்யாணம் முடிந்து மாலதியக்கா புகுந்த வீட்டுக்குப் புறப்பட்டபோது, நாங்கள் அழுத அழுகையைப் பார்த்து, தெருவே அசந்து விட்டது.

மாலதியக்கா திருமணமாகிச் சென்று விட்டாலும், வாரத்துக்கொரு முறை பிறந்த வீட்டுக்கு வரும்போது, எங்களைப் பார்க்காமல் செல்லமாட்டாள்.

கல்லூரிப் படிப்பை முடித்து விட்டு, இரண்டாண்டு காலம் வரை வேலையேதும் கிடைக்காமல், நான் மிகவும் துவண்டு போயிருந்த காலமது. ஒருமுறை ஏதோ ஒரு சண்டையில், அப்பா என்னைத் 'தண்டச்சோறு' என்று திட்டிவிட, நான் மூட்டைப் பூச்சி மருந்தைக் குடித்து விட்டேன். வீட்டிலிருந்தவர்கள் பெரியாஸ்பத்திரியில் சேர்த்துக் காப்பாற்றி விட்டார்கள்.

ஆஸ்பத்திரியிலிருந்த என்னைப் பார்க்க வந்தாள் மாலதியக்கா. எனது படுக்கையருகில் வந்தவுடனேயே என் கன்னத்தில் ஓங்கி ஓர் அறை அறைந்தாள். எனக்குப் பொறி கலங்கியது.

"ஆம்பளையாடா நீ... ஆம்பளையான்னு கேக்குறேன். கோழைப் பய... வேலை கிடைக்கலயாம். மருந்தக் குடிச்சுட்டானாம்."

"இல்லக்கா..."

"ச்சீ... பேசாதடா. வேலை கிடைக்கணும்னா, சீரியஸா ட்ரை பண்ணனும். திருச்சிலயே குதிர ஓட்டுனா கிடைச்சுடுமா? மெட்ராஸு... அங்க, இங்கன்னு போய்த் தேடணும்."

"எல்லாம் போய்ட்டு வந்தான்ம்மா. கம்ப்யூட்டர் தெரியுமான்னு கேக்குறாங்களாம்" என்றாள் அம்மா.

"கத்துக்க... பேசமா ஒரு வருஷம் பிஜிடிசிஏ படிக்கலாம்ல..."

நாங்கள் யாரும் வாயைத் திறக்கவில்லை. பிஜிடிசிஏ படிக்க ஐயாயிரம் ரூபாய் செலவாகும். அவ்வளவு பணத்துக்கு நாங்கள் எங்கே போவது? மாலதியக்கா புரிந்து கொண்டாள்.

அவள் கொடுத்த பணத்தில்தான் பிஜிடிசிஏ படித்தேன். டெல்லியில் வேலை கிடைத்து, அம்மா, அப்பாவை என்னோடு அழைத்துக் கொண்டு சென்று விட்டேன். சிறிது காலம் மாலதி யக்காவோடு கடிதத் தொடர்பு இருந்தது. பிறகு அவளிடமிருந்து பதில் வருவது நின்று போக... தொடர்பு அறுந்து போனது.

இரண்டு வருடங்களுக்கு முன்பு எங்கள் சென்னைக் கிளைக்கு வந்த பிறகுதான் திருச்சி சென்றேன். அங்கு எனக்கு நிறைய அதிர்ச்சிகள் காத்திருந்தன. முத்துதான் எல்லா விஷயங்களையும் கூறினான். "மாலதியக்கா புருஷனுக்குத் திடீர்னு வியாபாரத்துல பயங்கர நஷ்டம். கடன் பெருத்து, வட்டிகூட கட்ட முடியல. கடன்காரங்க ரொம்ப நெருக்கிட்டாங்க. நடுவுல மாலதி அக்காவோட அப்பாவும் இறந்துட்டாரு. கூடப் பொறந்தவங் களும் சரியா உதவல. கடன்காரங்க ரோட்டுல நின்னு சத்தம் போட ஆரம்பிச்சுட்டாங்க. பாவம் மாலதியக்கா... ரொம்பக் கலங்கிடுச்சு. கடை, வீடு, நகைங்கன்னு எல்லாத்தையும் வித்தும் முழுசா கடன அடைக்க முடியல. நெருக்கடி தாங்க முடியல. கௌரவமா வளர்ந்த பொண்ணு. ஒருநாள் ராத்திரி யாருகிட்ட யும் சொல்லிக்காம குடும்பத்தோட எங்கயோ போய்ட்டாங்க."

"கடவுளே..." என்று துக்கத்துடன் முகத்தைப் பொத்திக் கொண்டேன்.

அதன் பிறகு நான் திருச்சிக்குச் செல்வதே இல்லை. மாலதியக்கா இல்லாத திருச்சியில் எனக்கு என்ன இருக்கிறது? இருப்பினும் என்றேனும் ஒரு நாள் மாலதியக்காவை சந்திப்பேன் என்றுதான் நினைத்துக் கொண்டிருந்தேன்.

ஆனால் இந்தக் கோலத்தில் சந்திப்பேன் என்று சத்தியமாக எதிர்பார்க்கவில்லை.

வியாபாரத்தை முடித்துக் கொண்டு, மாலதியக்கா என்னை நோக்கி வந்தாள். "உன்னை மெட்ராஸ்ல பார்ப்பேன்னு கனவுலகூட நினைக்கல. எவ்வளவு சந்தோஷமா இருக்கு தெரியுமா?" என்றாள் முகமெங்கும் சிரிப்புடன். இந்தச் சூழ்நிலையில் என்னைப் பார்க்க நேர்ந்ததைக் குறித்த எந்த ஒரு வருத்தமும் அந்தச் சிரிப்பில் இல்லை.

நீ எப்ப மெட்ராஸ் வந்த?" என்றாள் என்னிடம்.

"ரெண்டு வருஷமாகுது. நீங்க?"

"அது ஆயிடுச்சு... மூணு வருஷம். கல்யாணமாயிடுச்சா உனக்கு?"

"இல்லக்கா. இப்பத்தான் பார்த்துக்கிட்டிருக்காங்க."

"சீக்கிரம் பாரு." என்று சில வினாடிகள் அமைதியாக இருந்து விட்டு, "திருச்சி போயிருந்தியா? விஷயமெல்லாம் கேள்விப் பட்டியா?" என்றாள்.

"ம்..." என்ற நான், "அக்கா... என்னால உங்களுக்கு உதவி செய்ய முடியும்" என்றேன் தயங்கித் தயங்கி. தயக்கத்துக்குக் காரணமிருந்தது.

இறைவனிடமே, 'ஏதேனும் வரம் வேண்டுமா?' என்று கேட்பது போலிருந்தது எனக்கு.

"அதெல்லாம் வேணாம் சேகரு."

"இல்லக்கா. இந்தப் படிப்பு, வேலை... எல்லாம் நீங்க கொடுத்ததுக்கா."

"சீ... வாயைக் கழுவு. நீ திறமையா படிச்ச... வேலைக்குப் போன. வேற ஏதாச்சும் பேசு." என்றாள் கண்டிப்பாக.

ஜன்னலுக்கு வெளியே பெய்ய ஆரம்பித்த மழையைச் சிறிது நேரம் நோக்கி விட்டு, "ஆமாம்... திருச்சிக்கு அப்பப்ப போறியா?" என்றாள்.

"இல்லக்கா."

"நாச்சியார் கோயில் திருவிழாக்காச்சும் போலாம்ல."

"நீங்க இல்லாத திருச்சிக்குப் போகவே பிடிக்கலக்கா."

"கவலப்படாத விடு... அடுத்த வருஷம் நாச்சியார் கோயில் திருவிழாவுக்கு நாம எல்லாம் ஒண்ணாப் போயிடலாம்" என்ற மாலதியக்காவைக் கேள்வியுடன் நோக்கினேன்.

"பிஸினஸ் நல்லாப் போகுது சேகரு. அவரு கடைல முதலாளியா உட்கார்ந்திருந்த மனுஷன். நாலு ஆபீசுக்குப் போய்

விக்க யோசிச்சாரு. சரி... நீங்க வீட்டுல உக்காந்து தைச்சுக் கொடுங்க. நான் வெளி வியாபாரத்தைப் பார்த்துக் கிறேன்னு கிளம்பிட்டேன். செகரட்டேரியட், சேப்பாக்கம், டி.எம்.எஸ்.ன்னு எந்த ஆபீஸ் கேம்பஸையும் விடறதுல்ல. மொத ஒரு வருஷம் கஷ்டப்பட்டோம். இப்ப தேறியாச்சு. தி.நகர்ல கொஞ்சம் கடைங்களுக்குக்கூட மொத்தமா போட ஆரம்பிச் சுட்டேன். மாசம் பத்தாயிரத்துக்குக் குறையாம வரும். மூவாயிரத்த மட்டும் குடும்பச் செலவுக்கு வச்சுக்கிட்டு, மிச்சத்தை பேங்க்ல போட்டுடுவேன். ஏன் தெரியுமா?"

"ஏன்க்கா?"

"ஏதோ நேரம் சரியில்ல, ஓடி வந்துட்டோம். முக்காவாசி கடனை அடைச்சுட்டுதான் வந்தோம். ஆனா ராவுத்தருக்குத் தான் ஒரு ரெண்டு லட்சம் தர முடியாமப் போயிடுச்சு. நம்பிக் கடன் கொடுத்த மனுஷன ஏமாத்தலாமா சேகரு? அதான்... சிக்கனமா குடும்பம் நடத்துறேன். குடிசை மாற்று வாரிய வீட்டுலதான் இருக்கோம். பிள்ளைங்கள கார்ப்பரேஷன் ஸ்கூல்லதான் சேத்து விட்டுருக்கேன். அடுத்த வருஷத்துக்குள்ள ரெண்டு லட்சம் சேர்ந்துடும். சேர்ந்தவுடனே திருச்சி போறோம்... கடன அடைச்சுட்டு, ஊருல தலை நிமிர்ந்து நடக்குறோம்" என்ற மாலதியக்கா, கிடுகிடுவென வளர்ந்து, வான் வரை உயர்ந்து விட்டதைப் போல் தோன்றியது எனக்கு.

வெளியே மழை... மாலதியக்காவின் பொருட்டு, எல்லோர்க் கும் ஆக்ரோஷமாகப் பெய்து கொண்டிருந்தது.

- கல்கி - டிசம்பர், 2006

18

தி ஹிண்டு

நான் குமார். வயது 25. சென்னை நகரைச் சேர்ந்த ஒரு 25 வயது இளை ஞன். காலை பத்தரை மணிக்கு என்ன செய்யலாம்? கடற்கரையில், கருப்புக்குடை மறைவில், யாரை யாவது காதலித்துக் கொண்டிருக்க லாம். அல்லது ஒரு சாப்ட்வேர் கம்பெனியில், பக்கத்து இருக்கை லோகட் டிசர்ட் பெண்ணால் சலனப்படாமல் கம்ப்யூட்டரில் தட்டிக் கொண்டி ருக்கலாம். அல்லது ஒரு மார்க்கெட் டிங் எக்ஸிக்யூட்டிவாக மூச்சாப் போக நேரமின்றி, தெருத் தெரு வாக பைக்கில் சுற்றிக் கொண்டிருக் கலாம்.

அதற்கெல்லாம் ஜாதகத்தில் எழுதி யிருக்க வேண்டும். என் ஜாதகத்தில்,

வரிசையாக உள்ள அத்தனை கிரகங்களும், ரவுண்டு கட்டி என்னை வக்கிரப்பார்வை பார்த்துக் கொண்டிருப்பதால், மேலே பத்தி 1-ல் சொன்னதெல்லாம் எனக்கு வாய்க்கவில்லை. வாய்த்தது, வேலை கிடைக்காத வாழ்க்கை.

ஆகையால் காலை பத்தரைக்கு, நான் அரசு கிளை நூலகத்தில் இருந்தேன். அது ஒரு சிறிய நூலகம். நான்கைந்து பேர் மட்டும் அங்கே அமைதியாகப் படித்துக்கொண்டிருந்தார்கள். ஃபேன் மிகவும் மெதுவாக, வேலை வெட்டியில்லாதவர்களுக்கு இந்தக் காற்றே அதிகம் என்பது போல் சுற்றிக்கொண்டிருந்தது.

நான் அரை மணி நேரமாக, அந்த கதர்ச்சட்டைப் பெரியவர் படித்துக் கொண்டிருக்கும் ஹிண்டு பேப்பருக்காகக் காத்துக் கொண்டிருக்கிறேன். அவர் பேப்பரைக் கீழே வைப்பதாகத் தெரியவில்லை. நான் தினத்தந்தியைப் புரட்டியபடி, ஓரக்கண்ணால் ஹிண்டுவையே பார்த்துக் கொண்டிருந்தேன்.

ஆள் யாரென்று தெரியவில்லை. லைப்ரரிக்குப் புதிது. கடந்த மூன்று நாட்களாகத்தான் வருகிறார். எப்போது வந்தாலும், அவர்தான் ஹிண்டு பேப்பரை வைத்துக் கொண்டிருக்கிறார். லைப்ரரி மூடும் வரை அவரேதான் ஹிண்டு பேப்பரை வைத்துக் கொண்டிருக்கிறார். லைப்ரரி மூடும் வரை அதையேதான் படித்துக் கொண்டிருக்கிறார். வேறு செய்தித்தாள்களோ, வாரப் பத்திரிகைகளோ எதுவும் படிப்பதில்லை. சப்ளிமென்ட் உள்பட எல்லாவற்றையும் தூக்கி கையில் வைத்துக் கொள்வார். மாலையில் வந்தாலும், ஹிண்டு பேப்பரை வைத்துக் கொண்டு உட்கார்ந்திருப்பார். இவராலேயே கடந்த மூன்று நாட்களாக, ஹிண்டுவை படிக்க முடியவில்லை. நானும் ஒரு நாகரிகம் கருதி, இத்தனை நாட்களாகக் கேட்காமல் இருந்தேன். இன்று கேட்டு விடவேண்டியதுதான் என்ற முடிவோடு, "சார்... அந்த உள் பேப்பரைத் தரீங்களா?" என்றேன் பெரியவரிடம்.

"நான் படிக்கணும்" என்றார் முகத்தைக் கடுகடுப்பாக வைத்துக் கொண்டு.

"இது பப்ளிக் லைப்ரரி. நாலு பேரு படிக்க வேண்டாமா? மொத்தப் பேப்பரையும் நீங்களே தூக்கி வச்சுகிட்டிருந்தா..."

“நான் ஹிண்டு பேப்பரை மட்டும்தான் படிக்கிறேன். நீங்க மத்த பேப்பரைப் படிக்க வேண்டியதுதானே... நான் ஹிண்டு பேப்பர் படிக்கறதுக்காகவே காலைல சீக்கிரம் வரேன். படிச்சு முடிச்சுட்டுதான் தருவேன்.”

“நீங்கதான் லைப்ரரி முடியற வரைக்கும் ஹிண்டுவையே படிச்சுட்டு இருக்கீங்களே...”

“வேணும்னா, நீங்க சீக்கிரம் வந்து எடுத்துப் படிங்க...”

நான் எரிச்சலுடன் எழுந்து, “வயசான காலத்துல நம்ம உயிர எடுக்கன்னே வந்து சேருதுங்க'' என்று முணுமுணுத்துக் கொண்டே வெளியே வந்தேன்.

மறுநாள் காலை, சீக்கிரமாக எட்டே கால் மணிக்கே, வேக வேகமாக லைப்ரரிக்கு வந்தேன். பெரியவர் அதற்கு முன்பே வந்து, ஹிண்டு பேப்பரோடு உட்கார்ந்திருந்தார். என்னைப் பார்த்து நக்கலாகச் சிரித்தபடி, சப்ளிமெண்ட்டை தொடைக்கு கீழே வைத்து கொண்டார்.

நான் வெறுப்புடன் தினகரனை எடுத்துக் கொண்டு அமர்ந்தேன். சில நிமிடங்கள் கழித்து அவரைக் கவனித்தேன்.

வெள்ளை வெளேரென்று வேட்டியும், சட்டையும் அணிந் திருந்தார். ஆள் நல்ல சிவப்பு. தலைமுடி முற்றிலும் நரைத்தி ருந்தது. நெற்றியில் திருநீறு. ஏறத்தாழ எழுபது வயதிருக்கும்.

மிகவும் தீவிரமாக, பரீட்சைக்குப் படிப்பது போல், கண்களுக்கு நெருக்கமாக வைத்துப் படித்துக் கொண்டிருந்தார். இடையிடையே ஏதோ முனகினார். திடீரென்று சத்தமாக, பார்லிமெண்ட்டரி அஃபயர்ஸ் மினிஸ்டர் பிரியரஞ்சன் தாஸ்முன்ஷி ஸேஸ்...” என்று சத்தமாகப் படித்தார். கையோடு கொண்டு வந்திருந்த டைரியில், ஏதோ குறித்துக் கொண்டார். இந்த வயதிற்கு மேல், டைரியில் குறித்து வைத்து என்ன செய்யப் போகிறார் என்று தெரியவில்லை.

அதற்கு மேல் பார்க்கப் பொறுமையின்றி, கையிலிருந்த பேப்பரில் கவனத்தைத் திருப்பினேன்.

மறுநாள் காலை, சரியாக எட்டு மணிக்கே லைப்ரரி சென்று விட்டேன். லைப்ரரி இன்னும் திறக்கவில்லை. அப்பாடா... இன்று ஹிண்டுவை படித்து விடலாம் என்று நினைத்த போதுதான் கவனித்தேன். பெரியவர் சற்றுத் தள்ளியிருந்த மரத்தடியில் அமர்ந்தபடி ஹிண்டுவை படித்துக் கொண்டிருந்தார். எனக்குப் பகீரென்றது. மனிதர் காலையில், லைப்ரரி திறப்பதற்கு முன்பே வந்து, பேப்பர்காரன் பெட்டியில் பேப்பரைப் போடுவதற்கு முன்பே வாங்கி விடுகிறார் போல. சை... என்று கோபத்துடன் பெரியவரை மனதுக்குள் திட்டிக் கொண்டிருந்தபோதே லைப்ரரியன் வந்து விட்டார்.

லைப்ரரியைத் திறந்தவுடன், பெரியவர் உள்ளே போய் அமர்ந்து கொண்டார். லைப்ரரியன்கூட அவர் இருக்கு மிடத்திற்கே வந்து, ஹிண்டுவை வாங்கி, சீல் போட்டு கொடுத்து விட்டுச் சென்றார்.

இன்று மறுபடியும் உள் பேப்பரைக் கேட்டுப் பார்க்கலாம். தராவிட்டால், லைப்ரரியனிடம் நியாயம் கேட்பது என்ற முடிவோடு, "சார்... உள் பேப்பர் மட்டும் தந்தீங்கன்னா, அரை மணி நேரத்துல தந்துடுறேன்" என்றேன்.

"நான் படிக்கணும் தம்பி..." என்ற கூறி விட்டு, அந்தப் பக்கம் முகத்தைத் திருப்பிக் கொண்டார்.

நான் கோபமாக, "என்ன சார் இது அநியாயமா இருக்கு... வேற யாரும் ஹிண்டு படிக்க வேண்டாமா? உங்களுக்காக மட்டும் லைப்ரரி நடத்தல." என்று கூற, அவர் பதில் பேசாமல், மொத்த ஹிண்டுவையும் ஒரு குழந்தை போல் நெஞ்சோடு அணைத்தபடி, வெளியேச் சென்று, வராண்டாவில் அமர்ந்து கொண்டார்.

நான் வேகமாக லைப்ரரியன் அறையை நோக்கிச் சென்றேன். லைப்ரரியன் அவருடைய வயதுக்குப் பொருத்தமின்றி, ஒரு வார இதழிலிருந்த நமீதாவின் ஸ்டில்லைப் பார்த்துக் கொண்டு அமர்ந்திருந்தார். என்னைப் பார்த்தவுடன் எரிச்சலுடன், "என்ன தம்பி?" என்றார்.

ஜி.ஆர்.சுரேந்தர்நாத்

"சார்... இந்தப் பெரியவர்கூட ஒரே ரோதனையாப் போச்சு... டெய்லி ஹிண்டு பேப்பரை எடுத்துகிட்டு, வேற யாருக்கும் தரமாட்டேங்கிறார் சார்..."

"எந்தப் பெரியவர்?"

"லைப்ரரி திறக்கறதுக்கு முன்னாடியே வந்து உக்காந்துக் கிறாரே..."

"அவரா? அவரு படிச்சு முடிச்சவுடனே படிங்களேன்."

"எங்க சார்... லைப்ரரி முடியுற வரைக்கும் ஹிண்டுவத்தான் படிச்சுட்டு உக்காந்துருக்கார்.. நீங்க கொஞ்சம் சொல்லி வாங்கித் தாங்க சார்."

"என்னப்பா இது..." என்று நமீதாவின் படத்தைப் பார்த்துக் கொண்டிருப்பதைக் கெடுத்து விட்டானே என்பதுபோல் அலுத்துக்கொண்டே எழுந்தார்.

பெரியவர் அருகில் வந்து, "பெரியவரே... ஹிண்டு பேப்பரை யாருக்கும் தராம தகராறு பண்றீங்களாமே... பப்ளிக் லைப்ரரி... நாலு பேரு படிக்க வேண்டாமா?" என்று கூறியவுடன், அருகிலிருந்த மற்றொருவர், "ஆமாம் சார்... இவரு வந்த நாளா, நான் ஹிண்டு படிக்கிறதே நின்னுபோச்சு. நல்லா கேளுங்க சார்..." என்றார்.

"என்ன பெரியவரே... ஆளுக்காளு ரிப்போர்ட் பண்றாங்க... வர்றது, ஒரு நாலஞ்சு பேருதான். அவங்க படிச்சு முடிச்ச பிறகாவது படிக்கலாம்ல... இல்ல... நீங்களாச்சும் சீக்கிரம் படிக்கணும்."

"ஹிண்டு பேப்பரை, அவ்வளவு சீக்கிரம் படிக்க முடியுமா? நீங்களே சொல்லுங்க சார்" என்று பெரியவர் கூற, உடனே லைப்ரரியன் 'பருத்தி வீரன்' படத்தில் வரும் பொணந்தின்னி கேரக்டர் போல், "அதான் சொல்லிட்டாருல்ல... அவரு படிச்சு முடிச்சவுடனே படிங்கப்பா... இருக்குற வேலைல இந்த பஞ்சாயத்து வேற..." என்று கூறிவிட்டு நமீதாவைப் பார்க்கச் சென்றார்.

“சை...” என்று வெறுப்புடன் நான் லைப்ரரியை விட்டு வெளியே வந்தேன்.

இப்போது ஹிண்டு பேப்பரைப் படிப்பதை விட, பெரியவரிடம் தோற்றுப்போவதுதான் பெரிய பிரச்னையாகத் தெரிந்தது.

இப்படியே நாட்கள் ஓடிக்கொண்டிருந்தன. நானும் பொறுமையாக, என்றைக்காவது அவர் பெரிய மனது பண்ணி ஹிண்டுவைத் தருவார் என்று பார்த்தேன். அவரோ ஒருவரையும் ஏறெடுத்தும் பார்க்காமல், தான் பிறவி எடுத்ததே ஹிண்டு படிப்பதற்காகத்தான் என்பது போல் ஹிண்டுவைப் படித்துக் கொண்டிருப்பார். சில சமயங்களில், லைப்ரரிக்கு ரெகுலராக வரும் நாமக்காரரிடம் மட்டும், ஹிண்டுவை கீழே வைக்காமல், சிறிது நேரம் பேசுவார்.

அன்று சனிக்கிழமை. பெரியவர் வழக்கம்போல், ஹிண்டுவில் மும்முரமாக இருந்தார்.

ஹிண்டு தலையங்கம் படித்து நீண்ட நாட்களாகிறது. மறுபடியும், பெரியவரிடம் ஒரு பிட்டப் போட்டு பாப்போமே என்று, “சார்... கொஞ்சம் சென்டர் பேப்பராச்சும் தாங்க சார்...” என்றேன் பணிவுடன்.

“என்ன தம்பி... ஒருத்தன் படிச்சுகிட்டிருக்கான். கொஞ்சம் கூட நாகரிகமே இல்லாம, நடுவுல கேக்குறீங்களே...” என்று அவர் கூறியவுடன், எனக்குப் பயங்கரக் கோபம் வந்து விட்டது.

“யோவ்... என்னய்யா விளையாடுறியா... நீதான் கொஞ்சம் கூட நாகரிகமில்லாம, பிடிவாதமா யாருக்கும் கொடுக்க மாட்டங்கற... இதுல என்னை நாகரிகமா நடந்துக்க சொல்றியா?” என்றேன் சத்தமாக.

“தம்பி... கொஞ்சம் மரியாதையாப் பேசுங்க...” என்று பெரியவர் கூறியவுடன், எனக்குப் பக்கத்தில் அமர்ந்திருந்த கண்ணாடிக்காரர் எனக்கு ஆதரவாக, “என்னய்யா மரியாதை உனக்கு... நானும் டெய்லி பாத்துக்கிட்டிருக்கேன்... ஹிண்டு பேப்பர் என்னமோ உன் வீட்டு சொத்து மாதிரி, எவனுக்கும்

தர்றதில்லை..." என்று கூறியவுடன், மேலும் பலர் எங்களுடன் சேர்ந்து கொண்டனர்.

பெரியவரைச் சுற்றி வளைத்துக் கொண்டு, ஆளுக்காள் கத்த ஆரம்பித்தார்கள். பெரியவர் கொஞ்சம் மிரண்டு போய்விட்டார். நாமக்காரர் மட்டும், "போய்த் தொலையுது. விடுங்க சார்... பாவம் பெரியவர்..." என்று பெரியவருக்கு வக்காலத்து வாங்க, அவரை நோக்கி எல்லோரும் கத்த... அவர் மேற்கொண்டு ஒன்றும் பேசாமல் உட்கார்ந்து கொண்டார்.

இவ்வளவு தகராறுக்கும், அவர் கொஞ்சமும் அசராமல், ஹிண்டுவை இறுக்கமாகக் கையில் பிடித்தபடி, "திஸ் இஸ் நாட் ஃபேர்" என்று மட்டும் மீண்டும், மீண்டும் கூறிக்கொண்டிருந்தார்.

"என்னய்யா ஃபேர்... நீ என்னமோ காசு கொடுத்து வாங்குன மாதிரி பேசிக்கிட்டிருக்க... தாய்யா பேப்பர..." என்று கண்ணாடிக்காரர் அவரிடமிருந்து பேப்பரைப் பிடுங்க முயற்சித்தார்.

"ஏன் இப்படி அராஜகமா பிகேவ் பண்றீங்க..." என்ற பெரியவரின் வேட்டி இடுப்பிலிருந்து நழுவ... அவர் ஹிண்டுவை டேபிளில் வைத்துவிட்டு, வேட்டியை சரி செய்ய முயன்றார். நான் இதுதான் சமயமென்று, அவருக்குப் பின்னால் நின்றபடி, பேப்பரை எடுப்பதற்காகக் கையை நீட்டினேன். அதை கவனித்து விட்டு பெரியவர் வேகமாக பேப்பரை எடுக்க கீழே குனியவும் எனது கை வேகமாக அவர் முகத்தில் மோதவும் சரியாக இருந்தது. சரியான இடி. மோதிய வேகத்தில், அவருடைய கண்ணாடி கீழே தெறித்து விழ... அவர், "அம்மா..." என்று கன்னத்தை பிடித்துக் கொண்டு கீழே அமர்ந்தார்.

எல்லாம் ஒன்றிரண்டு வினாடிகளில் நடந்து முடிந்து விட்டது. இதை யாரும் எதிர்பார்க்கவில்லை என்பதால், அந்த இடமே சட்டென்று அமைதியானது.

நான் பதற்றத்துடன், "சார்" என்று அவருடைய கையைப் பிடித்தேன். அவர் வாயிலிருந்து ரத்தம் எட்டிப் பார்க்க... எனக்குத் தூக்கிவாரிப்போட்டது. வேகமாகப் பாக்கெட்டிலிருந்து கர்ச்சீப்பை எடுத்துத் துடைக்க முற்பட்ட என்னைத் தள்ளி விட்டார்.

“சார்... வேணும்னு அடிக்கல சார்... நான் பேப்பரை எடுக்கறதுக்காக கையை நீட்டினேன். நீங்க குறுக்க முகத்த கொண்டு வந்துட்டீங்க...” என்ற எனது பேச்சை கவனிக்காமல் பெரியவர் வேட்டி முனையால் வாயைத் துடைத்துக் கொண்டார். துடைத்த வேட்டியிலிருந்த ரத்தக்கறையைப் பார்த்த பெரியவர், சட்டென்று அழ ஆரம்பித்து விட்டார்.

எனக்கு மிகவும் கஷ்டமாக போய்விட்டது. நான், “சார்... சாரி சார்... தெரியாம நடந்துடுச்சு.” என்றேன். நான் கூறியதைப் பொருட்படுத்தாமல் கீழே கிடந்த கண்ணாடியை அழுதபடி எடுத்துக் கொண்டார். கண்ணாடியின் இடது பக்கத்தில் விரிசல் விழுந்திருந்தது.

மற்றவர்கள் குற்ற உணர்வில் பேச்சிழந்து நிற்க... நாமக்காரர் மட்டும், “பெரியவருதான் குழந்தை மாதிரி நடந்துகிட்டா ருன்னா... நீங்களும் குழந்தை மாதிரி நடந்துக்கிறீங்க...” என்றபடி பெரியவர் தாறுமாறாகக் கட்டியிருந்த வேட்டியை சரியாகக் கட்டி விட்டார்.

சிறு குழந்தைப் போல், சட்டையில் கண்களைத் துடைத்த படி... செருப்பை மாட்டிக்கொண்ட பெரியவர், ஹிண்டு பேப்பரையே சில வினாடிகள் உற்று நோக்கினார். சட்டென்று திரும்பியவர், என்னை ஒரு கணம் முறைத்துப் பார்க்க... நான் மனதிற்குள் கூனிக் குறுகினேன்.

விறுவிறுவென்று பெரியவர் வெளியே நடக்க... நான் சிறிது தூரம், “சாரி சார்...” என்றபடி பின்னாலேயே சென்றேன். அவர் திரும்பிக்கூடப் பார்க்காமல், சாலையில் இறங்கி நடக்க ஆரம்பிக்க... நான் நின்று விட்டேன்.

பெரியவர் நடந்து, சாலையின் முடிவில் திரும்பும்வரை பார்த்துக் கொண்டே நின்றேன். பெரியவர் மறைந்ததும், மீண்டும் லைப்ரரி செல்லப் பிடிக்காமல், வீட்டை நோக்கி நடக்க ஆரம்பித்தேன். “தம்பி...” என்று குரல் கேட்டு திரும்பினேன். நாமக்காரர்.

என்னருகில் வந்த நாமக்காரர், “கொஞ்சம் அவசரப்பட்டுட் டீங்க தம்பி...” என்றார்.

“வேணும்னு பண்ணல சார்...” என்றேன் நான்.

“தெரியும் தம்பி... அவரு பண்றதும் சரியில்லதான். பாவம்... அவரு நிலைமையும் சரியில்ல. லைப்ரரியன் வந்து விசாரிச்சப்ப என்கிட்ட சொன்னாரு... அறுபது வருஷமா, தினம்... தவறாம ஹிண்டு படிச்சுகிட்டிருக்காராம். மகன்கூட தங்கியிருக்காராம். மருமக முசுடு புடிச்சவ போல. போன மாசம்... இவரு கூட ஏதோ சண்டையாம். அத மனசுல வச்சுகிட்டு, எதுக்கு தெண்டச் செலவு? வேற யாரும் படிக்கறதுல்லன்னு புருஷன்கிட்ட சொல்லி, பேப்பர நிறுத்திட்டாளாம்... அதனாலதான் இங்க வந்தாரு...” என்று நாமக்காரர் கூறி முடிக்க, நான் வாழ்க்கையில் ஒரு பெரிய பாவம் செய்து விட்டதைப் போன்ற உணர்வுடன், பேச்சு வராமல் நின்றேன்.

மறுநாள் பெரியவர் வந்தால் கொடுப்பதற்காக, நாங்கள் யாரும் ஹிண்டுவைத் தொடாமல், டேபிளிலேயே போட்டு வைத்திருந்தோம். ஆனால் அவர்தான் வரவேயில்லை. அதன் பிறகு அவர் எப்போதுமே வரவில்லை. எப்போதாவது சாலையில்... கடைத்தெருவில்... அவரைப் பார்க்கும்போதெல் லாம், மனசு குறுகுறுக்கும். வருத்தம் தெரிவிக்க நெருங்கினால், வேகமாக நகர்ந்து விடுவார். அவர் என்னை விரோதத்துடன் பார்க்கும் பார்வையில், இன்னும் அந்த வலி தெரிகிறது.

வாழ்க்கையில் நாம் செய்யும் சில தவறுகளை, கடைசி வரையிலும் சரிசெய்யவே முடிவதில்லை.

– கல்கி – ஏப்ரல், 2008

19 ஒரு கூட்டுப் பறவைகள்

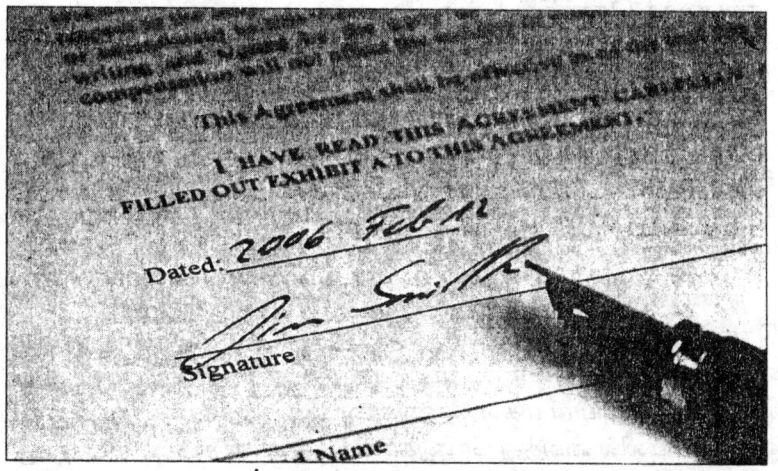

ரேணுகா மிகவும் மாறிப்போய்விட்டாள். 'கால் வயிற்றுக் கஞ்சி ஊற்றினால் போதும்' என்று என்னைத் திருமணம் செய்து கொண்டபோது சொன்ன ரேணுகா இப்போது சொத்தைக் கேட்டு, என் அண்ணன் மீது கேஸ் போடச் சொல்கிறாள்.

"நானும், எங்கண்ணனும் எவ்வளவு நெருக்கமாகப் பழகியிருக்கோம்னு உனக்கே தெரியும். திடீர்னு கேஸ் போட்டா..." என்று இழுத்தேன்.

"ஒண்ணும் குடி முழுகிடாது. ரெண்டு பொண்ணுங்களுக்கு, கல்யாணம் பண்ணி வைக்கணும். கையில ஒரு சேமிப்பும் கிடையாது. நாளைக்குப் போய் வக்கீலைப் பார்க்கிறோம்."

“அம்மா...” என்று உள்ளிருந்து, என் பெரிய மகள் அழைக்கும் சப்தம் கேட்க... ரேணுகா உள்ளே சென்றாள்.

பத்தொன்பது வருடங்களுக்கு முன், எவ்வளவு வீராவேசமாக, பரம்பரைச் சொத்தில் பங்கு வேண்டாம் என்று, அப்பாவிடம் எழுதிக் கொடுத்து விட்டு வந்தேன். இப்பொழுது அப்பா இறந்த பிறகு, எந்த முகத்துடன் சொத்தைக் கேட்பது?

அப்பாவுக்கு, தென் சென்னையில், ஏராளமான பரம்பரைச் சொத்து இருந்தது. நாலைந்து வீடுகள்... கடைகள்... என்று வாடகைக்கு விட்டு நல்ல சம்பாத்தியம். மேலும் சொந்தமாக மளிகைக்கடை வேறு வைத்திருந்தார்.

நான் கல்லூரிப் படிப்பு முடிந்து, பொழுது போகாமல் சுற்றிக் கொண்டிருந்த காலத்தில்... வாடகை வசூல் செய்ய, அப்பா என்னை அனுப்புவார். அப்பொழுது எங்கள் வீட்டில் குடி யிருந்த, வாத்தியார் மகள் ரேணுகாவுடன் பழக்கமாகி, காதலாகி, ஒரு கோயிலில் வைத்து ரேணுகாவிற்குத் தாலி கட்டி, வீட்டிற்கு அழைத்து வந்தேன். அப்பா கோபத்தில் கொந்தளித்தார். என் அண்ணனை நோக்கி, “என் சின்ன மவன் இன்னையோட செத்துட்டான். அவனை முதல்ல வெளிய போகச் சொல்லு” என்று கத்தினார்.

“அப்பா...” என்று இழுத்தான் அண்ணன். சமையற்கட்டு வாசலில் நின்றபடி, அம்மா கலவரத்துடன் பார்த்துக் கொண்டிருந்தார்.

“மனசுக்குப் பிடிச்ச பொண்ணை, கல்யாணம் கட்டிக்கிறது தப்பாப்பா?” என்றேன் நான்.

“உன் இஷ்டத்துக்குப் பண்ணிக்கிட்டல்ல... அப்படியே போக வேண்டியதுதானே... இங்க ஏன் வந்தே?”

“உங்ககிட்ட ஆசீர்வாதம் வாங்கலாம்னு.”

“இந்தக் கதையெல்லாம் வேண்டாம். சோத்துக்கு வழியில்ல... பரம்பரைச் சொத்துல பங்கு கேக்கலாம்னு வந்திருப்பே.”

“அப்பா, நான் ஒண்ணும் சொத்துக்காக வரலை. உங்க சொத்தில் சல்லிக் காசு வேண்டாம் எனக்கு.”

“அப்ப... சொத்துல பங்கு வேணாம்னு எழுதித் தர்றியா?”

“எழுதித் தர்றேன்...” என்று ஆத்திரத்துடன், ஒரு வெள்ளைப் பேப்பரை எடுத்தேன்.

“டேய் கோபப்படாதடா... பொறுமையா இரு.” என்றான் அண்ணன்.

நான் ஒன்றும் பேசாமல், எழுத ஆரம்பித்தேன். ஒரு விநாடி தயங்கி ரேணுகாவின் முகத்தை நோக்கினேன்.

“கால் வயித்துக்குக் கஞ்சி ஊத்தினா போதும்ங்க எனக்கு. யோசிக்காம எழுதித் தாங்க” என்றாள் ரேணுகா.

வேகமாக எழுதி, அப்பாவிடம் பேப்பரைக் கொடுத்தேன். “இப்ப ஆசீர்வாதம் பண்றீங்களா?” என்றேன். அப்பா பதிலொன்றும் கூறவில்லை.

அம்மாவை அழைத்து, அப்பாவின் அருகில் நிற்க வைத்து, காலில் விழுந்து கும்பிட்டோம். அப்பா மௌனமாக நின்றார். அம்மாதான் என் மனைவியின் நெற்றியில் குங்குமம் வைத்து, “நல்லா இருங்கம்மா” என்று கண்ணீருடன் ஆசீர்வதித்தார்.

“ஆசீர்வாதம் வாங்கியாச்சுல்ல... வெளிய போகலாம்.” என்றார் அப்பா.

என் மனைவியோடு, வீட்டை விட்டு வெளியேறினேன்.

அப்பாவை விட்டுப் பிரிந்ததில், எனக்கு எவ்வித வருத்தமும் இல்லை. ஆனால் அம்மாவையும், உயிருக்குயிராகப் பழகிய அண்ணனையும் விட்டுப் பிரிவதுதான் கஷ்டமாக இருந்தது.

எனக்கும், அண்ணனுக்கும் ஒரு வயதுதான் வித்தியாசம் என்பதால், நண்பர்கள் போலத்தான் பழகி வந்தோம். அண்ண னுக்கு, பத்தாவதுக்கு மேல் படிப்பு ஏறவில்லை. கடையில் உட்கார்ந்து விட்டான். என் மீது மிகவும் பிரியமாக இருப்பான்.

சரியான அப்பா பிள்ளை. அப்பா அவனுக்குத் தெய்வம் மாதிரி. அவர் பேச்சை மீறி, ஒரு காரியமும் செய்ய மாட்டான். அப்பா சொல்லி விட்டார் என்பதற்காக, நான் வீட்டை விட்டு வந்த பிறகு, அண்ணன் என்னிடம் எவ்விதத் தொடர்பும் வைத்துக் கொள்ளவில்லை. ஒரு சிறு உதவி கூடச் செய்ய வில்லை. உறவினர் வீட்டு விசேஷங்களில், என்னைப் பார்த்தால்கூட, பார்க்காதது போல் சென்று விடுவான்.

நான் ஒரு தனியார் கம்பெனியில், அக்கவுண்டன்ட் வேலையில் சேர்ந்து, முட்டி, மோதி இப்பொழுதுதான் சம்பளம் எட்டாயிரத்தைத் தொட்டிருக்கிறது. எவ்வளவு சம்பாதித்தாலும், சென்னை அதனை விழுங்கிக் கொண்டு வேடிக்கை பார்த்தது. புறநகரில் வாடகை வீடு. சேமிப்பு என்று ஒற்றைப் பைசா கிடையாது.

கடந்த வருடம், அம்மா இறந்தபொழுதும், போன மாதம் அப்பா இறந்தபொழுதும், என்னை அவ்வப்பொழுது பார்த்துவிட்டுச் செல்லும், சித்தி பையன் மூலம் அண்ணன் தகவல் சொல்லி விட்டிருந்தான். சாவு வீட்டிற்குச் சென்றபொழுதுகூட, அண்ணன் என்னைக் கட்டிப்பிடித்துக் கொண்டு ஒரு நிமிடம் அழுதானே தவிர, அதிகம் பேசவில்லை. அப்பாவின் கருமாதிக்குச் சென்றபோதுகூடச் சரியாகப் பேசவில்லை.

மறுவாரம் வீட்டிற்கு வந்த சித்தி பையன், சொத்து முழுவதையும் அப்பா, அண்ணன் பெயருக்கு எழுதி வைத்திருக்கும் விவரத்தைச் சொன்னான்.

ரேணுகா தன் இரண்டு கை விரல்களையும் கோத்துக் கொண்டு, “நானும் எங்கண்ணணும் இப்படின்னு சொல்வீங்க. எங்க... சொத்துல பங்கு கேட்டு வந்துடுவாங்களேன்னுதான் உங்கண்ணன் முகம் கொடுத்துப் பேசலை” என்றாள்.

“ஏய்... அப்பாதான் அண்ணனுக்கு எல்லாம். அவரு இறந்த சோகத்துல இருப்பான். ரெண்டாவது... நாம்மதான் சொத்து வேண்டாம்னு எழுதிக் கொடுத்துட்டோம்ல... அதனால சொத்தைப் பத்திப் பேச வேண்டிய அவசியமே இல்லை.”

“அப்ப ஏதோ ஒரு வேகத்துல செஞ்சது. வெள்ளைப் பேப்பர்ல எழுதித் தந்தது. செல்லுமோ? செல்லாதோ? எதுக்கும் ஒரு வக்கீலைப் பார்த்துக் கேட்கலாம்” என்ற ரேணுகா, தினமும் என்னை வக்கீலைப் பார்க்கச் சொல்லி அரித்துக் கொண்டிருந்தாள்.

இன்று இறுதியாகச் சொல்லி விட்டாள், “உங்க பெரிய மக தூக்கத்துல, அப்பப்ப வெட்கத்தோட சிரிச்சுக்குறா. என்ன கனவோ... கர்மமோ. காலேஜ் முடிஞ்சவுடனே, முதல்ல அவளுக்குக் கல்யாணம் செஞ்சு வைக்கணும். கைல அஞ்சு பவுன் நகைகூடக் கிடையாது. உங்கப்பா சொத்து கிடச்சா,

அதையாச்சும் வித்து, அவளுக்குக் கல்யாணம் பண்ணி வைக்கலாம். நாளைக்கு வக்கீலைப் பார்த்து, உங்கண்ணனுக்கு ஒரு நோட்டீஸ் அனுப்பறோம்'' என்றாள். நான் ஒன்றும் பதில் சொல்லவில்லை. நாம் என்னதான் முரண்டு பிடித்தாலும், கடைசியில் என்னவோ மனைவிகள்தான் ஜெயிக்கிறார்கள்.

மறுநாள் வக்கீல் அலுவலகத்துக்குச் சென்றோம்.

"சௌத் மெட்ராஸ்ல, ப்ராப்பர்ட்டீஸெல்லாம் இன்னிக்கி என்னா வேல்யூ... அதப் போய் விடலாமா? பரம்பரைச் சொத்துதானே..."

"ஆமாம் சார்... எல்லாம் இவங்க தாத்தா சம்பாரிச்சது'' என்றாள் ரேணுகா.

"அப்புறம் என்ன விடுங்க... எப்பவோ வெள்ள பேப்பர்ல எழுதித் தந்ததெல்லாம் செல்லாது."

"இன்னைக்கே கூரியர்ல நான் நோட்டீஸ் அனுப்பிடுறேன். நீங்க கிளம்புங்க'' என்று வக்கீல் எங்களுக்கு விடை கொடுத்தார். கையோடு எடுத்து வந்திருந்த இரண்டாயிரம் ரூபாயை, ரேணுகா வக்கீலிடம் கொடுத்தாள்.

வெளியே வந்தவுடன் ரேணுகாவிடம், "நானும், எங்கண்ணனும் எப்படிப் பழகியிருக்கோம் தெரியுமா? அவனுக்குப் போய் வக்கீல் நோட்டீஸ் அனுப்பிக்கிட்டு... எனக்கு மனசே சரியில்ல ரேணு'' என்றேன்.

"அய்யோ... இந்தக் காலத்துல யாருங்க பழசையெல்லாம் நினைக்கிறாங்க? யாரு இப்பல்லாம் கூடப் பொறந்தவங்கள நினைக்கிறாங்க? எல்லாருக்கும் காசு, பணம்தான் முக்கியம். நீங்க ஒரு அம்பது வருஷம் முன்னாடி பிறந்திருக்கணும்'' என்றாள் ரேணுகா.

பேசிக் கொண்டே வீட்டிற்கு வந்த எங்களுக்கு அதிர்ச்சி காத்திருந்தது. அண்ணன் வந்திருந்தான். ஹாலில் அமர்ந்து, விடுமுறையில் வீட்டிலிருந்த என் சிறிய மகளோடு பேசிக் கொண்டிருந்தான். என்னைப் பார்த்தவுடன் எழுந்து முகம் மலர என்னை கட்டிப்பிடித்துக் கொண்டான்.

"எப்ப வந்தே?'' என்று அண்ணனை வரவேற்றேன்.

"இப்பத்தான் வந்தேன். கருமாதி முடிஞ்சவுடனேயே வர்றதா இருந்தேன். உங்கண்ணிக்கு ஆபரேஷன். கர்ப்பப் பையை

எடுத்துட்டாங்க. இருபது நாள் ஆஸ்பத்திரியில இருந்துட்டு, நேத்துதான் டிஸ்சார்ஜ் ஆனா. அதான் வர முடியலை." என்றபடி அண்ணன் நாற்காலியில் உட்கார்ந்தார்.

"இப்ப உடம்பு எப்படியிருக்கு?"

"பரவாயில்லை..." என்ற அண்ணன், சுவரில் தொங்கிக் கொண்டிருந்த காலண்டரை, சில விநாடிகள் யோசனையுடன் பார்த்து விட்டு, "கல்யாணமான புதுசுல ரொம்பக் கஷ்டப்பட்டி ருப்ப. ரேணுகா வீட்லயும், உங்கள சேத்துக்கல இல்ல..." என்றான்.

"ஆமாம்."

"நீ போன பிறகு அப்பாவுக்கு நான்தான் எல்லாம். என்மேல உயிரையே வச்சிருந்தாரு. அவரு பேச்சை மீறி, உனக்கு உதவி செஞ்சிருந்தா, அப்பா ரொம்ப வேதனைப் பட்டிருப்பாரு. நான் அப்பா மேல, எவ்வளவு பாசமா இருந்தேன்னு உனக்கே தெரியும். அவரு மனசை நோகடிக்க நான் விரும்பலை. அதான் உன் பக்கமே திரும்பிப் பார்க்கலே" என்ற அண்ணன் சிறிது இடைவெளி விட்டு, "சரி... பழைய கதை எதுக்கு? எல்லாச் சொத்தையும் என் பேருக்குத்தான் அப்பா எழுதி வச்சிருக்காரு. உயில் எழுதுறப்ப, உனக்கும் பங்கு கொடுக்கணும்னு நான் அடிச்சுக்கிட்டேன். அப்பா கேட்கலை. இப்பவும் ஒண்ணும் கெட்டுப் போயிடலை. உன் பங்கை உனக்குப் பிரிச்சுத் தந்துடலாம்னு இருக்கேன் பங்கு பிரிச்சு, ரிஜிஸ்டர் பண்ணனும். உனக்கு எந்தெந்த வீடு, கடைங்க வேணும்னு கேட்டுக்கிட்டுப் பிரிக்கலாம்னு வந்தேன்... அப்புறம் நல்லதை நான் எடுத்துக்கிட்டேன்னு பேச்சு வந்துடக்கூடாது பாரு..." என்று அண்ணன் சொல்ல, சொல்ல என் கால்கள் நடுங்கியது.

"அடிப்பாவி..." என்பதுபோல் என் மனைவியைப் பார்த்தேன். அவள் என் கண்களைப் பார்க்க முடியாமல், தலையைக் குனிந்து கொண்டாள்.

"இப்ப வந்துடுறேண்ணே" என்று வெளியே வந்த நான் நோட்டீஸ் அனுப்ப வேண்டாம் என்று சொல்வதற்காக அடுத்த தெருவிலிருந்த வக்கீல் வீட்டை நோக்கி ஓடினேன்.

- கல்கி - டிசம்பர், 2003

20 நீ பாதி நான் பாதி

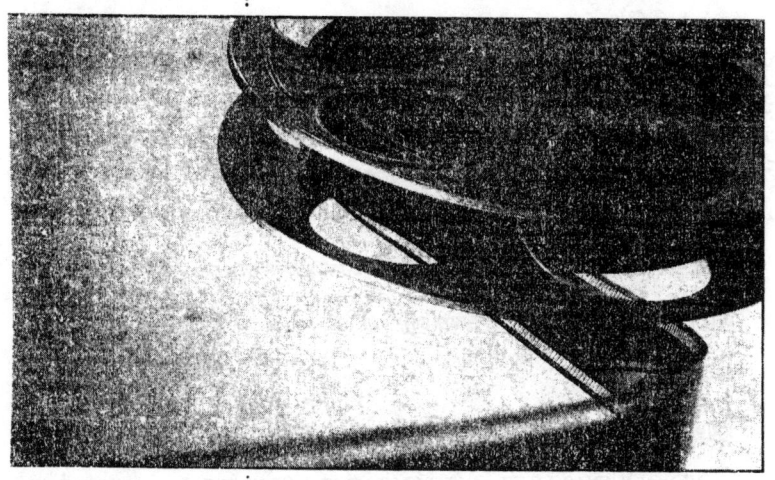

நினைத்தபடியா வாழ்க்கை அமைந்து விடுகிறது? அமைந்தபடிதானே வாழ வேண்டியிருக்கிறது.

இருந்தாலும், இப்படி ஒரு இக்கட் டான சூழ்நிலை வந்திருக்க வேண் டாம்.

“ஏன் வரமாட்டேன்னு சொல்ற?” என்று மீண்டும் கேட்டார் என் கணவர்.

எப்படி வர முடியும்? எனது முன்னாள் காதலன் மகேஷ், எங்கள் காதலை மையமாக வைத்து இயக்கிய திரைப்படத்தின் நூறாவது நாள் விழா, எங்கள் தியேட்டரில் நடக்கிறது. படத்தின் ஹீரோ ப்ரதீப், மகேஷ் என்று எல்லோரும் வருகிறார்கள். படத்தைப் பார்த்து

விட்டே இரண்டு நாட்கள் ரகசியமாக அழுது கொண்டிருந்தேன் மகேஷை நேரிலும் பார்த்தால்... அவ்வளவுதான்.

"வரலன்னா விடுங்களேன்..." என்றேன்.

"நம்ம தியேட்டர்ல விழா நடக்குது. நம்ம ஊரு டைரக்டரு... ஹீரோ, ஹீரோயினெல்லாம் வர்றாங்க. ஊரே கொண்டாட்டமா இருக்கு. நீ வரமாட்டேன்னா நஷ்டம் உனக்குத்தான்... போ" என்று என் கணவர் சொல்லிக் கொண்டிருக்கும்போதே, "என்ன இங்க சத்தம்..." என்றபடி அறையினுள் நுழைந்தார் என் மாமனார்.

கட்டிலில் அமர்ந்திருந்த நான் வேகமாக எழுந்து நின்றேன்.

"நம்ம தியேட்டர் ஃபங்ஷனுக்கு வரலங்கறாப்பா."

"ஏம்மா?"

"இல்ல மாமா... வீட்டுல நெறய வேலையிருக்கு."

"வேலை தினம்தான் இருக்கும். ஒரு பாஸ கிடைக்காதான்னு ஊரே அலையுது. நம்ம தியேட்டர் விழாவுக்கு வரலன்னா எப்படி? கிளம்பு... கிளம்பு" என்று கட்டளையாகக் கூறிவிட்டு நகர்ந்தார் மாமனார்.

"சொல்றவங்க சொன்னாத்தான் சரிப்படும். ஆறு மணிக்கு தியேட்டர்ல இருக்கணும். சீக்கிரம் கிளம்பு" என்று கூறிவிட்டு என் கணவர் வெளியே செல்ல, "கடவுளே..." என்றபடி வேதனையுடன் கட்டிலில் அமர்ந்தேன்.

நடந்தவை அனைத்தையும் பேசாமல் வேடிக்கை பார்த்துக் கொண்டிருந்த என் மகனும், மகளும் அருகில் வந்தனர்.

"அந்தப் படம் உனக்குப் பிடிக்காதா?" என்றான் என் நான்கு வயது மகன்.

"ம்... பிடிக்கும்."

"ப்ரதீப்ப பிடிக்குமா?"

"ம்..."

"அப்புறம் ஏன் வரமாட்டேங்குற?"

சில வினாடிகள் அமைதிக்குப் பிறகு, "சில சமயம் அப்படித் தான். பிடிச்சவங்கள பாக்க பிடிக்காமப் போயிடும்" என்றேன் மகேஷை நினைத்துக் கொண்டு.

குழந்தைகள் புரியாமல் விழித்தன.

தியேட்டருக்குச் செல்லும் வழியெங்கும் ஒரே அமர்க்களம். ப்ரதீப்பின் ரசிகர் மன்றத்தினர் தூள் கிளப்பியிருந்தார்கள். திரும்பிய திசையெங்கும் ப்ரதீப்பின் போஸ்டர்கள்... பேனர்கள்... தோரணங்கள்...

தியேட்டர் வாசலில் பயங்கர கும்பல். பெரும்பாலும் இளைஞர் கூட்டம். பெரிய டிஜிட்டல் பேனரில் 'ஈரக்காற்று' நூறாவது நாள் விழா என்று எழுத்துக்கள் பளிச்சிட... பேனரின் மேல்புறத்தில் ப்ரதீப்பும், மகேஷும் சிரித்தபடி காட்சியளிக்கும் புகை'ப்படங்கள்.

தியேட்டர் வாசலில் எங்கள் கார் நின்றதும், ஓடி வந்து கார் கதவைத் திறந்து விட்டார் மேனேஜர்.

"எப்ப வர்றாங்களாம்?" என்றார் என் கணவர்.

"பக்கத்து ஊர் ஃபங்ஷன்ல இருக்காங்களாம். முடிச்சுட்டு ஒரு மணி நேரத்துல வந்துடுவாங்க. வந்தவுடனே படத்த நிறுத்திட்டு, ஃபங்ஷன் ஸ்டார்ட் பண்ணிடலாம்."

"போலீஸெல்லாம் வந்தாச்சா?"

"வந்தாச்சு சார்."

"எத்தனை பேரு?"

"நாப்பது பேரு சார்."

"போதுமா?"

"சமாளிச்சுடலாம் சார்."

"சரி... நீங்க படத்த போடச் சொல்லுங்க. அப்பத்தான் சத்தம் அடங்கும்."

மேனேஜர் எங்கள் அனைவரையும் அழைத்துச் சென்று முதல் வரிசையில் அமர வைத்தார்.

‘ஆண்டவா... மகேஷ் என்ன பாத்துடக்கூடாது’ என்று வேண்டியபடி அமர்ந்தேன்.

படம் ஆரம்பித்தது. குடித்து விட்டு ப்ளாட்ஃபார்மில் விழுந்து கிடக்கும் ஹீரோவின் முகத்தை க்ளோஸ் அப்பில் காண்பித்து, ஃப்ளாஷ் பேக்கில் கதை விரிந்தது.

ஃப்ளாஷ்பேக் முழுவதும் அப்படியே எங்கள் காதல்தான். சிவப்புப் பூக்கள் சிதறிக் கிடக்கும் ஒரு குல்மொஹர் மரத்தடியில் நாங்கள் முதன் முதலாகச் சந்தித்தது... ஒரு மழைக்கால மாலையில், முகமெங்கும் மழைத்துளிகள் சிதறி விழ, எங்கள் காதலைப் பரிமாறிக் கொண்ட நிமிடங்கள்... பின்னர் எங்கள் வீட்டில், எங்கள் காதலை கடுமையாக எதிர்த்தவுடன், என்னை மறந்து விடும்படி நான் மகேஷிடம் கூறிய பிள்ளையார் கோயில்... என்று எதையும் மாற்றாமல் எடுத்திருந்தான் மகேஷ்.

ஒவ்வொரு காட்சியையும் பார்க்கப் பார்க்க மனசு தளும்பியது. பொங்கி வந்த கண்ணீரை யாருமறியாமல் துடைத்துக் கொண்டேன்.

இடைவேளைக்குப் பிறகு, காதல் தோல்வியில் குடிகாரனாகி விட்ட ஹீரோவை, வேறொரு பெண் காதலித்து, அவனைக் குடியிலிருந்து மீட்டு திருமணம் செய்து கொள்வதாகப் படம் முடியும்.

திடீரென்று தியேட்டரில் பரபரப்பு, சளசளவென்று பேச்சு சத்தம்.

அவர்கள் வந்து விட்டார்கள் போல. சட்டென்று எனக்கு வியர்த்துக் கொட்ட... தவிப்புடன் மேடையைக் கவனித்தேன். படம் நிறுத்தப்பட்டது.

மேடையில் வேகமாக நாற்காலிகள் போடப்பட்டன. மைக் பொருத்தப்பட்டது. பத்தே நிமிடத்தில் நட்சத்திரங்கள் அனைவரும் மேடையேற, தியேட்டரில் விசில் சத்தமும், கைதட்டலும் காதைப் பிளந்தது. ரசிகர்கள் வண்ணக் காகிதங்களைக் கிழித்து மேலே பறக்கவிட்டனர்.

கடைசியாக மனைவியுடன் மேடையில் ஏறிய மகேஷைப் பார்த்ததும், மனசு படபடவென்று அடித்துக் கொண்டது.

ஜீன்சும், டீ சாட்டும் அணிந்திருந்தான். லேசாக சதை போட்டி ருந்தான். ரசிகர்களைப் பார்த்து கையசைத்தபடி நாற்காலியில் அமர்ந்தான். அவன் என்னைப் பார்த்துவிடக் கூடாதே என்ற தவிப்புடன், என் மடியில் உட்கார்ந்திருந்த என் மகனுக்குப் பின்னால் முகத்தை மறைத்துக் கொண்டேன்.

என் மாமனார் அனைவருக்கும் மாலை அணிவித்து முடித்தவுடன், நட்சத்திரங்கள் பேச ஆரம்பித்தனர். அனைவரும் பேசி முடிக்க, பின்பு மகேஷ் பேசினான்.

“எனது சொந்த ஊரில் நடைபெறும் இந்த விழாவுக்கு வந்திருப்பதில் பெரு மகிழ்ச்சி அடைகிறேன். சந்தோஷப்பெருக் கில் எனக்கு வார்த்தைகளே வரவில்லை. இந்தப் படத்தைப் பற்றி பலரும், பலவிதமாகப் பேசினார்கள். நான் பகிர்ந்து கொள்ள விரும்புவது என்னவென்றால்... தமிழகம் முழுவதும் எனக்கு ஒரு மரியாதையைப் பெற்றுத் தந்த இந்தத் திரைப்படத் தின் முதல் பாதி, இந்த ஊரில்தான் நடந்தது...” என்று கூற, தியேட்டரில் பயங்கர அமைதி.

தொடர்ந்து மகேஷ், “காரில் இந்த ஊருக்குள் நுழைந்தவுட னேயே பழைய நினைவுகள் என்னை ஆட்கொள்ளத் தொடங்கி விட்டன. நான் என் காதலியுடன் சுற்றித் திரிந்த வீதிகள், பேசிச் சிரித்த ஆற்றுப்பாலம்... அழுது பிரிந்த பிள்ளையார் கோயில்... எல்லாம் என் மனசை என்னவோ செய்தன. அதுதான் காதல். பிரிந்து போய், ஆயிரம் மைல்களுக்கு அப்பால் சென்று விட்ட பிறகும், திருமணமாகிக் குழந்தைகள் பெற்ற பிறகும், காதலியை நினைக்கும்பொழுதெல்லாம் மனசுக்குள் ஒரு ஈரக்காற்று வீசுவதை யார் தடுக்க முடியும்? அதுதான் ஒரு ‘அழகி’யாக, ‘ஆட்டோகிராஃப்’பாக ‘ஈரக் காற்றாக’ உங்கள் முன்பு வீசுகிறது...” என்று பேச, நான் உதட்டைக் கடித்து, எச்சில் விழுங்கி அழுகையை அடக்கினேன்.

சிறிது இடைவெளி விட்ட மகேஷ், முதல் வரிசையைப் பார்த்தபடி, “வெற்றி பெற்றவர்களின் மிகப்பெரிய துக்கம் என்ன தெரியுமா? வெற்றி பெற்ற சமயத்தில் நம்மை மிகவும் நேசித்தவர்கள் அருகில் இல்லாத துக்கம்தான். எனக்கும் அந்தத் துக்கம்...” என்ற மகேஷ், என்னைக் கவனித்து விட்டான். சட்டென்று பேச்சை நிறுத்தி விட்டுத் தடுமாறினான்.

எனக்குப் பகீரென்றது. இனி என்ன பேசுவான்? என் காதலியும் இந்தக் கூட்டத்தில்தான் இருக்கிறாள் என்று சொல்லி விடுவானோ?

நான்கே வினாடியில் சமாளித்துக் கொண்ட மகேஷ், "எனக்கு அந்தத் துக்கம் இப்போது இல்லை. நான் மிகவும் நேசித்த, என்னை மிகவும் நேசித்த இந்த ஊர்க்காரர்கள் இந்த சபை முழுவதும் நிறைந்திருக்கிறார்கள். அது போதும் எனக்கு. நன்றி, வணக்கம்" என்று தனது பேச்சை முடித்தவுடன், எழும்பிய கைத்தட்டல் அடங்க வெகுநேரமானது.

விழா முடிந்து அனைவரும் கீழே இறங்க... என் மாமனார் திரையுலகத்தினரை அழைத்துக் கொண்டு எங்களை நோக்கி வர, நான் மீண்டும் தவிக்க ஆரம்பித்தேன்.

எங்கள் குடும்பத்தினர் அனைவருக்கும் நட்சத்திரங்களை அறிமுகப்படுத்தி விட்டு, கடைசியாக என்னிடம் வந்தார்.

"இது ராதா, என் மருமக. இவருதாம்மா டைரக்டரு. நம்ம ஊர்க்காரர்தான்" என்று என் மாமனார் அறிமுகப்படுத்த, எனக்கு ஒரே சமயத்தில் மிகுந்த வேதனையாகவும், மிகுந்த சந்தோஷ மாகவும் இருந்தது.

"வணக்கம்" என்று நான் கைகூப்ப, மகேஷ் ஒரே ஒரு வினாடி, என் கண்களை உற்றுநோக்கி விட்டு, பதிலுக்கு 'வணக்கம்' சொல்லி விட்டு நகர்ந்தான்.

ஆயிரமாயிரம் வார்த்தைகள் பேசிக் கொண்ட நாங்கள், ஆயிரமாயிரம் விஷயங்களைப் பேசத் துடித்த நாங்கள், கடைசியில் சந்தித்தபொழுது, "வணக்கம்" என்று மட்டும்தான் கூறிக் கொள்ள முடிந்தது.

- கல்கி - அக்டோபர், 2005

21 இந்தியன்?

தமிழகத்திற்கு அடுத்த மாநிலத்தின் தலைநகர்.

பரபரப்பாக இயங்கிக் கொண்டிருந்த அந்த அலுவலக ரிஷப்சனில், இந்த நேரத்தில் யார் போன் செய்வது என்று நினைத்துக் கொண்டே ரிஸீவரை எடுத்தேன்.

"யாரு? மூர்த்தி ஸாரா? நான் கணேசன்." என்ற போன் குரல் பரபரப்பாக இருந்தது. சட்டென்று மனதினுள் பயம் வந்தது.

"என்ன திடீர்னு?" என்றேன்.

"ஸார் நேத்து பழையச்சேரி பிரச்னைல தமிழ்நாட்டு சார்பா தீர்ப்பு சொன்னவுடன், நம்ப சங்கம் சார்புல அத ஆதரிச்சு அறிக்கை விட்டுருக்

தாங்க. காலைல பேப்பர் பாத்தவுடனே ஒரு கும்பல் நம்ப தலைவர் வீட்டுக்கு வந்து எல்லோரையும் வெட்டிப் போட்டுட் டாங்க. அவரும், அவர் பையனும் ஸ்பாட்லேயே அவுட்."

நான் அப்படியே அதிர்ந்து போய் நின்றேன்.

"அதனால நம்ப சங்க நிர்வாகிகள் எல்லாத்தையும் தீத்துக் கட்டணும்னு வெறியோட திரியறாங்க. அவங்க அடுத்த குறி நாமதான்னு நெனக்கிறேன். ஒடனே உங்க வீட்டுக்குப் போய எல்லோரையும் அழைச்சுக்கிட்டு தமிழ்நாடு கிளம்பிடுங்க. சூடு ஆறினதுக்கப்புறம் வாங்க. நாங்க மாயவரம் போறதா இருக்கோம். என்ன ஸார்? சொல்றபடி செய்யுங்க." என்று கணேசன் கூற, நான் ஒரு வார்த்தை கூட பேசாமல் ரிஸீவரை வைத்துவிட்டு என் சீட்டில் வந்து அமர்ந்தேன்.

மனது முழுவதும் பயம் மட்டுமே பிரதானமாக இருந்தது. இப்பொழுது பெரிய பிரச்சினை என் மனைவி கல்யாணி கால் பிராக்சருடன் ஆஸ்பத்திரியில் இருப்பதுதான். ரவி காலேஜ் போயிருப்பான். வீட்டில் உமா மட்டும்தான் தனியாக இருப்பாள் என்பது ஞாபகத்திற்கு வர வேகமாக எழுந்தேன். ஆபீஸரிடம் லீவ் லெட்டர் கொடுத்து விட்டுக் கிளம்பினேன்.

ஸ்கூட்டரை ஸ்டார்ட் செய்து வேகமாகச் செலுத்தினேன். கலவரத்தால் ஊரே வெறிச்சோடிக் கிடந்தது. அதற்குள் கலவரம் நகரம் முழுவதும் பரவி கடைகளை அடைத்துக் கொண்டி ருந்தார்கள்.

அந்த ரோட்டில் நுழைந்தவுடன் எனக்குத் திக்கென்றது. தூரத்தில் ஒரு கும்பல் தடிக்கம்புகளுடன் வந்து கொண்டிருந்தது. அந்தக் கும்பலைத் தாண்டித்தான் செல்ல வேண்டும். வேறு வழி இல்லை. வேகமாக ஓட்டினால் சந்தேகம் வரும் என்று நார்மலான ஸ்பீடில் சென்றேன். அப்போதுதான் முன்னால் பாக்ஸில் வைத்திருந்த 'விகடன்' இதழைப் பார்த்தேன். திடீரென்று நிறுத்தி விசாரித்தால் வம்பு என்று வண்டியை நிறுத்திப் புத்தகத்தை எடுத்து சட்டைக்குள் வைக்க முயன்றேன். அப்போது இருவர் என்னை நோக்கி வேகமாக வந்தனர். சட்டென்று புத்தகத்தைத் தரையில் எறிந்து விட்டு வேகமாக ஸ்கூட்டரை கிளப்பினேன். அவர்கள் உள்ளூர் பாஷையில் என்னை நிற்கச் சொல்லி கத்த, நான் ஸ்கூட்டரை இன்னும் வேகமாக்கினேன். என் புத்தகத்தைப் பார்த்து விட்டு, "தமிழ்

நாயே...” என்று கத்தியது என் காதில் கேட்டது. பின்னால் சிலர் கும்பலாகத் துரத்தினர். ஒரு கட்டை பறந்து வந்து வேகமாக முதுகில் தாக்கியது. “அம்மா...” என்று வலி தாங்க முடியாமல் கத்தினேன். கண்களில் கண்ணீர் வரப் பார்த்தது.

என் ஆயுளில் ஒருமுறை கூட இவ்வளவு வேகமாக நான் ஸ்கூட்டர் ஓட்டியதில்லை. இரண்டு தெருக்கள் கடந்த பின்தான் வேகத்தைக் குறைத்தேன்.

பேசாமல் தஞ்சாவூரிலேயே அப்பாவின் கடையை நடத்திக் கொண்டு இருந்திருக்கலாம் என்று இப்பொழுது தோன்றியது. வடவாற்றுக் குளியல், பெரிய கோயில், திருவையாறு தியாகராஜர் ஆராதனை விழா... என்று எவ்வளவு நிம்மதியாக வாழ்க்கையை ஓட்டியிருக்கலாம். ஆனால் இருபத்திரெண்டு வருடத்திற்கு முன்னால், நானூறு ரூபாய் சம்பளத்தில் இந்த சென்ட்ரல் கவர்மென்ட் வேலை கிடைத்தபோது அவையெல்லாம் பெரிதாகத் தோன்றவில்லை.

வீட்டில் தனியாக இருக்கும் உமா ஞாபகம் வர, மீண்டும் ஸ்கூட்டரை வேகமாக்கினேன்.

எங்கள் தெரு பிரியும் நால் ரோடு வந்தவுடன், கை தட்டும் சத்தம் கேட்டு நிறுத்தினேன். திரும்பிப் பார்த்தேன். எதிர்வீட்டு சிவராமனும், அவர் பையனும் நின்று கொண்டிருந்தனர். மனதில் குபுகுபுவென ஒரு பயம் பொங்கியது. வேகமாக அவர்களை நெருங்கினேன். “என்ன ஸார்...?” என்று நடுக்கத்துடன் கேட்டேன்.

இருவர் முகமும் பயத்தில் இருந்தது. என்னை நெருங்கி மெதுவாக, “நல்ல வேளை. ஆபீஸ்லயிருந்து கௌம்பிட்டீங்க. இப்பதான் போன் பண்ணினேன். உங்களத் தேடி ஆபீஸுக்கு ஆள் போயிருக்கு” என்று அவர்கள் பாஷையில் கூறினார் சிவராமன்.

“யாரு...?” என்றேன் நான்.

“அரை மணி நேரத்துக்கு முன்னாடி ஒங்களத் தேடிக்கிட்டு கிட்டத்தட்ட ஒரு பதினஞ்சு பேர் வந்தாங்க. உங்க பொண்ணு உமாவ மிரட்டி உங்க ஆபீஸ் அட்ரஸ் விசாரிச்சுக்கிட்டு கொஞ்சம் பேர் போயிருக்காங்கன்னு நெனக்கிறேன். எதுக்கும் உங்களுக்கு போன்...” என்ற சிவராமன் பேச்சில் நான் குறுக்கிட்டேன்.

“அப்ப உமா...” என்று பதட்டத்துடன் கேட்டேன.

இருவரும் ஒன்றும் பேசவில்லை.

“சொல்லுங்க ஸார். உமாவுக்கு என்ன ஆச்சு?”

“தெரியல... உங்க வீட்டுக்குள்ளதான் இருக்கா. ஆனா... உள்ள ஏழெட்டுப் பேர் இருக்காங்க.” என்று சிவராமன் தயங்கித் தயங்கிப் பேசினார்.

மனசு நடுங்கியது. “அய்யோ... கடவுளே...” என்று மனதினுள் கூவிக்கொண்டு வேகமாக ஸ்கூட்டரில் ஏறினேன். இருவரும் என் கையைப் பிடித்தனர்.

“என்ன பண்ணப் போறீங்க?”

“நான் வீட்டுக்குப் போறேன்.”

“ஸார்... உள்ள நிறையப் பேர் இருக்காங்க. சும்மா இல்ல. அருவா, தடி எல்லாம் எடுத்துக்கிட்டு வந்திருக்காங்க. இப்ப நீங்க அங்க போறது தற்கொலைக்குச் சமம்.”

“என்ன ஸார் முட்டாள்தனமாப் பேசறீங்க. உள்ள என் வயசுக்கு வந்த பொண்ணு இருக்கா. என்ன ஆனாலும் சரி. நான் போறேன்.”

“ஸார்... ப்ளீஸ். நல்லா யோசிச்சுப் பாருங்க. ஏழெட்டுப் பேர் ஆயுதங்களோட இருக்காங்க. உங்களுக்கு நாப்பத்தாறு வயசு. என்ன பண்ண முடியும்? ஒங்கள நம்பி ஒங்க வொய்ப், பையனெல்லாம் இருக்காங்க” என்று சிவராமன் சொன்ன பிறகுதான், எனக்கு உண்மை உறைத்தது.

சாலை என்றும் பாராமல் நான் அழ ஆரம்பித்தேன்.

“ஸார்... என்ன இது... வாங்க. அவங்க எல்லாம் உங்க வீட்டுக்குள்ளதான் இருக்காங்க. எங்க வீட்டுக்குப் போகலாம். அங்க போய் என்ன பண்றதுன்னு யோசிக்கலாம்.” என்று சிவராமன் கூற, நான் ஒன்றும் பேசாமல் ஸ்கூட்டரைத் தள்ளிக்கொண்டு நடந்தேன்.

“போலீஸ்கிட்ட சொன்னா என்ன டாடி?” என்று கேட்டான் சிவராமனின் பையன்.

“வேஸ்ட். போலீஸெல்லாம் அவங்க பக்கம்.” என்றார் சிவராமன்.

நான் ஒன்றும் பேசாமல் நடந்தேன். என் வீட்டை நெருங்கியவுடன் நெஞ்சு துடிக்க ஆரம்பித்தது. ஜன்னல் கதவு எல்லாம் சாத்தியிருந்தது. தோட்டத்தில் உள்ள தொட்டிச் செடிகளை எல்லாம் உடைத்துப் போட்டிருந்தார்கள்.

சிவராமனின் வீட்டை நெருங்கியவுடன், சட்டென்று முடிவு செய்து, நான் ஸ்கூட்டரைக் கீழே போட்டுவிட்டு, என் வீட்டை நோக்கிப் பாய, சிவராமன் என்னை இறுகப் பிடித்துக் கொண்டார். “அய்யோ விடுங்க ஸார்... நான் போகணும்” என்று நான் அழுகையுடன் கத்த, சட்டென்று சிவராமனின் பையன் என் வாயைப் பொத்தினான். இருவரும் என்னைக் குண்டுக்கட்டாகத் தூக்கிக் கொண்டு அவர்கள் வீட்டினுள் நுழைந்தனர். நான் திமிறத் திமிற, என்னை ஒரு ரூமில் போட்டு கதவை சாத்தித் தாழ்ப்பாள் போட்டனர்.

“திறங்க ஸார்... திறங்க...” என்று நான் கதவை இடித்து விட்டு, ஜன்னல் வழியே வெளியே பார்த்தேன்.

சிவராமனின் மனைவி கையெடுத்துக் கும்பிட்டுக் கொண்டே, “ஸார்... நாங்க வேத்து மொழியா இருந்தாலும், இருபது வருஷமா ஒங்க குடும்பத்தோட உயிருக்குயிராப் பழகியிருக்கோம். அந்தப் பழக்கத்துக்காகத்தான் ஒங்களக் காப்பாத்த நெனைக்கிறோம். தயவு செஞ்சு எங்களக் காட்டிக் குடுத்துடாதீங்க ஸார்...” என்று கெஞ்ச, நான் கத்துவதை உடனே நிறுத்தினேன்.

கையாலாகாத்தனத்துடன் அப்படியே தரையில் படுத்து அழ ஆரம்பித்தேன். நேரம் ஆக ஆக அழுகை குறைந்து விட்டது.

கல்யாணி ஆண் குழந்தைக்கு ஆசைப்பட, நான் பெண் குழந்தைக்கு ஆசைப்பட்டேன். என் ஆசையை நிறைவேற்றப் பிறந்த பெண், அங்கே என்ன நிலைமையில் இருக்கிறாள் என்று தெரியவில்லை. ஒன்றும் செய்ய வக்கில்லாமல் போனதை நினைக்கும்போது, அப்படியே செத்துவிடலாமா என்று தோன்றியது எனக்கு.

அரை மணி நேரம் கழித்து, ஹாலில் ஏதோ குசுகுசுவென்று சத்தம் கேட்க, நான் உன்னிப்பாகக் கேட்டேன்.

"மூர்த்தி ஸார், பையன பாத்து அழைச்சுட்டு வரலாம்னு அவன் காலேஜுக்கு போனேன். காலேஜ் வெறிச்சோனு கெடக்கு. நிறைய ரௌடிங்க வந்து ஒரு இருபது தமிழ் ஸ்டூடன்ட்ஸ அழைச்சுட்டு போயி... பார்க்ல வச்சு பெட்ரோல் ஊத்தி எரிச்சுட்டாங்களாம்" என்றார் சிவராமன். "கடவுளே... அதுல ரவியும் இருக்கானா?" என்று சிவராமனின் மனைவி பதட்டத்துடன் கேட்டார்.

"தெரியல..." என்றார் சிவராமன்.

நான் அதிர்ந்து போய் அழும் சக்திகூட அற்றுப் போய் நின்றேன்.

"ஸார்..." என்று நான் கத்த, சிவராமன் ஜன்னலருகில் வந்தார்.

"ஸார்... நான் பார்க் போயி பார்த்துட்டு வந்துடுறேன்" என்றேன்.

அவர் என்னைக் கேள்விக்குறியுடன் பார்த்தார்.

"நீங்க பேசிக்கிட்டிருந்ததக் கேட்டேன். பொண்ணத்தான் காப்பாத்த முடியல. பையனுக்காச்சும் என்னாச்சுன்னு தெரிஞ்சுக்குறேன்" என்றேன்.

"ஸார்... நீங்க வெளில வர்றது பயங்கர ரிஸ்க்."

"பரவாயில்ல ஸார்... ப்ளீஸ்... என்ன வெளிய விடுங்க."

சில வினாடிகள் யோசித்த சிவராமன், "சரி... நானும் ஒங்ககூட வர்றேன்" என்று கூறி விட்டு கதவைத் திறந்தார்.

அந்தப் பிரதேசம், இருபது பேரை எரித்த அதிர்ச்சியிலிருந்து இன்னும் மீண்டிருக்கவில்லை. ஸ்கூட்டரை பார்க் வாசலில் நிறுத்தினேன். தெருவில் ஒரே ஒரு நாயைத் தவிர வேறு யாரும் இல்லை.

"ஸார்... என்ன பண்ணப் போறீங்க?" என்றார் சிவராமன்.

"உள்ள என் மகன் இருக்கானான்னு பார்க்கணும்."

“எதுக்கு ஸார்? சரியா அடையாளம் தெரியாது.”

“இல்ல... நான் ட்ரை பண்றேன். எனக்கு ரெண்டுல ஒண்ணு தெரிஞ்சாகணும்” என்று கத்திக்கொண்டு பார்க்கினுள் நுழைந்தேன்.

செடிகள் புகைந்து கொண்டிருந்தன. அங்கங்கு கிடந்த கரிந்து போன உடல்களைக் கண்டதும், எனக்குக் குமட்டியது.

ஒரு வயதான போலீஸ்காரர் எங்களை நோக்கி வந்தார்.

“யார் நீங்க? என்ன வேணும்?” என்றார்.

“ஸார்... அந்த பிணங்கள்ல என் மகன் இருக்கானான்னு பாக்கணும்” என்று நான் கண் கலங்கக் கூறினேன்.

அவர் என்னைப் பார்த்து இரக்கத்துடன், “என்ன... தமிழ் ஆளா? சரி சீக்கிரம் பாருங்க. இன்னும் இங்கதான் சுத்திக்கிட்டி ’ருக்காங்க” என்று எச்சரித்தவுடன், நான் பிணங்களை நெருங்கினேன்.

பிணங்களைப் பார்க்கவே அருவருப்பாக இருந்தது. அந்த கான்ஸ்டபிள் தடியால் ஒரு பிணத்தைப் புரட்டிப் போட்டார். எனக்குக் குமட்டிக் கொண்டு வந்தது. முகம் தோல் உரிந்து கோரமாக இருந்தது. வாந்தி வருவது போல் இருந்தது.

இந்தக் கரிய முகங்களிடையே, எப்படி ரவியைக் கண்டுபிடிக்கப் போகிறேன் என்ற சந்தேகத்துடன் நான் மேலும் சில பிணங்களைப் பார்த்தேன். திடீரென்று ரோட்டில் எங்கிருந்தோ பலர் கும்பலாக ஓடி வரும் சத்தம் கேட்டது. கான்ஸ்டபிள், “படுங்க... தரையில் படுங்க” என்று கத்த, நாங்கள் இருவரும் உடனே படுத்தோம். சத்தம் எங்களைக் கடந்தவுடன் எழுந்தோம். யாரோ தூரத்தில் அலறும் சத்தம் கேட்டது. நாங்கள் கான்ஸ்டபிளை திகிலுடன் நோக்கினோம்.

கான்ஸ்டபிள், “முதல்ல நீங்க கிளம்புங்க. புள்ளயப் பாக்க வந்து ஒங்க உயிர விட்டுடாதீங்க” என்று சொல்ல, சிவராமன் என் கையைப் பிடித்து இழுத்துக் கொண்டு, வேகமாகப் பார்க்கை விட்டு வெளியே வந்தார்.

சிவராமனின் மனைவி லைட்டைப் போட்டார். நான் எந்தவித உணர்வும் இன்றி அப்படியே சோபாவில் அமர்ந்திருந் தேன். எங்கோ வெளியில் சென்றிருந்த சிவராமன் உள்ளே நுழைந்தார். என் அருகில் வந்து அமர்ந்தார். சில நிமிடங்கள் ஒன்றும் பேசவில்லை.

பிறகு என் தோளில் கையை வைத்து, ''ஸார்... நான் சொல்றன்னு தப்பா நெனச்சுக்கக் கூடாது.'' என்றார்.

நான் ஒன்றும் பேசாமல் அவர் முகத்தையே பார்த்தேன்.

"ஸார்... நீங்க இங்க இருக்கறது பெரிய ரிஸ்க். இப்ப ஒங்க வொய்ஃப பாத்துட்டு வர்றேன். எப்படியோ தெரிஞ்சுகிட்டு அங்கயும் ரெண்டு பேர் வந்து ஒக்காந்திருக்காங்க. எப்படியோ நீங்க இங்க இருக்கறது தெரிஞ்சுருச்சுன்னா, அப்புறம் நாங்க இவ்வளவு நேரம் காப்பாத்தினதுக்கு அர்த்தமே இல்லாமப் போயிடும். ஒங்க பிரண்ட் கணேசனையும் கொன்னுட்டாங் களாம். இப்பதான் தகவல் வந்தது. எப்படியும் உங்கள விடமாட்டாங்க. எல்லாரும் வெறி பிடிச்ச மாதிரி அலையறாங்க. நகர நாகரிகத்துலேயிருந்து எல்லாரும் காட்டுமிராண்டி நாகரிகத்த நோக்கிப் போய்க்கிட்டிருக்காங்க. அதனால் ஒரு மாசம் நீங்க தமிழ்நாட்டுல போய் இருந்துட்டு வாங்க" என்றார் சிவராமன்.

"ஸார்... என்ன சொல்றீங்க? என் மகள் வீட்டுக்குள்ள எப்படி இருக்கான்று தெரியல. என் மகன் உயிரோட இருக்கானா? செத்தானான்னு தெரியல. என் பொண்டாட்டி ஹாஸ்பிட்டல்ல இருக்குறா. இந்த நிலைல எப்படி ஸார் என்னால ஊருக்குப் போக முடியும்?''

"ப்ளீஸ்... நான் சொல்றதக் கொஞ்சம் கேளுங்க. நீங்க இங்க இருந்தீங்கன்னா, ஒங்க உயிர காப்பாத்தவே எங்களுக்கு நேரம் சரியாப் போயிடும். நீங்க திருச்சிக்கு ஒங்க அண்ணன் வீட்டுக்குப் போங்க. இங்க எல்லாத்தையும் நான் பாத்துக்குறேன். வீட்டுல உமாவுக்கு எந்த ஆபத்தும் இல்ல. ரவிக்கு என்னாச்சுன்னு விசாரிக்குறேன். நான் என்னால ஆன எல்லா முயற்சியும் பண்றேன். ஆனா நீங்க இங்க இருந்தீங்கன்னா எனக்கு எந்த வேலயும் ஓடாது. நீங்க போங்க. அப்புறம் ஒங்களுக்கு தகவல் அனுப்புறேன். ப்ளீஸ்... சூழ்நிலையைப் பாத்து நடந்துக்குங்க"

அவர் வார்த்தைகளில் இருந்த உண்மை புரிய நான் ஒன்றும் பேசாமல் தலையை ஆட்டினேன்.

"இன்னைக்கி ராத்திரி ஒரு வேன் இருபது பேரை ஏத்திக்கிட்டு தமிழ்நாடு போவுது. நீங்க அதுல போக ஏற்பாடு பண்ணி யிருக்கேன்."

சில நிமிடங்கள் அங்கே அமைதி நிலவியது.

திடீரென்று சிவராமன், "பொய் ஸார். எல்லாம் பொய். இந்தியன், இந்தியான்னு நம்ம எல்லாரும் ஒருத்தர ஒருத்தர் ஏமாத்திக்கிட்டு திரியறோம். ஒரே நாட்டுல இருந்துக்கிட்டு, பக்கத்து மாநில மக்கள அகதிகளா அடிச்சு வெரட்டுறோம். ரொம்ப வெக்கமா இருக்கு. இப்படியே போனா இந்த நாடே ஒருநாள் சோவியத் ரஷ்யா மாதிரி துண்டு, துண்டா சிதறிப் போகும்" என்றார்.

"தப்பு. உங்கள மாதிரி மனிதர்கள் இருக்கும் வரைக்கும் இந்த தேசத்திற்கு ஒண்ணும் ஆகாது" என்றேன்.

சிவராமன் அதற்கு பதில் பேசவில்லை.

அந்த வேனில் என்னையும் சேர்த்து இருபது பேர் இருந்தனர். அனைவர் கண்களிலும் பீதியும், எதிர்காலம் குறித்த கவலையும் தெரிந்தது. சோகத்தின் கனத்தில் யாரும் பேசவில்லை.

அமைதியாகத் தொடங்கிய ஒரு நாள் வாழ்க்கை ராத்திரிக்குள் அலங்கோலமாகி விட்டது. குடும்பத்தினர் அனைவரையும் விட்டு விட்டு கையாலாகத்தனத்துடன் ஊரை விட்டு ஓடுகிறேன். இனி நான் யார்? தமிழ்நாட்டிலேயே வாழ்ந்திருந்தால் மெயின்லேண்ட் தமிழன் என்ற அடையாளமாவது இருந்திருக்கும். இந்தியன் என்றாலும், இந்தியாவுக்குள் வாழ வழி இல்லை. இந்தியன் என்றால், சச்சின் டெண்டுல்கர் பவுன்டரி அடித்தால் கைத்தட்டு வதற்கு மட்டும்தான் இந்தியனா? மற்ற நேரங்களில் தமிழனா? நான் தமிழனா? இந்தியனா? இல்லை ஒன்றுமே இல்லாதவனா? வெளியே பார்த்தேன். ஒரே இருட்டாக இருந்தது.

– மனோரஞ்சிதம் – பிப்ரவரி, 1997

22 ஸ்வர்ண சித்ரா

சர்டிஃபிகேட் வெரிஃபிகேஷன் முடிந்து எனது மகளுடன், அந்தப் பெரிய ஹாலிலிருந்த பாலிமர் நாற்காலியில் அமர்ந்தபோதுதான், ஸ்வர்ண சித்ராவைக் கவனித்தேன். மனத்திற்குள், பட்டென்று ஒரு பூ மொட்டு வெடித்து வாசனை பரவியது.

ஸ்வர்ணசித்ராவிற்கு அருகில் உட்கார்ந்திருந்த பையன், அவளுடைய மகனாகத்தான் இருக்க வேண்டும். முகத்தில் ஸ்வர்ண சித்ராவின் ஜாடை, அப்பட்டமாகத் தெரிந்தது.

இருபது வருடங்கள், அவளுடைய அழகில் சின்னஞ்சிறு சேதாரங்களை விளைவித்திருந்தது. இருப்பினும்,

ஸ்வர்ணசித்ராவின் தலைக்கு மேல் மட்டும், தனியாக ஆயிரம் நட்சத்திரங்கள் உதித்ததுபோல், முகத்தில் ஒரு பிரகாசம் இருக்கும். அந்தப் பிரகாசம் இப்பொழுதும் இருந்தது. காலம் ஒரு கண்ணாடியைக் கொண்டு வந்து, அவள் மூக்கில் மாட்டியிருந்தது. முன் நெற்றியில் விழுந்து புரண்ட, இலேசான நரைமுடி. சற்றே சதை போட்டிருந்தாள். மற்றபடி அப்படியேதான் இருந்தாள்.

"அப்பா... வேக்கன்ஸி பொஸிஷன்ப்பா..." என்று என் மகள், எலக்ட்ரானிக் ஸ்க்ரீனைக் காட்டினாள்.

அதில் கல்லூரியின் பெயர்களும், காலியாக இருக்கும் பாடங்கள் குறித்த விவரங்களும் ஓடிக் கொண்டிருந்தன.

"நீ நோட் பண்ணு" என்று மகளிடம் கூறி விட்டு, மீண்டும் ஸ்வர்ண சித்ராவைக் கவனித்தேன்.

ஊரில் இரண்டு வருடம், அவள் படித்த கல்லூரியில் எம்.காம்., படித்திருக்கிறேன். கிட்டத்தட்ட நூறு கவிதைகள், அவளைப்பற்றி எழுதியிருப்பேன். ஆனால் ஒரு வார்த்தைகூட, அவளிடம் பேசியதில்லை. பலமுறை, அவளிடம் பேச வேண்டுமென்று நெருங்கி... தயங்கி... பின்வாங்கி... கடைசி வரையிலும் பேச முடியாமலே போயிற்று.

என்றைக்கோ விட்டுப் போனதை, இன்று சரி செய்து விட வேண்டும். கவுன்சிலிங் முடிந்து செல்வதற்குள், இரண்டு வார்த்தையாவது அவளிடம் பேசிவிட வேண்டும்.

ஸ்வர்ணசித்ராவின் முகத்தில், அந்த ஆர்ப்பாட்டமற்ற, அமைதியான அழகு இன்னும் இருந்தது. இந்த அழகுதானே என்னைக் கிறங்கடித்து... ஏராளமான கவிதைகளை எழுத வைத்து... அந்தக் கவிதைகள் மாதந்தோறும் வெளிவரும் கல்லூரி இலக்கிய மலரில் பிரசுரமாகி... என்னைக் கல்லூரியில் பிரபலமான கவிஞனாக்கியது.

என் சொந்த ஊரிலிருந்த, அந்தப் பிரபலமான கல்லூரியில், நான் எம்.காம்., சேர்ந்து, ஒரு வாரம் கழித்துத்தான், ஸ்வர்ண சித்ராவைப் பார்த்தேன்.

நான் கல்லூரி நூலகத்தை விட்டு, வெளியே வந்தபோது, மழை பெய்து கொண்டிருந்தது. திடீரென்று கோடை மழை, மழையை வேடிக்கைப் பார்த்தபடி, வராண்டாவில் நின்று கொண்டி

ருந்தேன். பெரிய மின்னல் வெளிச்சத்துடன், இடி இடித்த பொழுது, நனைந்தபடி ஓடி வந்து, வராண்டாவில் ஒதுங்கினாள் அந்தப் பெண். அலட்சியமாக அவளைப் பார்த்த நான், அடுத்த வினாடி அசந்து போனேன்.

அவள் இலேசாகக் குனிந்து, தனது ஈரப்புடவையைப் பிழிந்தபொழுது, முன்புறம் வந்து விழுந்த ஈரக்கூந்தலை, அவள் பின்புறம் தூக்கிப் போட்டபொழுது, தெறித்து விழுந்த நீர்த்துளி ஒன்று என் முகத்தில் பட... எனக்குச் சிலிர்த்துப் போனது. என்னை அறியாமல் என் மனதிற்குள் கவிதை ஊறியது.

நான் நிறையக் கவிதைகளைப் படித்திருந்தாலும், ஸ்வர்ணசித்ராவைப் பார்க்கும்வரை, கவிதை எழுத வேண்டும் என்றெல்லாம் தோன்றியதில்லை. ஆனால் அவளைப் பார்த்த முதல் கணத்தில், என்னை அறியாமல், எனது முதல் கவிதை பிறந்தது.

மறுநாள் அந்தப் பெண்ணைப் பற்றி, என் நண்பன் செல்வத்திடம் விசாரித்தேன்.

"மனுஷனாடா நீ... ஒரு வாரமா பசங்க எல்லாம் பேயடிச்ச மாதிரி திரியறாங்க. நீ சாவகாசமா வந்து யாருன்னு விசாரிக்குற...?" என்றான் செல்வம்.

"என்னையும் பேயடிச்சுடுச்சு."

"எங்க?"

"நேத்து லைப்ரரி வராண்டால, பாத்து, ஆடிப்போயிட்டேன். யாருடா அது?"

"பேரு ஸ்வர்ணசித்ரா. எம்.எஸ்ஸி. கெமிஸ்ட்ரி ஃபர்ஸ்ட் இயர். திருவாதிரை நட்சத்திரம். மிதுன ராசி. பாட்டு கிளாஸ் போறா. இப்பத்தான் சரளி வரிசை முடிச்சுட்டு, ஜண்ட வரிசைக்குப் போயிருக்கா. மீனாட்சி டைப்ரைட்டிங் இன்ஸ்டிட்யூட்ல இங்கிலீஷ் ஹையர் போறா. காலைல ஏழு டு எட்டு, பசங்க கும்பல் இன்ஸ்டிட்யூட்ல அம்முது. அவங்க முன்னோர்கள் சரபோஜி ராஜா காலத்துல, தஞ்சாவூர் அரண்மனைல வேல செஞ்சதா..."

“டேய்... டேய்... யாருன்னு ஒரே ஒரு வார்த்தைதான் கேட்டேன்.”

“ஒரே வாரத்துல, பசங்க எல்லாத்தையும் கலெக்ட் பண்ணிட்டாங்கள்ல... வேற ஏதாச்சும் தகவல் வேணுமா?”

“போதுண்டா சாமி... இவ்வளவு அழகா கூட, ஒரு பெண் இருக்க முடியுமா செல்வம்? பார்த்தவுடனே கவிதையெல்லாம் எழுத ஆரம்பிச்சுட்டேன்.”

“அப்படிப்போடு அருவாள... கவிதையக் காட்டு.”

நான் அந்தக் கவிதைத்தாளை செல்வத்திடம் கொடுக்க... அவன் என்னிடம் ஒன்றும் சொல்லாமல், அந்தக் கவிதையை, கல்லூரி இலக்கிய மலர் ஆசிரியரிடம் கொடுக்க... அது அடுத்த மாத மலரில் பிரசுரமானது. நிறைய மாணவர்கள், “யாரு மகேந்திரன்?” என்று வகுப்பிற்கு வந்து, என் கவிதையைப் பாராட்டி விட்டுச் சென்றார்கள்.

பிறகு நான் ஸ்வர்ணசித்ராவை கேன்டீனில், லைப்ரரியில், கிரௌண்டில்... என்று பார்க்கும் பொழுதெல்லாம், கவிதை எழுதி விடுவேன். அவற்றில் சிறப்பாகத் தோன்றுபவற்றை, கல்லூரி மலருக்கு அனுப்புவேன். மாதா மாதம் ஸ்வர்ண சித்ராவைப் பற்றி நான் எழுதிய கவிதைகள், பிரசுரமாகிக் கொண்டே இருந்தன. ஆனாலும் அவளுடன் பேசும் சந்தர்ப்பம் மட்டும் அமையவே இல்லை.

முதலாம் ஆண்டு முடிந்து, இரண்டாம் ஆண்டும் நாட்கள் ஓடிக் கொண்டேயிருந்தன.

கல்லூரிக் கலைவிழா நடந்தபொழுது, ஒரு வாய்ப்புக் கிடைத்தது. கலை விழா மேடையில், ஸ்வர்ணசித்ரா பாடினாள். அப்பொழுது ‘‘சலங்கை ஒலி’’ திரைப்படப் பாடல்கள், ஹிட்டாகியிருந்த நேரம். மாம்பழ நிற பட்டுப்புடவை அணிந்து கொண்டு,

“மௌனமான நேரம்
இள மனதில் என்ன பாரம்
மனதில் ஓசைகள்...
இதழில் மௌனங்கள்...”

என்று ஸ்வர்ணசித்ரா தன் இனிமையான குரலில் பாட... சபையே மௌனமானது. ஒரு சின்ன சலசலப்பு... இருமல் சத்தம்... தொண்டைக் கனைப்பு... எதுவும் இல்லை.

எனக்கு உலக இயக்கமே நின்றுபோய், ஸ்வர்ணசித்ராவின் குரல் மட்டுமே, காற்று வெளியை நிரப்பிக் கொண்டிருப்பது போல், ஒரு பிரமை. அவள் பாடி முடித்தவுடன், எழும்பிய கைத்தட்டல் சத்தம் அடங்க, வெகு நேரமானது.

அதே மேடையில், நான் கவிதைப் போட்டியில், முதல் பரிசு பெற்றிருந்தேன்.

செல்வம் என்னிடம், "இதாண்டா நல்ல சான்ஸ். நீ பிரைஸ் வாங்கியிருக்க. பார்த்துருப்பா. அவளும் பாட்டுப் பாடினா. போய் அறிமுகப்படுத்திகிட்டு, நல்லா பாடினீங்கன்னு ரெண்டு வார்த்தை பேசிட்டு வந்துடு."

"வேண்டாம்டா... தயக்கமா இருக்கு."

"என்ன தயக்கம்?"

"அந்தப் பிரமாண்டமான அழகுக்குப் பக்கத்துல போகவே கூச்சமா இருக்குடா."

"அடச்சீ வா..." என்று செல்வம் என் கையைப் பிடித்து, இழுத்துக் கொண்டு சென்றான்.

நாங்கள் மெதுவாக ஸ்வர்ணசித்ராவை நோக்கிச் சென்றோம். அவளைச் சுற்றி ஒரே கும்பல். அவள் நன்றாகப் பாடியதாக அனைவரும் பாராட்டிக் கொண்டிருந்தார்கள்.

எனக்கு அவளருகில் நெருங்க நெருங்கப் படபடப்பு அதிகமானது. அவளுக்கு நேரே வந்துவிட்டோம். ஏதோ ஒரு தயக்கம்... கடைசி வினாடியில், பேச வேண்டாம் என்று முடிவெடுத்து, செல்வத்திடமிருந்து, என்னை வலுக்கட்டாயமாக விடுவித்துக் கொண்டு திரும்பி விட்டேன்.

ஆனாலும் அவளைப் பற்றி நான் எழுதிய கவிதைகள் இலக்கிய மலரில் வழக்கம்போல் வந்து கொண்டிருந்தன.

பிறகு ஸ்வர்ணசித்ராவிடம் பேசும் சந்தர்ப்பம் கிடைக்கவே இல்லை. இரண்டாம் ஆண்டும் முடிந்து, கடைசி நாள், கடைசிப் பரீட்சை முடிந்து, பஸ் ஸ்டாப்பில் நின்று கொண்டிரு. தோம்.

திடீரென்று ஸ்வர்ணசித்ரா தன் தோழிகளுடன், பஸ் ஸ்டாப்பை நோக்கி வர... என் அருகிலிருந்த செல்வம் பரபரப்பானான்.

"போடா... இப்பவாச்சும் போய்ப் பேசுடா... கடைசி நாள்."

"என்னடா பேசறது?"

"ஏதாச்சும் கேளுடா. டைம் என்னன்னு கேளு."

"என்கிட்ட வாட்ச் இருக்கே."

"அறிவுகெட்ட முண்டம்... வாட்ச்சக் கழட்டி பாக்கெட்ல போட்டுக்கிட்டுப் போய்க் கேளுடா."

நான் தயங்கி தயங்கி அவளருகில் சென்றேன். மிகவும் கஷ்டப்பட்டு, மனதை தைரியப்படுத்திக் கொண்டு தொண்டையைக் கனைத்துக் கொண்டு, ஆரம்பிக்கும் போதுதான் கவனித்தேன். அவள் கையில் வாட்ச் இல்லை. பேசாமல் திரும்பி விட்டேன்.

ஸ்வர்ணசித்ரா பஸ் வந்தவுடன் சென்றுவிட, "நீ நாசமாப் போக" என்று செல்வம் தலையில் அடித்துக் கொண்டான்.

செல்வம் கூறியதுபோல், நான் நாசமாக எல்லாம் போகவில்லை. படிப்பு முடிந்த மூன்றே மாதத்தில் வேலை கிடைத்து, உடனே திருமணமாகி, குழந்தைகள் பெற்று இதோ... மகளோடு கவுன்சிலிங்கிற்கு வந்திருக்கிறேன்.

காலப்போக்கில், என் நினைவு அடுக்குகளின் அடித்தட்டில் புதைந்து போன ஸ்வர்ணசித்ரா... ஒரு காலத்தில், ஈரக்காற்றாய் என்னைச் சில்லிட வைத்த ஸ்வர்ணசித்ரா... இதோ கண்முன் அமர்ந்திருக்கிறாள். இன்றாவது பேசிவிட வேண்டும் என்று எழுந்தேன்.

அப்போது பார்த்து, என் மகளுடைய நம்பரைக் கூறி, ஒரு பெண் அழைக்க... எனக்கு இன்றும் பேச முடியாமல் போய் விடுமோ என்ற பயம் வந்தது. நான் மகளுடன் கவுன்சிலிங் அறைக்குச் செல்கையில், அந்தப் பெண் அடுத்த நம்பரைக் கூற, ஸ்வர்ணசித்ரா எழுந்தாள்.

என் மகள் கேட்ட காலேஜில், கேட்ட சப்ஜெக்ட் கிடைத்தது. ஐயாயிரத்து ஐந்நூறு ரூபாய்க்கான ட்ராஃப்டைக் கொடுத்து, அட்மிஷன் கார்டைப் பெற்றுக்கொண்டு, கவுன்சிலிங்

ஹாலிலிருந்து நான் வெளியே வர... எதிரே வந்த தன் தோழியைப் பார்த்த என் மகள் அவளுடன் பேசிக்கொண்டு நிற்க... நான் ஸ்வர்ணசித்ராவைத் தேடினேன். சில நிமிடங் களிலேயே ஸ்வர்ண சித்ராவும் தன் மகனுடன் வெளியே வந்தாள்.

"அவங்க என்கூட காலேஜில படிச்சவங்க. ஒரு நிமிஷம் பேசிட்டு வந்திடுறேன்" என்று என் மகளிடம் கூறி விட்டு, ஸ்வர்ணசித்ராவின் அருகில் சென்றேன்.

இப்பொழுதும் எழுந்த தயக்கத்தை, உறுதியாகத் தள்ளி வைத்து விட்டு, "நீங்க... ஸ்வர்ணசித்ராதானே?" என்று என் இருபது வருட மௌனத்தை உடைத்தேன்.

"ஆமாம்... நீங்க..." என்று ஸ்வர்ணசித்ரா முதன் முதலாக என்னுடன் பேசியபொழுது, எழுந்த உணர்ச்சியை, இன்ன தென்று என்னால் வகைப்படுத்த முடியவில்லை.

"நான் மகேந்திரன்..." என்று ஊரில், கல்லூரியில் படித்த விபரத்தைக் கூறினேன்.

"மகேந்திரன்..." என்று இழுத்தவாறு யோசித்த ஸ்வர்ணசித்ரா, "நீங்க காலேஜ் மேகசின்ல, நிறையக் கவிதைல்லாம் எழுதியிருக்கீங்கள்ல..."

"ஆமாம்" என்றேன் சந்தோஷத்துடன். தொடர்ந்து, "நீங்க கூட காலேஜ் கல்ச்சுரல்ஸ்ல, "மௌனமான நேரம்" பாடினீங்களே... ஞாபகமிருக்கா?" என்றேன்.

"ம்... குட் ஓல்ட் டேஸ்..." என்ற ஸ்வர்ணசித்ராவிடம், மேலும் சில நிமிடங்கள் குடும்பம், குழந்தைகள் குறித்து பேசி விட்டு, விடை பெற்றுக் கொண்டேன்.

"என்னப்பா... திடீர்னு முகத்துல ஒரு சந்தோஷம்...?" என்றாள் என் மகள்.

"நீ கேட்ட காலேஜ் கிடைச்சுதில்ல... அந்த சந்தோஷம்தான்" என்று பொய் சொன்னேன். சில பொய்கள் எப்போதும் இனிக்கும்.

- கல்கி - நவம்பர், 2003

புகைப்படம் : மு. கார்த்திக்

23 கொடிது...கொடிது...

மொட்டை மாடியில் நின்றபடி, வீதியில் பரபரப்பாக இயங்கிக் கொண்டிருக்கும் மனிதர்களைக் கவனித்தேன். எல்லோரும் இழந்தவை தெரியாமலே வாழ்ந்து கொண்டிருக்கிறார்கள். ஆற்றில் குதித்து, எதிர்கரைக்குச் சென்று பூப்பறிக்காமலே பையன்கள் வளர்கிறார்கள். மார்கழி மாதத்தில் கூந்தல் ஈரம் முதுகு ஜாக்கெட்டை நனைத்திருக்க, தெருவடைத்துக் கோலம் போடாமலே பெண்கள் வளர்கிறார்கள். குஷியாகக் குதிரை வண்டியில் செல்லாமலேயே குழந்தைகள் வளர்கிறார்கள். வரவர சென்னை வாழ்க்கை சலிப்பாகத்தான் இருக்கிறது.

மொட்டை மாடியில் ஒரு பகுதியிலிருக்கும் என் வீட்டு ஜன்னலை நோக்கிக் குரல் கொடுத்தேன்.

"இந்து... கௌம்பிட்டியா?"

"இதோ வந்துட்டேன்." என்றபடி வெளியே வந்தாள் இந்து.

வீட்டைப் பூட்டிக் கொண்டு கீழே இறங்கினோம்.

"டாக்டர்கிட்ட கும்பலா இருக்குமா?" என்றாள் இந்து.

"ஸ்கின் ஸ்பெஷலிஸ்ட்தானே... அப்படி ஒண்ணும் கும்பல் இருக்காது" என்றேன்.

"ஏன் தெரியுமா இப்படி வந்திருக்கு?" என்று இந்து தனது கீழுதட்டிற்குக் கீழே விரலை வைத்துக் காண்பித்தாள்.

அங்கு சின்னதாக, வட்டம் போன்று, சற்று பெரிய வேர்க்குரு போல் தடித்திருந்தது.

"ஏன்?" என்றேன்.

"பல்லி மூத்திரம் பட்டுதான் இப்படி வந்திருச்சு" என்றாள் அதிரடியாக.

"... லூசு மாதிரி உளறாத. ஏதாச்சும் வைரஸ் இன்ஃபெக்‌ஷனா இருக்கும்."

"அய்யோ... உங்களுக்குத் தெரியாது. எங்க பாட்டி சொல்லியிருக்காங்க."

பாட்டி சொல்லியிருக்காங்களா? அவ்ளோதான். இனி கடவுளே வந்து இதை எதிர்த்துச் சொன்னாலும், என் மனைவி ஒத்துக் கொள்ளமாட்டாள். எனவே மேற்கொண்டு ஒன்றும் சொல்லாமல் நடந்தேன்.

நான் எதிர்பார்த்தபடியே டாக்டர் க்ளினிக்கில் அதிகமாகக் கும்பல் இல்லை. ஒரு நாலைந்து பேர் இருந்தார்கள். காலியாக இருந்த சேர்களில் அமர்ந்தோம்.

முதலாவதாக அமர்ந்திருந்த ஒரு பெரியவர், தனக்குப் பக்கத்தில் உட்கார்ந்திருந்த ஒரு அம்மாவிடம், "எனக்கு ஒண்ணும் அவசரமில்லைங்க. அடுத்து நீங்க போங்க. நான் அப்புறமா போய்க்கிறேன்." என்றார்.

அந்தம்மா வாயெல்லாம் பல்லாக, "ரொம்ப தேங்சுங்க." என்று கூற, இருவரும் இடம் மாறி அமர்ந்து கொண்டனர்.

எனக்கு ஆச்சரியமாக இருந்தது. ஆளாளுக்கு அவசரமாகப் பறக்கும் இந்த நகரத்தில் யார் இப்படி விட்டுக் கொடுப்பார்கள்?

இப்பொழுது பெரியவர், அந்தம்மாளிடம் முன்னே செல்ல அனுமதி கொடுத்த உரிமையில் பேச ஆரம்பித்தார்.

"நான் ரிட்டையர்ட் ரயில்வே எம்ப்ளாயி. வீட்டுல போயி சும்மாதான உக்காந்திருக்கப் போறேன். உங்களுக்கு வேற ஏதும் வேலையிருக்கும். இப்பல்லாம் எங்க போனாலும் காத்திருக்க வேண்டியதா இருக்கு. மெட்ராஸ்ல ஜனங்க அதிகமாயிட்டாங்க. ஸ்கின் ஸ்பெஷலிஸ்ட்டுங்கறதால இங்க கும்பல் கம்மியா இருக்கு. இப்ப ஜனமெல்லாம் கார்டியாலஜிஸ்ட்டுகிட்டதானே குவியுது."

அந்த அம்மாள் ஆமோதிப்பது போல் தலையை அசைத்தார்.

சரி... பெருசு சக்கையா ப்ளேடு போடப் போகுது என்று நினைத்துக் கொண்டேன். இந்தப் பெரியவர்களிடம் எனக்கு இதுதான் பிடிப்பதேயில்லை. பொது இடத்தில் தனக்கு சம்பந்தமில்லாத மனிதர்களுடன் வளவளவென்று அவர்கள் பேசுவதைக் கண்டாலே எனக்கு எரிச்சலாக இருக்கும். பெரியவர் தொடர்ந்து பேசினார்.

"ஜன நெருக்கமில்லாம, மரம், காத்துன்னு இருந்தாதானே வியாதி வராம இருக்கும். இப்பதான் மரத்தையெல்லாம் இடிச்சு, கட்டடமாக்குறாங்களே... உங்களுக்கெல்லாம் ஒரு விஷயம் தெரியாது..."

"போச்சுடா..." என்றேன் மனைவியிடம்.

"இப்ப திருவள்ளுவர் பஸ் ஸ்டாண்ட் இருக்கே... அங்க ரொம்ப வருஷத்துக்கு முன்னாடி ஒரு பார்க் இருந்ததுன்னா உங்களால நம்பவே முடியாது. அங்க காத்து பிச்சிகிட்டு வீசும். இப்ப சாயங்காலம் அந்த இடத்துல போய் ஒரு நிமிஷம்கூட நிக்க முடியாது" என்றார் பெரியவர்.

இது நான் கேள்விப்படாத புது விஷயமாக இருந்தது.

"அப்பல்லாம் இவ்வளவு ஜனங்க கிடையாது. சத்தம் கிடையாது. பெட்ரோல் புகை கிடையாது. நோய்

நொடியில்லாம இருந்தோம். இப்ப அப்படியா? அப்படி என்னத்த மெட்ராஸ்ல கொட்டி வச்சுருக்குன்னு தெரியல. இவ்ளோ ஜனங்க வந்துட்டாங்க" என்றார் பெரியவர்.

பார்ப்பவர்களிடம் பழங்கதை பேசுவதையே வாடிக்கையாகக் கொண்டிருக்கும் பெரியவர்களைச் சகித்துக் கொள்வது கஷ்டமான காரியம். எரிச்சலுடன் அவரைக் கவனித்தேன்.

உள்ளே போயிருந்த பேஷண்ட் வெளியே வர, அந்தம்மாள் உள்ளே சென்றார். சரி பெரியவர் அடுத்து டாக்டரைப் பார்த்துவிட்டுக் கிளம்பி விடுவார் என்று நிம்மதியாக இருந்தேன். பெரியவர் என் நினைப்பில் மண்ணை வாரிப் போட்டார்.

பக்கத்திலிருந்த சுடிதார் பெண்ணிடம், "அடுத்து நீ போம்மா. நான் உனக்கப்புறம் போய்க்கிறேன்'' என்று கூற, நான் அதிருப்தியுடன் என் மனைவியை நோக்கினேன். அவள், "நல்லா மாட்டுனியா?" என்பதுபோல் சிரித்தாள்.

எரிச்சலாக இருந்தாலும், ஒரு பக்கம் ஆச்சரியமாகவும் இருந்தது. ஒரு நிமிஷம் சிக்னலில் நிற்கக் கூடப் பொறுமையின்றி ஓடும் மனிதர்கள் நிறைந்த நகரில் இப்படி ஒரு மனிதரா?

பெரியவர் அந்தப் பெண்ணிடம், "நீ வேலைக்குப் போறியாம்மா?" என்றார்.

"ஆமாம் சார்."

"எங்க வேல பாக்குற?"

"சிட்டி பேங்ல."

"ம்... என் மருமவளும் ஒரு ப்ரைவேட் கம்பெனிக்குப் போறா. நான் சொல்றேன்னு தப்பா நினைச்சுக்கக் கூடாது பாப்பா..." என்று அந்தப் பெண்ணை நோக்கிக் கூறிவிட்டு, மீண்டும் பொதுவாக அனைவரையும் பார்த்துப் பேசினார். "இந்தக் காலத்துப் பொண்ணுங்க சுதந்திரம்னு நினைச்சுகிட்டு, மேலும் மேலும் விலங்கு போட்டுக்கறாங்க. என் மருமவளும் வேலைக்குப் போறா. ஒம்பது மணி ஆபீசுக்கு, காலைல அஞ்சரைக்கு எழுந்திரிச்சு ரெண்டு வேளைக்குச் சமைச்சுட்டு, பசங்கள ஸ்கூலுக்குக் கிளப்பி, தல நனையாம குளிச்சுட்டு, பறக்க, பறக்க ஓடுவா. சாயங்காலம் வந்து மறுபடியும் சமையல், தூக்கம்,

மறுநாள் ஓட்டம். இப்படி போய்க்கிட்டிருக்கு. அமெரிக்காவுல எல்லாம் வேலைக்குப் போறாங்கன்னா, புருஷன்காரன் அவனே ரெண்டு பிரட்டை ரோஸ்ட் பண்ணி தின்னுட்டுப்போயிடுவான். நம்ப ஆம்பளைங்களுக்குப் பொண்டாட்டி கொண்டு வந்து கொடுக்கற பணமும் வேணும், வக்கணையா சாம்பாரு, ரசத்தோட சாப்பாடும் வேணும். லேடீஸ்க்குதான் கஷ்டம். சுதந்திரம் வேற. வேலைக்குப் போறது வேற... இங்க நிறைய பேருக்கு இது புரியல... ரெண்டு பேரும் வேலைக்கு போயி, வீடு முழுசும் சாமான நெறச்சி வைச்சுக்குறாங்க. அதான் பலன்'' என்றார்.

எனக்கு பெரியவர் பேச்சு பிடிக்கவில்லை. தனது காலத்தில் ரெண்டு பேர் சம்பாதித்து சொகுசாக வாழ முடியாத கையாலாகாத்தனம்தான் பெண்கள் வேலைக்குச் செல்வதில் உள்ள நெகடிவ் பாயிண்ட்சை மட்டும் பெரிதுபடுத்திப் பேச வைப்பதாகத் தோன்றியது.

நான் எரிச்சலுடன் என் மனைவியிடம், "பெரிசு வந்தமா... டாக்டரை பாத்தமான்னு போகாம கழுத்தறுக்குது" என்றேன்.

"உங்களுக்குப் பிடிக்கலன்னா காத மூடிக்குங்க. அவர் பேசறது உங்கள என்ன பண்ணப்போகுது?" என்றாள் இந்து.

பெரியவர் சுடிதார் பெண்ணை உள்ளே போகச் சொல்லிவிட்டு, அதற்குப் பிறகும் டாக்டரைப் பார்க்கும் உத்தேசமின்றி, அடுத்துப் போகும்படி ஒரு கண்ணாடிக்காரரிடம் சொல்லிக் கொண்டிருந்தார். நான் அலுப்புடன் எழுந்து கேட்டருகே இருந்த மரத்தடிக்குப் போய் நின்று கொண்டேன்.

சில நிமிடங்கள் கழித்து மீண்டும் இருக்கைக்கு வந்து அமர்ந்தேன். இப்பொழுது பெரியவர் என் மனைவியிடம் உரிமையுடன் பேசிக் கொண்டிருந்தார். என் மனைவி தனது அகன்ற கண்களை மேலும் விரித்து, சுவாரஸ்யமாக ஊர்க்கதை கேட்டுக் கொண்டிருந்தாள்.

"என் மருமவள்ட்ட ஒண்ணு சொன்னாப் போதும். அவளுக்கு முணுக்குன்னு கோபம் வந்திடும். நேத்து சாயங்காலம், இங்க பாரும்மா பிஸ்கெட்டெல்லாம் எறஞ்சு கெடக்குதுன்னேன். அவ்ளோதான், உள்ளே பாத்திரத்த எல்லாம் நங்கு நங்குன்னு

வைக்குறா. "ஏன் சனியனே உயிர எடுக்குற"ன்னு பேரனப் போட்டு அடிக்கிறா. அந்த சொல்லும், அடியும் எனக்குன்னு தெரியாம பேரன் அழுவுறான். என்ன பண்றது? தலையெழுத் துன்னு ஓட்டிக்கிட்டிருக்கேன்."

இந்து 'சித்தி' சீரியல் பார்க்கும் ஆர்வத்துடன் அவர் சொல்வதையெல்லாம் கேட்டுக் கொண்டிருந்தாள். கண்களில் இரக்கம் பொங்கி வழிந்து கொண்டிருந்தது.

"ஆனா பொண்ண நல்லபடியா கட்டிக் கொடுத்துட்டடன்ம்மா. திருச்சில இருக்கா. மாப்பிள்ளைக்கு எல்.ஐ.சில வேல. சௌக்கியமா இருக்கா. ரெண்டு மாசத்துக்கு ஒரு தடவ போய்ப் பாத்துட்டு வருவேன்" என்று கூறிவிட்டு, பெரியவர் ஓய்வாக சேரில் சாய்ந்து அமர்ந்து கொண்டார்.

எனக்குச் சலிப்பாக இருந்தது. கண்ணாடிக்காரர் உள்ளே சென்றவுடன், பெரியவர் எங்களை நோக்கி, "அடுத்து நீங்க போய்டுங்க" என்றார்.

எனக்கு ஆத்திரமாக வந்தது. வேற யாராச்சும் வந்தா அறுக்கவா என்று நினைத்துக்கொண்டு, "இல்லல்ல. எங்களுக்கு ஒண்ணும் அவசரமில்ல. நீங்க ரொம்ப நேரமா வெய்ட் பண்றீங்க. நீங்க போய்ட்டு வந்திடுங்க" என்றேன்.

பெரியவர் முகம் ஏனோ தெரியவில்லை, அதிர்ச்சியடைந் தாற்போல் மாறியது. பதட்டத்துடன் வேகவேகமாக, "நோ... நோ... எனக்கு ஒரு வேலையும் இல்ல. நீங்க போய்ப் பாருங்க." என்றார்.

என் மனசிற்குள் பிடிவாதம் அதிகமானது. கட்டாயம் அவருக்கு முன்னால் போவதில்லை என்று முடிவெடுத்துக் கொண்டேன்.

"இல்ல சார். எங்களுக்கும் ஒரு வேலையும் இல்ல. நீங்க போங்க" என்றேன் கண்டிப்பாக.

"இல்ல தம்பி..." என்று இழுத்த பெரியவரிடம்,

"நீங்க போங்கன்னு சொல்றேன்ல்ல" என்றேன் அதட்டலாக.

சில வினாடிகள் விழித்த பெரியவர், எழுந்து கேட்டை நோக்கி நடக்க ஆரம்பித்தார்.

நான் பின்னாலேயே சென்றேன். "ஏன் சார் டாக்டர பாக்கலயா?" என்றேன்.

"இல்ல தம்பி" என்றார் அமைதியாக.

"ஏன்?" என்றபடி, கேட்டை மறித்தாற்போல் நின்று கொண்டேன். பதில் சொல்லாமல் அவரைச் செல்ல அனுமதிப்பதாக இல்லை.

சுற்றும் முற்றும் பார்த்த பெரியவர், இலேசாகக் கண்கள் கலங்க, "நான் டாக்டர பாக்க வரல தம்பி. வீட்டுல மகன், மருமவ, பேரப்புள்ளங்க யாரும் என்கிட்ட ஒரு வார்த்தகூடப் பேசறதில்ல தம்பி. சோறு போட்டா போதும்ன்னு நெனச்சுக்கிட்டிருக்காங்க. மத்தபடி நான் ஒரு மனுஷன் அங்க இருக்கன்னு மதிச்சுப் பேசறதேயில்ல. என் வயசு சொந்தக்காரங்க, ஃப்ரண்ட்ஸ்ங்க எல்லாம் மேல போயாச்சு. அதனால பேசறதுக்கு ஆளே இல்ல. சில தடவ ரெண்டு நாள்கூட ஒரு வார்த்தைகூட பேசாம இருந்திருக்கேன். அப்படியே பேசாம இருந்தா பைத்தியம் புடிச்சிடும் போல இருக்கும். இந்த க்ளினிக்ல டோக்கன் குடுக்கறவன், நர்ஸ்ன்னு யாரும் இருக்கமாட்டாங்க. அதான் டெய்லி சாயங்காலம் வந்து டாக்டர பாக்கற மாதிரி, எல்லாரையும் முன்னாடி அனுப்பறது. அதனால வந்திருக்கறவங்க எங்கிட்ட மரியாதையா ரெண்டு வார்த்த பேசுவாங்க. அது என் மனசுக்குத் திருப்தியா இருக்கும். இந்தப் பேச்சு கூட இல்லன்னா எனக்கு என்னிக்கோ பைத்தியம் புடிச்சிருக்கும். நீங்க திடீர்னு உள்ள போகமாட்டேன்னு சொல்லிட்டீங்க. எனக்கு என்ன பண்றதுன்னு புரியல. அதான் வந்துட்டேன். இனிமே இங்க வரமாட்டேன் தம்பி..." என்ற பெரியவர், உண்மையைச் சொல்ல நேர்ந்த அவமானத்தில், பொங்கி வந்த அழுகையை அடக்கியபடி என்னைத் தாண்டி ரோட்டில் இறங்கினார்.

எனக்கு சில வினாடிகள் வார்த்தைகளே வரவில்லை. மனசு முழுவதும் அவர் மேல் கோபப்பட்ட குற்ற உணர்வு. இப்பொழுது அவருடன் நீண்ட நேரம் பேச வேண்டும் போலத் தோன்றியது.

-கல்கி - 2000

புகைப்படம் : எம்.சதீஷ்குமார்

24 ரோஜா

சத்தமாக ஹாரன் அடித்தபடி, அந்தத் தெருவினுள் நுழைந்தேன். கல்யாண வீட்டிற்கு முன்பு பைக்கை நிறுத்தியவுடன், வாசலில் வேட்டியை மடித்துக்கொண்டு பேசிக் கொண்டிருந்தவர்கள் மரியாதையுடன் வேட்டியை இறக்கி விட்டுக் கொண்டனர்.

என்னுடன் பைக்கில் வந்திருந்த தலையாரி, மரியாதையான தூரத்தில் முன்னால் நடந்தான். வாசலில் நின்று கொண்டிருந்த வாத்தியார் அருணாச்சலம், "வாங்க சார்..." என்று என்னை வரவேற்றுவிட்டு, உள்ளே நோக்கி, "செல்லக்கண்ணு... விஏஓ வந்துருக்காரு" என்று குரல் கொடுக்க, செல்லக்கண்ணு ஓடி வந்தார். செல்லக்கண்ணுவின் மகள் திருமணத்துக்குத்தான் வந்திருந்தேன்.

செல்லக்கண்ணு உள்ளே அழைத்துச்செல்ல, கல்யாண வீட்டில் ஒரே சலசலப்பு. சிலர் என்னைப் பார்த்து மரியாதையுடன் வணக்கம் செலுத்தினர். நான், 'ம்... ம்...' என்று தலையசைத்தபடி வேகமாக நடந்தேன்.

முதல் வரிசை நாற்காலியில் என்னை அமர வைத்த செல்லக்கண்ணு, ஓடிச்சென்று மனைவியையும், மகன்களையும் அழைத்து வந்தார். அவர்கள் எனக்கு வணக்கம் சொல்லி வரவேற்றனர். "இருக்கட்டும்... இருக்கட்டும். நீங்க போய் வேலையப் பாருங்க..." என்று பெரிய மனிதன்போல கூறி, அவர்களை அனுப்பி வைத்தேன்.

நாற்காலியில் நன்கு சாய்ந்து அமர்ந்து கொண்டு, சுற்றிலும் பெருமையுடன் நோக்கினேன். நல்ல மரியாதைதான். ஆனால், பார்க்க வேண்டியவர்கள் பார்க்க வேண்டுமே... எங்கேனும் ரோஜா தென்படுகிறாளா என்று பார்த்தேன். இல்லை. செல்லக்கண்ணு அவளுக்கு சித்தப்பா முறை வேண்டும். வராமல் இருக்கமாட்டாளே...

இரண்டு வரிசை தள்ளி, ரோஜாவின் அம்மாவும், அப்பாவும் அமர்ந்திருந்ததை பார்த்ததும், மனம் ஓரளவு திருப்தி அடைந்தது. ரோஜாவும், அவள் பெற்றோரும் எனக்குக் கிடைக்கும் மரியாதையைப் பார்த்துப் பொரும வேண்டும் என்றுதானே, தலையாரியையும் அழைத்துக் கொண்டு, பந்தாவாக' இந்த கல்யாணத்துக்கு வந்திருக்கிறேன். ரோஜாவைத்தான் காணவில்லை. இங்குதான் எங்காவது இருப்பாள்.

செல்லக்கண்ணு மீண்டும் வந்து, பவ்யமாக கலர் பாட்டிலை நீட்டினார். நான் வாங்கிக் குடித்தபடி, மீண்டும் ரோஜாவின் பெற்றோரைப் பார்த்தேன். ரோஜாவின் அப்பா என்னைப் பார்த்து சிரிக்க முற்பட, நான் பார்க்காததுபோல் திரும்பிக் கொண்டேன். சிரித்துத்தானே ஆகவேண்டும். நாளைக்கு நிலத்து மேல கடன் வாங்க, விக்கணும், கொள்ளணும்னா சிட்டா காப்பி வாங்க என்கிட்டதானே வரணும். பதவி தரும் மரியாதை இது. இந்தப் பதவி இல்லாததால்தான், ரோஜாவை இழக்க வேண்டி வந்தது.

நான் அப்போது படித்து முடித்துவிட்டு, வேலையேதும் கிடைக்காமல், வாடகை சைக்கிள்கடை வைத்திருந்தேன்.

பக்கத்தில் ரோஜாவின் குடிசை. குடிக்கத் தண்ணீர் வாங்க... பஞ்சர் ஒட்ட தண்ணீர் வாங்க... என்று செல்லும்போது ரோஜா பழக்கமானாள். அப்படியே காதலானது. இருவரும் ஒரே சாதிதான் என்பதால், பெரியவர்கள் ஒப்புக்கொள்வார்கள் என்று தைரியமாகக் காதலித்தோம்.

ஆனால், அவர்கள் வீட்டில் எங்கள் காதல் விஷயம் தெரிந்த வுடன், நாங்கள் எதிர்பார்த்ததுபோல் ரோஜாவின் பெற்றோர் ஒப்புக்கொள்ளவில்லை. ரோஜாவின் அப்பா, "என் மவள, குப்பை அள்ளுகிறவனோ... கக்கூஸ் கழுவுறவனோ... கவர் மென்ட் வேலை பாக்கற மாப்பிள்ளைக்குத்தான் தருவேன்..." என்று கூறி விட்டார். எதற்கும் அவரிடம் பேசிப் பார்க்கலாம் என்று, செல்லக்கண்ணு அண்ணனை அழைத்துக் கொண்டு போனேன்.

"ஒரே சாதியா இருந்தா, சோறு தானா தட்டுல வந்து விழுமா? என் பொழப்புதான் அரைவயித்துக் கஞ்சியும், கிழிஞ்ச துணியுமா நாறிப்போய்க் கிடக்கு. எனக்கிருக்கிறது ஒரே மவ. அவ கஷ்டப் படாம இருக்கணும். கால் காசு சம்பாதிச்சாலும், கவர்மென்ட் வேலைல இருக்கறவனுக்குத்தான் கட்டிக் கொடுக்கணும்னு எப்பவோ முடிவு பண்ணிட்டேன்..." என்று சீறினார் ரோஜாவின் அப்பா.

"இவனும் கவர்மென்ட் வேலைக்கு பரீட்சைல்லாம் எழுதிட்டுருக்கான்..."

"பரீட்சைல பாஸாவான்னு என்ன ஜோசியமா தெரியும்? லட்சக்கணக்குல எழுதுறாங்க. அதுல எத்தனை பேருக்கு கிடைக்குமோ? இப்ப ரோஜாவுக்கு, ஒரு நல்ல மாப்பிள வந்துருக்கு. முனிசிபாலிட்டில குப்பை அள்ற வேலை. மாசம் அஞ்சாயிரம்கிட்ட சம்பளம் வருது. அவனதான் முடிக்கப் போறேன்..." என்று கூறிவிட்டார் ரோஜாவின் அப்பா.

நான் கடைசியாக ஒருமுறை, ரோஜாவிடம் தனியே பேசிப் பார்த்தேன்.

"நான் காத்திருக்கத் தயார்ய்யா. ஆனா, எங்கப்பனாத்தா, நல்ல இடம் வர்றப்ப முடிச்சுடணும்ங்கிறாங்களே..."

“ம்... நீயே நல்ல இடம்னு சொல்ற... உனக்கும் ஆசதான் போலருக்கு...”

“சீ... வாயக் கழுவுய்யா... தினம்... ரா முச்சூடும் அழுதுகிட்டிருக் கிறது, அந்த சாமிக்குதான் தெரியும். பெத்து வளத்தவங்க, கெஞ்சி கேட்குறப்ப, மனசு கேட்கமாட்டேங்குதுய்யா. நீயும் வேணும். பெத்தவங்களும் வேணும். என்னை என்னய்யா பண்ணச் சொல்ற?”

“கடைசியா என்னதாண்டி சொல்ற?”

“நான் கொடுத்து வச்சது அவ்வளவுதான். எங்கப்பனாத்தா பேச்சை என்னால மீற முடியாதுய்யா... நீ சீக்கிரம் வேலைக்குப் போயி, என்னைவிட நல்ல இடமா பாத்து, கல்யாணம் பண்ணிக் கணும்...” என்று அழுதபடி சென்று விட்டாள்.

அன்று மனசில் வைத்த வைராக்கியம். உன் கண்ணு முன்னாடியே நல்ல வேலைக்குப் போய், ‘இவனுக்கே கட்டி வச்சிருக்கலாமேன்னு உங்கப்பனாத்தாள வருத்தப்பட வைக்கல... இவனையே சண்டை போட்டு கட்டியிருக்கலா மேன்னு உன்ன வருத்தப்பட வைக்கல... நான் ஆம்பளையே இல்லடி...’

சரியாக அந்த சமயத்தில் விஏஓ வேலைக்கு கால்ஃபர் செய்தார்கள். தீவிரமாகப் படிக்க ஆரம்பித்தேன். இடையில் ரோஜாவுக்குத் திருமணமானது. நான் பரீட்சை எழுதினேன். பாஸ் செய்து, விஏஓ வேலைக்குத் தேர்வானேன். ஒரே மாதத்தில் கல்யாணம். மாமனார் வீடு, நல்ல வசதியான இடம். பைக்கெல்லாம் வங்கி கொடுத்தார்கள்.

ரோஜாவின் அம்மாப்பாவை பார்த்ததில் சந்தோஷம்தான். இருப்பினும் ரோஜா பார்க்க வேண்டுமே. இப்போது நான் ஒரு விஏஓ. அவள் ஒரு சாதாரண ஸ்வீப்பரின் மனைவி. பெரிய வசதியெல்லாம் இருக்க முடியாது. பிடித்தமெல்லாம் போக, என்னத்த பெரிய சம்பளம் வாங்கிக் கிழிக்கப் போகிறான். மாசக் கடைசியில், லோல் பட்டுக்கொண்டுதான் வாழ்ந்து கொண்டி ருப்பாள். நான் வேணாம்னு போனீல்ல... நல்லா அனுபவி... ஆனால், ஆள் கண்ணில் படவேயில்லை.

ஒரு தம்மடிக்கலாம் என்று கொல்லைப்புறமாக ஒதுங்கினேன். அங்கே வேப்பமரத்தடியில், தலையில் முக்காடு போட்டுக் கொண்டு, குழந்தைக்குப் பால் கொடுத்துக் கொண்டிருந்த ரோஜாவை, முதலில் எனக்கு அடையாளம் தெரியவில்லை. அவள் என்னைத் தயக்கமாக பார்த்து சிரித்தபிறகுதான், அடையாளம் புரிந்தது.

வேகமாக எழுந்து வந்த ரோஜா சுற்றிலும் பார்த்துக் கொண்டு, "நல்லா இருக்கியா?" என்றாள்.

"ம்... நீ?"

"நல்லாருக்கேன். கண்ணாலம் ஆயிடுச்சுன்னு கேள்விப் பட்டேன். நல்ல பெரிய இடமாமே?"

"ஆமா... நீ எப்படி இருக்க? தலை ஒரு மாதிரியா இருக்கு?"

"அது ஒண்ணுமில்லய்யா... ஒரு வேண்டுதல். மொட்டைப் போட்டுருக்கேன்..." என்றபடி முக்காட்டை அகற்றினாள். மொட்டை அடித்து, லேசாக முளைத்திருந்த முடிகள், முட்கள் போல நீட்டிக்கொண்டு... அகோரமாக இருந்தாள்.

"ஒத்தைமுடி உதிர்ந்தாகூட, நாள் முச்சூடும் கவலைப்படுவ... இப்ப என்ன மொட்டையே போட்டுட்ட...?"

"எல்லாம் உனக்காகத்தான்யா..."

"எனக்காகவா? என்ன சொல்ற?"

"ஆமாயா... காதலிச்சோம். பெத்தவங்க ஒத்துக்கலண்ணு கல்யாணம் பண்ணிக்கல... அதுக்குன்னு மனசுல இருக்கற காதல், செத்தாப்போயிடும்? எங்கருந்தாலும் நீ நல்லாருக்கணும். உனக்கு நல்ல கவர்மெண்ட் வேலை கிடைச்சு,. என்னைவிட அழகான பொண்ண கல்யாணம் பண்ணிக்கிட்டு, நீ சந்தோஷமா வாழ்ந்தா, மொட்டைப் போட்டுக்கிடறன்னு வேண்டிக் கிட்டேன். நான் நினைச்சபடியே நடந்துடுச்சு. அதான் வீட்டுல, புள்ளைக்காக போட்டுக்கிறேன்னு சொல்லிட்டு வேண்டுதலை நிறைவேத்திட்டேன்..." என்று ரோஜா கூறிக்கொண்டே செல்ல, என்னை யாரோ செருப்பால் அடித்தது போல் இருந்தது.

- தினகரன் வசந்தம் - நவம்பர், 2009

25 அப்பா

நான்பஸ்சிலிருந்து இறங்கியபொழுது, விடியற்காலை மணி ஐந்து.

பஸ் ஸ்டாண்டில் அதிகமாகக் கும்பல் இல்லை. நேற்றிரவு கடைசி பஸ்ஸைத் தவறவிட்ட கல்லாத்தூர் காரர்கள் பீடி குடித்தபடி உட்கார்ந் திருந்தார்கள். காலை பேப்பர் வருகைக்காகக் காத்திருக்கும் பத்திரிகை ஏஜெண்டுகள்... சுவரில் ஒட்டியிருந்த ஷகீலா பட போஸ்டரைப் பார்த்தபடி பாலைப் பொங்க விடும் டீ மாஸ்டர்கள்...

நான் உடம்பை முறுக்கியபடி அருகி லிருந்த டீக்கடைக்குள் நுழைந் தேன். வாய் கொப்பளித்து, டீ குடித்து விட்டு, ஒரு சிகரெட்டைப் பற்ற வைத்தவாறு நடந்தேன்.

இன்னும் சிறிது நேரத்தில் அப்பாவைப் பார்க்கப் போகிறோம் என்று நினைக்கும்பொழுதே நிம்மதியாக இருந்தது.

சன்னிதி தெருவில் நுழைந்ததும், சிகரெட்டைக் கீழே போட்டு அணைத்தேன். திண்ணையில் உட்கார்ந்திருப்பார் வேட்டைக் கார நாயுடு.

நாயுடு வேட்டைக்குப்போய், ஒருநாள் கூட ஊரில் யாரும் பார்த்ததில்லை. இருந்தாலும் தினமும் அவர் தன் மூதாதையரின் வேட்டைத் துப்பாக்கியைத் துடைத்தபடி, திண்ணையில் அமர்ந்திருப்பதால், அப்படி ஒரு பெயர் வந்து விட்டது.

பஞ்சாயத்து யூனியன் ஆபிஸைத் தாண்டியவுடன், வேட்டைக்கார நாயுடுவின் வீடு வந்தது. இவ்வளவு காலை யிலேயே எழுந்து குளித்துவிட்டு, ஏதோ இன்னும் ஐந்து நிமி டத்தில் வேட்டைக்கு கிளம்புவதுபோல் வேட்டைத் துப்பாக் கியைத் துடைத்தபடி, திண்ணையில் உட்கார்ந்திருந்தார் நாயுடு.

என்னைப் பார்த்தவுடன், "என்ன செல்வம்... காலங்காத்தா லயே வந்துட்ட...." என்றார்.

"ராத்திரி சீக்கிரமே கிளம்பிட்டேன். அப்பாவப் பாத்தீங்களா?" என்றேன்.

"ம்... நேத்துகூடப் பார்த்தேன். இப்ப உடம்பு நல்லாத் தேறிடுச்சு. மெள்ளமா என்கூட நடந்து ஈஸ்வரன் கோவிலுக்கு வந்தாரு. இன்னும் ஒரு மாமாங்கம் தாங்குவாரு. நீ கவலையே படாதே" என்றார்.

கேட்பதற்குச் சந்தோஷமாக இருந்தது. தெருவில் இறங்கி நடக்க ஆரம்பித்து விட்டாரா... இனிக் கவலை இல்லை.

"அப்பா ஏதும் சொன்னாரா மாமா?"

"இல்லையே... என்ன விஷயம்?"

"போன தடவ வந்தப்ப கொஞ்சம் கோபமாப் பேசிட்டேன்."

"அதெல்லாம் ஒண்ணும் சொல்லலை."

"எனக்கு விவரம் தெரிஞ்சு நான் அப்பா கிட்ட கோபமாப் பேசினதேயில்ல. ஊருக்கு போனதுலயிருந்து மனசே சரியில்ல... அதான், ராத்திரி சீக்கிரமாவே கிளம்பிட்டேன்."

"குஞ்சு மிதிச்சு கோழிக்கு நோவுமா? அப்பாவப் பார்த்து நாலு வார்த்தை சுமுகமா பேசு. எல்லாம் சரியாயிடும்" என்று ஆறுதலாகக் கூறி விட்டு, மீண்டும் துப்பாக்கியைத் துடைக்க ஆரம்பித்தார் நாயுடு.

"சரி மாமா... நான் வர்றேன்." என்றபடி, மீண்டும் நடக்க ஆரம்பித்தேன்.

அப்பாவிடம் நான் கோபமாகப் பேசியதற்குப் பல காரணங்கள்.

அலுவலகத்தில் திடீரென்று எனக்குப் பதவி உயர்வு அளித்து, நெல்லிகுப்பத்திற்குத் தூக்கியடிக்க, அந்தப் புதுப் பொறுப்பிலிருந்த டென்ஷன்... என் மனைவி இரண்டாவது குழந்தை பிரசவத்திற்காக, தஞ்சாவூரில் அவள் அம்மா வீட்டில் இருக்கிறாள். பதினைந்து நாட்களுக்கு முன்தான் பெண் குழந்தை பிறந்தது.

வாரா வாரம், சனி, ஞாயிறுகளில் தஞ்சாவூர் செல்ல வேண்டும். இங்கு ஊரில் உடம்பு சரியில்லாமல் இருக்கும் அப்பாவையும் பார்க்க வரவேண்டும். இடையில் அலுவலக வேலை நெருக்கடி.

இவ்வளவு அலைச்சல்... பிரச்சினைகளுக்கு நடுவில், அப்பா வேறு, ஒரு புதுப் பிரச்சினையைக் கிளப்பினார்.

அப்பாவுக்கு அறுபது வயதுக்கு மேல் ஆகிவிட்டது. ஏற்கனவே இரண்டு ஹார்ட் அட்டாக் வந்து விட்ட உடம்பு. கால் மூட்டுகளும் தேய்ந்துவிட... எப்பொழுதும் படுக்கையில்தான் இருக்கிறார்.

இந்த சூழ்நிலையில், தஞ்சாவூர் போய், புதிதாகப் பிறந்த பேத்தியைப் பார்த்து விட்டு வரவேண்டும் என்று அம்மாவிடம் ஒரே அடம். நான் போன வாரம் ஊருக்கு வந்தபோது இது பற்றிப் பேசினார்.

நான், 'அப்பா... உங்க உடம்பு இருக்கிற நிலையில அவ்வளவு தூரம் டிராவல் பண்ணக்கூடாது. அவளுக்கு ஆபரேஷன் பண்ணியிருக்கு. அவளாலயும் உடனே வர முடியாது. ஒரு பதினைஞ்சு நாள் பொறுத்துக்குங்க. நானே இங்க உங்க பேத்திய அழைச்சுட்டு வந்துடுறேன்' என்று சொல்லிவிட்டு வெளியே சென்று விட்டேன்.

ஜி.ஆர்.சுரேந்தர்நாத்

என் பேச்சைக் கேட்காமல், டிராவல்ஸ்க்கு போன் போட்டு, தஞ்சாவூருக்குக் காரில் போய் வர எவ்வளவு நேரம் ஆகும் என்று கேட்டிருக்கிறார் அப்பா. நான் வந்தவுடன், இதை என்னிடம் அம்மா சொல்ல, எனக்குப் பயங்கரக் கோபம். கோபத்தில் முன்பின் யோசிக்காமல் வார்த்தைகளைக் கொட்டினேன்.

'வயசாயிடுச்சுன்னா மூளைல்லாம் மழுங்கிடுமா? இந்த நிலைமைல உங்களால போக முடியுமா? நானே அங்கயும், இங்கயும் அல்லாடிகிட்டிருக்கேன். நடுவுல நீங்க வேற ஏன்ப்பா என் உயிர எடுக்குறீங்க... பேத்தியப் பாக்கணுமாம். கொஞ்ச மாச்சும் புத்தி வேணாம்...' என்று தொடர்ந்து கோபத்துடன் கத்தினேன்.

என் கோபமான பேச்சில் அதிர்ந்து போன அப்பா, சில வினாடிகள் கண்கள் கலங்க என்னை உற்றுப் பார்த்தார்.

பிறகும்கூட கோபம் ஏதுமின்றி, 'தேரு ஊர்வலம் வர்ற வரைக்கும்தாண்டா பூஜை... மரியாதை... எல்லாம். நிலைக்கு வந்த பிறகு யாரு இங்க தேர மதிக்கிறாங்க...' என்றவர் படுக்கையில் சுவர் பக்கமாகத் திரும்பிப் படுத்துக் கொண்டார்.

கடவுளே... சாட்டையால் அடித்ததுபோல் இருந்தது. நான் பதறிப் போய், 'அப்பா... உங்களுக்கு முடியாமப் போயிடுச்சுன்னு இல்லப்பா... ஏதோ டென்ஷன்... அலைச்சல்...' என்று மன்னிப்புக் கேட்டேன்.

இருந்தாலும் அப்பா என்னிடம் நான் ஊருக்குக் கிளம்பும் வரையில் ஒரு வார்த்தைகூடப் பேசவில்லை.

அப்பா ஏன் இவ்வளவு கோபப்படுகிறார் என்று யோசித்தேன். அப்போதுதான் எனது மகன் எதிர்காலத்தில் இவ்வாறு என்னிடம் கோபமாகப் பேசினால் எனக்கு எப்படியிருக்கும் என்று நினைத்தபோதுதான். அப்பாவின் கோபம் எனக்குப் புரிந்தது.

நடிகர்களைப் பற்றி புரிந்து கொள்ள நாம் நடிகர்களாக வேண்டியதில்லை. அரசியல்வாதிகளைப் பற்றி புரிந்து கொள்ள நாம் அரசியல்வாதியாக வேண்டியதில்லை. ஆனால் அப்பாக்களைப் பற்றி புரிந்து கொள்ள நாம் அப்பாவாக வேண்டியிருக்கிறது.

பிறகு நான் நெல்லிக்குப்பம் போய்ச் சேர்ந்து, அங்கிருந்து அப்பாவிடம் போனில் பேசியபொழுது, வழக்கம்போல நன்றாகப் பேசினார். இருந்தாலும் என் மனதிற்குள் ஒரு குற்ற உணர்வு. எனக்கு விபரம் தெரிந்து, என்னிடமோ, பிறரிடமோ, கோபமாக ஒரு வார்த்தைகூட உதிர்க்காத அப்பாவிடம், அப்படிப் பேசியதை என்னால் ஜீரணித்துக் கொள்ளவே முடியவில்லை.

நேரில் பார்த்து, அப்பா அந்த வழக்கமான சிரிப்புடன் என்னிடம் இரண்டு வார்த்தை பேசினால்தான் என் மனசு ஆறும்.

பலருடைய அப்பாக்களையும்போல், கடுமையான மனித ரில்லை என் அப்பா. பார்க்கும் யாருக்கும் அப்பாவை சட்டென்று பிடித்துப் போகும். எப்பொழுதும் முகத்தில் சிரிப்புடன், சுற்றியுள்ளவர்களிடம் நகைச்சுவை ததும்ப அவர் பேசும் பாணியே தனி.

நான் சிறுவனாக இருக்கும்பொழுது, பளீரென்ற வெள்ளை வேட்டி, சட்டையுடன், நெற்றியில் நாமத்துடன், இடது கையில் வெத்தலை பாக்குப் பெட்டியுடனும், வலது கையில் நீண்ட கடைச்சாவியுடனும் ரோட்டில் அப்பா இறங்குவதே, உற்சவமூர்த்தி புறப்பாடுபோல் அற்புதமாக இருக்கும்.

ரெடிமேடு ஆடை விற்பனையில், கடைவீதியில் அப்பா கொடி கட்டிப் பறந்த காலம் அது. வாரச் சந்தை நாளான ஞாயிற்றுக்கிழமைகளில் கடையில் கூட்டம் பிதுங்கும். அப்போது அப்பாவுக்குத் துணையாக நானும் செல்வேன்.

ரெடிமேடு கடை என்றால் கிராமத்து ஜனங்களுக்கான மட்ட ரக ரெடிமேடு துணிகள் விற்கும் கடை. துணி வாங்க வரும் ஜனங்களிடம் அவர் சாமர்த்தியமாகப் பேசி, வியாபாரம் செய்வதை கடைவீதியே ரசிக்கும்.

'இந்த ஜாக்கெட்ட எடுத்துக்க புள்ள... சும்மா ரிக்ஷாக்காரன் மஞ்சுளா மாதிரி அம்சமா இருக்கும்!'

'அய்ய... நாயக்கருக்குக் கிண்டலப் பாரு... சாயம் போகுமா துணி?'

'எவன் சொன்னான்... குப்பைக்குப் போற வரைக்கும் சாயம் போகாது!'

ஜி.ஆர்.சுரேந்தர்நாத்

‘பாத்தா... சாயம் போயிடும் போல இருக்கே...’

‘அடங்கொப்புரானே... டேய்... நீ போய் ஒரு வாளில தண்ணி கொண்டு வாடா. இங்க பாரு புள்ள... துணிய தண்ணீல போடுவோம். சாயம் போச்சுன்னா, ஜாக்கெட்ட உனக்கு இனாமா தந்திடுறேன். டேய்... நீ போய் தண்ணி எடுத்துட்டு வா.’ என்பார் என்னிடம்.

தண்ணீரில் போட்டால் நிச்சயமாக சாயம் போய்விடும். ஆனால் என்ன ஒரு தைரியம்?

‘அதெல்லாம் வேணாம் நாயக்கரே... ஒரு பேச்சுக்குக் கேட்டேன்.’

‘நம்ப பழுவூரு பொண்ணு... நல்ல துணியா கொடுக்க லாம்ன்னு பாத்தா, சந்தேகப்படுறியே புள்ள...’ என்று ஏதாவது சொல்லித் துணியை விற்று விடுவார்.

கடைவீதியில், ‘நாயக்கரு துணிக்குப் பாதி விலை... அவர் பேச்சுக்குப் பாதி விலை’ என்பார்கள். நான் ஐந்தாவது படிக்கும் பொழுதே, என்னை விளாங்குளத்திற்கு அழைத்துப் போய் நீச்சல் கற்றுத் தந்தார். போகும் வழியில், எதிரில் வருபவர்களிடம் அவர் பேசியபடி செல்வது மிகவும் சுவாரஸ்யமாக இருக்கும்...

‘யாருடா அது... முருகேசன் மவன் காளியா?’

‘ஆமாங்க நாயக்கரே...’

‘ஆடி மாசம் ஊருக்கு போன உன் பொண்டாட்டி திரும்பி வந்தாச்சுல்ல?’

‘அட... உங்களுக்கு எப்படித் தெரியும்?’

‘அதான் பொழுது சாஞ்சா, உன்னக் கடைவீதிப் பக்கமே பாக்க முடியலியே...’

ஒன்றும் சொல்லாமல், வெட்கத்துடன் சிரிப்பார் காளியண்ணன். ஒன்றும் புரியாமல் நானும் சிரிப்பேன்.

எங்கள் குலதெய்வம் பெரியாண்டாள் கோவிலைக் கடக்கும்பொழுது, கோவில் வேப்பமரத்தில் குச்சி உடைக்கும் வள்ளியைப் பார்த்து சப்தம் போடுவார்:

‘யாருடி அது... எங்க கோவில் மரத்துல குச்சி உடைக்குறது?’

‘எல்லாம் ஒறமொறதான். நான்தான் வள்ளி...’ என்பாள் வள்ளி தாவணியால் முகத்தைத் துடைத்துக் கொண்டே.

‘அடிங்க... இறங்குடி கீழே!’

‘அய்ய... நான் உடைச்சு தான் நாயக்கர் வீட்டு சொத்து குறையப் போவுதா?’

‘என் மவன கட்டிக்கோடி... மரமே உனக்குத்தான்!’

‘அவன் எதுக்கு... சின்ன பய... நாயக்கரம்மாவுக்கு சரின்னா சொல்லுங்க, உங்களையே கட்டிக்குறேன்!’

‘அப்படி போடு அருவாள... நீ ராவு காலத்துல பொறந்த வளாச்சே... ஆள விடு தாயே...’ என்று சிரித்துக் கொண்டே நடப்பார் அப்பா.

ஊரில், சில குடும்பங்களில் தகராறு நடக்கும்போது அப்பாவிடம்தான் பஞ்சாயத்துக்கு வருவர்.

திண்ணையில் பஞ்சாயத்து நடக்க, நான் வீட்டிற்குள்ளிருந்து ஜன்னல் வழியாக வேடிக்கை பார்ப்பேன்.

“தெனம்... குடிச்சுட்டு வந்து அடிக்குறாருய்யா... இனிமே இந்த மனுஷன்கூட வாழ முடியாதுய்யா.” என்று மூன்று குழந்தைகளுடன் வந்து முறையிடுவாள் கணேசன் மனைவி செல்வி.

‘தெனம் அடிக்குறான்ங்குற... அப்புறம் எப்படி மூணு புள்ள பெத்துகிட்ட?’ என்று அப்பா கேட்க, சுற்றியிருக்கும் கும்பல் சிரிக்கும்.

அம்மா, “வயசுப் பையன வீட்டுல வச்சுகிட்டு, பேசற பேச்சைப் பாரு.” என்று என்னை உள்ளே அழைத்துச் சென்று விடுவார். நான் படித்து முடித்து, அரக்கோணத்தில் அரசு வேலை கிடைத்துக் கிளம்பியபோது, அப்பா சொன்னார்...

“ஏண்டா... நீ ஒரு மாசத்துல சம்பாரிக்குறத, நம்ப கடைல ஒரு வாரத்துல சம்பாரிச்சுடலாம். ஒரே பையன் நீ... உன்ன வச்சு கடைய இன்னும் பெரிசாக்கணும்ன்னு நினைச்சுக்கிட்டி ருக்கேன்... நீ என்னன்னா வேலைக்குப் போகணுங்கிற... அவசியம் நீ இந்த வேலைக்குப் போகணுமா?”

“இல்லப்பா... கவர்மென்ட் வேல... ஜாப் செக்யூரிட்டி... பென்ஷன் வரும்...”

“இருந்தாலும் ஒருத்தன் முன்னாடி கையக் கட்டிகிட்டு நிக்கணுமே... யோசிச்சு செய்!”

“இல்லப்பா... நான் போய் ஜாய்ன் பண்றேன்!”

“சரி!”

என்னுடன் அரக்கோணத்திற்கு வந்து, ரூம் பார்த்து வைத்து, சாப்பாட்டிற்கெல்லாம் ஏற்பாடு செய்து விட்டுதான் கிளம்பினார் அப்பா.

அரக்கோணம் பஸ் ஸ்டாண்டில் வைத்து, ‘சின்னப் புள்ளைலயிருந்து, படிக்கக் கூட உன்ன வெளியூர் அனுப்புன தில்லை... வாரா வாரம் வந்துடு செல்வம்’ என்றார் கண் கலங்க.

சொந்த சம்பாத்தியம் தந்த சுதந்திரத்தில் எனக்கு சிகரெட் பழக்கம் ஏற்பட்டது.

ஒருமுறை ஊருக்கு வந்தபோது, கடைக்கு கிளம்பிக் கொண்டிருந்தார் அப்பா. செருப்பை எடுக்க அவர் சிரமப்பட, நான் செருப்பை எடுத்து, குனிந்து அவர் காலடியில் வைத்தபொழுது, என் சட்டைப் பாக்கெட்டிலிருந்து நான்கைந்து சிகரெட்டுகள் கீழே விழுந்தன.

நான் பதறிப் போய் அப்பாவைப் பார்த்தேன். அவர் முகம் வாடிப் போனது. அப்பா சத்தம் போடுவாரே என்று பயத்துடன், அவசர, அவசரமாக கீழே கிடந்த சிகரெட்டுகளைப் பொறுக்கினேன்.

அப்பொழுதுகூடக் கோபப்படாமல், ‘அந்த பெஞ்சுக்குக் கீழ ஒரு சிகரெட் கெடக்கு பாரு’ என்று சொல்லி விட்டுக் கடைக்குப் போய்விட்டார் அப்பா.

மனக்குச் செருப்பால் அடித்தது போல் இருந்தது. கோபமாக இரண்டு வார்த்தை பேசியிருந்தால்கூட மனசு ஆறியிருக்கும்.

எவ்வளவு இக்கட்டான சூழ்நிலையிலும் அப்பா நிதானம் இழக்கவே மாட்டார். அப்படிப்பட்ட மனிதரிடம் நான் கோபமாகப் பேசி விட்டது மனதை அறுத்துக் கொண்டே இருந்தது.

அப்பாவைப் பற்றி யோசித்துக் கொண்டே வந்ததில், நால்ரோடு வந்ததே தெரியவில்லை.

காந்தி பார்க்கை தாண்டியதும், எங்கள் வீட்டு முன் கும்பலைப் பார்த்தபோது பகீரென்றது.

வேகமாக நடையைப் போட்டேன். நேற்றுகூட அப்பா நன்றாக இருந்ததாக வேட்டைக்கார நாயுடு சொன்னாரே. வேறு ஏதாவது இருக்கும் என்று மனசை சமாதானப்படுத்திக் கொண்டேன்.

அப்போதுதான் திறந்து கொண்டிருந்த இரும்புக் கடையைக் கடந்தபோது, சரோஜாக்கா பையன் மணி என்னை நோக்கி வேகமாக ஓடி வந்தான். எனக்குள் லேசாகப் பதட்டம் பரவ ஆரம்பித்தது.

அருகில் வந்த மணியிடம், 'என்னாச்சுடா?' என்றேன் வேகமாக.

"நேத்து ராத்திரிகூட நல்லாதாண்ணே பேசிட்டிருந்தாரு..." என்று பீடிகையோடு ஆரம்பித்தான் மணி.

"இப்ப என்ன ஆச்சு?" என்று கத்தினேன்.

"அரை மணி நேரத்துக்கு முன்னாடி திடீர்ன்னு நெஞ்சுவலி வந்துருக்கு. போய் டாக்டரக் கூப்டுகிட்டு வர்றதுக்குள்ள... அப்பா..." என்ற மணி மேற்கொண்டு பேச முடியாமல், உடைந்து போய் அழுதான்.

மனசுக்குள் பாறாங்கல் விழுந்ததுபோல் இருந்தது. நான், "அப்பா..." என்று கதறியபடி, வீட்டை நோக்கி ஓடினேன்.

அன்று நான் அப்பா இறந்ததற்காக அழுததைவிட, அப்பா இறக்கும் முன், கடைசியாகப் பார்த்தபொழுது, அவரிடம் கோபமாகப் பேசியதற்காக அழுததுதான் அதிகம்.

2003 - தினமலர் - வாரமலர்

டிவிஆர் நினைவு சிறுகதைப்போட்டியில்
இரண்டாம் பரிசு பெற்ற சிறுகதை.

தீராக் காதல்

பிரிந்த காதலின் தீரா வலியின் பதிவுகள்

இக்கதாசிரியரின் 'தீராக் காதல்' சிறுகதைத் தொகுப்பிலிருந்து சில துளிகள்...

'திருநாகேஸ்வரம்'

கண்களை இறுக மூடிக்கொண்டு, தூங்க முயற்சித்தேன். தூக்கம் வருவதற்கான அறிகுறியே தெரியவில்லை. மனம் வித்யாவையே சுற்றிச் சுற்றி வந்தது. 'ஒண்ணு, ரெண்டு, மூணுன்னு எண்ணிட் டிருந்தா தூக்கம் வரும்' என்று யாரோ கூறியது ஞாபகத்துக்கு வர, மனதுக்குள் எண்ண ஆரம்பித்தேன்.

"ஒண்ணு..."

'ஒருநாள்கூட, உன்னைப் பிரிஞ்சு இருக்க முடியாது பாலு!'

"ரெண்டு..."

'ரெண்டு குழந்தை பெத்துக்கலாம் பாலு!'

"மூணு..."

'மூன்றாம் பிறை படம் பாத்திருக்கியா பாலு?'

"கடவுளே..." என்று எழுந்து அமர்ந்தேன். நைட் லேம்ப் வெளிச்சத்தில், அருகில் உறங்கிக் கொண்டு இருந்த புதுமனைவி யைப் பார்த்தேன். கட்டிய மனைவியை அருகில் வைத்துக் கொண்டு, பழைய காதலியை நினைத்துக் கொண்டு இருக்கிறேன். எத்தனை பெரிய துரோகம்?

◆ ◆ ◆

'மழைக்காலம்'

"பேசவே மாட்டியா? இப்பவும் பேசமாட்டியா?" என்றாள் மாலுக்குட்டி.

சடசடவென மழைத் தூற ஆரம்பிக்க, நாங்கள் இருவரும் குடையை விரித்துக் கொண்டோம்.

''கொஞ்சம் நில்லு. ரெண்டு நிமிஷம் நீ என் முகத்த உத்துப் பார்த்துகிட்டு, சிரிக்காம இருக்கணும். சிரிக்கலன்னா, என்கிட்ட இனிமே பேச வேண்டாம். சிரிச்சுட்டா, பேசணும். என்ன சரியா?'' என்றாள் மாலுக்குட்டி.

இப்போது மழை நன்றாகப் பெய்தது. சாலையோரம் இருந்த யூகலிப்டஸ் மரங்கள், காற்றில் வேகமாக ஆடிக்கொண்டிருந்தன. குடையைத் தாண்டி, மழைத்துளிகள் முகத்தில் விழுந்தன.

ரோட்டில் யாரும் இல்லை. மழைச் சத்தம் பின்னணி ஓசையாக ஒலிக்க, மாலுக்குட்டியின் ஈரமான முகத்தை உற்றுப் பார்த்தேன். அவள் நெற்றி சாந்துப்பொட்டை கரைத்துக் கொண்டு, சிவந்த மழை நீர் அவள் மூக்கில் ஓடி, உதட்டை நனைத்தது. ஒரு நிமிடம் சிரிக்காமல் அவளையே பார்த்துக் கொண்டு நின்று கொண்டிருந்தேன்.

''இங்க பார்...கண்ணை நோக்கு. தோ... சிரிப்பு வருது, உதட்டோரத்துல லேசா சிரிப்பு வருது... வருது...'' என்று மாலுக்குட்டி கூற, நான் சிரித்து விட்டேன். உடனே அவள் ''இனி நீ பேசணும்'' என்றாள்.

◆ ◆ ◆

'காதல் கொலை'

தயவுசெய்து இதைப் படிக்காதீர்கள். ஏனெனில், இக்கதையின் முடிவில் நான் ஒரு கொலை செய்யப்போகிறேன். ஒரு குற்றம் நடக்கவிருப்பது தெரிந்தும், அதை காவல் துறைக்கு தெரிவிக்காமல் இருப்பது சட்டப்படி குற்றமாகும். இதற்கு அதிகபட்சம் ஆறு மாதங்கள் சிறைத்தண்டனையும், அபராதமும் உண்டு. மூன்று வினாடிகள் தருகிறேன். அதற்குள் விலகிக் கொள்ளுங்கள். 3...2...1...

என்ன, தொடர்ந்து படிக்கப் போகிறீர்களா? ஜெயிலுக்குப் போனாலும் பரவாயில்லையா? அடுத்தவர் அந்தரங்கத்தை அறிந்து கொள்வதில் உங்களுக்குள்ள ஆர்வத்தைப் பாராட்டுகிறேன்

என் பெயர் பாபு. இருபத்தேழு வயது. சென்னை இளைஞன். இன்று மாலை நான் அந்தக் கொலையை செய்யப்போகிறேன். அதுவும் என் காதலியை... நான் செய்ய இருப்பது சட்டப்படி குற்றம். ஆனால் தர்மப்படி சரி... ஏன்?

◆ ◆ ◆

'என் மேல் விழுந்த மழைத்துளியே...'

காதலியை... அதுவும் முன்னாள் காதலியை, எத்தனையோ இடங்களில் சந்தித்திருக்கலாம்.

மழைக்கு ஒதுங்கிய மரத்தடியில், மஞ்சள் பூக்கள் சிதறி விழுந்த ஈர நிமிடங்களில் சந்தித்திருக்கலாம்... திருவிழாக்கடை பெட்ரோமாக்ஸ் விளக்கு வெளிச்சத்தில், கண்ணாடி வளையல் வாங்கும் பெண்களுக்கு நடுவே சந்தித்திருக்கலாம்... இன்னும் இதுபோன்று வேறு எங்கு வேண்டுமானாலும் சந்தித்திருக்கலாம். நகையை அடகு வைக்கப் போன இடத்தில் சந்தித்திருக்க வேண்டாம்.

வித்யாவிடம் ஆயிரம் விஷயங்கள் பேச வேண்டும் என்று மனது துடித்தது. 'எனது காதோர வியர்வையை நீ ஊதி, ஊதி உலர வைத்த நிமிடங்கள் இன்னும் ஞாபகத்தில் இருக்கிறதா வித்யா? ஒற்றைக் குடைக்குள் நெருக்கமாக நாம் நடந்த, அந்த மழைக்கால மாலையை மறக்க முடியுமா வித்யா?'' என்றெல்லாம் பேச மனது துடித்தது.

ஆனாலும், பேசாமல் அமர்ந்திருந்தேன். ஏற்கனவே நெகிழ்ந்து போயிருந்த என்னைத் தூண்டுவது போல், ஜூஸ் கடை ரேடியோ விலிருந்து 'பூங்காற்றிலே...' பாடல் ஒலிக்கத் தொடங்கியது.

துக்கத்தில் எனக்குத் தொண்டை அடைத்தது. பாக்கெட்டிலிருந்து ஒரு சிகரெட்டை எடுத்துப் பற்ற வைத்துக் கொண்டேன். (எச்சரிக்கை: சிகரெட் குடித்தல் உடல் நலத்துக்குத் தீங்கானது!).

''இன்னும் சிகரெட்டை விடலையா?'' என்றாள் வித்யா.

''சிகரெட்டை நிறுத்தினா, எனக்கு ஹார்ட் அட்டாக் வந்துடும்.'' என்று நான் சொல்ல, வலது கை ஆள்காட்டி விரலைத் தன்

மேலுதட்டின் மேல் குவித்துக் கொண்டு சிரிக்கும் தனது பிரத்யேகமான அந்த அழகு சிரிப்பை உதிர்த்தாள் வித்யா.

''அழகான பெண்கள், அதை நமக்கு நினைவூட்ட, ஓர் அசைவை வைத்திருக்கிறார்கள்'' என்று வண்ணதாசன் ஒரு கதையில் எழுதியிருந்தது ஞாபகத்துக்கு வந்தது.

◆ ◆ ◆

'கண் பேசும் வார்த்தைகள்'

பார்க்கின் கும்பலில்லாத மூலையிலிருந்த வேப்ப மரத்தடியில் அமர்ந்திருந்தோம். ''சுமி... நியூஸ் பேப்பர்ல போடுற ஜோசியத்துல உனக்கு நம்பிக்கையிருக்கா?'' என்றேன்.

''ம்... தினம் பார்ப்பேன். முக்காவாசி பலிச்சிடும்.'' என்றாள் சுமித்ரா.

''இன்னைக்கு பேப்பர்ல என் ராசிக்கு, கன்னிப்பெண் முத்தம் தேடி வரும்னு போட்டிருக்கான்.'' என்றபடி நெருக்கமாக அமர்ந்தேன்.

''என் ராசிக்கு, ஆண்களிடம் எச்சரிக்கையாக இருக்கவும்னு போட்டிருக்கான்.'' என்று சிரித்துக்கொண்டே தள்ளி அமர்ந்தாள்.

''சை... லவ் பண்ணி ஆறு மாசமாவுது. இன்னும் ஆறு தடவை கூட நீ முத்தம் தரல. நீ கொஞ்சம் லேசுபாசா விட்டுக் கொடுத்து நடந்துக்கிட்டீன்னா, நான் ஏன் பரங்கிமலை ஜோதிக்கெல்லாம்...'' என்ற நான் நாக்கைக் கடித்துப் பேச்சை நிறுத்தினேன்.

''ஏய்... என்ன சொன்ன? சொல்லு... சொல்லு...''

''ஒண்ணுமில்ல சுமி.''

''இல்ல... நீ பொய் சொல்ற... பரங்கி மலைல ஜோதின்னு ஒரு பொண்ணுகூட...'' என்ற சுமித்ராவின் கண்கள் கலங்கி விட்டன.

''அய்யோ... அது பொண்ணு இல்லடி... தியேட்டர்.''

''சை... தியேட்டரா? நான் பயந்தே போயிட்டேன். இரு, இரு... அந்தத் தியேட்டர்ல அடல்ட்ஸ் ஒன்லி மலையாளப் படங்கள் தானே போடுவாங்க. நான் பேப்பர்ல பாத்துருக்கேன்.''

''சேச்சே... மலையாள ஆர்ட் ஃபிலிம்டி... பெண்களோட உணர்வுகள, எவ்வளவு யதார்த்தமா சொல்லியிருப்பாங்க தெரியுமா?''

''என்ன யதார்த்தமா...?''

''ஒரு படம் பாத்தேன். ஒரு வயசான ஜமீன்தாருக்கு, ரெண்டாம்தாரமா வாழ்க்கைப்பட்ட பொண்ணோட மன உணர்வுகள ரொம்பப் பிரமாதமா வெளிப்படுத்துவாங்க தெரியுமா?'' என்று நான் கூற,

''ரொம்பப் பிரமாதமா!'' என்று நக்கலாகக் கேட்டு, சத்தமாகச் சிரித்தாள் சுமித்ரா. சுமித்ரா எப்போதும் மிகவும் சத்தமாக, சினிமாக்களில் பேய், பிசாசு சிரிப்பது போல் சிரிப்பாள். காதல் பிசாசு.

''பொழுதுபோன நேரத்துல, வேப்ப மரத்தடில உக்காந்துக்கிட்டு இப்படில்லாம் சிரிக்காத சுமி, எனக்கு உடம்பெல்லாம் வெடவெடங்குது...'' என்று நான் உடல் நடுங்கக் கூறினால், சுமித்ரா மேலும் சத்தமாகச் சிரிப்பாள். ''அய்யோ... மோகினிப் பிசாசு சிரிக்குது. எடுறா வேப்பிலைய...'' என்பேன். மோகினிப் பிசாசு மேலும் சிரிக்கும்.

◆ ◆ ◆

'கடவுள் எழுதிய கவிதை'

அவள் தன் செம்பொன் நிறப்பாதங்களை லேசாக உயர்த்தியபடி, நெற்றியில் விழுந்த தலைமுடியை இடக்கையால் ஒதுக்கிக் கொண்டு, உதடுகளைச் சுழித்து, கண்களைச் சுருக்கியபடி... தன் சிவந்த விரல்களால் வண்ணத்துப்பூச்சியை மெள்ள மெள்ளப் பிடிக்க முயன்றபோது, எனக்குத் தெரிந்து விட்டது... அவள் கடவுள் எழுதிய கவிதை!

■

பக்கங்கள்: 176 விலை ரூ.75.00

"இல்லை. மறக்கமாட்டேன்."

சிறுவன் கதவைத் தாண்டித் தேய்ந்து போன பவளப்பாறைச் சாலையில் இறங்கி நடந்தபோது மீண்டும் அழுதுகொண்டிருந்தான்.

அன்று பிற்பகல் டெரஸில் சுற்றுலாப் பயணிகள் குழு ஒன்றிருந்தது. காலியான பீர் கேன்களுக்கும் இறந்த பாரா குடாக்களுக்கும் மத்தியில் கடலை ஒரு பெண் பார்த்துக் கொண்டிருந்தாள். கீழ்த்திசைக் காற்று கடலில் அலைகளை எழுப்பிக்கொண்டிருக்கும் போது அந்தப் பெண் மீனின் பெரிய, நீண்ட வெண்ணிற முதுகெலும்பைக் கண்டாள். அதன் முனையில் பெரிய வால் இருந்தது. அது அலைக்கு ஏற்ப அசைந்து ஆடியது.

இப்போது வெறும் குப்பையாக இருந்த பெரிய மீனின் நீண்ட முதுகெலும்பைக் காட்டி "அது என்ன?" என்று ஒரு பணியாளரிடம் கேட்டாள்.

கிழவனும் கடலும்

கிழவனும் கடலும்

எர்னெஸ்ட் ஹெமிங்வே

தமிழில்

விஜி

எதிர் வெளியீடு

கிழவனும் கடலும்
எர்னெஸ்ட் ஹெமிங்வே
தமிழில்: விஜி

முதல் பதிப்பு: ஜனவரி 2025
மறுஅச்சு: ஆகஸ்ட் 2025

எதிர் வெளியீடு,
96, நியூ ஸ்கீம் ரோடு, பொள்ளாச்சி – 642 002
தொலைபேசி: 04259 226012, 99425 11302

விலை: ரூ. 120

Kilavanum katalum
The Old Man and the Sea
Ernest Hemingway

Copyright © Ernest Hemingway
Translated by Viji
First Edition: January 2025
Reprint: August 2025

Published by
Ethir Veliyeedu, 96, New Scheme Road, Pollachi – 2
email: ethirveliyedu@gmail.com
www.ethirveliyeedu.com

ISBN: 978-93-48598-45-5
Cover Design: Palanivel
Printed at Jothy Enterprises, Chennai.

கோட்டோவியங்கள்:
Raymond Sheppard: பக்கம்: 10, 19, 29, 35, 37, 42, 44, 49,
55, 63, 74, 86, 113, 119
C.F. Tunnicliffe: பக்கம்: 15, 26, 33, 34, 52, 60, 69, 88, 96,
103, 115, 120

All rights reserved. No part of this book may be reprinted or reproduced or utilised in any form or by any electronic, mechanical or other means, now known or hereafter invented, including photocopying and recording, or in any information storage or retrieval system, without permission in writing from the Publisher.

எர்னெஸ்ட் ஹெமிங்வே

20ஆம் நூற்றாண்டின் தலைசிறந்த இலக்கிய ஆளுமைகளில் ஒருவர். 1899ஆம் ஆண்டு ஜூலை 21 அன்று அமெரிக்காவின் சிகாகோவின் புறநகர்ப் பகுதியான இல்லினாய்ஸில் உள்ள ஓக் பார்கில் பிறந்த அவர், தனது எளிய, ஆழமான எழுத்துகளின் மூலம் உலகளாவிய புகழை அடைந்தார். ஹெமிங்வே தனது அனுபவங்களை இலக்கியமாக மாற்றியுள்ளார். ஓட்டுநர், சிப்பாய், பத்திரிகையாளர் என உலகத்தைச் சுற்றிப் பயணித்த அவரின் அனுபவங்கள் அவரின் கதைகளுக்கு உயிரூட்டின. *The Sun Also Rises, A Farewell to Arms, For Whom the Bell Tolls,* மற்றும் *The Old Man and the Sea* போன்ற நூல்கள் அவருடைய புகழ்பெற்ற படைப்புகளாகும். *The Old Man and the Sea* நூலுக்கு 1953ஆம் ஆண்டு புலிட்சர் பரிசு வழங்கப்பட்டது. பின்னர், 1954ஆம் ஆண்டு இலக்கியத்திற்கான நோபல் பரிசையும் அவர் வென்றார். அவரது படைப்புகள் யுத்த எதிர்ப்பு, காதல், தனிமை, இழப்பு மற்றும் மனித அவலங்களைக் காட்சிப்படுத்தின. இன்றும் ஹெமிங்வேயின் படைப்புகள் பரவலாக வாசிக்கப்படுகின்றன, பாராட்டப்படுகின்றன.

விஜி
மொழிபெயர்ப்பாளர்

இயற்பெயர் ரவிக்குமார். புதுவையை சேர்ந்த இவர், பேராசிரியராகப் பணிபுரிகிறார். இவரின் பத்துக்கும் மேற்பட்ட அறிவியல் ஆய்வறிக்கைகள் *எல்ஸ்வேர், ஸ்பிரிங்கர், டெய்லர் அண்ட் பிரான்சிஸ்* உள்ளிட்ட முன்னணி நிறுவன ஆய்விதழ்களில் வெளிவந்துள்ளன. இயற்பியல் துறை சார்ந்த நான்கு புத்தகங்களையும் எழுதியுள்ளார்.

அரசியல் கட்டுரைகள் மற்றும் இயற்பியல் சார்ந்த பாடங்களை மொழிபெயர்த்திருக்கிறார். மொழிபெயர்ப்பு நூல் என்ற வகையில் இது அவரின் முதல் படைப்பாகும்.

மொழிபெயர்ப்பாளர் உரை

தொலைக்காட்சி அத்தனை சகஜமாய்ப் புழங்காத சமயத்தில் விளையாட்டும் புத்தகங்களுமே பொழுதுபோக்காக இருந்த 80-90களின் காலகட்டத்தில், சோவியத் யூனியனின் கண் கவர் புத்தகங்களே நமக்குப் பெரும் துணையாய் இருந்தன.

அப்போது நிறைய படங்களுடன் வெளிவந்திருந்த (பதிப்பகம் நினைவில் இல்லை) கிழவனும் கடலும் புத்தகம் படித்தது நினைவிருக்கிறது. கதையையும், கதையின் விறுவிறுப்பான முடிவையும் விரைவில் தெரிந்து கொள்ளும் ஆர்வம் மட்டுமே புத்தகத்தை முதலில் படிக்கும்போது தோன்றியிருந்தது.

பின்னர் கல்லூரிக் காலத்தில் மீண்டும் புத்தகத்தை வாசிக்க நேர்ந்த போது அது வேறொரு அனுபவத்தைக் கொடுத்தது. கிழவரின் விடாப்பிடியான போராட்டம் கண் முன்னே விரிந்திருந்தது.

பல ஆண்டுகளுக்குப் பிறகு மீண்டும் இப்போது வாசிக்கத் தொடங்கியபோது, அது முற்றிலும் வேறொரு புதிய பரிமாணத்தை வெளிப்படுத்தியது. தன்னந்தனியான கிழவரின் பயணமும், பயணத்தின் ஊடாக அவர் வெளிப்படுத்தும் தனியனின் மனப்போக்கும், அன்றாட வாழ்க்கை குறித்த அவரது பார்வையும், மனிதனின் 'தான்' என்கிற அகங்காரம் என மனிதனின் மன ஓட்டங்கள் அழகிய ஓவியம் போலத் தீட்டப்பட்டுள்ளன. இன்றைய இயந்திர வாழ்க்கையில் உழலும் ஒருவன் தன்னை இதில் எளிதாய்ப் பொருத்திக்கொள்ள முடியும்.

அதன் வார்த்தைகளும் வாக்கியங்களும் கிட்டத்தட்ட ஒரு கவிதை போல அத்தனை நயமாய்ப் புனையப்பட்டுள்ளது. இதன் மொழிபெயர்ப்பு மிகுந்த சவால் நிறைந்ததாகவும் பெரும் உழைப்பையும் கோரியது.

இதை மீண்டும் மீண்டும் வாசிக்கவும், மொழிபெயர்க்கவும் வாய்ப்பளித்த எதிர் பதிப்பகத்தின் தோழர் அனுஷ் அவர்களுக்கும், தொடர்ந்து எழுத ஊக்கப்படுத்திக் கொண்டிருக்கும் எழுத்தாளர் அரிசங்கர் மற்றும் தோழர் அக்பர் அவர்களுக்கும், தொடர்ந்து எனக்குத் துணை நிற்கும் என் இணைக்கும் அன்பும் நன்றியும்.

- விஜி

இன்றுடன் எண்பத்து நான்கு நாட்களாகிறது. மீன் எதுவும் கிடைக்காமல் வெற்றுக் கையுடன் திரும்பி வருகிறார். கியூபாவின் வளைகுடா நீரோட்டத்தில் தன்னந்தனியாக மீன் பிடிக்கும் கிழவர் அவர்.

முதல் நாற்பது நாள்கள் ஒரு சிறுவன் அவருடன் இருந்தான். ஆனால் நாற்பது நாள்களாக மீன் எதுவும் கிடைக்காமல் போகவே, இனி கிழவனுக்கு அதிர்ஷ்டம் இல்லை எனத் தீர்மானித்து, சிறுவனை வற்புறுத்தி வேறொரு படகில் சேர்த்தனர் அவன் பெற்றோர். அது அவன் சேர்ந்த முதல் வாரத்திலேயே மூன்று நல்ல மீன்களைப் பிடித்த மற்றொரு படகாகும். ஒவ்வொரு நாளும் கிழவர் வெற்றுக் கையுடன் வருவதைப் பார்ப்பது சிறுவனுக்கு வருத்தமாக இருந்தது. என்றாலும் அவரின் கயிற்றுச் சுருளையும் குத்தீட்டிகளையும் பாய்கள் சுற்றப்பட்ட பாய்மரத்தையும் கரை ஏற்றுவதற்கு எப்போதுமே உறுதுணையாக இருந்து வந்தான். மாவுச்சாக்குகளால் ஒட்டு போடப்பட்டிருந்த பாய்மரத் துணி கிழவரின் தோல்வியை உரக்கச் சொல்வது போல் இருந்தது.

நன்கு மெலிந்திருந்த கிழவரின் பின்கழுத்தில் மடிப்புகள் இருந்தன. வெப்ப மண்டலக் கடலில் பிரதிபலிக்கும் சூரிய ஒளி, அவர் கன்னங்களில் பட்டுத் தோல் புற்று நோயால் ஏற்படும் பழுப்பு நிறப் புள்ளிகளைப் போல் தழும்புகள் இருந்தது. அந்தத் தழும்புகள் முகத்தின் இரு பக்கத்திலும் கீழிறங்கின. பெரிய மீன்களைத் தோளில் கட்டி இழுப்பதினால் கைகளும் கன்றிப் போய் இருந்தன. ஆனால் இந்த வடுக்கள் எதுவும் புதியவை அல்ல. மீன்களற்ற பாலைவனத்தின் மண் அரிப்புகளைப் போலப் பழையவைதான்.

எப்போதும் பிரகாசமான, தோல்வியை ஏற்றுக்கொள்ளாத கடலை ஒத்த அவரின் நீல நிற கண்களைத் தவிர அவரைப் பற்றிய அனைத்துமே கிழடுதட்டிப் போனவை..

படகைக் கரையில் இழுத்துவிட்டு மேலேறும் போது சிறுவன் கிழவரிடம் “சாண்டியாகோ மீண்டும் உன்னுடன் வரட்டுமா. நாங்கள் கொஞ்சம் பணம் சம்பாதித்துவிட்டோம்” என்றான்.

கிழவர்தான் அவனுக்கு மீன் பிடிக்கக் கற்றுக்கொடுத்தது. அவனுக்குக் கிழவரின் மேல் அன்பு மிக அதிகம்.

“வேண்டாம், நீ இப்போது அதிர்ஷ்டமான படகில் இருக்கிறாய். அவர்களுடனேயே இரு” என்றார் கிழவர்.

“முன் ஒருமுறை எண்பத்தியேழு நாள்கள் மீன் இல்லாமல் வெற்றுக் கைகளுடன்தான் திரும்பி வந்தோம். ஆனால் அதற்கு அப்புறம் மூன்று வாரங்கள் தினம் பெரிய மீன்களாகப் பிடித்தோமே, நினைவில் இல்லையா?”

“எனக்கும் ஞாபகம் இருக்கிறது. நீ சந்தேகப்பட்டுப் போகவில்லை என்பதும் எனக்குத் தெரியும்” என்றார் கிழவர்.

“என் அப்பாதான் என்னைக் கட்டாயப்படுத்தினார். அவர் சொல்வதை நான் எப்படிக் கேட்காமல் இருக்க முடியும்” என்றான் சிறுவன்.

“எனக்குத் தெரியும். அதுதான் சரியும்கூட” என்றார் கிழவர்.

"அவருக்கு நம்மேல் அத்தனை நம்பிக்கை இல்லை."

"நமக்கு இருக்கிறது இல்லையா?" என்றார் கிழவர்.

"நிச்சயமாக" என்ற அவன். "உனக்கு பீர் வாங்கி வரட்டுமா. குடித்த பிறகு சாமான்களை வீட்டிற்குக் கொண்டுபோவோம்" என்றான் சிறுவன்.

"நிச்சயமாக? நமக்குள் என்ன இருக்கிறது" என்றார் புன்னகையுடன்.

அவர்கள் கடற்கரையோர உணவகமான டெரசில் அமர்ந்தனர், அங்கிருந்த மீனவர்கள் சிலர் கிழவரைக் கேலி செய்தனர், அவர் அமைதியாகவே இருந்தார். வயதான மீனவர்களில் பலர் அவர் குறித்து வருந்தினர். ஆனால் அவர்கள் அதைக் காட்டிக் கொள்ளவில்லை. நீரோட்டத்தைப் பற்றியும், ஆழத்தைப் பற்றியும், சீரான நல்ல வானிலை பற்றியும், பொதுவான விஷயங்கள் குறித்தும் சகஜமாகப் பேசினர். அன்றைய தினம் நிறைய மீன்களைப் பிடித்த சிலர் மீன்களுடன் கரை திரும்பி, அவர்கள் பிடித்திருந்த கொப்பரக்குல்லா மீன்களை வெட்டி இரண்டு பலகைகளில், முழு நீளத்திற்கும் அடுக்கினார், இரு புறங்களிலும் இரண்டு ஆட்கள் அதைச் சுமந்து செல்ல, மீன் கிடங்கிற்குச் சென்று சேர்ந்தனர். அங்கிருந்து ஹவானா சந்தைக்குச் செல்ல குளிர்பதனச் சரக்கு வண்டிகளுக்காகக் காத்திருந்தனர். சுறாக்களைப் பிடித்தவர்கள் அவற்றை மறுபுறமிருந்த தொழிற்சாலைக்கு எடுத்துச் சென்று, கொக்கிகளில் தொங்கவிட்டு அவற்றின் ஈரல்களை அகற்றி, துடுப்புகளை வெட்டி, தோலை உரித்து உப்பிட்டு பதப்படுத்தினர்.

கிழக்கிலிருந்து காற்று வீசும்போது சுறாவைப் பதப்படுத்தும் தொழிற்சாலையிலிருந்து கடுமையான துர்நாற்றம் துறைமுகம் வரை வீசும். ஆனால், இன்று காற்று வடக்குத் திசையாகச் சென்றுவிட்டதால் துர்நாற்றம் குறைவாகவே இருந்தது, டெரஸ் அருகே நாற்றம் குறைவாகவும் காற்று இதமாகவும் இருந்தது.

"சாண்டியாகோ" என்றான் சிறுவன்.

"ம்ம்" என்ற கிழவர், கோப்பையைக் கையில் வைத்துக்கொண்டு ஏதோ சிந்தனையில் ஆழ்ந்திருந்தார்.

"நாளைக்குத் தேவையான மத்தி மீன்களை உனக்குக் கொண்டு வரட்டுமா?"

"வேண்டாம், நானே பிடித்துக்கொள்கிறேன். ரோஜெலியோ வலையை வீசினால், நான் துடுப்புப் போடுவேன். என்னால் இப்போதும் கூடத் துடுப்பு போட முடியும். நீ போய் பேஸ்பால் விளையாடு" என்றார் கிழவர்.

"நான்தான் கொண்டு வருவேன். உன்னுடன் மீன் பிடிக்க முடியாவிட்டாலும், ஏதாவது ஒரு வழியில் உதவ வேண்டும்."

"எனக்கு ஒரு பீர் வாங்கித் தருமளவுக்கு நீ வளர்ந்துவிட்டாயே. அதுவே போதும்" என்றார் கிழவர் சிரித்துக்கொண்டே.

"நீ என்னை முதலில் கடலுக்கு அழைத்துச் சென்றபோது எனக்கு என்ன வயதிருக்கும்?"

"ஐந்து வயது. அப்போது நான் பிடித்த மீன், உன்னைத் துவம்சம் செய்துவிட்டது. நல்ல பச்சை நிறத்தில் இருந்த மீன் படகைக் கிட்டத்தட்ட துண்டுத் துண்டாக உடைத்துவிட்டது. உனக்கு ஞாபகம் இருக்கா?"

"எப்படி மறக்க முடியும். மீன் வாலால் ஓங்கி அறைவதும், அடிப்பதும், அதில் படகு முறிந்து விழுவதும், மீனை நீ ஓங்கி அடிக்கும் சத்தமும் எனக்கு இப்போதும் நினைவிருக்கிறது. ஈரமான கயிறுகள் இருந்த இடத்தில் நீ என்னைத் தூக்கி வீசியதும், மொத்தப் படகும் கடகடத்ததும் கூட நினைவிருக்கிறது, ஒரு மரத்தை வெட்டுவது போல் நீ அதனை ஓங்கி அடித்த சத்தமும், என் உடல் முழுவதும் தெறித்த கதகதப்பான இரத்த வாடையையும் நினைக்கும் போதே உடல் சிலிர்க்கிறது."

"நிஜமாகவே! ஞாபகம் இருக்கா, இல்லை நான் சொன்னதை வைத்துச் சொல்கிறாயா?"

"நாம் ஒன்றாகச் செல்லத் துவங்கியதில் இருந்து எல்லாமுமே ஞாபகத்தில் இருக்கிறது."

கிழவர் வெயிலில் கருத்த, நம்பிக்கை ஒளிரும் கண்களுடன் வாஞ்சையாக அவனைப் பார்த்தார்.

"நீ மட்டும் என் மகனாக இருந்திருந்தால் உன்னை என்னோடு அழைத்துச் சென்று என் அதிர்ஷ்டத்தைப் பரிசோதித்திருப்பேன்" என்ற அவர். "உன் தாய் தந்தைக்கு என்ன பதில் சொல்வேன். அத்தோடு நீ ஒரு அதிர்ஷ்டமான படகில் வேறு மீன் பிடிக்கிறாய்" என்றார்.

"தூண்டில் இரைக்கு மத்தி மீன்களைக் கொண்டு வந்து தரவா? நாலு துண்டுகள் கொண்டு வருகிறேன். எங்கே கிடைக்கும் என எனக்குத் தெரியும்."

"இன்றைக்குக் கொண்டு போன மிச்சம் இன்னும் இருக்கிறது. பெட்டியில் உப்புப் போட்டு வைத்திருக்கிறேன்."

"இல்லை புதிதாகக் கொண்டு போ. நான் கொண்டு வருகிறேன்."

"ஒன்று மட்டும்" என்றார் உறுதியும் நம்பிக்கையும் துளியும் குறையாத குரலில். இதமான தென்றல் காற்றில் அது இன்னும் அதிகரித்திருந்தது.

"இரண்டு" என்றான் சிறுவன்.

"சரி, இரண்டு" என்று கிழவரும் ஒப்புக்கொண்டார். "நீ திருட மாட்டாயே?" என்றார்.

"தேவைப்பட்டால், ஆனால் இப்போது அதற்கு அவசியமில்லை" என்றான் சிறுவன்.

"நன்றி" என்றார் கிழவர். அவரின் தன்னடக்கமும் பணிவும் உடன் பிறந்ததோ என எண்ணும் அளவிற்குப் பணிவாக இருந்தார். அது தனக்கு அவமானகரமானதோ, மரியாதை குறைவோ இல்லை என்பதையும் நன்கு அறிவார்.

"இந்தப் பருவத்தில் நாளை ஒரு நல்ல நாளாக இருக்கப் போகிறது," என்றார் கிழவர்.

"எங்கு போகிறாய்?" எனக் கேட்டான் சிறுவன்.

"காற்று திசை மாறுவதற்குமுன் அதிகத் தூரம் செல்ல இருக்கிறேன், விடிவதற்குள் கிளம்ப வேண்டும்."

"எங்கள் படகையும் நீ செல்லும் இடத்திற்குக் கொண்டுவர முடியுமா எனப் பார்க்கிறேன். பெரிய மீன் தூண்டிலில் சிக்கும் போது நாங்களும் உதவலாம் இல்லையா?" என்றான் சிறுவன்.

"தூரமாகச் செல்வது அவனுக்குப் பிடிக்காது" என்றார் கிழவர்.

"அப்படியில்லை" என்ற சிறுவன், "ஒரு பறவை மீனைக் கொத்திக்கொண்டு போவதையோ அல்லது ஒரு டால்பின் தண்ணீரில் இருந்து துள்ளிக் குதிப்பதையோ அவரால் பார்க்க முடியாது."

"அவனின் கண் அவ்வளவு மோசமா?"

"கிட்டத்தட்ட அப்படித்தான்."

"விசித்திரமா இருக்கு," என்ற கிழவர், "அவன் ஒருபோதும் ஆமை வேட்டைக்குச் சென்றதில்லை. அதுதான் கண்களைப் பாழாக்கும்."

"ஆனால் நீ மஸ்கிடோ கடற்கரையில் பல ஆண்டுகளாக ஆமை வேட்டைக்குச் சென்றிருக்கிறாயே, உன் கண்கள் நன்றாக இருக்கிறதே."

"நான் ஒரு விசித்திரமான கிழவன்."

"உண்மையில் உன்னால் பெரிய மீனைப் பிடிக்க முடியும்தானே?"

"நானும் அப்படித்தான் நினைக்கிறேன். அது மட்டுமின்றி என்னிடம் பல யுக்திகள் இருக்கின்றன."

"பொருள்களை எடுத்துக்கொண்டு வீட்டிற்குக் கிளம்பலாம் அப்பத்தான் வலையை எடுத்துக்கொண்டு மத்தி மீன்களைப் பிடிக்க முடியும்" என்றான் சிறுவன்.

அவர்கள் படகில் இருந்து பொருள்களை எடுத்துக்கொண்டனர். கிழவர் பாய்மரத்தைத் தோளில் தூக்கிக்கொண்டார். சிறுவன் பழுப்பு நிறக் கோடுகளைக் கொண்ட கயிற்றுச் சுருளையும், மரப்பெட்டியையும், குத்தீட்டியையும், சுரடையும் எடுத்துக் கொண்டான். தூண்டில் இருந்த பெட்டியும், பெரிய மீன்களை அடிக்கப் பயன்படும் தடியும் படகின் பின்புறத்தில் இருந்தன. யாரும் அதைத் திருடப் போவதில்லை என்பதால் எடுத்துச்

செல்லும் வழக்கமில்லை. துடுப்பையும் கனமான கயிறுகளையும் கூட உள்ளூர் ஆட்கள் யாரும் எடுத்துக்கொள்ளப் போவதில்லை என்ற போதிலும் அவை பனியில் கிடப்பது சரியல்ல என்பதால் எடுத்துச் சென்றனர். படகில் குத்தீட்டியையும், சுரடையும் விட்டுச் செல்வது கூடத் தேவையற்ற சலனத்தைத் தூண்டுமென்பதால் எடுத்துச் செல்ல வேண்டியுள்ளதாகக் கிழவர் நினைத்தார்.

அவர்கள் ஒன்றாகச் சாலையில் நடந்து எப்போதுமே திறந்திருக்கும் கிழவரின் குடிசைக்குள் சென்றனர். கிழவர் பாய்கள் சுற்றப்பட்ட பாய்மரக் கம்பத்தைச் சுவற்றில் சாய்த்தார். சிறுவன் பெட்டியையும் மற்ற சாமான்களையும் அதனருகே வைத்தான். பாய்மரம் ஏறக்குறைய குடிசையின் ஓர் அறை அளவுக்கு நீளமாக இருந்தது. அந்தக் குடிசை பனை மரத்தின் கடினமான குருத்துக்களால் வேயப்பட்டிருந்தது. அந்தக் குடிசை குவானோ என்று அழைக்கப்படுகிறது. அதில் ஒரு படுக்கை, ஒரு மேஜை நாற்காலி அத்துடன் கரியடுப்பில் சமைக்க ஏதுவான ஒரு இடமும் இருந்தது. உறுதியான குவானோவின் சுவற்றில், இருதய ஆண்டவரின் படமும், கன்னி மரியாளின் மற்றொரு படமும் இருந்தது. அவை அவரது மனைவியின் ஞாபகச் சின்னங்கள். முன்னர் அவருடைய மனைவியின் புகைப்படம் ஒன்றும் இச்சுவற்றில் மாட்டப்பட்டிருந்தது. அது தனிமையை மேலும் அதிகப்படுத்தியதால் அங்கிருந்து எடுத்து மூலையில் இருக்கும் அலமாரியில் அவருடைய புதிய சட்டைக்குள் பாதுகாப்பாக வைத்துவிட்டார்.

"சாப்பிட என்ன இருக்கிறது?" என்று கேட்டான் சிறுவன்.

"மீனும் கொஞ்சம் மஞ்சள் அரிசிச் சாதமும் இருக்கிறது. சாப்பிடுகிறாயா?" என்றார் கிழவர்.

"இல்லை. எனக்கு வீட்டில் இருக்கிறது" என்ற அவன். "சாப்பாட்டைச் சூடுபடுத்த நெருப்பை மூட்டவா" என்று கேட்டான்.

"வேண்டாம், பிறகு வேண்டுமானால் மூட்டிக் கொள்கிறேன், இல்லையெனில் அப்படியே சாப்பிட்டுவிடுவேன்" என்றார்.

"விசிறி வலையை எடுத்துக்கொள்ளவா?"

"எடுத்துக்கொள்."

அவரிடம் விசிறி வலை இல்லை என்பதும், அதை ஏற்கெனவே அவர்கள் விற்றுவிட்டதும் சிறுவனுக்கு ஞாபகம் வந்தது. அதேபோல் அங்கு மஞ்சள் சோறும் மீனும் கூட இல்லை என்பது சிறுவனுக்குத் தெரியும். என்றாலும் இந்த வேடிக்கை விளையாட்டு ஒவ்வொரு நாளும் தொடரும்.

"எண்பத்தைந்து ஒரு அதிர்ஷ்ட எண்" என்றார் கிழவர். "ஆயிரம் கிலோவுக்கு மேல் இருக்கும் மீனை நான் கொண்டு வந்தால் என்ன செய்வாய்?"

"நான் சுருக்கு வலையை எடுத்துக்கொண்டு மத்தி மீன் பிடிக்கப் போகிறேன். நீ வாசலில் போய் வெயிலில் சற்று நேரம் உட்கார்ந்திரு?" என்றான்.

"சரி. நேற்றைய செய்தித்தாள் என்னிடம் இருக்கிறது, நான் பேஸ்பால் பற்றிப் படிக்கிறேன்."

நேற்றைய செய்தித்தாளும் கூடப் பொய்யாக இருக்கலாம் எனச் சிறுவன் நினைத்தான். ஆனால் கிழவர் கட்டிலுக்கு அடியிலிருந்த செய்தித்தாளை வெளியே எடுத்தார்.

"நேற்று மதுக் கடையில் *பெட்ரிகோ* என்னிடம் கொடுத்தார்," என்று கிழவர் விளக்கினார்.

"மத்தி மீன் கிடைத்ததும் வருகிறேன். நம் இருவரின் மீன்களையும் ஒன்றாக ஐஸில் வைத்துவிடுகிறேன். காலையில் அவற்றைப் பிரித்துக்கொள்ளலாம். அப்புறம் நான் திரும்பி வரும்போது பேஸ்பால் பற்றிச் சொல்லனும்."

"*யாங்கீஸ்* தோற்பதற்கு வாய்ப்பே இல்லை."

"ஆனால் *க்ளீவ்லேண்ட் இந்தியன்ஸைப்* பார்த்தால்தான் கொஞ்சம் பயமாக இருக்கு."

"*யாங்கீஸ்* மீது நம்பிக்கை வை தம்பி. கில்லாடி *டிமாயோவைச்* சற்று நினைத்துப் பார்."

"*டெட்ராய்ட் டைகர்ஸையும் கிளீவ்லாந்த் இந்தியன்ஸின்* ஆட்டத்தையும் பார்த்தால் கொஞ்சம் பயமாகவே இருக்கு."

“ஜாக்கிரதை, இல்லையென்றால் சின்சினாட்டியின் ரெட்ஸையும் சிகாகோவின் ஒயிட் சாக்ஸையும் பார்த்துக் கூட பயப்படுவாய் போல் இருக்கிறதே.”

“நீ செய்தித்தாளைப் படித்துவிட்டுத் திரும்பி வரும்போது விஷயத்தைச் சொல்லு” என்றான்.

“நாளை எண்பத்து ஐந்தாவது நாள். லாட்டரி ஏதாவது வாங்கவா?”

“நிச்சயம் வாங்கலாம்” என்றான் சிறுவன். “ஆனால், உன் அதிர்ஷ்ட எண் எண்பத்தேழு என்னவாயிற்று?”

“அது மீண்டும் ஒரு முறை நடக்க வாய்ப்பில்லை. நாளை லாட்டரி வாங்கிவிட முடியுமா?”

“நான் ஒன்று வாங்கிவிடுகிறேன்.”

“ஒன்று வாங்கினால் போதும் அதற்கே இரண்டு டாலர்கள் தேவை. யாரிடம் சென்று கடன் வாங்க முடியும்?”

“அது சுலபம். இரண்டு டாலர்கள் எனக்குப் பெரிய விஷயமில்லை.”

“என்னாலும் முடியும் என்றே நினைக்கிறேன். ஆனாலும் நான் கடன் வாங்க விரும்பவில்லை, நீயே வாங்கு.”

“கவலை வேண்டாம் கிழவா. வெயிலில் உட்கார்ந்திரு, நாம் செப்டம்பரில் இருக்கிறோம் என்பதை நினைவில் வைத்துக் கொள்” என்றான் சிறுவன்.

“மே மாதத்தில் யார் வேண்டுமானாலும் மீனவராகலாம். ஆனால் இது பெரிய மீன்கள் வரும் மாதம்” என்றார் கிழவர்..

“நான் மீன்களைக் கொண்டு வருகிறேன்” எனக் கிளம்பினான் சிறுவன்.

அவன் திரும்பி வந்தபோது கிழவர் நாற்காலியில் கண்ணயர்ந்து தூங்கிக்கொண்டிருந்தார், சூரியன் மறைந்திருந்தது. படுக்கையிலிருந்து பழைய பட்டாளப் போர்வையை எடுத்து நாற்காலியின் பின்புறத்தைச் சேர்த்துக் கிழவரின் தோள்களில் போர்த்தினான். அவரின் தோள்பட்டைகள் வசீகரமானவை, மிக வயதானவை என்றாலும் வலிமையானவை, கிழவர் தூங்கும்போது

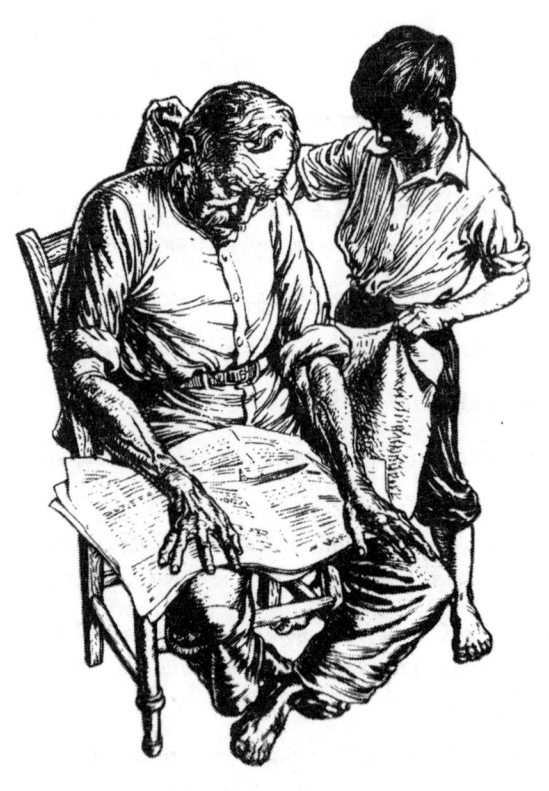

அவரது தலை முன்னோக்கிச் சாய்ந்திருந்தது. அதில் தழும்புகள் அவ்வளவாகத் தெரியவில்லை. அவரது சட்டை பலமுறை ஒட்டுப்போடப்பட்டிருந்தது, அந்த ஒட்டுத் துணிகளும் வெயிலில் சாயம் போய்த் தனித்தனித் திட்டுகளாய்த் தெரிந்தன. அவரது சட்டையும் பாய்மரத் துணியைப் போலவே மிகக் கந்தலாக இருந்தது, கண்கள் மூடி உறங்கிக்கொண்டிருந்த கிழவரின் முகம் உயிரற்றிருந்தது. முழங்கால்களுக்குக் குறுக்கே செய்தித்தாள் கிடந்தது. மாலைக் காற்றில் பறக்காமல் அவருடைய கைகள் அதைப் பிடித்துக்கொண்டிருந்தன. அவர் வெறுங்காலுடன் அமர்ந்திருந்தார்.

உறக்கத்தைக் கலைக்க விரும்பாத சிறுவன் வெளியே சென்றுவிட்டு மீண்டும் திரும்பி வந்த போதும் கிழவர் தூங்கிக் கொண்டிருந்தார்.

"எழுந்திரு கிழவா" என்றபடி அவரின் முழங்கால்களைப் பிடித்தான்.

கண்களைத் திறந்தார், ஒரு கணம் வெகு தூரத்திலிருந்து திரும்பி வருவதுபோலத் தெரிந்தது. பிறகு புன்னகைத்தார்.

"என்ன கொண்டு வந்திருக்கிறாய்?" என்று கேட்டார்.

"சாப்பாடு" என்றான் சிறுவன். "நாம் சாப்பிடலாம்."

"எனக்குப் பசியில்லை."

"வா கொஞ்சம் சாப்பிடு. நாளை மீன் பிடிக்க வேண்டும் இல்லையா."

"எனக்கு இங்கு இருக்கிறதே" எனச் செய்தித்தாளை மடித்தவாறு கூறினார். பின்னர் போர்வையை மடிக்கத் துவங்கினார்.

போர்வையைப் போர்த்திக்கொள். நான் உயிரோடு இருக்கும் வரை உன்னைப் பசியோடு மீன் பிடிக்க விடமாட்டேன்" என்றான் சிறுவன்.

"அப்படியானால் நீண்ட காலம் நன்றாக இரு. என்னையும் கவனித்துக்கொள்" என்றார் கிழவர். "என்ன கொண்டு வந்திருக்கிறாய்?"

"கருப்பு பீன்ஸ் சோறு, பொறித்த வாழைக்காய் அத்துடன் காய்கறி அவியல்."

சிறுவன் கடற்கரையில் இருந்து இரண்டு அடுக்குப் பாத்திரத்தில் சாப்பாடு கொண்டு வந்திருந்தான். இரண்டு ஜோடி கத்திகள், முட்கரண்டிகளும் தேக்கரண்டிகளும் அவனது சட்டைப் பையில் இருந்தன, இவையனைத்தும் காகித நாப்கின்களால் சுற்றப்பட்டிருந்தது.

"இதை உனக்கு யார் கொடுத்தது?"

"ஹோட்டல் உரிமையாளர் மார்ட்டின்.."

"அவருக்கு நன்றி சொல்ல வேண்டும்."

"உனக்கும் சேர்த்து ஏற்கெனவே அவருக்கு நன்றி சொல்லி விட்டேன்," என்ற சிறுவன். "நீ ஒன்றும் தனியாகச் சொல்லத் தேவையில்லை" என்றான்.

"ஒரு பெரிய மீனின் வயிற்றுக் கண்டத்தை அவருக்குக் கொடுக்க வேண்டும்" என்றார் கிழவர்.

"அவர் நமக்காகப் பலமுறை உதவியிருக்கிறார்?"

"எனக்கும் தெரிந்ததுதானே."

"அப்படியானால் வயிற்றுக் கண்டத்தை விட மேலான ஒன்றைக் கொடுக்க வேண்டும். அவருக்கு நம் மீது எப்போதும் கரிசனம் உண்டு."

"இன்றும்கூட இரண்டு பீர் கொடுத்து அனுப்பி உள்ளார்."

"எனக்கு கேன்களில் உள்ள பீர் என்றால் இஷ்டம்."

"எனக்குத் தெரியும். ஆனால் பாட்டில்களில்தான் இருந்தது, ஹட்டூய் பீர், நான் பாட்டில்களை அப்புறம் திரும்பவும் கொடுத்துக் கொள்கிறேன்" என்றான் சிறுவன்.

"உன் அன்புக்கு மிக்க நன்றி" என்றார் கிழவர். "சாப்பிடலாமா?"

"வெகுநேரமாக கூப்பிட்டுக் கொண்டிருக்கிறேன்," சிறுவன் அவரிடம் வாஞ்சையுடன் சொன்னான். "நீ வரும் வரை நானும் சாப்பிட மாட்டேன்."

"இப்போது தயாராக இருக்கிறேன்," என்றார் கிழவர். "எனக்குக் குளிக்க மட்டுமே நேரம் தேவைப்பட்டது."

'எங்கே குளிப்பாய்?' என்று யோசித்த சிறுவனுக்குக் கிராமத்தின் குடிநீர்க் குழாய்கள் இரண்டு தெருக்கள் தள்ளி இருந்தது நினைவுக்கு வந்தது.. 'கிழவருக்கு இங்கேயே தண்ணீரும், சோப்பும், நல்ல துண்டும் கொடுத்திருக்க வேண்டும். நான் ஏன் இவ்வளவு அசமந்தமாக இருக்கிறேன்? அவருக்குச் சட்டையும், குளிர்காலத்துக்கு ஏற்ற ஒரு மேல் கோட்டும்,

செருப்பும், போர்வையும் வாங்கித் தர வேண்டும்' என நினைத்துக்கொண்டான்.

"அவியல் நல்லா இருக்கு" என்றார் கிழவர்.

"பேஸ்பால் பற்றிச் சொல்லு" என்று சிறுவன் கேட்டான்.

"*அமெரிக்கன் லீக்கில்* நான் சொன்னது போல *யாங்கீஸ்தான்*" என்றார் கிழவர்.

"இன்று தோற்றுவிட்டார்கள்" என்றான் சிறுவன்.

"அதெல்லாம் பெரிதுபடுத்தத் தேவையில்லை. கில்லாடி டிமாயோதான் மீண்டும் அணியில் இருக்கிறாரே" என்றார்.

"அந்த அணியில் வேறு பலரும் இருக்கிறார்களே."

"நிச்சயமாக. ஆனால் ஆட்டத்தின் போக்கை மாற்றக் கூடியவர் அவர் மட்டுமே. மற்றொரு லீக்கில், *புரூக்ளினும் பிலடெல்பியாவும்* மோதுகிறது. எனக்கு புரூக்ளினைப் பிடித்திருக்கிறது. ஆனால் எனக்கு டிக் *சிஸ்லரும்*, பழைய பூங்காவில் அவரின் ஆட்டமும் நினைவுக்கு வந்தது."

"அவர்களைப் போல் யாரும் ஆட முடியாது. நான் பார்த்த வரை அவர்தான் அதிகம் பந்தை அடித்துக்கொண்டு இருந்தார்."

"அவர் நம் கடற்கரைக்கு வந்தது உனக்கு நினைவிருக்கிறதா? நான் அவரை மீன்பிடிக்க அழைத்துச் செல்ல விரும்பினேன், ஆனால் கேட்க தயக்கம். அப்புறம் உன்னைக் கேட்கச் சொன்னேன், நீயும் ரொம்பத் தயங்கினாய்."

"எனக்குத் தெரியும். மிகப்பெரிய தவறு செய்துவிட்டோம். அழைத்திருந்தால் அவரும் நம்முடன் வந்திருப்பார். அதை வாழ்நாள் முழுவதும் நினைத்துக்கொண்டிருந்திருக்கலாம்."

"ஒரு நாள் *டிமாயோவை* மீன் பிடிக்க அழைத்துச் செல்ல வேண்டும்," என்றார் கிழவர். "அவரது தந்தையும் ஒரு மீனவர் என்று சொல்கிறார்களே. ஒருவேளை அவரும் நம்மைப் போலவே வறுமையில் இருந்திருக்கலாம், நம்மைப் புரிந்துகொள்ளவும் கூடும்."

"ஆனால் *சிஸ்லரின்* தந்தை ஏழையில்லை, அவர் என் வயதில் இருக்கும்போது அவரின் தந்தை மிகப்பெரும் லீக்குகளில் விளையாடிக்கொண்டிருந்தார்."

"நான் உன் வயதில் இருந்தபோது, ஆப்பிரிக்காவுக்குச் சென்ற ஒரு சதுரப் பாய்மரக் கப்பலில் இருந்தேன், மாலையில் கடற்கரைகளில் சிங்கங்களைப் பார்த்திருக்கிறேன்."

"எனக்குத் தெரியும். ஏற்கெனவே சொல்லி இருக்கிறாய்."

"நாம் ஆப்பிரிக்காவைப் பற்றிச் சொல்லவா இல்லை பேஸ்பால் பற்றியா?"

"பேஸ்பால்," என்ற சிறுவன். "ஜான் ஜே மெக்ரா பற்றிச் சொல்லு" என்றான்.

"முன்பு சில சமயங்களில் அவர் டெரஸுக்கு வருவதுண்டு. ஆனால் முரடன், மோசமாகப் பேசக்கூடியவர், குடிக்கும் போது சொல்லவே வேண்டாம். எப்போதும் குதிரைகள் பற்றியும், பேஸ்பால் பற்றியுமே யோசித்துக்கொண்டிருப்பார். எந்நேரமும் குதிரைகளின் பட்டியலைச் சட்டைப் பையில் வைத்துக்கொண்டு அடிக்கடி தொலைபேசியில் குதிரைகளின் பெயர்களைச் சொல்லிக்கொண்டே இருப்பார்."

"அவர் ஒரு சிறந்த மேலாளர்," என்ற சிறுவன், "என் அப்பாவும் அப்படித்தான் நினைக்கிறார்."

கிழவர் சிரித்தபடி "ஏனென்றால் அவர்தான் இங்கு அதிக முறை வந்திருக்கிறார்" என்றார் கிழவர். "துரோச்சர் ஒவ்வொரு ஆண்டும் தொடர்ந்து இங்கு வந்திருந்தால், அவரை மிகச்சிறந்த மேலாளர் என்று சொல்லியிருப்பார்."

"உண்மையில் லூக் அல்லது மைக்கோன்ஸாலெஸ் இவர்களுள் யார் சிறந்த மேலாளர்?"

"இருவருமே சளைத்தவர்கள் இல்லை என்று நான் நினைக்கிறேன்."

"ஆனால் சிறந்த மீனவன் நீதான்."

"இல்லை. என்னை விடச் சிறந்த மீனவர்கள் பலரை எனக்குத் தெரியும்."

"ம். பல சிறந்த மீனவர்கள் இருக்கத்தான் செய்கிறார்கள். ஏன் சில திறமையான மீனவர்களும் இருக்கவே செய்கின்றனர் ஆனால், நீ ஒருவன் மட்டும்தான்."

"நன்றி. என்னைச் சந்தோஷப்படுத்தி இருக்கிறாய். என்னைத் தோற்கடிக்கும் அளவுக்குப் பெரிய மீன் எதுவும் வந்துவிடாது என்று நம்புகிறேன்" என்றார்.

"நீ சொல்வது போல் இன்னும் நீ வலிமையாக இருந்தால், பெரிய மீன் உனக்கு ஒரு பொருட்டே இல்லை."

"நான் நினைப்பது போல் வலுவாக இல்லாமல் இருக்கலாம்," என்ற கிழவர். "ஆனால் எனக்குப் பல நுணுக்கங்கள் தெரியும், எனக்குத் திடமான நம்பிக்கையும் இருக்கிறது."

"காலையில் தெம்போடு இருக்க நீ சீக்கிரம் தூங்க வேண்டும். நான் பாத்திரங்களை டெரஸில் கொடுத்துவிடுகிறேன்" என்றான்.

"அப்போ குட் நைட். காலையில் உன்னை எழுப்புகிறேன்."

"ம்ம்.. நீதான் என் அலாரம்" என்றான் சிறுவன்.

"வயதுதான் என் அலாரம்" என்றார் கிழவர். "வயதானவர்கள் ஏன் சீக்கிரம் எழுந்துவிடுகிறார்கள்? நாள் மிக நீண்டதாக இருக்க வேண்டும் என்பதாலா?"

"எனக்குத் தெரியாது" என்ற சிறுவன். "எனக்குத் தெரிந்ததெல்லாம் சிறுவர்கள் நள்ளிரவுக்குப் பின்தான் உறங்கச் செல்கிறார்கள். எழுப்புவதும் மிகக் கடினம்."

"எனக்கு ஞாபகம் இருக்கிறது" என்ற கிழவர். "சரியான நேரத்தில் உன்னை எழுப்புகிறேன்" என்றார்.

"என்னை யாரும் எழுப்புவது எனக்குப் பிடிக்கவில்லை, அதைக் கூட என்னால் செய்ய முடியவில்லையே என எனக்கு வெட்கமாக இருக்கிறது" என்றான்.

"எனக்குத் தெரியும்."

"சரி நன்றாகத் தூங்கு கிழவா" என்றான்.

சிறுவன் வெளியே வந்தான். மேஜை மீது வெளிச்சம் ஏதும் இல்லாமலேயே அவர்கள் சாப்பிட்டு முடித்திருந்தார்கள். இருளில் கிழவர் கால்சட்டையைக் கழற்றிவிட்டு உறங்கத் தயாரானார். செய்தித்தாளைக் கால்சட்டைக்கு இடையில் வைத்துச் சுருட்டி தலையணையைத் தயார் செய்தார். போர்வைக்குள் சுருண்டு, பழைய செய்தித்தாள்கள் பரப்பப்பட்டிருந்த கட்டிலின் மேல் படுத்துக் கொண்டார்.

சிறிது நேரத்தில் உறங்கிய அவர் ஆப்பிரிக்காவைப் பற்றிக் கனவு காணத் தொடங்கிவிட்டார். சிறுவனாக இருந்தபோது கண்ட நீண்ட தங்கக் கடற்கரைகள், கண்கள் கூசும் பளபள வெண்ணிறக் கடற்கரைகள், உயர்ந்த மலைமுகடுகள், பெரிய பழுப்பு நிற மலைகளைப் பற்றிக் கனவு கண்டார். இப்போதெல்லாம் அவருடைய கனவுகளில் கடல் அலைகளின் உறுமல் சத்தம் கேட்கிறது. நாட்டுப் படகுகள் அதன் வழியாக மிதந்து செல்வதைப் பார்த்துக்கொண்டு ஒவ்வொரு இரவையும் அந்தக் கடற்கரையோரத்தில்தான் கழிக்கிறார். தூங்கும்போது தார் கலந்த கயிற்றிழையின் வாசனையையும், காலை நேர ஆப்பிரிக்க நிலக் காற்றின் வாசனையையும் முகர்ந்தார்.

வழக்கமாக நிலக் காற்று வாசனை வீசத் துவங்கியவுடன் எழுந்து, சிறுவனை எழுப்ப ஆடைகளை அணிந்துகொள்வார். ஆனால் இன்றிரவு நிலக்காற்றின் வாசம் வெகு விரைவில் வந்துவிட்டதை உணர்ந்து, கடலிலிருந்த தீவுகளின் வெண்ணிறச் சிகரங்களைப் பார்ப்பதற்காகக் கனவைத் தொடர்ந்தார். பிறகு கேனரித் தீவுகளின் பல்வேறு துறைமுகங்களையும் சாலைகளையும் கண்டார்.

இப்போதெல்லாம் புயல்களையோ, பெண்களையோ, சுவையான சம்பவங்களையோ, பெரிய மீன்களையோ, சண்டைகளையோ, கை மல்யுத்தப் போட்டிகளையோ, தன் மனைவியையோ கனவில் காண்பதில்லை. மாறாக இடங்களைப் பற்றியும் கடற்கரையில் உள்ள சிங்கங்களைப் பற்றியும் மட்டுமே கனவு கண்டார். அந்தி சாயும் நேரத்தில் அவை பூனைக்குட்டிகளைப் போல விளையாடிக் கொண்டிருந்தன. சிறுவனை நேசித்ததைப் போலவே அவற்றையும் நேசித்தார். ஆனால் சிறுவனைக் கனவில் கண்டதில்லை.

திறந்திருந்த கதவின் வழியே கவிந்த நிலவைப் பார்த்தபடி மெல்லக் கண் விழித்தார். சுருட்டப்பட்டிருந்த கால் சட்டைகளைப் பிரித்து அணிந்துகொண்டு குடிசைக்கு வெளியே சிறுநீர் கழித்தார், பின்னர் சிறுவனை எழுப்ப வேண்டி சாலையில் நடக்கத் தொடங்கினார். காலைக் குளிரில் உடல் நடுங்கியது. ஆனால் உடலில் நடுக்கமே அவரை உஷ்ணப்படுத்திவிடும் என்பதையும்ம் கூடிய சீக்கிரம் படகில் துடுப்பு போட்டாக வேண்டும் என்பதையும் அவர் அறிவார்.

பூட்டப்படாத சிறுவனின் வீட்டுக் கதவை மெல்லத் திறந்து வெறும் காலுடன் அமைதியாக உள்ளே நுழைந்தார். முன் அறை கட்டிலில் சிறுவன் தூங்கிக்கொண்டிருந்தான். சாயும் நிலவொளியில் அவனைத் தெளிவாகப் பார்க்க முடிந்தது. சிறுவன் விழித்து அவரைத் திரும்பிப் பார்க்கும் வரை காலை மென்மையாகப் பிடித்துக்கொண்டிருந்தார். அவன் கண் விழித்த உடன் கிழவர் தலையசைக்க, சிறுவன் கட்டிலுக்குப் பக்கத்தில் இருந்த நாற்காலியிலிருந்த கால்சட்டையை, கட்டிலில் உட்கார்ந்து மாட்டிக்கொண்டான்.

கிழவர் கதவைத் தாண்டி வெளியே செல்ல, சிறுவன் பின் தொடர்ந்தான். தூக்கக் கலக்கத்தில் இருந்த அவனின் தோளில் கை போட்டு "என்னை மன்னித்துவிடு" என்றார்.

"என்னைச் சங்கடப்படுத்தாதே. உனக்கு உதவத்தானே இருக்கிறேன்."

அவர்கள் சாலையில் நடந்து கிழவரின் குடிசைக்குச் சென்றனர், சாலை நெடுகிலும், இருட்டில், வெறுங்காலுடன் மனிதர்கள் தங்கள் படகுகளின் பாய்மரங்களைச் சுமந்து நடந்துகொண்டிருந்தனர்.

கிழவரின் குடிசையை அடைந்ததும், சிறுவன் கூடையிலிருந்த கயிற்றையும், ஈட்டியையும் எடுத்துக்கொண்டான். கிழவர் பாய்மரத்தைத் தோளில் தூக்கிக்கொண்டார்.

"காபி சாப்பிடலாமா?" என்றான் சிறுவன்.

"படகில் பொருட்களை வைத்துவிட்டு வந்து சாப்பிடுவோம்."

அதிகாலையில் மீனவர்கள் ஒன்று கூடும் இடத்தில் பதப்படுத்தப்பட்ட பாலில் தயாரிக்கப்பட்ட காபியைக் குடித்தனர்.

"நன்றாகத் தூங்கினாயா?" என்றான் சிறுவன். அதிகாலையில் எழுந்தது சோம்பலாக இருந்தாலும் இப்பொழுது நன்றாக விழித்துக்கொண்டிருந்தான்.

"நல்லது மனோலின்" என்ற கிழவர். "இன்று நம்பிக்கையுடன் இருக்கிறேன்" என்றார்

"நானும்தான்" என்றான் சிறுவன். "உன்னுடைய மத்தி மீன்களையும் தூண்டில் இரைகளையும் எடுத்து வருகிறேன். எங்கள் படகின் சாமான்களை அவர்தான் எடுத்து வருவார் எங்களுக்கு அனுமதி இல்லை" என்றான் சிறுவன்.

நாம் வித்தியாசமானவர்கள்" என்றார் கிழவர். "உனக்கு ஐந்து வயது இருக்கும்போதே படகு சாமான்களை எடுத்துச் செல்ல அனுமதித்திருக்கிறேன்."

"எனக்குத் தெரியும்" என்ற அவன். "இதோ வருகிறேன். இன்னொரு காபி குடி. இங்கு நமக்குக் கணக்கு இருக்கிறது" என்றான்.

வெறுங்காலுடன் பவளப் பாறைகளில் நடந்து, இரைகள் வைக்கப்பட்டிருந்த ஐஸ் ஹவுஸை அடைந்தான்.

கிழவர் காபியை மெதுவாகக் குடித்தார். அதை வைத்துத்தான் அன்றைய பொழுதையோட்டியாக வேண்டும் என்பதும் அவருக்கு

நன்கு தெரியும். அதை ரசித்துக் குடித்தார். சமீபக் காலமாகச் சாப்பிடுவது அவருக்கு அலுப்பூட்டியிருந்தது. கிட்டத்தட்ட மதிய உணவை எடுத்துச் செல்வதே நின்றிருந்தது.. படகில் ஒரு தண்ணீர் பாட்டில் வைத்திருந்தார், அன்றைய பொழுதை ஓட்ட அதுமட்டுமே அவருக்குத் தேவைப்பட்டது..

சிறுவன் இப்போது மத்தி மீன்களையும் பழைய செய்தித்தாளில் சுருட்டப்பட்ட இரண்டு தூண்டில் இரைகளையும் எடுத்து வந்து சேர்ந்திருந்தான். அவர்கள் படகு நிறுத்தப்பட்டிருந்த இடம் நோக்கிச் சருகலான கூழாங்கற்கள் நிறைந்த மணல் பாதையில் நடந்து சென்றனர். கடலை அடைந்ததும் மெல்ல அவைகளைத் தண்ணீருக்குள் இழுத்துச் சென்றனர்.

"வெற்றியோடு வா" என்றான் சிறுவன்.

பதிலுக்குக் கிழவர் "நீயும்தான்" என்றார்.

துடுப்பைக் கவைகளில் பொருத்திச் சேர்த்துக் கட்டினார். தண்ணீருக்குள் இருந்த துடுப்புக்கு எதிராக முன்னோக்கிச் சாய்ந்து படகைச் செலுத்த, கவிந்த இருளில் மெல்லத் துறைமுகத்தை விட்டு வெளியேறியது படகு. கடற்கரையின் மற்ற பகுதிகளிலிருந்தும் படகுகள் கடலுக்குச் சென்றுகொண்டிருந்தன. மலைகளுக்குக்குள் நிலவு மறைந்துகொண்டதால் படகுகளை அவரால் காண முடியவில்லை ஆனாலும் துடுப்புகள் உந்தித் தள்ளும் சத்தத்தை அவரால் கேட்க முடிந்தது.

சில சமயம் படகில் யாராவது பேசுவார்கள். ஆனால் பெரும்பாலான படகுகளில் துடுப்புகளின் அசைவை மட்டுமே கேட்க முடிந்தது. துறைமுகத்தின் முகத்துவாரத்தை விட்டு வெளியே வந்ததும் அவை பிரிந்து சென்றன. ஒவ்வொருவரும் கடலில் மீன் கிடைக்கும் என்று நம்பிய திசை நோக்கிச் சென்றனர். வெகுதூரம் செல்லப் போகிறோம் என்பதை அறிந்த கிழவர், நிலத்தின் வாசனை மெல்லக் கரைய கடலின் தூய காலை வாசத்திற்குள் படகைச் செலுத்தினார். அப்போது பளபளக்கும் கடற்பாசிகளைக் கண்டார். இப்பகுதியை மீனவர்கள் பெரிய கேணி என்று அழைத்தனர். நீரோட்டம் ஏற்படுத்திய அரிப்பின் காரணமாகக் கடலின் அடிப்பரப்பில் 700 பாதம் அளவிற்கு ஏற்பட்டிருந்த சரிவின் காரணமாக அங்கே இறால்களும் தூண்டில்

மீன்களும் சில சமயங்களில் ஆழமான துளைகளில் இருக்கும் கணவாய் மீன்களும், செறிவாக இருந்தன, இரவில் கூட்டமாக மேற்பரப்புக்கு வரும் போது, அங்கு அலைந்து திரிந்த பெரிய மீன்களுக்கு அவை இரையாயின.

மெல்ல பகல் புலர்ந்தது. பறக்கும் மீன்கள் தண்ணிரை விட்டுத் துள்ளி விளையாடும் சத்தத்தையும், இருளில் பறந்து செல்லும் பறவைகளின் சீறலையும் கேட்டபடி படகைச் செலுத்திக் கொண்டிருந்தார். கடலில் பறக்கும் மீன்கள் மட்டுமே அவரது துணை என்பதால் அவருக்கு மிகவும் பிடிக்கும். சிறிய பறவைகளுக்காக வருந்தினார், குறிப்பாக, எப்போதும் பறந்து இரை தேடி அலைந்தாலும், மிக அரிதாகவே இரையைக் கண்டடையும் மெல்லிய கருப்பு ஆலா பறவைகளுக்காக வருந்தினார். கொள்ளைக்கார கார்விட் போன்ற பலமான பறவைகளைத் தவிர மற்ற பறவைகளின் வாழ்க்கை நம்மைவிடக் கடினமானது. கடல் கொடூரமாக இருக்கும்போது அவள் விழுங்குவதற்காகவே பறவைகள் இத்தனை மென்மையாகப் படைக்கப்பட்டுள்ளதா? கடல், அன்பானவள், அழகானவள்.

ஆனால் மிகக் கொடூரமானவள், கடலில், மூழ்கி, வேட்டையாடும் இப்பறவைகளின் மெல்லிய குரல் கடலின் பேரிரைச்சலுக்குச் சற்றும் பொருத்தமற்றது.

எப்போதும் கடலை *லா மார்* என்று அழைத்தார், மக்கள் அவளை நேசிக்கும்போது ஸ்பானிஷ் மொழியில் அப்படித்தான் அழைக்கிறார்கள். சில நேரங்களில் அவளை நேசிப்பவர்கள் கூட அவளை வசைபாடுவார்கள், ஆனால் எப்போதும் அவள் பெண்தான். சுறா ஈரல்களைப் பெரும் பணத்திற்கு விற்று அதைக் கொண்டு வாங்கிய மோட்டார்ப் படகுகளில் சுறாக்களை வேட்டையாடும் இளம் மீனவர்கள் அவளை *எல் மார்* என ஆண் பாலில் அழைப்பது வழக்கம். அவர்களைப் பொறுத்தவரை அவன் போட்டியாளன், ஒரு இடம், அல்லது எதிரி, ஆனால் கிழவருக்கு எப்பொழுதும் அவள் ஒரு பெண்தான். செல்வத்தை அள்ளித் தருபவள் அல்லது ஒளித்து வைப்பவள். அவளால் இயலாத சமயங்களில் சீறவோ, தந்திரமாக ஏமாற்றவோ செய்வாள். நிலவு ஒரு பெண்ணைப் பாதிப்பதைப் போலவே அவளையும் பாதிப்பதாகக் கருதினார்.

நீரோட்டத்தின் சிறு சுழல்களைத் தவிர கடலின் மேற்பரப்பு அமைதியாகவே இருந்தது, படகும் அவரது கட்டுப்பாட்டுக்குள் இருந்தது. எவ்விதச் சிரமமுமின்றி நிதானமாகத் துடுப்புப் போட்டுக்கொண்டிருந்தார். நீரோட்டம் அவரின் வேலையை இலகுவாக்கியது. வெளிச்சம் நன்கு படர்ந்திருந்தபோது, எதிர்பார்த்ததைவிட அதிகத் தொலைவு பயணித்திருந்தார்.

கடந்த ஒரு வாரக் காலமாகவே தினம் இத்தனை தூரம் பயணித்தும் பலன் இல்லை என வருந்தினார். இன்று *போனிடோ, அல்பாகோர்* மீன் கூட்டங்களைத் தேடிச் செல்ல வேண்டும், ஒருவேளை அங்கு பெரிய மீன்கள் இருக்கக்கூடும் என்று எண்ணினார்.

விடிவதற்குள் தூண்டிலிட்டு நீரோட்டத்துடன் சேர்ந்து பயணித்துக்கொண்டிருந்தார். ஒரு தூண்டில் இருநூறு அடி கீழே இருந்தது. இரண்டாவது முன்னூறு அடியிலும், மூன்றாவது, நான்காவது தூண்டில்கள் முறையே அறுநூறு மற்றும் எழுநூறு அடி ஆழத்திலும் நீலக்கடலின் மீன்களுக்காகக் காத்திருந்தன. மீன்கள் சொருகப்பட்ட தூண்டில் முனைகள் தலைகீழாகத்

தண்ணீருக்குள் தொங்கிக்கொண்டிருந்தன. கொக்கியின் நீட்டிக் கொண்டிருக்கும் பகுதி, வளைவு, முனை எல்லாமே புதிய மத்தி மீன்களால் மூடப்பட்டிருந்தது. மத்தி மீனின் இரு கண்கள் வழியாகத் தூண்டில் செலுத்தப்பட்டு அது தூண்டிலின் முனை மேல் பூச்சரம் போல் இருந்தது. தூண்டிலின் எந்தப் பகுதியும் பெரிய மீனால் கூட உணர முடியாதபடி கச்சிதமாக, கவரக்கூடிய நல்ல மணத்துடனும் சுவையுடனும் இருந்தது.

சிறுவன் அவருக்கு இரண்டு புதிய சிறிய சூரை மீனையும் அல்பாகோர் மீனையும் கொடுத்திருந்தான். அவை இரண்டும் ஆழமாகத் தூண்டில்களில் சொருகப்பட்டு தூக்குநூல் குண்டு போல் தொங்கிக்கொண்டிருந்தது. மற்றவற்றில் முன்பு பயன்படுத்தப்பட்ட பெரிய நீல கும்புளாவும், மஞ்சள் நிற ஜாக்கும் இருந்தது. ஆனால் அவை இன்னும் கெட்டுப்போகாமல் நல்ல நிலையிலேயே இருந்தன. அவற்றுக்கு மணத்தையும் சுவையையும் கொடுக்க நல்ல மத்தி மீன்களும் உடன் சொருகப்பட்டிருந்தன. ஒவ்வொரு கயிறும் ஒரு பெரிய பென்சில் அளவுக்குத் தடிமனாக இருந்தது. அதில் பச்சை மூங்கில் கழி, மீன்கள் தூண்டிலை இழுத்தாலோ, கடித்தாலோ சாயும் வண்ணம் இணைக்கப்பட்டிருந்தது. ஒவ்வொரு தூண்டிலும் சுமார் 500 மீட்டர் கயிற்றுச் சுருளுடன் இணைக்கப்பட்டிருந்தன. மீன் இன்னும் ஆழத்திற்குச் சென்றால் அவற்றை மற்ற கூடுதல் கயிற்றுச் சுருள்களுடன் இணைத்துப் பயன்படுத்தவும் முடியும்.

இப்போது படகின் பக்கவாட்டில் சாய்ந்திருந்த மூன்று கழிகளையும் கவனித்தபடி, தூண்டில் கயிறுகள் செங்குத்தாகவும் சரியான ஆழத்திலும் இருப்பதற்காக மெதுவாகத் துடுப்புபோட்டார். வெளிச்சம் கூடி எந்த நிமிடமும் சூரியன் உதிக்கத் தயாராக இருந்தது.

கடலிலிருந்து சூரியன் மெல்ல மேலெழுந்த போது படகுகள், கரைக்கு அருகில் கூடுதலாகவும் நீரில் குறைவாகவும் இருப்பதைக் கண்டார். சற்று நேரத்தில் சூரியன் பிரகாசமாக ஒளிரத் தொடங்கியிருந்தது. அது தண்ணீரில் எதிரொளித்து கண்களைக் கடுமையாகத் தாக்கியது. அதன்மீது பார்வையைத் தவிர்த்தபடி துடுப்புப் போட்டார். இருண்ட நீருக்குள் நேராகச் செல்லும் கயிறுகளைக் குனிந்து பார்க்க முடிந்தது. நீரோட்டத்தின் இருளில்

ஒவ்வொரு மட்டத்திலும் ஒரு தூண்டில் காத்திருந்தது. அங்கே நீந்தும் எந்த மீனுக்கு எங்கே இருக்க வேண்டுமோ அங்கே ஒரு தூண்டில் காத்திருந்தது. சிலர் தூண்டில்களை நீரோட்டத்தின் போக்கிலேயே விட்டுவிட்டு அது அறுநூறு அடி ஆழத்தில் இருக்கிறது என்று நினைத்துக்கொண்டிருப்பார்கள். உண்மையில் அது முன்னூறு அடிக்கும் குறைவான ஆழத்தில்தான் இருக்கும்.

ஆனால், நான் துல்லியமாகத் தூண்டிலிட்டிருக்கிறேன். எனக்கு அதிர்ஷ்டம்தான் இல்லை. ஆனால் யாருக்குத் தெரியும்? ஒருவேளை இன்று அதிர்ஷ்டம் அடிக்கலாம். ஒவ்வொரு நாளும் புதியதுதானே. அதிர்ஷ்டசாலியாக இருப்பது நல்லது. அதேசமயம் அதிர்ஷ்டத்தைக் கைக்கொள்ள தானும் தயாராக இருக்க வேண்டும் என்று நினைத்தார்

சூரியன் மேலெழுந்து இரண்டு மணி நேரமாகிவிட்டதால் கண்களுக்கு எவ்விதச் சிரமமும் இல்லை. மூன்று படகுகள் மட்டுமே இப்போது கண்ணில் தென்பட்டது. அவை மிகவும் தாழ்வாக, வெகுதொலைவில் கரைக்கு அருகே இருந்தன.

என் வாழ்நாள் முழுவதும் அதிகாலைச் சூரியன் என் கண்களை வதைத்திருக்கிறது. ஆனாலும் அது அத்தனை மோசமானது இல்லை. சில மாலைப் பொழுதுகளில் கடுமை இருந்தாலும் கூடக் கண்கள் இருண்டுவிடாமல் அதை நேராகப் பார்க்க முடிகிறதே. ஆனால் காலையில்தான் தன்னை அதிகமாக வதைக்கிறது என்று நினைத்தார்.

அப்போதுதான் தனக்கு முன்னால் வானத்தில் நீண்ட கரிய சிறகுகளுடன் ஒரு பறவை வட்டமிடுவதைக் கண்டார். திடீரென்று சிறகுகளைப் பின்னோக்கி வளைத்தபடி கீழே பாய்ந்தது. பிறகு மீண்டும் வட்டமிட்டது.

"எதையோ குறி பார்க்கிறது," கிழவர் உரக்கச் சொன்னார்.

பறவை வட்டமிட்டுக்கொண்டிருந்த இடத்தை நோக்கி மெதுவாகவும் சீராகவும் துடுப்பு போட்டார். அவசரப்படாமல் தனது தூண்டில்களை மேலும் கீழும் சரிசெய்து செங்குத்தாக இருக்குமாறு வைத்தார். நீரோட்டத்துடன் சரியாகவே மீன் பிடித்துக்கொண்டிருந்தார் என்றாலும் பறவையைப் பயன்படுத்த முயற்சிக்காவிட்டால் மீன் பிடிப்பதை வேகப்படுத்த முடியாது.

அடர்த்தியான மீன் கூட்டத்தினிடையே பெரிய மீன்கள் வருவதற்கான வாய்ப்பை எதிர்பார்த்துக் காத்திருந்தார்.

பறவை உயரே சென்று மீண்டும் வட்டமிட்டது, அதன் இறக்கைகள் அசைவற்று இருந்தது. சட்டெனக் கீழ் நோக்கிப் பறந்தது. அதேசமயம் பறக்கும் மீன்களும் கடல்மேல் துள்ளிப் பறந்தன.

"டால்பின்," கிழவர் உரக்கச் சொன்னார். "பெரிய டால்பின்."

துடுப்புகளை ஓரம் வைத்துவிட்டுப் படகின் முன்பக்கத்தில் இருந்த ஒரு தூண்டிலை எடுத்தார், அதில் ஒரு நடுத்தர அளவிலான கொக்கி, இணைப்புக் கயிற்றுடன் இணைக்கப்பட்டிருந்தது. அதில் ஒரு மத்தி மீனைச் சொருகி தண்ணீரில் போட்டார். அதைப் பக்கவாட்டில் செல்ல அனுமதித்துப் பின்புறத்திலுள்ள வளையத்தில் இழுத்துக் கட்டினார். பின்னர் மற்றொரு தூண்டில் கயிற்றை எடுத்து அதிலொரு மீனைச் சொருகி படகின் முன்பக்கக் கீழ் நிழலில் சுருட்டி வைத்தார். மீண்டும் படகைச் செலுத்தத் தொடங்கிய அவர் நீண்ட சிறகுகள் கொண்ட கருப்புப் பறவை தண்ணீருக்கு மேலே வட்டமிட்டு மீன்பிடிக்க முயன்றுகொண்டிருந்ததைக் கண்டார்.

பார்த்துக்கொண்டிருக்கும்போதே பறவை கரணம் போடுவதற்கு ஏதுவாகத் தன் சிறகுகளைச் சாய்த்துத் தண்ணீரில் மூழ்கிச்

கிழவனும் கடலும் | 33

சற்றும் லாகவம் இல்லாமல், கண்மூடித்தனமாகப் பறக்கும் மீனைத் துரத்தி, தவறவிட்டது, தப்பிச் சென்ற மீனை நீரின் மேலிருந்து ஒரு பெரிய டால்பின் துரத்த தண்ணீர் லேசாகப் புடைத்தது. பறக்கும் மீன் குதித்து விழும் இடம் நோக்கி, தண்ணீரைக் கிழித்துக்கொண்டு மற்றொரு டால்பின் விரைந்தது. பெரிய டால்பின் கூட்டமாக இருக்குமென்று நினைத்தார். அவை பரவலாக இருப்பதால் பறக்கும் மீன் பிழைப்பதற்கான வாய்ப்பு குறைவு.

அத்துடன் பறக்கும் மீன்கள் பெரியவை, மிக வேகமாகவும் நீந்துகின்றன. எனவே பறவையின் பாடு திண்டாட்டம்தான் என்றார். பறக்கும் மீன்கள் தொடர்ந்து குதிப்பதையும், பறவை அவற்றைப் பிடிக்கத் திணறுவதையும் கவனித்தார். மீன் கூட்டம் இடம் மாறிச் சென்றிருக்கக்கூடும் என்று நினைத்தார். அவை மிக வேகமாகவும் தொலைவாகவும் செல்கின்றன. ஆனால் ஒருவேளை அக்கூட்டத்தில் இருந்து ஒரு மீன் திசை மாறலாம் அது நான் தேடும் பெரிய மீனாகக் கூட இருக்கலாம். என் பெரிய மீன் இங்கேதான் இருக்க வேண்டும் என்றார்.

நிலத்தின் மீது மேகங்கள் மலை போல் உயர்ந்திருந்தன, கடற்கரை ஒரு நீண்ட பச்சைக் கோடாகத் தெரிந்தது. அதன் பின்னால்

சாம்பல் நீல மலைகள் இருந்தன. தண்ணீர் இப்போது அடர் நீல நிறத்தில், கிட்டத்தட்ட ஊதா நிறம் போல் இருண்டிருந்தது. அவர் குனிந்து பார்த்தபோது, இருண்ட நீரில் கடற்பாசிகளால் உண்டாகியிருந்த சிவப்பு நிறத்தையும், சூரியன் உண்டாக்கியிருந்த விசித்திர ஒளியையும் கண்டார். தூண்டில் கயிறுகள் நேராகத் தண்ணீருக்குள் இருந்தன, செழிப்பான கடற்பாசிகளைப் பார்த்ததும் அவருக்கு மகிழ்ச்சி ஏற்பட்டது. ஏனெனில் அவை மீன் குவியலுக்கான அடையாளங்கள். சூரியன் இன்னும் மேலே உயர்ந்தது, தண்ணீரில் உண்டாகியிருந்த விசித்திர ஒளியும் தொடர்ந்தது, அது நல்ல வானிலையை உறுதிப்படுத்தியது, அதேபோல் நிலத்தின் மேல் நிழல் பரப்பிய மேகங்களின் அழகிய வடிவங்களும் அதை உணர்த்தின. அந்தப் பறவை இப்போது ஏறக்குறைய பார்வையிலிருந்து மறைந்துவிட்டிருந்தது, தண்ணீரின் மேற்பரப்பில் மஞ்சள் நிறத்தில், சூரிய ஒளியில் வெளுத்துப்போன பாசிச் செடித் திட்டுகளும், படகிற்கு அருகாமையில் ஊதா நிறத்தில் மிதந்துகொண்டிருந்த ஜெலட்டின் போன்ற சவ்வுப்பை உடைய ஒருவகை திருக்கை மீனைத் தவிர வேறெதுவும் தென்படவில்லை. அது பக்கவாட்டில் சாய்ந்து பின்னர் தன்னைத்தானே சரி செய்துகொண்டது. அது ஒரு நீர்க்குமிழி போல மகிழ்ச்சியுடன் மிதந்துகொண்டிருந்தது, அதன் நீண்ட கொடிய ஊதா இழைகள் தண்ணீரில் மிக நீளமாக நீண்டன.

"அகுவா மாலா" என்ற அவர், "வேசி" என்றார்.

துடுப்புகளை லேசாக ஊன்றியபடி நீருக்குள் குனிந்து பார்த்தார். திருக்கையின் சிறு நிழலில், ஊதா நிறத்திலான அதன் இழைகளுக்கு

கிழவனும் கடலும் | 35

இடையே சின்னஞ்சிறு மீன்கள் நீந்திக்கொண்டிருந்தன. அதன் விஷம் அவற்றை ஒன்றும் செய்யாது. ஆனால் நமக்கு அப்படியில்லை. கிழவர் மீன் பிடித்துக்கொண்டிருக்கும்போது, அதன் வழுவழுப்பான ஊதா நிற இழைகள் தூண்டில் கயிற்றில் சிக்கிக்கொள்ளும். அது அவரின் கைகளில் பட்டு, அதன் விஷக் கொடிகள் அல்லது விஷ கொடுக்குகள் தழும்புகளையும், காயங்களையும் ஏற்படுத்தும். குறிப்பாக *அகுவா மாலா*வின் விஷம் ஒரு சவுக்கடி போல விரைவாகத் தாக்கக் கூடியது.

வண்ணக் குமிழிகள் பார்ப்பதற்கு மிகவும் அழகாக இருக்கும். ஆனால் அவை கடலில் ரொம்பவே மோசமானவை. பெரிய கடல் ஆமைகள் அவற்றைத் தின்பதைப் பார்க்க கிழவருக்கு மிகவும் பிடிக்கும். ஆமைகள் அவற்றைக் கண்டவுடன் கண்களை மூடிக்கொண்டு மிகப் பாதுகாப்பாக அருகில் சென்று அதன் இழைகள் உள்ளிட்ட அனைத்தையும் முழுவதுமாக விழுங்கும்.

ஆமைகள் அவற்றை விழுங்குவதையும், புயலுக்குப் பிறகு கரை ஒதுங்கும் குமிழிகள் மேல் கால் வைக்கும்போது உண்டாகும் “டப்” சத்தத்தையும் அவர் மிகவும் ரசிப்பார்.

பச்சை நிற ஆமைகளையும், அழுங்காமைகளையும் அவற்றின் நேர்த்தி, வேகம் மற்றும் மதிப்புக்காக அவருக்கு ரொம்பவே பிடித்திருந்தது. அதேசமயம் பெரிய மரக்கட்டை போன்ற அதன் முழு உருவமும், மஞ்சள் நிறத்திலான மேல் ஓடும், விசித்திரமான காதல் யுக்திகளும், கண்களை மூடிக்கொண்டு *அகுவா மாலா*வை விழுங்குவதும் அவருக்கு வேடிக்கையாகத் தோன்றும்.

பல வருடங்களாக ஆமை வேட்டைக்குச் சென்றிருந்தாலும் அவருக்கு ஆமைகள் பற்றிய எந்த அவநம்பிக்கையும் இல்லை. உண்மையில் அவற்றிற்காக வருந்தினார், படகு போன்று நீளமாக, பெரிய டிரங்க் பெட்டிகளை முதுகில் சுமந்து திரியும் அவற்றின் மீது அவர் அனுதாபம் கொண்டார். பெரும்பாலானவர்கள் ஆமைகள் மீது இரக்கமற்று இருக்கிறார்கள், ஆமையின் இதயம் வெட்டப்பட்ட பல மணிநேரம் கழித்தும் துடித்துக் கொண்டிருக்கும். எனக்கும் அதுபோன்ற இதயம்தான் இருக்கிறது எனக் கிழவர் நினைத்தார், என் கால்களும் கைகளும் அவைகளைப் போலவே உள்ளன. அதற்கு பலம் சேர்க்க வெள்ளை முட்டையைச் சாப்பிட்டார். செப்டம்பர் மற்றும்

அக்டோபர் மாதங்களில் மிகப்பெரிய மீன்களை வலுவாக எதிர்கொள்ள மே மாதம் முழுவதும் அவற்றைச் சாப்பிட்டார்.

பல மீனவர்கள் தங்கள் உபகரணங்களை வைத்திருந்த குடிசையிலுள்ள பெரிய டிரம்மில் இருந்த சுறா கல்லீரல் எண்ணெய்யை தினம் ஒரு கோப்பை குடிப்பார். அதை விரும்பிய அனைத்து மீனவர்களுக்கும் தேவையான அளவுக்கு அங்கிருந்தது. பெரும்பாலான மீனவர்களுக்கு அதன் சுவை பிடிக்காது. ஆனால் நாள்தோறும் அதிகாலையில் எழுவதை விட இது அவ்வளவு மோசமானதல்ல. அத்துடன் எல்லாச் சளி மற்றும் பிடிப்புகளுக்கும் நல்ல தீர்வாக அது இருந்தது, கண்களுக்கும் நல்லது.

கிழவர் நிமிர்ந்து பார்த்தபோது பறவை மீண்டும் வட்டமிடுவதைக் கண்டார்.

"மீனைப் பார்த்துவிட்டது" என்று உரக்கச் சொன்னார். பறக்கும் மீன்கள் எதுவும் நீரைக் கிழித்துக்கொண்டு மேலே வரவில்லை. தூண்டில் மீன்களும் சிதறவில்லை. ஆனால் கிழவர் பார்த்துக் கொண்டிருக்கும்போதே முதலில் ஒரு சிறிய சூரை மீன் குதித்துப் பின் மெல்லத் திரும்பி தண்ணீரில் விழுந்தது. வெயிலில் அது

வெள்ளி நிறத்தில் ஜொலித்தது. அது மீண்டும் தண்ணீரில் விழுந்த பிறகு மற்றொன்று எழுந்தது. அடுத்தடுத்து எல்லாத் திசைகளிலும் குதித்து. தண்ணீரைக் கடைந்தன. தூண்டிலுக்குப் பின்னால் நீண்ட தாவல்களில் குதித்து. வட்டமிட்டுக் கொண்டிருந்தன.

அவை மிக வேகமாகச செல்லாவிட்டால் அவற்றுடன் சேர்ந்து பயணிக்கலாம் என்று நினைத்த கிழவர், மீன்கள் கூட்டம் தண்ணீரை வெண்மையாக மாற்றிவிட்டிருந்ததைக் கண்டார். பறவை இப்போது மீன்கூட்டத்தின் இடையே தண்ணீரில் மூழ்கி பயத்தில் மேற்பரப்பு நோக்கிச் சிதறி ஓடும் மீன்களைப் பிடிக்க முயற்சித்தது.

"பறவை நமக்கு ஒரு பெரிய உதவி" என்றார் கிழவர். அப்போதுதான் அவரது காலடிக்குக் கீழே, கயிற்றுச் சுருள் வைக்கப்பட்டிருந்த இடத்தில் ஒரு தூண்டில் கயிறு உறுதியாக இறுகுவதைக் கண்டார். தனது துடுப்புகளைக் கீழேபோட்டார், சிறிய சூரை மீனின் கனத்தையும் நடுக்கத்தையும் உணர்ந்தார், கயிற்றை உறுதியாகப் பிடித்து அதை உள்ளே இழுக்கத் தொடங்கினார். இழுக்கும்போது நடுக்கம் அதிகரித்தது, தண்ணீரில் மீனின் நீல நிற முதுகையும் தங்க நிற விலாப் புறங்களையும் பார்க்க முடிந்தது, அதனைப் பக்கவாட்டுப் பக்கமாகப் படகிற்குள் இழுத்துப் போட்டார். கச்சிதமாக, துப்பாக்கிக் குண்டு வடிவில் வெயிலில் கிடந்த மீன், தனது உயிரைப் பறித்து விட்டதாகப் படகின் மீது கோபம் கொண்டு அதன் வசீகரிக்கும் வாளால் படகின் பலகையை ஓங்கி அறைவது போல் துடித்துக் கொண்டிருந்தது. கிழவர் கருணை கொண்டு அதன் தலையில் ஓங்கி அடித்தார். படகின் முன்பக்க நிழலில் அதன் உடல் இன்னும் நடுங்கிக்கொண்டிருந்தது.

"அல்பாகோர்" என்றார் உரக்க. "இது ஒரு நல்ல தூண்டில் இரை. கிட்டத்தட்ட ஐந்து கிலோ எடை இருக்கும்."

தனிமையில் முதன்முதலாக எப்போது உரக்கப் பேச ஆரம்பித்தோம் என்பது அவருக்கு நினைவில்லை. முன்பெல்லாம் தனிமையில் பாடுவார். தனிமையில் ஆழ்ந்த யோசனையோடு மீன் பிடித்துக் கொண்டிருக்கும் சமயங்களிலோ, ஆமை வேட்டையின் போதோ சத்தமாகப் பாடுவார். சிறுவன் போன பிற்பாடு தான் உரக்கப் பேச ஆரம்பித்திருக்க வேண்டும். ஆனால் அது அவருக்கு ஞாபகம் இல்லை. அவரும் சிறுவனும் சேர்ந்து மீன் பிடிக்கும்

சமயங்களில் கூடத் தேவைப்படும்போது மட்டுமே பேசுவது வழக்கம். இரவிலோ அல்லது மோசமான வானிலையால் புயல் வீசும் சமயங்களின் போதோ மட்டும் பேசிக்கொள்வார்கள். கடலில் அனாவசியமாகப் பேசாமல் இருப்பது ஒரு நல்ல செயலாகவே கருதப்பட்டதால் கிழவர் அதை எப்பொழுதுமே பின்பற்றி மதித்து வந்தார். ஆனால் யாருக்கும் இப்போது தொந்தரவாக இருக்கப் போவதில்லை என்பதால் மனதில் தோன்றியதை வாய்விட்டுச் சத்தமாகப் பேசினார்.

"சத்தமாகப் பேசுவதை மற்றவர்கள் கேட்டால், என்னைப் பைத்தியக்காரன் என்று நினைப்பார்கள்" என்று உரக்கச் சொன்னார். "ஆனால் நான் பைத்தியக்காரன் இல்லை என்பதால், கவலைப்படத் தேவையில்லை. வசதியானவர்கள் தங்கள் படகுகளில் பாடவும், பேஸ்பால் விளையாட்டு குறித்த செய்திகளைக் கேட்கவும் ரேடியோக்கள் வைத்திருப்பார்கள்."

பேஸ்பால் பற்றி யோசிக்க இது நேரமில்லை என்று நினைத்தார். இப்போது யோசிக்க வேண்டியது ஒரு விஷயத்தைப் பற்றி மட்டுமே. எதற்காகப் பிறந்தேனோ அதை நிறைவேற்றுவது மட்டுமே. அந்த மீன் கூட்டத்தைச் சுற்றிப் பெரிய மீன் இருக்கக்கூடும் என நினைத்தார். சிறிய மீன்களை விழுங்கிக்கொண்டிருக்கும் பெரிய மீன் கூட்டத்திலிருந்து ஒரு மீனை மட்டுமே பிடித்திருக்கிறேன். ஆனால் அவை தூரமாகவும் மிக வேகமாகவும் செல்கின்றன. ஏனோ இன்று மேற்பரப்பில் தெரியும் அனைத்தும் மிக வேகமாக வடகிழக்கு நோக்கிச் செல்கிறது? அது இப்பருவத்தின் இயல்பா? அல்லது எனக்குத் தெரியாத வானிலை அறிகுறியா?

கரையின் பச்சை நிறத்தை இப்போது அவரால் பார்க்க முடியவில்லை. பனி மூடியதைப் போல வெண்மையாகத் தெரிந்த நீல நிறக் குன்றுகளின் உச்சிகளையும், அவற்றுக்கு மேலே உயர்ந்த பனி மலைகளைப் போன்ற மேகங்களையும்தான் அவரால் பார்க்க முடிந்தது. கடல் மிகவும் கருமையாக இருந்தது, சூரிய ஒளி தண்ணீரில் நிறமாலைகளை உருவாக்கியிருந்தது. கடற்பாசிகள் ஏற்படுத்திய வண்ணங்கள் அனைத்தும் உச்சி வெயிலில் காணாமல் போயிருந்தன. நீலக் கடலில் சூரிய ஒளியின் நிறமாலைகளை மட்டுமே கிழவரால் பார்க்க முடிந்த

போது. அவரது தூண்டில் கயிறுகள் நேராக நீருக்குள் ஒரு மைல் ஆழத்தில் இருந்தன.

மீனவர்கள் சூரை மீன் இனத்தைச் சேர்ந்த மீன்கள் அனைத்தையும் சூரை என்றே அழைத்தனர். அவற்றைச் சந்தைகளில் விற்கும் போதோ அல்லது தூண்டில் இரையாகப் போடும் போது மட்டுமே அவற்றின் சரியான பெயர்களால் அவை அடையாளம் காணப்பட்டன.

வெயில் இப்போது நன்றாகக் காய்ந்துகொண்டிருந்தது. கிழவர் கழுத்தின் பின்புறத்தில் சுளீரென உரைத்தது. முதுகில் வியர்வை வழிந்தது.

படகைச் சற்று நேரம் காற்றின் போக்கில் விட்டுவிட்டுத் தூங்கலாம். வேண்டுமானால் என்னை எழுப்ப என் கால் கட்டை விரலுக்கு இடையே தூண்டில் கயிற்றைச் சுற்றி வைக்கலாம் என எண்ணினார். ஆனால் மறு நொடியே இன்றுடன் எண்பத்தைந்து நாள்கள் ஆகிறது, இன்று நிச்சயம் மீன் பிடித்தாக வேண்டும் என்ற நினைவு வந்தது.

அப்போது தூண்டில் கயிறுகளில் ஒன்றுடன் இணைக்கப்பட்டிருந்த பச்சைக்கழி வளைந்து உள் முழுகுவதைக் கண்டார்.

“கிடைத்துவிட்டது! கிடைத்துவிட்டது” என்றபடி படகில் மோதாமல் துடுப்புகளைப் படகில் சாய்த்துவிட்டு, தூண்டில் கயிற்றை வலது கையின் கட்டை விரலுக்கும் ஆள்காட்டி விரலுக்கும் இடையில் மென்மையாகப் பிடித்துக்கொண்டார். அவர் எந்தச் சிரமத்தையோ, பாரத்தையோ உணரவில்லை, கயிற்றை லேசாகப் பிடித்திருந்தார். பின்னர் மீண்டும் ஓர் இறுக்கம். இந்த முறை ஒரு சாதாரண அசைவு, உறுதியாகவோ, கனமாகவோ இல்லை, அது என்னவென்று அவருக்குத் தெரியும். மார்லின் மீன் ஒன்று அறுநூறு அடி ஆழத்தில் இருந்த தூண்டிலில் மத்தி மீன்களையும், கொக்கியின் முனையில் சொருகப்பட்டு வெளியே நீட்டிக் கொண்டிருந்த சிறிய சூரையையும் சாப்பிட்டுக் கொண்டிருக்கிறது.

கிழவர் அந்தக் கயிற்றை லேசாகப் பிடித்துக் கொண்டு, மெதுவாகத் தன் இடது கையால் வளையத்திலிருந்து அவிழ்த்தார். இப்போது

மீன் எந்த அதிர்ச்சியையும் உணராதவண்ணம் விரல்களின் இடையே கயிற்றை விட்டுக்கொடுக்க அவரால் முடிந்தது.

இந்த மாதத்தில், அது மிகப் பெரியதாக இருக்கக்கூடும் என்றெண்ணினார். நன்றாகச் சாப்பிடு மீனே! தயவு செய்து நன்றாகச் சாப்பிடு. அறுநூறு அடி ஆழ இருட்டில், குளிர்ந்த நீரில் எவ்வளவு பிரமாதமாக இருக்கும். மீண்டும் ஒருமுறை திரும்பி வா! மீண்டும் ஒரு முறை சாப்பிடு.

சற்று நேரத்திற்குப் பிறகு முதலில் மென்மையான இழுப்பையும் பிறகு ஒரு கடினமான இழுப்பையும் உணர்ந்தார். கொக்கியிலிருந்து மத்தி மீன் தலையை இழுப்பது சற்றுக் கடினமாக இருந்திருக்க வேண்டுமென யூகித்தார். அதன் பின்னர் எவ்விதச் சலனமும் இன்றி அமைதியாக இருந்தது.

"வா, வா" என்று கிழவர் உரக்கச் சொன்னார். "இன்னொரு முறை திரும்பி வா. அவற்றை முகர்ந்து பார். ருசியானது இல்லையா? நன்றாகச் சாப்பிடு, அங்கு சூரையும் இருக்கிறது. புதியது, குளிர்ந்தது, கெட்டியானது,. வெட்கப்படாதே மீனே நன்றாகச் சாப்பிடு" என்றார்.

கட்டை விரலுக்கும் சுட்டு விரலுக்கும் இடையில் இருந்த கயிற்றைப் பிடித்துக்கொண்டு காத்திருந்தார். மீன் மேலும் கீழும் நீந்தும் என்பதால் மற்ற தூண்டில் கயிறுகளையும் ஒரே நேரத்தில் கவனித்துக்கொண்டிருந்தார். பின்னர் மீண்டும் அதே லேசான அசைவு.

"அது நிச்சயம் சாப்பிடும்," கிழவர் உரக்கச் சொன்னார். "அதைச் சாப்பிட கடவுள் அதற்கு உதவ வேண்டும்."

ஆனாலும் சாப்பிடவில்லை. மீன் போய்விட்டது, கிழவருக்கு எதுவும் புரியவில்லை.

"மீன் சென்றிருக்க வாய்ப்பில்லை" என்றார். "மீன் இருக்கிறதா என கிறிஸ்துவுக்குத் தான் வெளிச்சம். சுற்றி வருகிறது. ஒருவேளை அது ஏற்கெனவே தூண்டிலில் சிக்கித் தப்பித்திருக்குமோ அதில் சிலவற்றை இன்னும் ஞாபகம் வைத்திருக்குமோ?

பின்னர் மீண்டும் கயிற்றில் லேசான அசைவை உணர்ந்தார், அவரின் முகம் மலர்ந்தது.

"அது இம்முறை நிச்சயம் சாப்பிடும்," என்றார்.

லேசான தொடர் இழுப்பை உணர்ந்து மகிழ்ச்சியடைந்தார், பின்னர் அதில் கடினமான, நம்பமுடியாத அளவு கனமான இழுப்பை உணர்ந்தார். கயிற்றின் கனம் தொடர்ந்து அதிகரிக்கவும் கயிற்றை வேகமாக விட்டுக்கொண்டே இருந்தார். இரண்டு கூடுதல் சுருள்களில் முதல் சுருள் காலியானது. கிழவரின் விரல்களின் வழியே கயிறு லேசாக நழுவிச் சென்றபோது, அவரது கட்டைவிரலிலும் சுட்டு விரலிலும் அழுத்தத்தை உணர முடியவில்லை என்றாலும் அதன் அதிகமான எடையை உணர முடிந்தது.

"என்ன ஒரு மீன்" என்றார் அவர். "மீன், தூண்டிலை வாயின் பக்கவாட்டில் வைத்திருக்கிறது, மெல்ல அதை நகர்த்துகிறது" என்றார்.

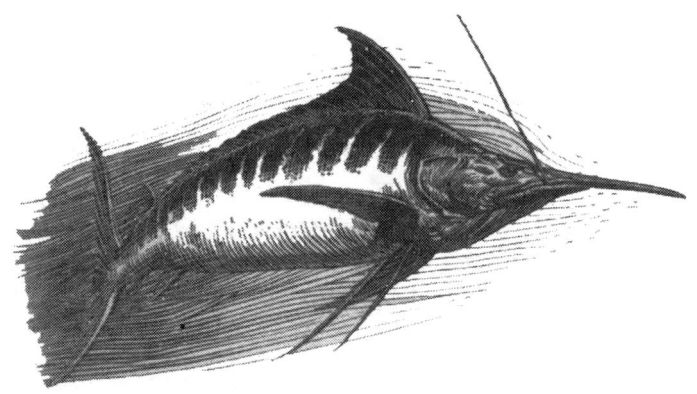

அதை நன்றாகக் கடிக்கட்டும் என்று காத்திருந்தார். ஒரு நல்ல காரியத்தை வாய்விட்டுச் சொன்னால் பலிக்காது என்று நம்புபவர் என்பதால் சொல்லவில்லை. இது எவ்வளவு பெரிய மீன் என்று அவருக்குத் தெரியும், சூரை மீனை வாயில் குறுக்காக வைத்துக்கொண்டு இருளில் நகர்வதை அவரால் உணர முடிந்தது. சிறிது நேரத்திற்குப் பிறகு கயிறு நகராமல் இருப்பதைக் கவனித்தார், ஆனால் கயிற்றில் இன்னும் கனத்தை உணரமுடிந்தது. சற்றே கனம் அதிகரிக்க, கயிற்றை மீண்டும் சிறிது விட்டுக்கொடுத்தார். மெல்ல விரல்களை ஒரு கணம்

இறுக்க, கயிற்றின் கனம் கூடி நேராகக் கீழே நோக்கிச் செல்ல ஆரம்பித்தது.

"சாப்பிடத் தொடங்கிவிட்டது, நன்றாகச் சாப்பிடட்டும்" என்றார்.

கயிற்றைத் தன் விரல்களினூடாக விட்டுக்கொடுத்தார். கீழே குனிந்து, இடது கையால் இரண்டாவது கூடுதல் சுருள்களின் முனைகளை இந்தக் கயிற்றுச் சுருளின் வளையத்திற்குள் செலுத்தி இணைத்துக் கட்டிவிட்டு, தயாராகக் காத்திருந்தார். அவரிடம் இப்போது பயன்படுத்திக்கொண்டிருந்த கயிற்றுச் சுருளுடன், மூன்று எண்பது மீட்டர் சுருள்கள் இருப்பில் இருந்தன.

"இன்னும் கொஞ்சம் சாப்பிடு. நன்றாகச் சாப்பிடு" என்றார்.

கொக்கியின் முனை உன் இதயத்துக்குள் சென்று உன்னைக் கொல்லும்படி அதைச் சாப்பிடு. பின்னர் சுலபமாக மேலே வா என் ஈட்டியை உன் உடலில் செலுத்துகிறேன். சரிதானே! நீ தயாரா? நீ சாப்பிட்டது போதுமா?

"இப்போது வா!" என்று உரக்கச் சொல்லிவிட்டு, இரு கைகளாலும் பலமாக இழுக்கத் துவங்கினார், ஒரு கஜ தூரம் கயிற்றை இழுத்து முடித்த பின் இடைவெளி, பிறகு மீண்டும் ஒரு இழுப்பு, ஒவ்வொரு கையையும் மாற்றி மாற்றி, தன் கைகளின் முழு பலத்துடனும் உடலின் மொத்த ஆற்றலையும் திரட்டிக் கயிற்றை இழுக்க முயன்று கொண்டிருந்தார், முடியவில்லை.

எதுவும் நடப்பதாகத் தோன்றவில்லை. மீன் மெல்ல நகர்ந்தது. கயிறு மிக வலுவாகவும் இது போன்ற கனமான மீன்களை எதிர்கொள்ள ஏதுவாகவும் இருந்தபோதும், கயிற்றை ஓர் அங்குலம் கூட இழுக்க முடியவில்லை. கயிறு மிக இறுக்கமாக இருக்குமாறு தனது முதுகில் சுற்றிப் பிடித்துக்கொண்டார், அதிலிருந்து நீர்த் திவலைகள் தெரித்தன. நீரில் கயிறு சரசரத்தது. அவர் படகின் பக்கவாட்டில் ஊன்றி நின்றுகொண்டு, முன்பக்கமாகச் சாய்ந்து கயிற்றை இன்னும் இறுக்கிப் பிடித்துக்கொண்டு இருந்தார். படகு மெல்ல வடமேற்குத் திசையை நோக்கி நகரத்தொடங்கியது.

மீன் சீராக நகர்ந்துகொண்டிருந்தது. அமைதியான நீரில் மெதுவாகப் பயணித்தது. மற்ற தூண்டில்கள் இன்னும் தண்ணீரிலே இருந்தன, ஆனால் அவற்றை எதுவும் செய்வதற்கில்லை என்றார்.

"சிறுவன் இருந்திருந்தால் நன்றாக இருந்திருக்கும்" என்ற கிழவர், "என்னை ஒரு மீன் இழுத்துச் செல்கிறது, நான் இழுத்துச் செல்லப்படுகிறேன். என்னால் வேகமாக்க கயிற்றை விட முடியும். ஆனால் கயிற்றை அறுத்துக்கொண்டு தப்பிவிடவும் வாய்ப்பிருக்கிறது. என்னால் இயன்ற அளவுக்கு இறுக்கிப் பிடித்துக்கொண்டும், கயிறு தேவைப்படும் நேரத்தில் விட்டுக்கொடுத்தும் மீனை லாகவமாகக் கையாள வேண்டும். நல்ல வேளையாக அது கீழ் நோக்கிச் செல்லாமல் சுற்றி வட்டம் அடிக்கிறது, கடவுளுக்கு நன்றி" என்றார்.

மீன் ஆழத்திற்குச் செல்ல முடிவு செய்தால்? அங்கேயே இறந்துவிட்டால்? என்ன செய்வேன்? தெரியவில்லை, ஆனால் ஏதாவது செய்யவேண்டும், செய்ய வேண்டிய விஷயங்கள் நிறைய இருக்கின்றன.

கயிற்றைத் தன் முதுகில் சாய்த்துப் பிடித்துக்கொண்டு, படகு வடமேற்கில் சீராக நகர்வதையும், கயிற்றின் சாய்வையும் கவனித்தபடி இருந்தார்.

அதை இஷ்டப்படி செல்ல அனுமதித்துக்கொண்டிருக்க முடியாது, மீன் விரைவில் சிக்கிக்கொள்ளும் என்று கிழவர் நினைத்தார். ஆனால் நான்கு மணி நேரத்திற்குப் பிறகும் மீன் நிதானமாகப் படகை இழுத்தபடி கடலில் நீந்திக்கொண்டிருந்தது. கிழவர் இன்னும் தனது முதுகின் குறுக்கே கயிற்றை உறுதியாகப் பிடித்து இருந்தார்.

“நண்பகலின் போது தூண்டிலில் சிக்கியது. ஆனால் இன்னும் பார்க்கமுடியவில்லை” என்றார்.

தூண்டிலைப் போடுவதற்கு முன் தலையில் இறுகப் போட்டிருந்த வைக்கோல் தொப்பி நெற்றியை அறுத்துக்கொண்டிருந்தது. அத்தோடு தாகமாகவும் இருந்தது. கயிற்றை எவ்விதச் சலனமும் இன்றி கவனமாகப் பிடித்துக்கொண்டு மண்டியிட்டு அமர்ந்தார். பிறகு எவ்வளவு தூரம் குனிய முடியுமோ அவ்வளவு குனிந்து படகின் முன் பக்கத்திலிருந்து ஒரு கையால் தண்ணீர் பாட்டிலை எடுத்து, அதிலிருந்து கொஞ்சம் தண்ணீர் குடித்தார். அப்படியே அமர்ந்து பலகையில் சாய்ந்து ஓய்வெடுத்தார், எதைப் பற்றியும் சிந்திக்காமல் வலியைப் பொறுத்துக்கொள்ள மட்டுமே முயன்று கொண்டிருந்தார்.

திரும்பிப் பார்த்தபோது நிலம் கண்ணில் தென்படவில்லை. வெகுதூரம் வந்தது குறித்து கவலைப்பட்டு எதுவும் ஆகப் போவதில்லை என்று நினைத்த அவர். பளபளப்பான *ஹவானாவைக்* கூடிய விரைவில் காண்போம் என நம்பினார். சூரியன் மறைவதற்கு இன்னும் இரண்டு மணி நேரம் இருக்கிறது, அதற்குள் மீன் சிக்கிவிடும். இல்லையெனில் நிலவு வரும் வரை காத்திருக்கலாம். அப்படியும் முடியாமல் போனால் விடியல் நிச்சயம் அதனை முடிவுக்குக் கொண்டு வரும். எனக்கு மரப்பு ஏதும் இல்லை, நான் வலுவாக இருக்கிறேன். மீன்தான் தூண்டிலில் சிக்கி இருக்கிறது. ஆனால், என்ன ஒரு வலுவான மீன்! இப்படி இழுத்துச் செல்கிறதே. அதன் வாய் துண்டிலில் இறுக்கமாகச் சிக்கியிருக்கிறது. நான் அதைப் பார்க்க வேண்டும். என்னைப்

பாடாய்ப்படுத்தும் அந்த மீன் எப்படி இருக்கிறது என்று ஒரு முறை பார்க்க வேண்டும்.

அன்றிரவு முழுவதும் மீன் தன் பாதையையோ, திசையையோ மாற்றிக்கொள்ளவே இல்லை என்பதை நட்சத்திரங்களைப் பார்த்து ஊகிக்க முடிந்தது. சூரியன் மறைந்த பிறகு குளிர்ச்சியாக இருந்தது, வியர்வை கிழவரின் முதுகிலும் கைகளிலும் அவரது பழைய கால்களிலும் உலர்ந்து உப்பு பூத்திருந்தது. பகலில் தூண்டில் பெட்டியை மூடியிருந்த சாக்கை எடுத்து வெயிலில் காய வைத்திருந்தார். சூரியன் மறைந்த பிறகு அதைத் தன் கழுத்தில் கட்டிக்கொண்டார். அவர் முதுகில் அது தொங்கிக் கொண்டிருந்தது. தூண்டில் கயிற்றை ஜாக்கிரதையாக இறக்கி அவரது தோளில் போட்டுக்கொண்டார். சாக்கின் மேல் கயிற்றை இறுகப் பிடித்துக்கொண்டு படகின் முன் பக்கமாகச் சாய்ந்து கொள்ள ஒரு வழியைக் கண்டுபிடித்தார், சாய்ந்து சற்று வசதியாக உட்கார்ந்தார். உண்மையில் நிலைமை சற்றே சகித்துக்கொள்ள முடியாதிருந்த போதிலும் வசதியாக உள்ளதாக நம்பினார்.

மீன் பிடிவாதமாக இருக்கும் வரை, நான் அதை ஒன்றும் செய்ய முடியாது. அதுவும் என்னை ஒன்றும் செய்ய முடியாது என்று அவர் நினைத்தார்.

ஒருமுறை எழுந்து நின்று படகின் பக்கவாட்டில் சிறுநீர் கழித்தார், நட்சத்திரங்களைப் பார்த்துத் தனது திசையைச் சரிபார்த்துக் கொண்டார். கயிறு அவர் தோள்களிலிருந்து நேராக நீரில் ஒரு ஒளிக்கீற்று போலத் தெரிந்தது. மீன் இப்போது மிக மெதுவாக நகர்ந்துகொண்டிருந்தது. ஹவானாவின் நகர விளக்குகள் மங்கிப் போயிருந்தன எனவே, தான் கிழக்கு நோக்கி இழுத்துச் செல்லப்படுகிறோம் எனக் கணித்தார். ஹவானாவின் வெளிச்சம் முழுமையாக மறைந்துவிட்டால் அதிக தூரம் கிழக்கு நோக்கிச் சென்றிருப்போம். ஏனெனில், மீனின் போக்கு உண்மையில் இப்படியே தொடருமானால், அதை இன்னும் பல மணி நேரம் சமாளிக்கத் தயாராக வேண்டுமென்று எண்ணினார்.

இன்று கிராண்ட் லீக் பேஸ்பால் எப்படி நடந்தது என்று தெரிந்துகொள்ள ஆர்வமாக இருக்கிறது. ஒரு ரேடியோ இருந்தால் நன்றாக இருந்திருக்கும் என்று சிந்தித்தார். சிறிது யோசனைக்குப் பிறகு எப்போதும் மீனைப் பற்றியே சிந்தி.

என்ன செய்துகொண்டிருக்கிறாய் என்று சிந்தி. முட்டாள்தனமாக எதுவும் செய்துவிடக்கூடாது.

பிறகு உரத்த குரலில், "எனக்கு உதவவும், இந்த மீனைப் பார்க்கவும் சிறுவன் இருந்திருந்தால் நன்றாக இருக்கும்" என்றார்.

வயதான காலத்தில் யாரும் தனிமையில் இருக்கக்கூடாது, ஆனால் அது தவிர்க்க முடியாதது என்று நினைத்த அவர், "கெட்டுப்போவதற்கு முன்பு சூரை மீன்களைச் சாப்பிட வேண்டும். நான் வலுவாக இருக்க வேண்டும். நீ அதை விரும்பாவிட்டாலும், காலையில் மீனைச் சாப்பிட்டு விடவேண்டும் என்பதை நினைவில் கொள்" என்றார்.

இரவில் இரண்டு கடற்பன்றிகள் படகைச் சுற்றி வந்தன, அவை உருளுவதையும் ஒலி எழுப்புவதையும் அவரால் கேட்க முடிந்தது. ஆண் குரலுக்கும் பெண்ணின் மெல்லிய மூச்சு சத்தத்திற்கும் உள்ள வித்தியாசத்தை அவரால் உணர முடிந்தது.

"அருமையானவை," என்ற அவர். "விளையாடுகின்றன, கேலி செய்துகொள்கின்றன, ஒன்றையொன்று நேசிக்கின்றன. அவை பறக்கும் மீன்களைப் போலவே என் சகோதரர்கள்" என்றார்.

பிறகு தன் தூண்டிலில் சிக்கியுள்ள பெரிய மீன் குறித்து கவலைப்பட ஆரம்பித்தார். அது அற்புதமானது, விசித்திரமானது. அதற்கு என்ன வயதிருக்கும்? யாருக்குத் தெரியும்? இவ்வளவு வலிமையான மீனையோ அல்லது இவ்வளவு விசித்திரமாக நடந்து கொண்ட ஒன்றையோ நான் பார்த்ததில்லை. ஒருவேளை அது மேலெழுந்து தாக்கும் அளவுக்கு புத்திசாலியாக இருக்கலாம். அது ஒரு துள்ளல் மூலமோ அல்லது கண்மூடித்தனமான அவசரத் தாக்குதல் மூலமோ என்னை அழித்துவிடக் கூட முடியும். ஒருவேளை, இதற்கு முன்பு பல முறை தூண்டிலில் சிக்கியும் இருக்கலாம், அதன் மூலம் தனது சண்டையை இப்படித்தான் செய்ய வேண்டுமென்று அறிந்திருக்கலாம். தன்னைப் பிடித்து இருப்பது ஒற்றையாள் என்பதையோ, அவனும் ஒரு வயதான கிழவன் என்பதையோ அறிந்திருக்க வாய்ப்பில்லை. ஆனால் அது எவ்வளவு பெரிய மீன், அதன் இறைச்சி நன்றாக இருந்தால் அதன் சந்தை மதிப்பு எவ்வளவு இருக்கும். அது தூண்டிலைப் பற்றி ஆண்மையுடன் இழுத்துச் செல்கிறது, அதன் சண்டையில்

கிழவனும் கடலும் | 47

எந்தப் பயமும் இல்லை. அதற்கு ஏதாவது திட்டங்கள் இருக்கிறதா? அல்லது என்னைப் போலவே அதுவும் நம்பிக்கையற்றதா என்று தெரியவில்லை? என்றார்.

முன்பு ஒரு ஜோடி மார்லின் மீன்களுக்குத் தூண்டில் போட்டது அவரது நினைவுக்கு வந்தது. ஆண் மீன் எப்போதும் பெண் மீனை முதலில் உணவருந்தச் செய்யும், அதனால் துரதிஷ்டவசமாகத் தூண்டிலில் பெண் மீன் சிக்கிக் கொண்டது. அவள் பீதியடைந்தும் விரக்தியடைந்தும் காட்டுத்தனமான தாக்குதலைத் தொடங்கினாள், அதனால் விரைவில் சோர்வடைந்தாள், அப்போதும் ஆண் அவளுடனே இருந்தது, கயிற்றைக் கடந்து அவளுடன் மேற்பரப்பில் வட்டமிட்டது. அது மிக நெருக்கமாக இருந்ததால், அரிவாளைப் போலக் கூர்மையாகவும், அதே அளவிலும் வடிவத்திலும் இருந்த தனது வாலால் கயிற்றை வெட்டிவிடுமோ என்று கிழவர் பயந்தார். கிழவன் அவளைத் தடியால் அடித்தார், அவளது நிறம் கிட்டத்தட்ட கண்ணாடியின் பின்புறம் போன்ற நிறமாக மாறும் வரை அவளது தலையின் உச்சியில் அடித்தார், பின்னர், சிறுவனின் உதவியுடன், அவளைப் படகில் ஏற்றியபோது, ஆண் மீன் படகின் பக்கவாட்டிற்கு வந்தது. பிறகு, கிழவர் கயிறுகளைச் சரிசெய்து, ஈட்டியைத் தயார் செய்துகொண்டிருந்தபோது, ஆண் மீன் படகுக்குப் பக்கத்தில் உயரக் குதித்துப் பெண் மீன் எங்கே இருக்கிறது என்று பார்த்தது. பிறகு அமைதியான கடலின் ஆழத்திற்குச் சென்றது. அதன் இளங்கத்தரி நிறத் துடுப்புகளும், பளிச்சிட்ட அதன் அகன்ற இளங்கத்தரி நிறக் கோடுகள் உடைய மார்பும் அகலமாக விரிந்திருந்தது. அந்த மீன் மிக அழகாக இருந்தது, அது மட்டும் உயிர் பிழைத்துக்கொண்டது. கிழவருக்கு அச்சம்பவம் நிழலாடியது.

அது நான் பார்த்ததிலேயே மிகவும் துயரமான சம்பவம் என்று நினைத்துக்கொண்டார். சிறுவனும் சோகமாக இருந்தான், நாங்கள் அவளிடம் மன்னிப்பு கோரியபின், அவளை முறையாக வெட்டினோம்.

"சிறுவன் இங்கே இருந்திருந்தால் நன்றாக இருந்திருக்கும்" என்று உரக்கச் சொல்லிவிட்டு, படகின் முன்பக்க வளைவில் சாய்ந்து கொண்டு, தன் தோளின் குறுக்கே கிடந்த கயிற்றின் மூலம்

மீனின் வலிமையைக் கணிக்க முயன்றுகொண்டிருந்தார், மீன் அதன் பாதையில் சீராக நகர்ந்து கொண்டிருந்தது.

என் வஞ்சகத் திட்டத்திற்கு எதிராக ஏதாவது செய்ய வேண்டும் என மீன் எண்ணுகிறதோ?

கண்ணிகள், பொறிகள், துரோகங்கள் ஆகியவற்றைத் தாண்டி இருண்ட நீரின் வெகு ஆழத்தில் இருக்க மீன் தீர்மானித்திருக்கலாம். ஆனால் உலகிலுள்ள அனைவருக்கும் முன், அம்மீனைத் தேடி அங்கு செல்வது என் விருப்பம். உலகிலுள்ள எல்லா மக்களுக்கும் அப்பாற்பட்டு நாங்கள் ஒன்றிணைந்திருக்கிறோம், மதியத்திலிருந்து ஒன்றாக இருக்கிறோம். இருவருமே உதவ யாருமின்றி தவித்திருக்கிறோம்.

ஒருவேளை தான் ஒரு மீனவனாகப் பிறந்திருக்கக் கூடாது என தோன்றியபோது, இல்லை அப்படிதான் நான் பிறந்தேன் என்று நினைத்தார். வெளிச்சம் வந்த உடனே சூரை மீனைச் சாப்பிட்டுவிட வேண்டும் என ஞாபகப்படுத்திக்கொண்டார்.

பொழுது விடிவதற்குச் சற்று முன்பு அவருக்குப் பின்னால் இருந்த தூண்டில்களில் ஏதோ ஒன்று சிக்கியது. தூண்டில் கம்பு உடைந்து படகின் வரும்புக்கு மேலே கயிறு வேகமாக இழுபடும் ஓசை கேட்டது. இருட்டில் உறையிலிந்து கத்தியை எடுத்து, இடது தோளில் மீனின் கனம் முழுவதையும் தாங்கிக்கொண்டு, பின்னால் சாய்ந்து படகின் பக்கவாட்டில் இருந்த அந்தத் தூண்டில் கயிற்றை வெட்டினார். பிறகு தனக்கு மிக அருகாமையில் இருந்த மற்றொரு கயிற்றையும் வெட்டி, இருட்டிலேயே இரண்டு கூடுதல் சுருள்களின் முனைகளை இணைத்துக் கட்டினார். ஒரு கையால் சாமர்த்தியமாக முயற்சி செய்து, சுருள்களின் மீது கால் வைத்து முடிச்சுகளை இறுக்கமாக்கினார். இப்போது அவரிடம் ஆறு சுருள்கள் இருப்பு இருந்தது. அதாவது அவர் வெட்டிய ஒவ்வொரு தூண்டிலிலிருந்த இரண்டு கயிறுகளும், தூண்டில் மீன்

பொருத்தப்பட்டிருந்த இரண்டு இணைப்புக் கயிறுகளும் இருந்தன, அவை அனைத்தும் ஒன்றோடொன்று இணைக்கப்பட்டிருந்தன.

வெளிச்சம் வந்ததும், எண்பது மீட்டர் நீளமுள்ள தூண்டில் கயிற்றையும் வெட்டி, கூடுதல் சுருள்களுடன் இணைக்கலாம் என்று நினைத்தார்.

நானூறு மீட்டர் நல்ல *காடலான்* கயிற்றையும், கொக்கிகளையும், முன் வளையங்களையும் இழந்துவிட்டேன். அதைச் சம்பாதித்துக் கொள்ள முடியும். ஆனால் நான் வேறு சில மீன்களைப் பிடிக்க முயன்றால் இந்த மீனைக் கையாள்வது யார்? இப்போதுவரை தூண்டிலில் சிக்கிய மீன் எதுவென எனக்குத் தெரியவில்லை. அது ஒரு மார்லினாகவோ, பிராட்பில்லோ அல்லது சுறாவாகவோ இருக்கலாம். அதைப் பார்க்க முடியவில்லை. அது மிக வேகமாகச் சென்று கொண்டிருக்கிறது.

உரத்த குரலில், "அந்தச் சிறுவன் என்னுடன் இருந்திருந்தால் நன்றாக இருந்திருக்கும்" என்றார்.

ஆனால் சிறுவன் இல்லையே என்று எண்ணிய அவர். உன்னுடன் நீ மட்டுமே இருக்கிறாய் அதனால் உடனே சென்று கடைசித் தூண்டிலைக் கவனி. இருட்டிலேயே, அதை வெட்டி, இரண்டு இருப்புச் சுருள்களையும் கொக்கி போட்டு இணைத்துவிடுவது நல்லது என நினைத்தார்.

உடனே அதைச் செய்தார். இருட்டில் அது சற்றுக் கடினமாகத்தான் இருந்தது, ஒரு முறை மீன் ஒரு சிறு அதிர்வை உண்டாக்கியது, அது அவரது முகத்திலும், கண்ணுக்குக் கீழேயும் காயத்தை ஏற்படுத்தியது. கன்னத்தில் ரத்தம் வழிந்தது. ஆனால் அது அவரது தாடையை அடைவதற்குள் உறைந்து காய்ந்து போனது. அவர் முன்பக்கத்திற்குத் திரும்பி மரத்தில் சாய்ந்துகொண்டார். சாக்கைச் சரி செய்து, தோளின் புதிய இடத்தின் குறுக்கே கயிறு இருக்குமாறு கவனமாகப் பிடித்துக்கொண்டார். தோள்களில் அழுத்திப் பிடித்தபடியே மீனின் இழுப்பை உணர்ந்தார். தண்ணீரில் கைவைத்துப் படகின் ஓட்டத்தைக் கவனித்தார்.

எதற்காக திடீரென அப்படி இழுத்தது என்று யோசித்தார். பெரிய குன்று போன்ற அதன் முதுகிலிருந்து கயிறு வழுக்கி விழுந்திருக்க வேண்டும். நிச்சயமாக அதன் முதுகு என்னுடையதைப் போல

மோசமாக இருக்க வாய்ப்பில்லை. ஆனால் அது எவ்வளவு பெரிய மீனாக இருந்தாலும் இந்தப் படகைத் தொடர்ந்து இழுத்துச் செல்ல முடியாது. என்னிடம் இப்போது தேவைப்படும் அளவைக் காட்டிலும் கூடுதலான கயிற்றுச் சுருள் இருப்பில் இருக்கிறது

“மீனே, நான் சாகும் வரை உன்னுடனேயே இருப்பேன்” என்று மனதுக்குள் உரக்கச் சொன்னார்.

மீனும் என்னுடன் இருக்கும் என்று நினைக்கிறேன் என்ற கிழவர், வெளிச்சம் வரும் வரை காத்திருந்தார். பொழுது விடிவதற்கு முன்பு குளிராக இருந்தது, படகுடன் நெருங்கி அமர்ந்து கொண்டார். அதனால் எவ்வளவு காலம் முடியுமோ அவ்வளவு காலம் என்னாலும் தாக்குப் பிடிக்க முடியுமென்று நினைத்தார். முதல் வெளிச்சத்தில் கயிறு தண்ணீருக்குள் நீண்டு கீழே சென்றது தெரிந்தது. படகு சீராக நகர்ந்துகொண்டு இருந்தது, சூரியன் மேலே உயர்ந்தபோது கயிறு கிழவரின் வலது தோளில் இருந்தது.

“அது வடக்கு நோக்கி நகரத் தொடங்கிவிட்டது” என்றார் கிழவர். மீன் தன்னைக் கிழக்கு நோக்கி வெகு தூரம் இழுத்துச் சென்றிருக்கும் என்று நினைத்த அவர், படகு நீரோட்டத்துடன் செல்ல வேண்டும் அதுதான் மீன் சோர்வடைந்துவிட்டதை உறுதிப்படுத்தும் என்றார்.

ஆனால் சூரியன் மீண்டும் உதித்தபோதும் மீன் சோர்வடையவில்லை என்பதைக் கிழவர் உணர்ந்தார். ஒரே ஒரு சாதகமான அறிகுறி மட்டுமே இருந்தது. கோட்டின் சாய்வு குறைந்து அது குறைவான ஆழத்தில் நீந்திக்கொண்டிருந்தது. அதற்காக அது துள்ளிக் குதிக்கும்மென்று அர்த்தமல்ல. ஆனால் அதையும் செய்ய வாய்ப்பிருக்கிறது.

“கடவுளே அவனைக் குதிக்கச் செய்” என்ற கிழவர். “அதனைச் சமாளிக்க என்னிடம் போதுமான கயிறு இருக்கிறது.”

ஒருவேளை நான் சற்று இழுத்துப் பிடித்தால் அதற்கு வலிக்கும், அது துள்ளிக் குதிக்கும் என்று நினைத்தார். பொழுது விடிந்துவிட்டதால், இப்போது அது குதிக்கட்டும், அதனால் அதன் முதுகிலுள்ள காற்றுப் பைகளில் காற்று நிரம்பும், அதிக ஆழம் செல்ல முடியாது.

அவர் இறுக்கத்தைச் சிறிது அதிகரிக்க முயன்றார், ஆனால் மீன் தூண்டிலில் சிக்கியதிலிருந்தே தூண்டிலின் விளிம்பு வரை கயிறு இறுக்கமாகத்தான் இருந்தது, அதை மேலும் இறுக்க வேண்டி கயிற்றின் மேல் சாய்ந்தபோது கயிறு கடுமையாவதை உணர்ந்தார், அதற்கு மேலும் அதை இழுக்கக்கூடாது என்று அவருக்குத் தெரியும். அதில் எப்போதும் சிறு அதிர்வையும் ஏற்படுத்தி விடாமல் ஜாக்கிரதையாக இருந்தார். ஏனெனில், ஒவ்வொரு அதிர்வும் கொக்கி பிடித்திருக்கும் தசையை அகலமாக்கி, அது எம்பிக் குதிக்கும்போது எளிதாகத் தப்பிக்க வழி செய்துவிடும்.

எப்படியிருந்தாலும் வெயிலும், வானிலையும் எனக்குச் சாதகமாக இருக்கிறது. ஆனால் என்ன இன்னும் ஒரு முறை கூட மீனைப் பார்க்கவில்லை என்று நினைத்தார்.

கயிற்றில் மஞ்சள் நிறப் பாசி படிந்திருந்தது, கிழவர் அது ஒரு கூடுதல் பிடிப்பைக் கொடுக்கும் என்று எண்ணினார், அதனால் மகிழ்ச்சியடைந்தார். இந்த மஞ்சள் நிற வளைகுடா பாசிகள்தான் இரவில் பிரகாசமாக மின்னிக் கொண்டிருந்தன.

"மீனே, நான் உன்னை நேசிக்கிறேன், உன்னை மிகவும் மதிக்கிறேன். ஆனால் இன்றைக்குள் உன்னைக் கொன்றுவிடுவேன்" என்றார். அப்படியே நம்புவோம் என்று நினைத்துக்கொண்டார்.

ஒரு சிறிய பறவை வடக்கிலிருந்து படகை நோக்கி வந்தது. அது ஒரு வார்ப்ளர் அது தண்ணீருக்கு மேலே மிகவும் தாழ்வாகப் பறந்து கொண்டிருந்தது. அது மிகவும் களைப்பாக இருப்பதைக் கிழவரால் உணர முடிந்தது.

பறவை படகின் பின்புறத்தில் அமர்ந்து ஓய்வெடுத்தது. பின்னர் கிழவரின் தலையைச் சுற்றிப் பறந்து சென்று வசதியாகக் கயிற்றில் அமர்ந்து ஓய்வெடுத்தது.

"உனக்கு என்ன வயது?" என்று கிழவர் பறவையிடம் கேட்டார். "இதுதான் உன் முதல் பயணமா?"

அவர் பேசும்போது பறவை அவரையே பார்த்தது. அந்தக் கயிற்றைச் சோதித்துப் பார்க்கக்கூட முடியாத அளவுக்கு அது களைத்துப் போயிருந்தது. அதனுடைய மென்மையான கால்கள் அந்தக் கயிற்றை இறுகப் பற்றிக்கொண்டிருந்தன.

"பயப்படாதே," என்றார் பறவையிடம். "கயிறு மிக உறுதியானது. ஆனால் காற்று வீசாத இரவுக்குப் பிறகு நீ இவ்வளவு களைப்பாக இருக்கக்கூடாது. ஆமாம் பறவைகள் எதை நோக்கிச் செல்கின்றன?"

பருந்துகள் உன்னைத் தேடிக் கடலுக்கு வரும் என்று சொல்ல நினைத்த அவர், பருந்துகளைப் பற்றிச் சீக்கிரமே தெரிந்துகொள்ளப் போகும் அந்தப் பறவையிடம் இதைப் பற்றிச் சொல்லத் தேவையில்லை என்று நினைத்தார்.

"நன்றாக ஓய்வெடு, சிறு பறவையே" என்றார். "அசதி தீர்ந்ததும் மனிதனைப் போல, மற்ற பறவையைப் போல நீருக்குள் மூழ்கி உன் அதிர்ஷ்டத்தைச் சோதித்துப் பார்" என்றார்.

இரவில் முதுகு விறைத்துப் போயிருந்ததால், கடுமையான வலி அவரை அதிகம் பேசத் தூண்டியது.

"பறவையே! நீ விரும்பினால் என் படகில் தங்கு," என்ற அவர். "பாய்மரத்தைத் தூக்கி நிறுத்தி அதன் சிறு தென்றலுடன் உன்னை உடன் அழைத்துச் செல்ல முடியாமல் போனதற்கு வருந்துகிறேன். ஆனால் நான் ஒரு நண்பனுடன் இருக்கிறேன்" என்றார்.

அப்போது மீன் திடீரென்று பாய்ந்தது. அது கிழவரைப் படகின் முன்பக்கத்திற்கு இழுத்துத் தள்ளியது. அவர் கயிற்றைப் பிடித்துத் தன்னைச் சரிசெய்துகொண்டு கயிற்றைச் சிறிது விட்டுக் கொடுத்திருக்காவிட்டால் அவரைக் கடலில் இழுத்துத் தள்ளியிருக்கும்.

கயிறு அதிர்ந்த போது பறவை மேலே பறந்து சென்றது, கிழவர் அது பறந்ததைக் கூடக் கவனிக்கவில்லை. வலது கையால் கயிற்றின் இழுவிசையைக் கவனமாகத் தொட்டுப் பார்த்தபோது கையில் ரத்தம் வழிவதைக் கவனித்தார்.

"மீனை ஏதோ ஒன்று காயப்படுத்தி இருக்கிறது" என்று உரக்கச் சொல்லிவிட்டு, மீனைத் திருப்ப முடியுமா என்று கயிற்றை இழுத்தார். ஆனால் குறிப்பிட்ட அளவு மட்டுமே கயிற்றை இழுத்துத் தன்னைச் சரிசெய்துகொண்டார்.

"நீ இப்போது வலியை உணர்கிறாயா மீனே," என்று அவர் கேட்டார். "கடவுளுக்குத்தான் தெரியும், சரிதானே" என்றார்.

அந்தப் பறவையைத் தேடினார், ஏனென்றால் அது துணையாக இருந்தால் நன்றாக இருந்திருக்கும் என எண்ணினார். பறவை பறந்துவிட்டது.

பறவை அதிக நேரம் இருக்கவில்லை என வருந்திய கிழவர், கரையை அடையும் வரை உன் பயணம் மிகக் கடினமானது என்றார். மீனின் ஒற்றைத் துள்ளலில் என்னை நிலைகுலையச் செய்ய எப்படி நான் அனுமதித்தேன்? ஒன்று மிக மெத்தனமாக

இருந்திருக்க வேண்டும் அல்லது அந்தச் சிறு பறவை குறித்து நினைத்துக்கொண்டிருந்திருக்க வேண்டும். உடனே, நான் மீனைச் சீக்கிரம் சாப்பிட்டு, உடல் வலிமை குறையாது கவனித்துக் கொள்ள வேண்டுமென எண்ணினார்.

“சிறுவன் இங்கே இருந்திருந்தால் நன்றாக இருந்திருக்கும், நான் கொஞ்சம் உப்பு கொண்டு வந்திருக்க வேண்டும்,” என்றார் சத்தமாக.

கயிற்றின் பளுவை இடது தோளுக்கு மாற்றி, கவனமாக முழங்காலிட்டு, கடலில் கையைக் கழுவிவிட்டுச் சிறிது நேரம் அங்கேயே வைத்திருந்தார், ஒரு நிமிடத்திற்கும் மேலாக நீரின் தடம் விலகுவதையும், படகு நகரும்போது அவர் கையில் தண்ணீர் சீராகப் பாய்வதையும் பார்த்துக்கொண்டிருந்தார்.

“அதன் வேகம் குறைந்துவிட்டது,” என்றார் கிழவர்.

கிழவர் உப்புத் தண்ணீரில் கொஞ்ச நேரம் கையை வைத்துக் கொண்டிருக்க விரும்பினார். ஆனால் திடீரென்று மீன் எம்பி விடுமோ என்று பயந்தார். அவர் எழுந்து நின்று தன்னைத் தயார்ப்படுத்திக்கொண்டு, சூரியனை நோக்கிக் கையை உயர்த்தினார். ஒரு சிறு கீரல் போன்றுதான் சதையைக் கிழித்திருந்தது என்றாலும் அது அவரது கையில் கயிற்றைப் பிடிக்கும் இடத்தில் இருந்தது. மீன் பிடிபடும் வரை கைகள் எத்தனை அவசியமென்று அவருக்குத் தெரியும், அதனால் வெட்டுப்படுவதை விரும்பவில்லை.

“கை காய்ந்ததும், சூரை மீனைச் சாப்பிட வேண்டும். மீன் குத்தும் ஈட்டியைக் கொண்டு இங்கேயே எடுத்து நிம்மதியாகச் சாப்பிட முடியும்” என்றார்.

குனிந்து, படகின் பின்பக்கத்தில் இருந்த சூரையைக் கொக்கியால் தடவி எடுத்து, சுருண்டு கிடந்த கயிற்றில் படாமல் தன் பக்கம் இழுத்தார். மீண்டும் இடது தோளில் கயிற்றைப் போட்டு, அதை இடது கையால் பிடித்தபடி, ஈட்டி

கொக்கியிலிருந்து டுனாவை எடுத்துவிட்டு மீண்டும் ஈட்டியை அதே இடத்தில் வைத்தார். அவர் மீனை முழங்காலின் மீது வைத்து, தலையின் பின்புறத்திலிருந்து வால் வரை அடர் சிவப்பு இறைச்சியின் கீற்றுகளை நீளவாக்கில் வெட்டினார். அவை ஆப்பு வடிவக் கீற்றுகள், அவற்றை நடுமுள்ளுக்குப் பின் பக்கத்திலிருந்து அடி வயிறு வரை வெட்டினார். ஆறு கீற்றுகளை வெட்டியதும், அவற்றைப் படகின் முன்பக்க மரக்கட்டையில் உலர்த்தினார், கத்தியைத் தன் கால்சட்டையில் துடைத்துவிட்டு, போனிட்டோவின் வாலைப் பிடித்துத் தூக்கிக் கடலில் வீசினார்.

"என்னால் முழுவதும் சாப்பிட முடியுமா எனத் தெரியவில்லை," என்றபடி கத்தியால் ஒரு துண்டை வெட்டினார். தூண்டில் கயிறு வலித்து இழுக்கப்படுவதை உணர்ந்த அவர், இடது கை மரத்துப் போய்க் கனமான கயிற்றை இறுகப் பற்றியிருந்ததை அருவருப்புடன் பார்த்தார்.

"என்ன கை இது" என்ற அவர். "அய்யோ மரத்துப் போய் விட்டாயா. இப்போது வேண்டாமே. பின் எப்போதாவது மரத்துக்கொள். ஓடு போல் மாறிவிடு. ஆனால், இப்போது நமக்குத் தீமையைத்தான் செய்யும்" என்று நினைத்துக்கொண்டே இருண்ட நீருக்குள் கயிற்றின் சாய்வைப் பார்த்தார், கையைப் பலப்படுத்திடச் சாப்பிடு. இது கையின் தவறு அல்ல, மீனுடன் பல மணி நேரமாகப் போராடுகிறாய். நீ எப்போதும் அதனுடன் இருக்கலாம். சீக்கிரமே போனிட்டோவைச் சாப்பிடு எனத் தனக்குள் சொல்லிக்கொண்டார்.

நன்றாக மென்று மிச்சமில்லாமல் சாப்பிட வேண்டும். சிறிது எலுமிச்சை அல்லது உப்பு சேர்த்துச் சாப்பிட்டால் நன்றாக இருந்திருக்கும் என்று நினைத்தார்.

கிட்டத்தட்ட விறைத்த பிணம் போல் மரத்திருந்த கையைப் பார்த்து "கையே! எப்படி இருக்கிறாய்?" என்ற அவர் "உனக்காக இன்னும் கொஞ்சம் சாப்பிடுகிறேன்" என்றார்.

இரண்டாக வெட்டிய மீன் துண்டின் மற்றொரு பகுதியையும் கவனமாக மென்று சாப்பிட்டு, தோலை வெளியே துப்பினார். "எப்படி உணர்கிறாய், கையே? உன்னை மிக அவசரப்படுத்துகிறேனோ?"

இன்னொரு முழுத் துண்டையும் மென்று விழுங்கினார்.

"டால்பினுக்குப் பதிலாக வலுவான இரத்தம் நிறைந்த இம்மீன் கிடைத்தது என் அதிர்ஷ்டம். டால்பின் மிகச் சுவையானது. இது ஒன்றும் அத்தனை சுவையானது இல்லைதான் என்றாலும் அதிக சக்தி தரக்கூடியது என்று நினைத்தார்.

இனி நடக்க வேண்டியதைப் பற்றி மட்டும் சிந்திக்க வேண்டும். கொஞ்சம் உப்பு கொண்டு வந்திருக்க வேண்டும். மீதமுள்ள மீன் வெயிலில் அழுகிவிடுமா அல்லது காய்ந்துவிடுமா என்பது எனக்குத் தெரியாது. ஆகையால், பசி இல்லையென்றாலும் எல்லாவற்றையும் சாப்பிடுவது நல்லது. மீன் அமைதியாகவும் நிலையாகவும் இருக்கிறது. நானும் அதைப் போலவே சாப்பிட்டுத் தயாராக இருப்பேன் என்று எண்ணினார்.

"பொறுமையா இரு கையே. உனக்காகத்தான் இவற்றைச் சாப்பிடுகிறேன்."

அந்த மீனும் ஏதாவது சாப்பிட்டால் நல்லது. அவன் என் சகோதரன். ஆனால் நான்தான் அவனைக் கொல்லப்போகிறேன். அதற்கு வலுவாக இருக்க வேண்டும் என்றபடி மெதுவாகவும் நிதானமாகவும் ஆப்பு வடிவ மீன் துண்டுகள் அனைத்தையும் சாப்பிட்டார்.

நிமிர்ந்து கால்சட்டையில் கையைத் துடைத்துக்கொண்டார்.

"ஆரம்பிக்கலாம்" என்ற அவர் இடது கையை நோக்கி "நீ கயிற்றை விடு, உன் முட்டாள்தனத்தை நிறுத்தும் வரை மீனை வலது கையால் தனியாகப் பார்த்துக் கொள்கிறேன்" என்றபடி இடது கையில் பிடித்திருந்த கனமான கயிற்றில் இடது காலை வைத்து முதுகில் சாய்ந்துகொண்டார்.

"மரப்பு சரியாகக் கடவுள் எனக்கு உதவுவார்" என்ற அவர். மீன் அடுத்து என்ன செய்யக் காத்திருக்கிறது என்று எனக்குத் தெரியாது" என்றார்

ஆனால் மீன் அமைதியாக இருக்கிறது. அதன் திட்டத்தைத் தொடர்ந்து செயல்படுத்துகிறது என்று எண்ணினார். ஆனால் அதன் திட்டம்தான் என்ன? அதன் திட்டம் இருக்கட்டும், என்னுடைய திட்டம்தான் என்ன? என்னுடைய திட்டத்தை

அதன் திட்டத்திற்கு ஏற்றது போல் மாற்ற வேண்டும். மீன் வெளியே வந்தால்தான் அதைக் கொல்ல முடியும். ஆனால், வீம்பாக நீருக்கடியில் இருக்கிறது. நானும் அதைப் போலவே வெளியில் வரும் வரை காத்திருப்பேன்.

மரத்துப்போய் மூடிய கையைக் கால்சட்டையில் தேய்த்து விரல்களை அசைத்துக் கொடுக்க முயன்றார். ஆனால் கை திறக்கவில்லை. ஒருவேளை அது சூரியன் வரும்போது திறக்கக்கூடும் என்று எண்ணிய அவர் சதைப்பற்றான பச்சை டுனா செரிக்கும் போது திறக்கக்கூடும் என நினைத்தார். எனக்குத் தேவைப்படும்போது, நான் அதைத் திறப்பேன், என்ன விலை கொடுத்தாவது திறக்கவைப்பேன். ஆனால் அதை இப்போது வலுக்கட்டாயமாகத் திறக்க விரும்பவில்லை. அது தானாகவே திறந்து தானாகவே சரியாகட்டும். எல்லாவற்றிற்கும் மேலாக, இரவில் பல முறை கயிற்றை இழுக்க வைத்து அதிகம் இம்சித்துவிட்டேன்.

சுற்றிப் பார்த்தபோது எவ்வளவு தனிமையில் இருக்கிறோம் என்று தெரிந்தது. ஆழமான இருண்ட நீரில் சூரியனின் ஒளிக்கற்றைகளையும், முன்னால் நீண்டு செல்லும் கயிற்றையும், நிசப்தத்தின் வினோத நடனத்தையும் உணர முடிந்தது. அயனக் காற்றால் மேகங்கள் திரண்டு வருவது தெரிந்தது. காட்டு வாத்துகள் வானத்தில் தம்மைச் செதுக்கிக் கொண்டு பறந்து செல்வதையும், பிறகு மங்கலாகி, அதன் பிறகு மீண்டும் செதுக்குவதையும் கண்டார். கடலில் எந்த மனிதனும், எப்போதும் தனியாக இருப்பதில்லை என்று எண்ணிக்கொண்டார்.

திடீரென மோசமான வானிலை அசச்சுறுத்தும் மாதங்களில் ஒரு சிறிய படகில் கரையைக் காண முடியாமல் சிலர் தவிப்பதும், பயம் கொள்வதும் நியாயமானதே என்று கருதினார். ஆனால் இப்போது நான் சூறாவளிகளின் மாதத்தில்தான் இருக்கிறேன், புயல் இல்லாத இம்மாதத்தின் வானிலைதான் ஆண்டிலேயே சிறந்ததாக இருக்கும்.

புயல் தோன்றும் சமயத்தில் நீங்கள் கடலில் இருந்தால், அதன் அறிகுறிகளை வானில் முன்னமே காணலாம். கரையில் உள்ளவர்கள் பார்ப்பதற்கு ஏராளம் இருப்பதால், அவர்கள் கண்களில் அது படுவதில்லை என்று நினைத்தார். மேகங்களின்

வடிவத்தைக் கொண்டு நிலத்தில் இருந்து கூட வித்தியாசத்தை உணர முடியும். ஆனால் இப்போது புயல் எதுவும் தோன்றி இருக்கவில்லை.

வானத்தைப் பார்த்தார், ஐஸ்கிரீம் குவியல்களைப் போல அது வெள்ளை மேகங்களால் ததும்பிக் கொண்டிருந்தது, மேலே உயர்ந்த செப்டம்பர் வானில் சிரஸின் மெல்லிய இறகுகள் தோன்றி இருந்தது.

"என்ன இதமான காற்று" என்ற அவர் "மீனே! உன்னை விட எனக்குத்தான் சூழ்நிலை சாதமாக இருக்கிறது" என்றார்.

அவரது இடது கை இன்னும் இறுக்கமாக இருந்தது, ஆனால் அதை மெதுவாக விடுவித்துக் கொண்டிருந்தார்.

மரப்பதை வெறுக்கிறேன். அது நம் உடலின் துரோகம். கெட்டுப்போன உணவால் வயிற்றுப்போக்கு ஏற்படுவது அல்லது அதனால் மற்றவர்களுக்கு முன்னால் வாந்தி எடுப்பது அவமானகரமானது, அதேபோலத்தான் மரப்பு, குறிப்பாக ஒருவர் தனியாக இருக்கும்போது உடல் தன்னைத்தானே அவமானப்படுத்திக் கொள்கிறது என்று எண்ணினார்.

அந்தச் சிறுவன் இங்கே இருந்தால் எனக்காக முன்னங்கைகளைத் தேய்த்துத் தளர்த்திவிட்டிருப்பான் என்று நினைத்தார். கவலையில்லை அது விரைவில் தளர்ந்துவிடும்.

பிறகு வலது கையால் கயிற்றின் இறுக்கத்திலுள்ள வித்தியாசத்தையும், சாய்வில் ஏற்பட்டுள்ள மாற்றத்தையும் கவனித்தார். பிறகு கயிற்றின் எதிர்ப்புறமாக ஊன்றி நின்று இடது கையைத் தொடையில் பலமாகத் தட்டியபடி கயிறு மெல்ல மேல் நோக்கி உயர்வதை உன்னிப்பாகக் கவனித்துக்கொண்டிருந்தார்.

"மீன் மேலே வருகிறது" என்ற அவர். "கையே சரியாகிவிடு, தயவுசெய்து சீக்கிரம் சரியாகிவிடு" என்றார்.

கயிறு மெதுவாகவும் சீராகவும் உயர்ந்தது, படகுக்கு முன்னால் கடல் மெல்லப் புடைத்தது, மீன் வெளியே வந்தது. அதன் இரு பக்கங்களிலும் நீர் வழிய முடிவில்லாமல் வெளியே நீண்டு கொண்டிருந்தது. மீன் வெயிலில் பிரகாசித்தது. அதன் தலையும் முதுகும் அடர் ஊதா நிறத்திலும், அதன் பக்கவாட்டில் இருந்த

கோடுகள் வெளிர் ஊதா நிறத்தில் அகலமாகத் தெரிந்தன. வாள் ஒரு பேஸ்பால் மட்டையைப் போல நீளமாகவும், அதன் முனைகள் வாள் போலக் கூராக இருந்தன, தண்ணீரிலிருந்து தனது முழு உருவத்தையும் காட்டி மேலே உயர்ந்து, ஒரு முக்குளிப்பவரைப் போல லாகவமாக மீண்டும் நீரினுள் நுழைந்தது, ராட்சச அரிவாள் போன்ற அதன் வாள் சீராகத் தண்ணீரில் மூழ்குவதையும், அதன் வேகத்திற்கு ஈடாகக் கயிற்றுச் சுருள் இழுபடுவதையும் பார்த்துக் கொண்டிருந்தார் கிழவர்.

"படகை விட இரண்டடி நீளம் கூடுதலாக இருக்கும்" என்றார் கிழவர். கயிறு வேகமாகவும் அதேவேளையில் நிதானமாகவும் சென்றுகொண்டிருந்தது, மீன் பதற்றமில்லாமல் இருக்கிறது. கிழவர் இரண்டு கைகளாலும் கயிற்றை இழுத்து அறுபடாத வண்ணம் இறுக்கமாக வைத்திருக்க முயன்றார். சீராகக் கயிறை இழுத்து மீனின் வேகத்தைக் குறைக்க முயலாவிட்டால், மீன் எல்லாக் கயிறையும் இழுத்துக்கொண்டு தப்பிவிடும் என்பது அவருக்கு நன்கு தெரியும்.

அது ஒரு பெரிய மீன், அதைச் சாதுரியமாகக் கையாள வேண்டும் என்று நினைத்தார். அது தன் வலிமையை உணர்ந்துகொள்ள ஒருபோதும் அனுமதிக்கக் கூடாது. அதன் பேராற்றலின் முன்

நான் எம்மாத்திரம். நான் அந்த மீனாக இருந்திருந்தால் மொத்தக் கயிறையும் இந்நேரம் இழுத்துக்கொண்டு தப்பிச் சென்றிருப்பேன். ஆனால், அது பிரமாண்டமாகவும், வலிமைமிக்கதாகவும் இருந்த போதும் அவற்றைக் கொல்லும் நம்மைப் போல அத்தனை புத்திசாலி இல்லை. அதற்குக் கடவுளுக்குத்தான் நன்றி சொல்ல வேண்டும்.

கிழவர் பல பெரிய மீன்களைப் பார்த்திருக்கிறார். ஆயிரம் பவுண்டுகளுக்கும் அதிக எடையுள்ள பல மீன்களைப் பார்த்திருப்பதோடு, அந்த அளவுள்ள இரண்டு மீன்களை இதற்கு முன் பிடித்தும் இருக்கிறார், ஆனால் அப்போதெல்லாம் ஒருபோதும் தனியாக இருந்ததில்லை. இப்போது தனிமையில், நிலத்தின் பார்வைக்கு அப்பால், இதுவரை பார்த்ததிலேயே மிகப் பெரிய மீனுடன், இதுவரை கேள்விப்பட்டிருக்காத மிகப்பெரிய மீனுடன் வேகமாகப் பயணித்துக்கொண்டிருக்கிறார். அவரது இடது கை இன்னும் பருந்தின் நகங்களைப் போல இறுக்கமாக இருந்தது.

ஆனாலும் அது விரைவில் சரியாகிவிடும் என்று நினைத்தார். நிச்சயம் அது என் வலது கைக்கு விரைவில் உதவும். அந்த மீனும் என் இரண்டு கைகளும் சேர்த்து மூவரும் உற்ற சகோதரர்கள் ஆவர். இடது கை மரத்துப்போய் மதிப்பிழந்துள்ளது, விரைவில் இதிலிருந்து விடுபட்டாக வேண்டும். மீன் வேகத்தைக் குறைத்து, வழக்கமான வேகத்தில் மீண்டும் சென்றுகொண்டிருந்தது.

அது ஏன் குதித்தது? என யோசித்தார். தான் எவ்வளவு பெரியவன் என்பதை எனக்குக் காட்டவா? எது எப்படியோ அது எத்தனை பெரியது என்று தெரிந்துவிட்டது. நானும் எப்படிப்பட்ட மனிதன் என்பதை அதற்குக் காட்ட வேண்டும். ஆனால், இந்த மரத்துப்போன கையையும் பார்த்திருக்குமோ!. இருக்கட்டுமே, நான் சாமானிய மனிதன் இல்லை என்பதை அது தெரிந்து கொள்ளட்டும். நான் அப்படிப்பட்டவன்தானே. உறுதியையும் புத்திசாலித்தனத்தையும் தவிர என்னிடம் வேறெதுவும் இல்லை. இதைத் தவிர, என்னைவிட எல்லாவற்றிலும் சிறந்த அந்த மீனைப் போலவே இருக்கவே விரும்புகிறேன்.

எதிர் வந்த எல்லா வேதனையையும் பொறுத்துக்கொண்டு படகில் சாய்ந்து அமர்ந்திருந்தார், மீன் சீராக நீந்திக்கொண்டிருந்தது,

இருண்ட நீரில் படகு நிதானமாக நகர்ந்தது. கிழக்கிலிருந்து காற்று வீச, கடல் சீராக உயர்ந்துகொண்டிருந்தது, நண்பகலில் கிழவரின் இடது கை சரியானது.

"உனக்குக் கெட்ட செய்தி மீனே" என்று சொல்லித் தன் தோள்களை மூடியிருந்த சாக்குகளின் மீது கயிற்றைப் பற்றி இழுத்தார்.

மீன் வசதியாக இருப்பதாகக் காட்டிக்கொண்டாலும் துன்பப்படுகிறது, ஆனாலும் அதை ஒப்புக்கொள்ள மறுக்கிறது.

"பெரிய பக்தியொன்றும் கிடையாது" என்ற அவர், இந்த மீனைப் பிடிக்க வேண்டி பத்து 'எங்கள் பரம பிதா' ஸ்தோத்திரமும், பத்து 'வாழ்க மரி' ஸ்தோத்திரமும் சொல்லப் போகிறேன். அந்த மீனைப் பிடித்துவிட்டால் கோப்ரே கன்னி ஆலயத்திற்கு யாத்திரை செல்வேன். இது சத்தியம்" என்றார்.

இயந்திரகதியில் பிரார்த்தனை சொல்லத் தொடங்கினார். சில சமயங்களில் மிகவும் சோர்வடைந்துவிடுவார், அப்போது பிரார்த்தனையை நினைவில் வைத்துக்கொள்ள முடியாமல், வேகமாகச் சொல்ல முயல்வார், அப்போது அனிச்சையாக வந்துவிடும். 'பரம பிதா' ஸ்தோத்திரத்தைக் காட்டிலும் 'வாழ்க மேரி' என்று சொல்வது எளிது என்று நினைத்தார்.

"கிருபை நிறைந்த மரியாளே, வாழ்க, கர்த்தர் உன்னுடனே இருக்கிறார். ஸ்திரீகளுக்குள்ளே நீர் ஆசீர்வதிக்கப்பட்டவர், உம்முடைய கர்ப்பத்தின் கனியாகிய இயேசுவே ஆசீர்வதிக்கப்பட்டவர். பரிசுத்த மரியாவே, தேவனுடைய மாதாவே, பாவிகளாகிய எங்களுக்காக இப்பொழுதும் எங்கள் மரண நேரத்திலும் வேண்டிக்கொள்ளும். ஆமென்." என்ற அவர் தொடர்ந்து, "ஆசீர்வதிக்கப்பட்ட கன்னிகையே, இந்த மீன் அற்புதமான ஒன்றாக இருந்தபோதிலும் இறக்க பிரார்த்தனை செய்யுங்கள்" என்றார்.

பிரார்த்தனை செய்துவிட்டு, கொஞ்சம் தேறிய உணர்வோடு, படகின் முன்பக்கக் கட்டையில் சாய்ந்துகொண்டு, இயந்திரகதியில் தமது இடது கை விரல்களை அசைக்க ஆரம்பித்தார்.

காற்று லேசாக வீசினாலும் வெயில் கொளுத்திக்கொண்டிருந்தது.

"அந்தச் சின்னக் கயிற்றை மறுபடியும் தூண்டில் போட்டு விடுவது நல்லது. மீன் இன்னொரு இரவு சிக்காமல் இருக்க முடிவு செய்தால், நான் மீண்டும் சாப்பிட வேண்டியிருக்கும், அத்துடன் பாட்டிலில் தண்ணீரும் குறைவாக இருக்கிறது. இங்கே டால்பினைத் தவிர வேறெதுவும் கிடைக்குமென்று தோன்றவில்லை. எனவே, கூடிய வரை புதியதாகச் சாப்பிட்டால் மோசமாக இருக்காது. இன்றிரவு ஏதாவது பறக்கும் மீன் படகில் விழுந்தால் நன்றாக இருக்கும். ஆனால், அதைக் கவர என்னிடம் விளக்கு இல்லை. பறக்கும் மீனைப் பச்சையாகச் சாப்பிட ஓரளவு நன்றாக இருக்கும், வெட்ட வேண்டியதுமில்லை. இப்போது

என் பலம் முழுவதையும் சேமித்து வைக்க வேண்டும். இயேசு கிறிஸ்துவே அது இத்தனை பெரியது என்று எனக்குத் தெரியாது."

"ஆனால் அத்தனை பெரியது, பிரமாதமானது என்ற போதிலும் அதைக் கொல்லத்தான் வேண்டி இருக்கிறது," என்றார் அவர்.

இது நியாயம் இல்லைதான், என்றாலும் மனிதனால் என்ன செய்ய முடியும், மனிதன் எதையெல்லாம் தாங்கிக்கொள்ள வேண்டி இருக்கிறது என்பதை அதற்குக் காட்டுவேன் என்று எண்ணினார்

"நான் விசித்திரமான கிழவன் என்று சிறுவனிடம் சொன்னேன், இப்போது அதை நிரூபிக்க வேண்டும்" என்றார்.

பல ஆயிரம் முறை நிரூபித்திருக்கிறார் என்றாலும் அது ஒரு பொருட்டில்லை. மீண்டும் மீண்டும் நிரூபித்துக்கொண்டிருந்தார். ஒவ்வொரு முறையும் அவருக்கு அது புதியது, கடந்த காலத்தைப் பற்றி ஒருபோதும் சிந்திப்பதில்லை.

மீன் சற்றுத் தூங்கினால், நானும் தூங்குவேன், சிங்கங்களைப் பற்றி கனவு காணலாம் என்று நினைத்தார். சிங்கங்கள் மட்டும் இன்னும் ஏன் கனவில் வருகிறது?

யோசிக்காதே கிழவா என்று தனக்குத்தானே சொல்லிக் கொண்டார். மரத்தின் மீது சற்று ஓய்வெடு, எதையும் நினைக்காதே. உழைத்துக் கொண்டிரு. உன்னால் முடிந்தவரை குறைவாக வேலை செய்.

மதியம் நெருங்கிக்கொண்டிருந்தது, படகு இன்னும் சீராக நகர்ந்துகொண்டிருந்தது. ஆனால் இப்போது கிழக்கிலிருந்து வீசிய காற்றால் அதில் ஒரு கூடுதல் விசை இருந்தது, கிழவர் சிறு கடலுடன் மெதுவாகச் சவாரி செய்தார், அவரது முதுகில் கயிற்றின் தடம் பதிந்த வலி கூடச் சற்று குறைந்தது போல் தோன்றியது.

பிற்பகலில் கயிறு மீண்டும் உயரத் தொடங்கியது. மீன் முன்னைவிடச் சற்றே உயரத்தில் நீந்திக்கொண்டிருந்தது. வெயில் கிழவரின் இடது கையிலும், தோளிலும், முதுகிலும் உரைத்தது. மீன் வடகிழக்குப் பக்கமாகச் செல்வது கிழவருக்குப் புரிந்தது

மீனை ஒரு முறை பார்த்துவிட்டதால், சிறகுகளைப் போல அகல விரித்து, ஊதா நிறப் பக்கத் துடுப்புகளுடனும், இருட்டில் நீண்டு நிமிர்ந்த வாலுடனும் நீந்துவதை அவரால் கற்பனை செய்ய முடிந்தது. அந்த ஆழத்தில் எப்படிப் பார்க்கிறது என்று எனக்கு ஆச்சரியமாக இருக்கிறது. அதன் கண்கள் குதிரையின் கண்களை விடப் பெரியது, ஆனால் அதைப் போலவே இருட்டில் பார்க்கக் கூடியவை. முன்பெல்லாம் என்னாலும் இருட்டில் நன்றாகப் பார்க்க முடிந்தது. முழுமையான இருட்டில் இல்லை என்றாலும் கிட்டத்தட்ட ஒரு பூனையைப் போலப் பார்க்க முடிந்தது.

வெயிலும், விரல்களின் சீரான அசைவும் அவரது இடது கையை முழுவதுமாக மரப்பிலிருந்து விடுவித்திருந்தது, அதற்குச் சுமையை மாற்றத் துவங்கினார், தனது முதுகுத் தசைகளையும், தோள்களையும் குலுக்கிக் கயிற்றின் தடத்தைச் சிறிது மாற்றினார்.

"மீனே, இன்னும் களைத்துப் போகவில்லையா? நீயும் ஒரு விசித்திரப் பிறவிதான்" என்று உரக்கச் சொன்னார்.

அவருக்கு மிகச் சோர்வாக இருந்தது, இரவு விரைவில் வந்து விடப்போகிறது என உரைத்த மாத்திரத்தில் மற்ற விஷயங்கள் குறித்துச் சிந்திக்க முயன்றார். பேஸ்பால் விளையாட்டுப் போட்டிகளைப் பற்றி யோசித்தார், அவரைப் பொறுத்தவரை மிகப்பெரிய போட்டிகள் என்றால் அது *கிராண்ட் லீக்குகள்* தான், நியூயார்க்கின் *யாங்கீஸீம்* டெட்ராய்டின் *டைக்ரெஸூம்* விளையாடுகிறார்கள் என்பது அவருக்குத் தெரியும்.

இது இரண்டாவது நாள். *ஜூகோக்கள்* எப்படி விளையாடினார்கள் என்று தெரியவில்லை. ஆனால் நம்பிக்கை இருக்கிறது, குதிகால் எலும்புவீக்க வலியுடன் எல்லாவற்றையும் சரியாகச் செய்யும் கில்லாடி *டிமாயோ*வை உறுதியாக நம்ப வேண்டும். எலும்புவீக்கம் என்றால் என்ன? என்று தன்னைத்தானே கேட்டுக்கொண்டார். அவருக்கு எலும்பு வீக்கம் இருக்கிறது. நல்லவேளை எனக்கு இல்லை. சண்டையிடும் சேவல் குதிகாலில் குத்துவது போல வலிக்குமோ? அதுபோன்ற வலியையோ அல்லது என் கண்களின் இழப்பையோ என்னால் தாங்கிக்கொண்டு சண்டைச் சேவல்களைப் போலத் தொடர்ந்து போராட முடியாது. மனிதன், பறவைகளையும் மிருகங்களையும் போல் இல்லை. ஆனால் நான்,

கடலின் இருளில் உலவும் அந்த அசுரனைப் போல இருக்கவே விரும்புகிறேன்.

"சுறாக்கள் வராத வரை தொல்லை இல்லை" என்று உரக்கச் சொன்னார். "அப்படிச் சுறாக்கள் வந்தால், கடவுளே அந்த மீனுக்கும் எனக்கும் இரக்கம் காட்டுங்கள்."

நான் இந்த மீனுடன் இருப்பது போல டிமாயோ இவ்வளவு நேரம் இருப்பாரா? என்று தனக்குத்தானே கேட்டுக்கொண்டார். இளமையாகவும் வலிமையாகவும் இருப்பதால் அவர் இன்னும் அதிக நேரம் கூட இருக்கலாம். அவரது தந்தையும் கூட மீனவர் தான். ஆனால் குதிகால் எலும்பு வீக்கம் அவரை மிகவும் காயப்படுத்துமா?

"எனக்குத் தெரியாது," என்று உரக்கச் சொன்னார். "எனக்கு ஒருபோதும் எலும்பு வீக்கம் இருந்ததில்லை."

சூரியன் மறைந்தபோது, தனக்குத் தன்னம்பிக்கை ஊட்டும் வகையில், காஸாபிளாங்காவிலிருந்த மது விடுதியில் *சியன்ப்யூகோஸ்* துறைமுகத்தின் மிக பலம் பொருந்திய ஆஜானுபாகுவான நீக்ரோவுடன் கை மல்யுத்தம் விளையாடிய சம்பவம் அவருக்கு நினைவுக்கு வந்தது. அவர்கள் ஒரு பகலும் ஒரு இரவும் மேஜையின் மீது வரைந்திருந்த சுண்ணாம்புக் கோட்டில் முழங்கைகளை ஊன்றி, கைகளை நேராக உயர்த்தி, எதிராளியின் கைகளை இறுகப் பற்றியபடி இருந்தனர். அவர்கள் மற்றவரின் கையை மேசை மீது அழுத்திச் சாய்க்க முயன்றுகொண்டிருந்தனர். நிறைய பேர் பந்தயம் கட்டினர், மண்ணெண்ணெய் விளக்கு வெளிச்சத்தில் மக்கள் அறைக்கு உள்ளேயும் வெளியேயும் மாறி மாறிப் போய் வந்துகொண்டிருந்தனர், அவர் நீக்ரோவின் கையையும் நீக்ரோவின் முகத்தையும் பார்த்துக்கொண்டிருந்தார். முதல் எட்டு மணி நேரத்திற்குப் பிறகு ஒவ்வொரு நான்கு மணி நேரத்திற்கும் ஒருமுறை ஓய்வெடுப்பதற்காக நடுவர்கள் மாறினர். இருவரின் கை விரல் நகக் கண்களிலிருந்து ரத்தம் வழிந்தது. அவர்கள் ஒருவரையொருவர் கண்களையும், கைகளையும் பார்த்துக்கொண்டனர். பந்தயம் கட்டியவர்கள் அறைக்கு உள்ளேயும் வெளியேயும் சென்று, சுவரில் சாய்ந்திருந்த உயரமான நாற்காலிகளில் அமர்ந்து கவனித்தனர். பிரகாசமான நீல வண்ணம் பூசப்பட்டு மரத்தாலான சுவர்களில், அவர்களின் நிழல்களை

விளக்குகள் படரவிட்டிருந்தது. நீக்ரோவின் நிழல் பெரிதாக இருந்தது, காற்று விளக்குகளைச் சீண்டியபோது அவர்களின் நிழலும் சுவரில் அசைந்துகொண்டிருந்தது.

இரவு முழுவதும் வெற்றி இருவருக்கும் இடையில் ஊசலாடிக் கொண்டிருந்தது. பார்வையாளர்கள் நீக்ரோவுக்கு ரம்மை ஊற்றிச் சிகரெட்டுகளைப் பற்ற வைத்தனர். நீக்ரோ ரம்மை அருந்திவிட்டு மிகக் கடினமாக முயற்சித்து, கிழவரின் கைகளைக் கிட்டத்தட்ட மூன்று அங்குலம் சாய்த்துவிட்டார். அப்போது இவர் கிழவர் அல்ல, சாண்டியாகோ எல் காம்பியோன். ஆனால் சாண்டியாகோ மறுபடியும் கையை உயர்த்திச் சமநிலைக்குக் கொண்டுவந்துவிட்டார். அந்த நீக்ரோ அருமையான மனிதர், சிறந்த விளையாட்டு வீரர். அவரைத் தோற்கடித்துவிடுவோம் என்பது அப்போது கிழவருக்கு உறுதியாகத் தெரிந்தது. பகல் வெளிச்சத்தில், பந்தயக்காரர்கள் போட்டியைச் சமன் என்று அறிவித்துவிடலாம் எனப் பேசிக்கொண்டிருந்தனர், நடுவர்களும் அதற்கு ஒப்புக்கொண்டு தலையசைத்த போது, கிழவர் முழு முயற்சி செய்து, நீக்ரோவின் கையை மேலும் கீழுமாக அசுரபலத்துடன் அசைத்து, உறுதியாக மேசை மீது அழுத்தி அவரைத் தோற்கடித்தார். போட்டி ஞாயிற்றுக்கிழமை காலையில் தொடங்கி திங்கட்கிழமை காலையில் முடிவடைந்தது. பந்தயம் கட்டுபவர்களில் பலர் துறைமுகத்தில் சர்க்கரை மூட்டைகளை ஏற்றும் வேலைக்கோ அல்லது ஹவானா நிலக்கரி நிறுவனத்திற்கோ செல்ல வேண்டியிருந்தது, மற்றவர்களோ போட்டியை முடிவுக்குக் கொண்டு வர வேண்டுமென விரும்பியதால் போட்டியை சமன் செய்யும்படி கேட்டுக்கொண்டிருந்தனர். ஆனால், அதற்கு அவசியமில்லாமல் சாண்டியாகோ சீக்கிரமே ஆட்டத்தை முடித்துவிட்டார்.

அதற்குப் பிறகு வெகுகாலம் எல்லோரும் அவரை சாம்பியன் என்றே அழைத்தனர், வசந்த காலத்தில் மீண்டும் ஒரு போட்டி இருந்தது. ஆனால் அதிகப் பணம் பந்தயம் கட்டப்படவில்லை, முதல் போட்டியில் *சியன்ப்யூகோஸ்* நீக்ரோவின் நம்பிக்கையை உடைத்ததால் அவர் போட்டியை மிக எளிதாக வென்றார். அதன் பிறகு அவர் சில போட்டிகளில் கலந்துகொண்டார், பின்னர் தான் முடிவு செய்துவிட்டால் யாரை வேண்டுமானாலும் தோற்கடிக்க முடியும் என்கிற நம்பிக்கை பிறந்ததும் போட்டியில்

கிழவனும் கடலும் | 67

கலந்துக்கொள்வது முடிவுக்கு வந்தது. அத்துடன் அது மீன்பிடித் தொழிலுக்கும், வலது கைக்கும் நல்லதல்ல என்பதாலும் அதைக் கைவிட வேண்டியதாயிற்று. இடது கையில் சில பயிற்சிப் போட்டிகள் விளையாடினார். ஆனால், அவருடைய இடது கை எப்பொழுதுமே துரோகிதான். போட்டிகளில் காலைவாரி விட்டதால் அதை நம்பியது இல்லை.

சூரியன் கையைச் சரி செய்துவிடும் என்று நம்பினார். இரவு கடும்குளிராக இல்லாதபட்சத்தில் மரப்பு மீண்டும் தொல்லை தராது என்றபடி, இரவு இன்னும் எத்தனை ஆச்சரியங்களைக் கொண்டு வரக் காத்திருக்கிறது என்று எண்ணினார்.

தலைக்கு மேலே ஒரு விமானம் மியாமியை நோக்கிப் பறந்தது, அதன் நிழலைக் கண்டு பறக்கும் மீன்கள் அஞ்சுவதைப் பார்த்தார்.

“பறக்கும் மீன்கள் இவ்வளவு இருந்தால் நிச்சயம் டால்பின் இருக்க வேண்டும்” என்று எண்ணினார். இதற்கிடையில் தூண்டில் கயிற்றைச் சற்றே இழுக்க முடியுமா என்று பார்ப்பதற்காகக் கயிற்றின் மேல் சாய்ந்தார். ஆனால் அவரால் முடியவில்லை, அது கிட்டதட்ட அறுபடும் அளவுக்கு இறுக்கமாக இருந்ததோடு கயிற்றில் படர்ந்திருந்த நீர்த்துளிகள் முன்னெப்போதும் கண்டிராத இறுக்கத்தில் நடுங்கின. படகு மெதுவாக முன்னோக்கி நகர்ந்தது, விமானம் மறையும் வரையிலும் பார்த்துக்கொண்டிருந்தார்.

விமானத்தில் இருந்து கடல் மிகவும் விசித்திரமாக இருக்க வேண்டும் என்று நினைத்தார். அந்த உயரத்திலிருந்து கடல் எப்படி இருக்குமென்று எனக்கு ஆச்சரியமாக இருக்கிறது? அதிக உயரத்தில் பறக்காமல் இருந்தால் மீன்களை நன்றாகப் பார்க்க முடியும். இருநூறு அடி உயரத்தில் மிக மெதுவாக மேலே பறந்தபடி மீன்களைப் பார்க்க எனக்கு ஆசை. ஆமை வேட்டையின்போது மாஸ்ட்-ஹெட்டின் கடற்கரைகளில் பாய்மரக் கம்பங்களின் மேல் இருந்த படி பயணித்திருக்கிறேன். அந்த உயரத்தில் இருந்து கூட நிறைய பார்த்திருக்கிறேன். டால்பின்கள் அங்கிருந்து பார்த்தால் பச்சை நிறமாகத் தெரியும். அவற்றின் மேலுள்ள கோடுகளையும், ஊதா நிறப் புள்ளிகளையும் கூடப் பார்க்கமுடியும், மேலும் அவை நீந்தும்போது மொத்த மீன் கூட்டத்தையும் காணலாம். இருண்ட நீரோட்டத்தில் வேகமாக நகரும் அனைத்து மீன்களும் ஊதா நிற முதுகுகளையும் அதில்

ஊதா நிறக் கோடுகளையோ, புள்ளிகளையோ கொண்டிருப்பது ஏன்? டால்பின் தங்க நிறமாக இருப்பதால் தான் பச்சை நிறத்தில் தெரிகிறதா. ஆனால் உண்மையில் கடுமையான பசியில் உணவு தேடி வரும்போது, மர்லினைப் போலவே ஊதா நிறக் கோடுகள் அதன் பக்கங்களில் தெரியும். அது கோபத்தினால் தோன்றி இருக்குமோ அல்லது அதன் அதீத வேகம் அதை வெளியே கொண்டு வந்திருக்குமோ??

இருட்டுவதற்குச் சற்று முன்பு, மஞ்சள் போர்வைக்குள் கடல் காதல் செய்வது போல, மெல்லிய கடலில் அசைந்துகொண்டிருந்த பெரும் தீவு போன்ற ஸர்காஸோ களைச்செடிகளைக் கடந்த போது துண்டிலில் டால்பின் சிக்கிக்கொண்டது. சூரியனின் மாலை தகதகப்பில் மீன் எம்பிக் குதித்தபோது, தங்கமென ஜொலித்தது காற்றில் வளைந்து துடுப்புகளை அசைத்த போதுதான் முதலில் பார்த்தார். மீன் பயத்தில் கழைக் கூத்தாடியைப் போல் மீண்டும் மீண்டும் குதித்தது, அவர் படகின் பின்பக்கமாகக் குனிந்து வலது கையிலும் தோள்களிலும் கயிற்றைப் பிடித்துக்கொண்டு, இடது கையால் கயிற்றை உள்ளே இழுத்தார், ஒவ்வொரு முறையும் இழுத்த கயிற்றுச் சுருளை வெறும் கால்களால் கெட்டியாகப் பிடித்துக் கொண்டார். மீன் படகின் பின்புறம் தண்ணீரில் அங்குமிங்கும் துள்ளிக்கொண்டிருந்த போது, கிழவர் பின்புறம் சாய்ந்து, ஊதா நிறப் புள்ளிகளுடைய பளபளப்பான தங்க நிற மீனை இழுத்துப் படகினுள் போட்டார். அதன் தாடைகள்

கொக்கியை வேகமாகக் கடித்துக்கொண்டிருந்தன. அது தனது நீண்ட தட்டையான உடலாலும், வாலாலும், தலையாலும் படகின் அடிப்பகுதியைத் தட்டியது. தடியால் அதன் பொன்னிறத் தலையில் ஓங்கி அடித்தார். ஒரு தடவை நடுங்கிவிட்டு மீன் அமைதியாகியது..

கிழவர் மீனைத் தூண்டிலில் இருந்து விடுவித்து அதில் மற்றொரு மத்தி மீனை மீண்டும் சொருகித் தூண்டிலைக் கடலில் வீசினார். பிறகு மெதுவாகப் படகின் முன்பக்கம் திரும்பினார். இடது கையைக் தண்ணீரில் கழுவி கால்சட்டையில் துடைத்துக் கொண்டார். பிறகு வலது கையிலிருந்து இடது கைக்குக் கனமான கயிற்றை மாற்றி, வலது கையைக் கடலில் கழுவினார், சூரியன் கடலுக்குள் மறைவதையும், கயிற்றின் சாய்வையும் பார்த்துக் கொண்டிருந்தார்.

தன் கையில் இருந்த கயிற்றின் மூலம் தண்ணிரில் மீனின் அசைவைக் கவனித்து, மெதுவாக நகருவதை உணர்ந்தார். "அது கொஞ்சம் கூட மாறவில்லை" என்றார்.

"இரவில் அதன் வேகத்தைக் குறைத்திட, இரண்டு துடுப்புகளையும் படகின் பின்பக்கத்தின் குறுக்கே சேர்த்துக் கட்ட வேண்டும்" என்று நினைத்தார். "அவன் இரவில் நல்லவன், நானும் கூட" என்றார்.

டால்பினின் செவுள்களை இப்போது நீக்க வேண்டாம், அதன் ரத்தம் வெளியேறாமல் உறைய சிறிது நேரம் பிடிக்கும் என்று நினைத்தார். சற்று நேரம் கழித்து அதைச் சுத்தம் செய்துவிட்டு, மீனின் வேகத்தைக் குறைக்க வேண்டி துடுப்புகளைப் படகின் பின்புறம் கட்ட வேண்டும். சூரியன் மறையும் நேரத்தில் மீனை அதிகம் தொந்தரவு செய்யாமல் அமைதியாக இருப்பது நல்லது. அந்தி நேரம் எல்லா மீன்களுக்கும் சிரமம்தான்.

தன் கையை உலர்த்திய பின் கயிற்றைப் பற்றிக்கொண்டார். எவ்வளவு முடியுமோ அவ்வளவுக்கும் தன்னைத் தளர்த்திக்கொண்டு, தன்னைப் படகின் பக்கவாட்டுப் பலகையை நோக்கி இழுத்துச் செல்லும் அளவு அனுமதித்தார். இப்போது படகு அதனால் இயன்ற அளவோ, அதற்கும் அதிகமாகவோ கயிற்றின் கனத்தைத் தாங்கிக் கொண்டது.

அதை எப்படி வழிக்குக் கொண்டுவருவது என்று கற்றுக் கொண்டிருக்கிறேன். இதுவும் அதன் ஒரு பகுதிதான் என்று எண்ணினார். மேலும், மீன் தூண்டிலில் சிக்கியதிலிருந்து சாப்பிடவில்லை என்பது அவர் நினைவுக்கு வந்தது. அத்துடன் அது அளவில் மிகப்பெரியது அதற்கு நிறைய உணவும் தேவைப்படும். நான் முழு போனிட்டோவையும் சாப்பிட்டு விட்டேன். நாளை டால்பினை (அவர் அதை டொராடோ என்று அழைத்தார்) சாப்பிடுவேன். நான் அதைச் சுத்தம் செய்யும் போது அதில் சிலவற்றைச் சாப்பிட வேண்டும். போனிட்டோவை விடச் சாப்பிடக் கடினமாகத்தான் இருக்கும், எதுவுமே அத்தனை எளிதல்ல.

“எப்படி உணர்கிறாய், மீனே?” என்று உரக்கக் கேட்டார். “நான் திடமாக இருக்கிறேன், என் இடது கை நன்றாக இருக்கிறது, என்னிடம் ஒரு இரவுக்கும் ஒரு பகலுக்கும் உணவு உள்ளது. நீ இன்னும் படகை நன்றாக இழு, மீனே.”

உண்மையில் தளர்ந்துபோயிருந்தார், அவரது முதுகுத்தண்டு வலி கிட்டத்தட்ட தாங்க முடியாத அளவுக்கு அதிகரித்திருந்ததோடு, அவரை மந்தமாக்கிவிட்டது. ஆனால், இதைவிட மோசமான வலிகளை அனுபவித்திருக்கிறேன் என்று நினைத்தார். என் கை லேசாக வெட்டப்பட்டிருக்கிறது, மற்றொன்றிலிருந்த மரப்பு சரியாகிவிட்டது. என் கால்கள் வலுவாகவே இருக்கின்றன. சாப்பாட்டைப் பொறுத்தவரை, உன்னைக் காட்டிலும் என் நிலைமை எவ்வளவோ தேவலை.

செப்டம்பரில் சூரியன் மறைந்தவுடன் விரைவாக இருட்டத் தொடங்கிவிடும். இப்போது மை இருட்டாக இருந்தது. படகின் முன் பகுதியில் தேய்ந்து போன மரக்கட்டையில் படுத்துத் தன்னால் இயன்ற அளவு ஓய்வெடுத்தார். முதல் நட்சத்திரம் வெளிவந்தது. கிழவருக்கு ரீகலின் பெயர் தெரிந்திருக்க வாய்ப்பில்லை, ஆனாலும் அதைக் கவனித்தார், விரைவில் மற்ற நட்சத்திரங்களும் தென்படத் தொடங்கும் என்பதும், அவரது தூரத்து நண்பர்கள் அனைவரும் வந்துவிடுவார்கள் என்றும் அறிந்திருந்தார்.

“மீனும் என் நண்பன்தான்” என்று உரக்கச் சொன்னார். “இப்படி ஒரு மீனை நான் பார்த்ததோ கேள்விப்பட்டதோ இல்லை.

ஆனால் நான்தான் அதைக் கொல்லப்போகிறேன். நல்லவேளை, நட்சத்திரங்களை நாம் கொல்லத் தேவையில்லை!

தினம் நாம் சந்திரனைக் கொல்ல வேண்டி வந்தால், சந்திரன் ஓடி ஒளிந்துகொள்வான். ஆனால் தினம் சூரியனைக் கொல்ல வேண்டும் என்றால், அந்தக் கற்பனையே அசசமூட்டுகிறது? நல்லவேளை நாம் அதிர்ஷ்டசாலிகளாகப் பிறந்திருக்கிறோம் என்று நினைத்தார்.

சாப்பிட வழியில்லாத அந்தப் பெரிய மீனுக்காக வருந்தினார். அதனைக் கொல்ல வேண்டுமென்ற உறுதி அந்த மீனின் மீது கொண்டிருந்த அனுதாபத்தின் காரணமாக இம்மியளவும் குறைந்து விடவில்லை. இந்த மீன் எத்தனை பேருக்கு உணவாகப் போகிறது என்று எண்ணிப் பார்த்தார். இந்த மீனை ருசிக்க அவர்கள் தகுதியானவர்களா? இல்லை, நிச்சயமாக இல்லை. அதன் சுபாவத்தையும், கம்பீரத்தையும் வைத்துப் பார்க்கும்போது அதனை உண்ணத் தகுதியானவர்கள் யாரும் இல்லை என்று எண்ணினார்.

தனக்கு இந்த விஷயங்கள் புரிவதில்லை என்றும் எண்ணினார். ஆனால் சூரியனையோ, சந்திரனையோ, நட்சத்திரங்களையோ நாம் கொல்ல வேண்டியதில்லை என்ற வரை நல்லது. கடலில் நம்பி வாழ்ந்துகொண்டு, என் உடன்பிறவா சகோதரர்களைக் கொன்று குவிப்பதே போதும்.

மீன் படகை இன்னும் இழுத்துச் செல்வது பற்றி யோசிக்க நினைத்தார். அதில் நன்மையும் உண்டு ஆபத்துகளும் அதிகம். மீன் தொடர்ந்து இழுத்துச் செல்ல முயற்சி செய்தால் ஒரு கட்டத்தில் மொத்தக் கயிறும் தீர்ந்து தப்பித்து விட வாய்ப்பு இருக்கிறது துடுப்புகளைப் பக்கவாட்டில் கட்டி அதன் வேகத்தைக் குறைத்தால், துடுப்புகள் இல்லாமல் படகு லேசாகி மீன் தப்பித்திட வாய்ப்பிருக்கிறது. மீன் எவ்விதப் பதட்டமும் இன்றி பயணிப்பது எங்கள் இருவரின் துன்பத்தையும் நீட்டிக்கிறது, ஆனாலும் மீன் இதுவரை அதன் முழு சக்தியையும் பயன்படுத்தாமல் இருப்பதால்தான் நான் பாதுகாப்பாக இருக்க முடிகிறது. எது நடந்தாலும் டால்பின் கெட்டுப்போகும் முன் அதைச் சுத்தம் செய்து அதில் சிலவற்றைச் சாப்பிட்டு வலிமையாக இருக்க வேண்டும்.

மீன் திடமாகவும் உறுதியாகவும் இருக்கிறது. நானும் அடுத்தகட்ட வேலை குறித்துச் சிந்திக்கவும் செயல்படவும் தொடங்குமுன் இன்னும் ஒரு மணி நேரம் ஓய்வெடுக்க வேண்டும், இதற்கிடையில், அது எப்படி நடந்துகொள்கிறது, ஏதேனும் மாற்றங்கள் தென்படுகிறதா என்பதைக் கணிக்கவும் முடியும். துடுப்புகளை இணைத்துக் கட்டுவது ஒரு நல்ல தந்திரம்தான், ஆனால் கவனமாக ஆட்டத்தை ஆட வேண்டிய நேரம் வந்துவிட்டது. அது இன்னும் பலம் பொருந்திய மீன் என்பதை நான் மறந்துவிடக்கூடாது, கொக்கி அதன் வாயின் ஓரத்தில் இருந்ததையும், அது வாயை இறுக்கமாக மூடிக்கொண்டதையும் பார்த்தேன். கொக்கியால் அதற்கு உண்டான வலியை விடப் பசியின் வேதனைதான் கொடியது, தான் எதில் சிக்கி இருக்கிறேன் என்று மீனுக்குத் தெரியாத வரைதான் இந்த ஆட்டம் எல்லாம். கிழவா, இப்போது ஓய்வெடு. உன் சுற்று வரும்வரை காத்திரு! மீன் உழைத்துக் கொண்டிருக்கட்டும்.

இரண்டு மணி நேரம் ஓய்வெடுத்ததாக அவருக்குத் தோன்றியது. வெகு நேரமாகியும் சந்திரன் உதிக்காததால். நேரத்தைக் கணிக்க அவருக்கு வேறு வழியில்லை. ஒப்பீட்டளவில் தவிர உண்மையில் அவர் ஓய்வெடுக்கவில்லை. மீனின் கனத்தைத் தோளில் சுமந்து கொண்டிருந்த அவர், இடது கையைப் படகின் முன்பக்க வளைவின் மீது வைத்து, மீனின் மொத்தக் கனத்தையும் கொஞ்சம் கொஞ்சமாகப் படகுக்கு மாற்றினார்.

கயிற்றை வேகமாக இழுக்க முடிந்தால் எவ்வளவு எளிதாக இருக்கும் என்று நினைத்தார். ஆனால் ஒரு சிறு அசைவு கூடக் கயிற்றை முறித்துவிடும். என் உடலால் கயிற்றின் இழுவிசையை மட்டுப்படுத்த வேண்டும், எப்போதும் இரண்டு கைகளும் கயிற்றை விட்டுக் கொடுக்கத் தயாராக இருக்க வேண்டுமென்று தீர்மானித்துக்கொண்டார்.

"ஆனால் நீ இன்னும் தூங்கவில்லை, கிழவா" என்று உரக்கச் சொன்னார். "பாதி பகல், ஒரு இரவு, இப்போது மற்றொரு பகல்... நீ தூங்கவேயில்லை. மீன் அமைதியாகவும் நிலையாகவும் இருந்தால் நீ சிறிது தூங்குவதற்கு ஒரு வழியைக் கண்டறியவேண்டும். தூக்கம் இல்லையென்றால் மண்டை தெளிவு இல்லாமல் போய்விடும்."

இல்லை, தெளிவாக இருக்கிறேன். மிகத் தெளிவாக இருக்கிறேன். என் நட்சத்திரச் சகோதரர்களைப் போலத் தெளிவாக இருக்கிறேன். நான் கொஞ்சம் தூங்க வேண்டும். அனைவரும் உறங்குகிறார்கள், சந்திரனும் சூரியனும் உறங்குகின்றன, நீரோட்டமற்ற, தட்டையான வானிலை நாள்களில் கடல் கூடச் சில நேரங்களில் தூங்குகிறது என நினைத்தார்.

ஆனால் நீ தூங்க வேண்டுமென்பதை நினைவில்கொள்! கயிற்றைக் கையாள ஓர் எளிய, உறுதியான வழியைக் கண்டுபிடி. இப்போதே போய் டால்பினைத் தயார் செய்! ஆனால் தூங்கும் போது துடுப்புகளைப் படகின் பின்புறம் கட்டி வைப்பது மிக ஆபத்தானது.

என்னால் தூங்காமல் இருக்க முடியுமென்று தனக்குத்தானே சொல்லிக்கொண்டார். ஆனால் அதுவும் ஆபத்துதான்.

தூண்டில் கயிற்றை அசைத்து மீனுக்கு எந்த வாய்ப்பையும் தந்து விடக்கூடாது என்பதில் கவனமாக இருந்தவாறு, கைகளாலும் முழங்கால்களாலும் படகின் பின்புறம் நடந்தார். ஒருவேளை மீனே அரைத் தூக்கத்தில் இருக்குமோ என்று நினைத்தார். ஆனால், நான் அது ஓய்வெடுப்பதை விரும்பவில்லை. மீன் இறக்கும் வரை இழுத்துக்கொண்டே இருக்கட்டும்.

இறுக்கமான கயிற்றைத் தோளின் குறுக்கேபோட்டுக் கொண்டு இடது கையால் பிடித்துக்கொண்டு, வலது கையால் உறையிலிருந்து கத்தியை எடுத்தார். நட்சத்திரங்கள் பிரகாசமாக இருந்தன, டால்பினைத் தெளிவாகப் பார்க்க முடிந்தது. தனது கத்தியை டால்பினின் தலையில் செலுத்தி, பின்புறத்திலிருந்து அதை வெளியே இழுத்தார். அவர் தனது கால்களில் ஒன்றை மீனின் மீது வைத்துக் கொண்டு, வாலிலிருந்து கீழ்த் தாடையின் நுனி வரை வேகமாக வெட்டினார். பின்னர் கத்தியைக் கீழே வைத்து வலது கையால் பிய்த்துச் சுத்தம் செய்து செவுள்களை அகற்றினார். வழுவழுப்பான அதன் வயிறு கனமாக இருந்தது. அதைக் கீறித் திறந்தபோது உள்ளே இரண்டு பறக்கும் மீன்கள் புதிதாகவும் கெட்டியாகவும் இருந்தன. அவற்றை அருகருகே வைத்துவிட்டு, குடலையும் செவுள்களையும் பின்புறமாக வீசியெறிந்தார். அவை நீரில் ஒளியை உமிழ்ந்தபடி மூழ்கின. டால்பின் குளிர்ச்சியாக, நட்சத்திரங்களின் ஒளியில் ஒரு தொழுநோயாளி போன்று சாம்பல்-வெள்ளை நிறத்தில் இருந்தது, கிழவர் தனது வலது காலை மீனின் தலையில் வைத்தபடி அதன் ஒரு பக்கத் தோலை உரித்தார். அதனைத் திருப்பி மறுபக்கத்தின் தோலையும் உரித்துத் தலை முதல் வால் வரை அனைத்தையும் துண்டுகளாக வெட்டினர்.

அவர் மீனைக் கடலில் அலசியபடியே நீரின் சுழற்சியைக் கவனித்தார். கைகளின் அசைவினால் உண்டாகி இருந்த ஒளி மட்டுமே நீருக்குள் இறங்கிக்கொண்டிருந்தது. அவர் திரும்பி, இரண்டு பறக்கும் மீன்களையும் மீன் துண்டுகளுக்குள் வைத்துவிட்டுக் கத்தியை மீண்டும் உறைக்குள் வைத்தார். மெதுவாகப் படகின் முன்புறம் நகர்ந்தார். கயிற்றின் கனத்தால் முதுகு வளைந்திருந்தது, வலது கையில் மீனை மீண்டும் எடுத்துக்கொண்டார்.

மறுபடியும் படகின் பின்புறம் வந்து இரண்டு மீன் துண்டுகளையும் இரண்டு பறக்கும் மீன்களுக்கு அருகே இருக்கும்படி பலகையின் மேல் வைத்தார். கயிற்றைத் தோளில் ஒரு புதிய பகுதிக்கு இடம் மாற்றிவிட்டுப் படகின் பின்புறக் கம்பியை ஊன்றி மீண்டும் பிடித்துக் கொண்டார். பிறகு பக்கவாட்டில் சாய்ந்து பறக்கும் மீன்களை நீரில் கழுவியபடி நீரின் வேகத்தைத் தன் கைகளால் கணித்தார். தோல் உரிக்கப்பட்ட மீன் பளபளத்தது, தண்ணீரின்

ஓட்டத்தைத் தொடர்ந்து கவனித்துக் கொண்டிருந்தார். நீரோட்டத்தின் வலிமை குறைந்திருந்தது. அவர் தமது கையின் ஒரு பக்கத்தைப் படகின் பலகையில் தேய்த்தபோது, ஒளிரும் பாஸ்பரஸ் துகள்கள் மிதந்து மெதுவாக விலகிச் சென்றன.

"மீன் சோர்ந்துவிட்டதா அல்லது ஓய்வெடுக்கிறதா" கிழவர் தனக்குத்தானே கேட்டுக்கொண்டார். "டால்பினைத் தின்று நான் கொஞ்சம் ஓய்வெடுத்துக் கொள்கிறேன்."

நட்சத்திரங்களின் ஒளியில், இரவின் இதமான குளிரில், வெட்டிய இரண்டு டால்பின் துண்டுகளில் ஒன்றையும், பறக்கும் மீன் ஒன்றின் தலையை நீக்கிச் சுத்தம் செய்துவிட்டு அதையும் சாப்பிட்டார்.

"சமைத்துச் சாப்பிட்டால் டால்பின் எவ்வளவு அருமையாக இருக்கும். ஆனால் சமைக்காமல், சகிக்கவில்லை.. உப்பும் எலுமிச்சையும் இல்லாமல் ஒருபோதும் படகில் ஏறமாட்டேன்" என்றார்.

எனக்கு மூளை இருந்திருந்தால் நாள் முழுவதும் அடித்த வெயிலுக்குப் பின்புறப் பலகையில் தண்ணீர் தெளித்து உலர்த்தி இருந்தால் கூட இந்நேரம் உப்பாகியிருக்கும். ஆனால் சூரியன் மறையும் வரை நான் டால்பினைப் பிடிப்பது பற்றி உத்தேசிக்கவில்லை. சரியாகத் திட்டமிடவில்லைதான். ஆனாலும் நான் அதை நன்றாக மென்று சாப்பிட்டுவிட்டேன். நல்லவேளை குமட்டவில்லை.

வானில் கிழக்கே மேகமூட்டமாக இருந்தது. அவருக்குத் தெரிந்த நட்சத்திரங்கள் ஒன்றன்பின் ஒன்றாக மறைந்துபோயிருந்தன. மேகங்கள் சூழ்ந்த ஒரு பெரிய பள்ளத்தாக்கை நோக்கி நகர்வது போலவும், காற்று வீசுவது போலவும் தோன்றியது.

"மூன்று அல்லது நான்கு நாள்களுக்குப் பிறகு வானிலை மோசமாக இருக்கும்," என்ற அவர், "நல்லவேளை இன்றைய இரவும், நாளையும் ஒன்றுமில்லை. இப்போது கொஞ்சம் தூங்கு கிழவா, மீன் அமைதியாக, நிதானமாகத் தானே இருக்கிறது."

கயிற்றை வலது கையில் பலமாகப் பிடித்துக்கொண்டு தொடையை வலது கையால் அழுத்தி, உடல் பாரம் முழுவதையும் படகின்

முன்பக்கப் பலகையில் சரித்து, கயிற்றைத் தோளில் சற்றுத் தாழ்த்தி அமர்த்திவிட்டு இடது கையை அதன் மேல் வைத்து அழுத்திப் பிடித்துக்கொண்டார்.

என் வலது கை அதை எவ்வளவு நேரம் பிடித்துக்கொள்கிறதோ அவ்வளவு நேரம் தூங்க முடியுமென்று அவர் நினைத்தார். உறக்கத்தில் அது சற்று தளர்ந்தால் இடதுகை என்னை எழுப்பிவிடும். இது வழக்கம்தான். இருபது நிமிஷமோ அரைமணி நேரமோ தூங்கினால் நல்லது. கயிற்றின் மேல் உடம்பு முழுவதையும் கிடத்திச் சுருண்டு படுத்துக்கொண்டார். வலது கைமேல் உடல் பாரம் முழுவதும் இருந்தது. அயர்ந்து தூங்கினார்.

சிங்கங்களைப் பற்றிக் கனவு காணவில்லை. மாறாக, எட்டு, பத்து மைல் நீளமுள்ள ஒரு பெரிய கடற்பன்றிக் கூட்டத்தைப் பற்றிக் கனவு கண்டார். இனபெருக்க காலத்தில் இருந்த அவை, கடலுக்கு மேல் உயரமாகத் தாவி, தண்ணிரிலிருந்து புறப்பட்ட அதே இடத்தில் திரும்பக் குதித்தன.

வாடைக் காற்று வீசிக்கொண்டிருக்க கிராமத்து வீட்டின் படுக்கையில் இருப்பதாகக் கனவு வந்தது. ஒரே குளிர். தலையணைக்குப் பதிலாக வலது கையின் மேல் தலையை வைத்துப் படுத்திருந்ததால் கை மரத்துவிட்டிருந்தது.

அதன்பிறகு நீண்ட மஞ்சள் கடற்கரையைப் பற்றிக் கனவு காணத் தொடங்கினார், அதிகாலை இருட்டில் முதல் சிங்கம் வெளியே வருவதைப் பார்த்தார், அதைத் தொடர்ந்து மற்ற சிங்கங்களும் வந்தன. தாடையைக் கப்பலின் பக்கச்சுவரில் வைத்தபடி வேடிக்கை பார்த்துக்கொண்டிருந்தார், கப்பல் மாலை நேரக் கரையோரக் காற்றில் நங்கூரமிட்டிருந்தது. இன்னும் சிங்கங்களை எதிர்பார்த்துக் காத்திருந்தார், மகிழ்ச்சியாக இருந்தது.

சந்திரன் வெகு நேரமாகியும் உறங்கிக்கொண்டிருந்தான். மீன் சீராக இழுக்கப்பட்டுக் கொண்டிருந்தது. மெல்லப் படகு மேகங்களின் சுரங்கப்பாதையில் நகர்ந்தது.

வலது கை முஷ்டி முகத்தில் அறைவது போல் வர திடுக்கிட்டு எழுந்தார். வலது கை வழியாகக் கயிறு நழுவிப்போய்க் கொண்டிருந்தது. அவருக்கு இடது கையின் உணர்வே இல்லை, அதனால் வலது கையால் இயன்ற அளவுக்குத் தடுக்க முயன்றார்,

கயிறு படகை விட்டு வெளியே ஓடிக்கொண்டிருந்தது. இறுதியாக இடது கை கயிற்றைக் கண்டறிந்தது, லேசாக வளைந்து கயிற்றை இறுக்கிப் பிடித்துக்கொண்டார், கயிற்றின் இறுக்கத்தில் முதுகும் இடது கையும் எரிந்தது, இடது கை மொத்த பாரத்தையும் சுமந்துகொண்டு மோசமாக வலித்தது. கயிற்றுச் சுருள்கள் சீராகச் சென்றுகொண்டிருப்பதைக் கவனித்தார். இச்சமயத்தில் கடலே அதிரும்படி மீன் துள்ளி உயரே எழுந்து மீண்டும் நீருக்குள் விழ ஒரு பேரதிர்ச்சி. அதன்பிறகு அது மீண்டும் மீண்டும் குதிக்கத் துவங்கியது. படகு வேகமாக நகர்ந்துகொண்டிருந்தது. கயிற்றுச் சுருள் அதைவிட வேகமாக இழுபட்டுக்கொண்டிருந்தது. கிழவர் கயிற்றின் இறுக்கத்தை அறுபடும் நிலைக்குக் கொண்டு சென்று அதை இழுத்துப் பிடித்துக் கொண்டிருந்தார். மீனின் அடுத்தடுத்த துள்ளல்களில், கிழவர் படகின் பின்புறம் வீசப்பட்டார். அவரது முகம் வெட்டப்பட்ட டால்பின் துண்களின் மீது இருந்தது, அவரால் நகர முடியவில்லை.

இந்த வாய்ப்புக்குத் தானே காத்திருந்தோம் என்று எண்ணிய அவர், இது எனக்கான கட்டம் என்றார்.

மீன் என் கயிற்றுக்குப் பதில் சொல்லியே ஆக வேண்டும். நிச்சயம் என் கயிற்றுக்குப் பதில் சொல்லியே ஆக வேண்டும்.

மீனின் துள்ளல்களை அவரால் பார்க்க முடியவில்லை, ஆனால் கடல் அதிர மீன் துள்ளிக் குதிக்கும் சத்தத்தையும், பலமாகத் தெறித்த நீரையும் மட்டுமே உணர முடிந்தது. கயிற்றின் வேகம் அவரது கைகளை மோசமாக வெட்டிக் கொண்டிருந்தது, ஆனால் இது எப்போதும் நடக்கக்கூடியது என்று அறிந்திருந்தார், அதனால் கயிறு உள்ளங்கையைப் பதம் பார்த்துவிடதாபடி, விரல்கள் மோசமாக வெட்டுப்படாமல் இருக்கவேண்டி கையின் முரடான பகுதிகளின் வழியே கயிற்றைச் செலுத்த முயன்றுகொண்டிருந்தார்.

சிறுவன் மட்டும் இங்கே இருந்தால் கயிற்றுச் சுருள்களை நனைத்துக் கொடுத்திருப்பான் என்று எண்ணினார். ஆம், அந்தச் சிறுவன் நிச்சயம் இங்கே என்னுடன் இருந்திருக்க வேண்டும். அவன் மட்டும் இருந்திருந்தால்...

கயிற்றுச் சுருள் தொடர்ந்து வெளியேறிக்கொண்டிருந்த போதும் அதன் வேகம் வெகுவாகக் குறைந்திருந்தது, மீன் சிரமப்பட்டு ஒவ்வொரு அங்குலத்தையும் இழுக்கும் படி கயிற்றுச் சுருள்களை இறுகப் பற்றியிருந்தார். இப்போது தலையைச் சற்று நிமிர்த்திப் பார்க்க முடிந்தது, கன்னத்தில் பதிந்திருந்த மீன் துண்டுகளை அகற்றினார். மண்டியிட்டு அமர்ந்து மெதுவாக எழுந்தார். கயிற்றை மெதுவாகத் தொடர்ந்து விட்டுக்கொடுத்துக் கொண்டிருந்தார். கயிற்றுச் சுருள்களைப் பார்க்க முடியாததால் தன் காலால் தடவி உணர்ந்து கொள்ள ஏதுவான இடத்திற்குத் திரும்பிச் சென்றார். இன்னும் நிறைய கயிறு இருந்தது, மீன் இப்போது புதிய கயிற்றுச் சுருளின் உராய்வையும் சேர்த்துச் சமாளிக்க வேண்டியிருந்தது.

எல்லாம் சரியாக நடப்பதாகத் தோன்றியது. மீன் இன்னும் ஒரு டஜன் தடவைக்கு மேல் குதித்துத் தனது முதுகிலுள்ள பைகளில் காற்றை நிரப்பியுள்ளது, இனி மேலே கொண்டு வர முடியாத ஆழத்திற்குச் சென்று இறக்க முடியாது. விரைவில் வட்டமிடத் தொடங்கும், அதற்குப் பின்தான் எனக்கான வேலை தொடங்கும். அது ஏன் திடீரென்று துள்ளிக் குதித்தது? எனக்கு ஆச்சரியமாக இருக்கிறது? பசி அதனைக் கோபம் கொள்ளச் செய்திருக்குமோ அல்லது இரவில் எதையாவது கண்டு பயந்துவிட்டதா? இல்லை, திடீரென்று பயம் வந்திருக்கலாம். அது மிகச் சாதுவான, வலுவான மீன், ஆனால் சிறிதும் பயமில்லாமல் நம்பிக்கையுடன் தான் இருப்பதாகத் தெரிந்தது. இந்த மீன் மிக விசித்திரமானது.

"நீ பயமின்றி, நம்பிக்கையுடன் இரு கிழவா" என்ற அவர். "மீன் இப்போதும் உன் கயிற்றில் சிக்கிக்கொண்டுதான் இருக்கிறது என்றார். இனி விட்டுக்கொடுக்க கயிறு இல்லை. சீக்கிரமே வட்டமிடத் துவங்கும்.

கிழவர் இடது கையாலும் தோள்களாலும் கயிற்றைப் பிடித்துக் கொண்டு குனிந்து வலது கையில் தண்ணீரை அள்ளி முகத்தில் ஒட்டிக்கொண்டிருந்த டால்பின் சதையைத் துடைத்து எடுத்தார். அது தனக்குக் குமட்டலை உண்டாக்கி வாந்தியால் சோர்ந்து விடுவோமோ என்று பயந்தார். முகத்தைக் கழுவியதும், வலது கையைப் பக்கவாட்டில் இருந்த தண்ணீரில் கழுவி, சூரிய உதயத்திற்கு வானம் தயாராகிக்கொண்டிருப்பதை ரசித்தபடியே

உப்பு நீரில் கையை நனைத்துக்கொண்டு இருந்தார். அது கிட்டத்தட்ட கிழக்கு நோக்கிச் செல்கிறது என்று நினைத்தார். அதாவது மீன் களைத்துப் போய் நீரோட்டத்தோடு செல்கிறது. விரைவில் வட்டமிட வேண்டும். அப்போதுதான் எனது அசல் வேலை தொடங்கும்.

தனது வலது கை நீண்ட நேரம் தண்ணீரில் இருந்ததை உறுதி செய்துகொண்ட பிறகு, கையை வெளியே எடுத்துப் பார்த்தார்.

"வலி அத்தனை மோசமாக இல்லை," என்ற அவர். "மனிதனுக்கு வலி ஒரு பொருட்டல்ல" என்றார்.

புதிய வெட்டுக்காயங்கள் எதிலும் கயிறு மீண்டும் பதிந்துவிடாதபடி கவனமாகப் பிடித்துக்கொண்டு, இடது கையைப் படகின் மறுபுறமாக நீரில் நனைக்க ஏதுவாகக் கயிற்றின் பிடியை மாற்றினார்.

"உதவாத ஒன்றுக்காக நீ இவ்வளவு மோசமாகச் துன்பப் படவில்லை" என்று தன் இடது கையைப் பார்த்துச் சொன்னார். "ஆனால், நீ இருப்பதையே உணர்ந்துகொள்ள முடியாத ஒரு சந்தர்ப்பம் கூட இருந்தது."

நான் ஏன் இரண்டு நல்ல கைகளுடன் பிறக்கவில்லை? ஒருவேளை அதைச் சரியாகப் பழக்காதது என் தவறா? ஆனால் என் கைகள் பழகிக்கொள்ள போதுமான வாய்ப்புகள் இருந்தது என்று கடவுளுக்குத் தெரியும். அத்துடன் நேற்றிரவு எந்தத் தொந்தரவையும் கொடுக்கவில்லையே, ஒரு முறை மட்டும்தான் மரப்பில் அவதிப்பட்டது. அடுத்த முறை மரப்பு வந்தால், இந்தக் கயிற்றிலேயே வெட்டுப்படட்டும் என்றார் கோபமாக.

தான் தெளிவாக இல்லை என்று தோன்றிய போது, டால்பினைக் கொஞ்சம் சாப்பிட நினைத்தார். ஆனால் இப்போது என்னால் முடியாது எனத் தனக்குத்தானே சொல்லிக்கொண்டார். வாந்தியால் உடல் வலிமையை இழப்பதை விட லேசாக மந்தமாக இருப்பது சுகம். என் முகத்தில் ஒட்டிக்கொண்டிருந்ததால் மீனைச் சாப்பிடாமல் அதிக நேரம் வைத்திருக்க முடியாது. அது கெட்டுப்போகாத வரை அவசரத் தேவைக்காக வைத்துக் கொள்ளலாம். ஆனால் இப்போது சாப்பிட்டுத் தெம்பேற்ற

அவகாசமில்லை. நீ ஒரு முட்டாள், அவர் தனக்குத்தானே சொல்லிக்கொண்டார். மற்ற பறக்கும் மீன்களையாவது சாப்பிடு.

அவை அங்கேயே சுத்தம் செய்யப்பட்டுத் தயாராக இருந்தன. தனது இடது கையால் அதை எடுத்து, எலும்புகளைக் கவனமாக மென்று, வால் வரை அனைத்தையும் சாப்பிட்டார்.

கிட்டத்தட்ட எந்த மீனையும் விட இது அதிக ஊட்டச்சத்து கொண்டது, குறைந்தபட்சம் எனக்குத் தேவையான வலிமையைக் கொடுக்கக்கூடியது. என்னால் இயன்ற அனைத்தையும் செய்துவிட்டேன் என்று நினைத்தார். மீன் வட்டமிடத் தொடங்கட்டும், நிஜ சண்டை விரைவில் தொடங்கிவிடும்.

கடலுக்கு வந்து மூன்றாவது முறையாகச் சூரியன் உதித்தபோது மீன் வட்டமிடத் துவங்கியது.

கயிற்றின் சாய்வைக் கொண்டு மீன் வட்டமிடுவதை அவரால் கணிக்க முடியவில்லை. அதைத் தெளிவாகப் பார்க்க இன்னும் அதிக நேரம் இருக்கிறது. கயிற்றின் இறுக்கம் லேசாகத் தளர்வதை உணர்ந்த அவர் தனது வலது கையால் அதை மெதுவாக இழுக்கத் தொடங்கினார். வழக்கம் போல அது இறுகியது, ஆனால் அது அறுபடும் இடத்தை அடைந்தபோது, கயிறு உள்ளே வரத் தொடங்கியது. கயிற்றுக்குக் கீழிருந்து தோள்களையும் தலையையும் விடுவித்துக் கொண்டு, சீராகவும் மெதுவாகவும் கயிற்றை இழுக்கத் தொடங்கினார். குழந்தையைத் தொட்டிலில் ஆட்டுவது போல் தனது இரண்டு கைகளையும் இயக்கினார், தன் உடலையும் கால்களையும் திரட்டித் தன்னால் இயன்ற வரை கயிற்றை இழுக்க முயன்றார். அவரது முதிர்ந்த கால்களும் தோள்களும் கயிற்றின் கனத்திற்கேற்ப அசைந்தன.

"மிகப் பெரிய வட்டம் தான், ஆனாலும் வட்டமடிக்கத் தொடங்கி விட்டதே" என்றார்.

அதன் பின்னர் கயிற்றை உள்ளே இழுக்க முடியவில்லை, வெயிலில் நீர்த்துளிகள் உதிர்க்கும் வரை அதை இறுகப் பற்றிக் கொண்டிருந்தார். கயிறு மெல்லத் தளர்ந்தது, கிழவர் மண்டியிட்டு, வேண்டா வெறுப்பாக அதை இருண்ட நீருக்குள் செல்ல அனுமதித்தார்.

"மீன் இப்போது தனது வட்டத்தின் ஆழமான பகுதியைத் தேர்ந்தெடுத்து நீந்திக்கொண்டிருக்கிறது," என்ற அவர், தன்னால் முடிந்தவரை அதை இறுகப் பிடித்துவைத்திருக்க வேண்டும் என்று நினைத்தார். கயிற்றின் இறுக்கத்தைச் சிறிது சிறிதாக அதிகரிக்க ஒவ்வொரு முறையும் அதன் வட்டம் சுருக்கும். அநேகமாக ஒரு மணி நேரத்தில் நான் அதைப் பார்ப்பேன். முதலில், தப்ப வேறு வழி இல்லை என்பதை மீனுக்கு உணர்த்த வேண்டும், பிறகு அதைக் கொல்லலாம்.

ஆனால் மீன் மெதுவாக வட்டமிட்டுக்கொண்டே இருந்தது, கிழவர் வியர்வையில் நனைந்திருந்தார், இரண்டு மணி நேரத்திற்குப் பிறகு அவரது கைகள் கடுமையாகச் சோர்வடைந்திருந்தன. ஆனால் இப்போது வட்டம் மிகக் குறுகியதாக இருந்தது, கயிற்றின் சாய்விலிருந்து மீன் சீராக மேலே வந்துவிட்டது என்பதை அவரால் சொல்ல முடிந்தது.

ஒரு மணி நேரமாகக் கிழவர் தன் கண்களுக்கு முன்னால் கரும்புள்ளிகள் நிறைந்த மீன் வட்டமடிப்பதைப் பார்த்துக் கொண்டிருந்தார். வியர்வை அவரது கண்களில் உப்பை நனைத்து, கண்ணிலும் நெற்றியிலும் இருந்த வெட்டுக் காயத்திற்கு உப்பிட்டது. கரும்புள்ளிகளைக் கண்டு அஞ்சவில்லை. கயிற்றின் இறுக்கத்தைச் சீராக வைத்திருந்தார். இருவருமே இயல்பாக இருந்தார்கள். ஆனால், கிழவருக்குத்தான் இரண்டு முறை மயக்கமும் தலைசுற்றலும் ஏற்பட்டு கவலைக்குள்ளாக்கியது.

"இதுபோன்ற ஒரு மீனிடம் தோற்றுப்போய் என்னால் சாகமுடியாது. எனக்கு அது கிடைக்கப் போகிறது. எவ்வளவு நேர்த்தியாக என்னருகில் வருகிறது, கடவுளே என் துன்பங்களைத் தாங்கிக்கொள்ள உதவுங்கள். நூறு பரம பிதாக்கள், நூறு வாழ்க மரிகள் என்றும் சொல்வேன். இப்போது நேரம் இல்லை."

என் வேண்டுதலை நிறைவேற்றுங்கள். ஜெபத்தைப் பிறகு சொல்கிறேன்.

அப்போதுதான் தன் இரு கைகளாலும் பிடித்திருந்த கயிற்றில், சட்டெனப் பெரும் அதிர்ச்சியையும் இழுவிசையையும் உணர்ந்தார். அது உறுதியாகவும், கடினமாகவும், கனமாகவும் இருந்தது.

மீன் கயிற்றின் நுனிக் கம்பியை வாளால் அடிக்கிறது. வெளிவரத் தயாராகிக்கொண்டிருக்கிறது. கூடிய சீக்கிரமே வெளிவரும். விரைவில் குதிக்கக்கூடும். மீன் குதித்து முதுகில் காற்றை நிரப்பிக் கொள்ள வேண்டிய அவசியத்தில் இருக்கிறது. ஆனால் மீன் இப்போது வட்டமடிப்பதையே நான் விரும்புகிறேன். அத்துடன் அதன் ஒவ்வொரு துள்ளலும் அதன் சதையில் இருந்து கொக்கியின் இறுக்கத்தைக் குறைத்து மீன் எளிதில் தப்பித்திட வழிவகுக்கும்.

"குதிக்காதே, மீனே", "தயவுசெய்து குதிக்காதே" என்றார்.

மீன் தொடர்ந்து நுனிக் கம்பியைத் தாக்கியது, ஒவ்வொரு முறையும் அது தலையை அசைக்கும் போது கிழவர் சிறிதளவு கயிற்றை விட்டுக்கொடுத்தார்.

அதற்கு இப்போது வலிக்கும், அதை வலியிலேயே வைத்திருக்க வேண்டும் என்று நினைத்தார். எனக்கு வலி ஒரு பொருட்டல்ல, தாங்கிக்கொள்ள முடியும். ஆனால் மீனை வெறிகொள்ளச் செய்யும்.

மீன் சிறிது நேரத்தில், கம்பியை அடிப்பதை நிறுத்திவிட்டு மீண்டும் மெதுவாக வட்டமிடத் தொடங்கியது. கிழவர் நிதானமாகக் கயிற்றை இழுத்துக் கொண்டிருந்தார். ஆனால் அவருக்கு மீண்டும் மயக்கம் வந்தது. இடது கையால் கொஞ்சம் கடல் நீரை அள்ளித் தலையில் தெளித்துக்கொண்டார். இன்னும் கொஞ்சம் தண்ணீரை எடுத்துக் கழுத்தின் பின்புறமும் தேய்த்தார்.

"எனக்கு மரப்பு எதுவும் இல்லை," என்ற அவர், "விரைவில் மரப்பு வரலாம். ஆனாலும் என்னால் சமாளித்துக்கொள்ள முடியும், சமாளித்துத்தானே ஆக வேண்டும். அதைப் பற்றி எதற்கு இப்போது."

பின்புறம் மண்டியிட்டு அமர்ந்த அவர் ஒரு கணம் கயிற்றை விட்டுக்கொடுத்து, மீண்டும் தன் முதுகில் இறுக்கிப் பிடித்துக் கொண்டார். அது வட்டத்திற்கு வெளியே செல்லும் வரை நான் சற்று ஓய்வெடுக்கலாம், திரும்பி உள்ளே வரும்போது வேலை செய்தால் போதுமென்று முடிவு செய்தார்.

பின்புறமாகச் சாய்ந்து ஓய்வெடுத்தபடி, கயிற்றை இழுக்காமல் மீன் சிரமமின்றி வட்டமிட அனுமதித்தார். சற்று ஓய்வெடுத்தது

அவருக்குப் புதுத் தெம்பை அளித்தது. ஆனால் மீன் படகின் அருகில் வந்துவிட்டது என்று தெரிந்ததும், இச்சந்தர்ப்பத்திற்குத் தான் காத்திருந்தது போல் கிழவர் எழுந்து நின்று, தறி சட்டத்தின் அசைவு போலக் கயிற்றைச் சீராக இழுக்கத் தொடங்கியதும், சற்றேறக்குறைய முன்பு விட்டுக்கொடுத்த மொத்தக் கயிற்றுச் சுருளும் படகுக்குள் வந்து சேர்ந்தது.

முன்னெப்போதையும் விடத் தளர்வாக இருக்கிறேன். அயனக் காற்று வீசத் தொடங்கிவிட்டது. இனி அது மீனை இழுத்துச்செல்ல உதவிகரமாக இருக்கும் அது என் அவசியத் தேவையும் கூட.

“மீன் அடுத்த சுற்று தொலைவாகச் செல்லும்போது நான் சற்று ஓய்வெடுத்துக்கொள்ளலாம்” என்ற அவர் சற்று ஓய்வுக்குப் பின் “இப்போது நன்றாக உணர்கிறேன். அடுத்த இரண்டு மூன்று இழுவைக்குள் பிடித்துவிடுவேன்” என்றார்.

அவரது வைக்கோல் தொப்பி அவர் தலையின் பின்புறம் நன்கு சாய்ந்திருந்தது. மீன் திசை மாறுவதை உணர்ந்த அவர் படகின் பின்புறமாகக் கயிற்றை இழுத்தவாறு சாய்ந்தார்.

மீனே. நீ உன் வேலையைப் பார்த்துக்கொண்டிரு, அடுத்த சுற்றில் பிடித்து விடுகிறேன்.

கடல் கணிசமாக உயர்ந்திருந்தது. ஆனால் நல்ல வானிலையும் மிதமான காற்றும் வீசியது. வீட்டிற்குச் செல்ல இவை அவசியத் தேவையாக இருந்தது.

“நான் தென் மேற்காகச் செல்வேன்,” என்ற அவர். “ஒரு மனிதன் ஒருபோதும் கடலில் தொலைந்துபோவதில்லை, அது ஒரு நீண்ட தீவு” என்றார்.

மூன்றாவது திருப்பத்தின் போதுதான் மீனை முதலில் பார்த்தார்.

அது ஒரு கரிய நிழலாகத்தான் தெரிந்தது. நீருக்கடியில் படகைக் கடப்பதற்கு நீண்ட நேரம் எடுத்துக்கொண்டது. அதன் நீளம் நம்ப முடியாத அளவுக்குப் பெரியதாக இருந்தது

“இல்லை, இல்லை” என்ற அவர், “இத்தனை பெரியதாக இருக்க வாய்ப்பில்லை” என்றார்.

எவ்வளவு பெரியதாக இருக்கிறது! என்றார். அந்தச் சுற்றின் முடிவில், முப்பது கெஜ தூரத்தில் மீன் மேற்பரப்புக்கு வந்தது, அதன் வாலைத் தண்ணீருக்கு வெளியில் பார்க்க முடிந்தது. அது ஒரு பெரிய அரிவாளை விட நீளமாக இருந்தது. அதன் வெளிர் ஊதா நிறம் அடர் நீல நீரின் மேலிருந்தது, மெல்ல கீழ் நோக்கிச் சென்றது. மீன் மேற்பரப்புக்குச் சற்று கீழே நீந்தியபோது, கிழவரால் அதன் பெரிய உருவத்தையும் அதன் மேல் நீண்டிருந்த ஊதா நிறக் கோடுகளையும் பார்க்க முடிந்தது. அதன் பின்னந்துடுப்பு நீருக்குள் இருந்தது. அதன் பெரிய மார்புக் காம்புகள் அகல விரிந்திருந்தன.

இந்தச் சுற்றில் மீனின் கண்களையும், அதைச் சுற்றி நீந்திக் கொண்டிருந்த இரண்டு சாம்பல் நிற உறிஞ்சு மீன்களையும் கிழவரால் பார்க்க முடிந்தது. சில சமயம் அதனுடன் அவை ஒட்டிக்கொண்டன. சில நேரங்களில் துள்ளிக் குதித்தன. பின்னர் அதன் நிழலில் சுலபமாக நீந்தின. அவை ஒவ்வொன்றும் மூன்றடி நீளத்திற்கு மேல் இருந்தன, வேகமாக நீந்தும்போது அவற்றின் முழு உடலும் விலாங்கு மீன்களைப் போல அடித்துக் கொண்டன.

இப்போது கிழவருக்கு வெயிலினால் மட்டும் அல்லாமல் வேறு ஏதோ ஒன்றாலும் வியர்த்துக் கொட்டியது. சலனமற்ற ஒவ்வொரு திருப்பத்திலும் மீன் கயிற்றை இழுக்க அனுமதித்துக் கொண்டிருந்தது, இன்னும் அடுத்த இரண்டு மூன்று திருப்பங்களுக்குள் ஈட்டியை அதனுள் செலுத்த வாய்ப்பு உறுதியாகக் கிட்டும் என நம்பினார்.

அதற்கு மீனை நெருக்கமாக மிக நெருக்கமாக இழுத்து வர வேண்டும் என்று எண்ணினார். அதன் தலையைக் குறி வைக்கக் கூடாது இதயத்தைக் குறி வைக்க வேண்டும்.

"அமைதியாகவும் வலுவாகவும் இரு, கிழவா," என்று கத்தினார்.

அடுத்த சுற்றில் மீனின் முதுகு வெளியே இருந்தது, ஆனால் அது படகிலிருந்து சற்றுத் தொலைவில் இருந்தது. அடுத்தடுத்த சுற்றுகளில் மீன் இன்னும் வெகு தூரத்திற்குச் சென்றாலும் தண்ணீருக்கு மேலேயே இருந்தது. இன்னும் சற்றே கயிற்றை இழுத்துவிட்டால் அதனை மிக அருகில் கொண்டு வந்துவிடலாம் எனக் கிழவர் உறுதியாக நம்பினார்.

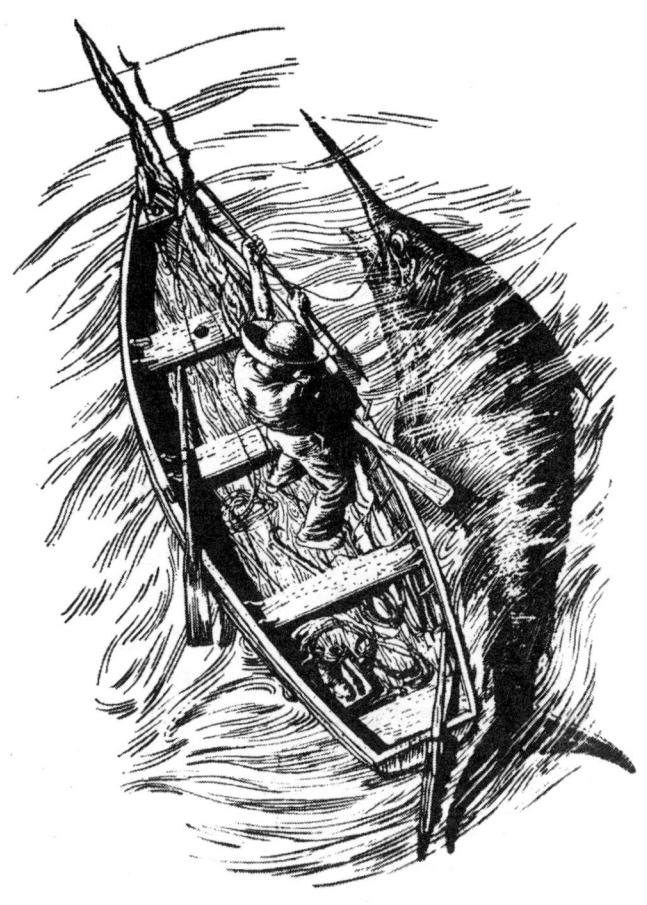

வெகு முன்பே தனது ஈட்டியைத் தயார் செய்திருந்தார், அதன் இலகுவான கயிற்றுச் சுருள், ஒரு வட்டமான கூடையில் இருந்தது, அதன் முனை படகின் முன்பக்க வளைவுக்கு அருகில் இருந்த வளையத்தில் இறுக்கமாகக் கட்டப்பட்டிருந்தது.

மீன் இப்போது அமைதியாகவும் அழகாகவும் இருந்தது, அதன் பெரிய வால் மட்டுமே அசைந்துகொண்டிருந்தது. கிழவர் அதனை அருகில் கொண்டு வரத் தன்னால் இயன்ற அனைத்தையும் செய்தார். ஒரு கணம் மீன் சற்றே திரும்பிப் பார்த்தது. பிறகு

தன்னைச் சரி செய்துகொண்டு இன்னொரு வட்டம் போட ஆரம்பித்தது.

"அசைத்துவிட்டேன், மீனை நான் அசைத்து வைத்துவிட்டேன்" என்றார் கிழவர்.

இப்போது அவருக்கு மீண்டும் தலை சுற்றியது. ஆனால் தன்னால் இயன்ற அளவுக்குக் கயிற்றை இறுகப் பிடித்துக்கொண்டார். நான் அதனை அசைத்துவிட்டேன் என்று நினைத்தார். ஒருவேளை இந்த முறை நான் அதனைக் கொல்ல முடியும். கைகளே இழுங்கள்! என்றார். கால்களே நேராக நிமிர்ந்து நில்லுங்கள்! தலையே! இந்த முறை எனக்கு ஒத்துழைப்பு கொடு. இறுதியாக ஒரு முயற்சி செய்வோம் நீ எப்போதும் சோடை போனதில்லை. இந்த முறை நான் நிச்சயம் பிடித்து விடுவேன் என்றார்.

ஆனால் மீன் வருவதற்கு முன்பே சரியான தயாரிப்புடன், தன் முழு பலத்தையும் பிரயோகித்து இழுத்த போதும், மீன் பாதி தூரம் இழுபட்டது. சுதாரித்து, தன்னைச் சரி செய்துகொண்டு வேறு பக்கம் நீந்திச் சென்றது.

"மீனே, நீ எப்படியும் சாகப் போகிறாய். என்னையும் சேர்த்துக் கொல்ல வேண்டுமா?" என்றார்.

இப்படியே தொடர்ந்தால் எதையும் சாதிக்க முடியாது என்று நினைத்த அவர், வாய் வறண்டு போய், பேச முடியாமல் தண்ணீரையும் எட்டி எடுக்க முடியாமல் தவித்தார். இந்த முறை நிச்சயம் அதனை அருகில் இழுத்து விட வேண்டும் என எண்ணினார். இன்னும் பல சுற்றுகளுக்கு நான் தாக்குப் பிடிக்க மாட்டேன். உடனே சுதாரித்துக்கொண்டு "இல்லை உன்னால் நிச்சயம் முடியும். எப்பொழுதுமே உன்னால் முடியும்" எனத் தனக்குத்தானே தேற்றிக்கொண்டார்.

அடுத்த சுற்றில், அவர் கிட்டத்தட்ட மீனை அருகில் கொண்டு வந்துவிட்டார். ஆனால் மீன் சுதாரித்துக்கொண்டு மீண்டும் விலகிச் சென்றது.

மீனே, நீ என்னைக் கொல்கிறாய் என்றார் கிழவர், ஆனால் உனக்கு உரிமை உண்டு. உன்னை விடப் பெரிய, அழகான, கம்பீரமான ஒன்றை நான் இதுவரை பார்த்ததில்லை, சகோதரா,

நீயே வந்து என்னைக் கொன்றுவிடு. யார் யாரைக் கொல்கிறார்கள் என்பது பற்றி எனக்குக் கவலையில்லை என்றார்.

இல்லை, உனக்குக் கிறுக்குப் பிடித்துவிட்டது.. நீ உன்னைத் தெளிவாக வைத்திரு. உன் தலையைத் தெளிவாக வைத்திரு, ஒரு மனிதனைப் போல எவ்வாறு கடினப்பட்டு உழைப்பது என்பதை அறிந்து கொள். அல்லது இந்த மீனைப் பார்த்தாவது கற்றுக்கொள் என்று நினைத்துக்கொண்டார்.

"தெளிவாக இரு" என்றார் அவருக்கே கேட்காத குரலில். "தெளிவாகிவிடு."

இன்னும் இரண்டு சுற்றுகள் கழிந்தும் மீன் அப்படியேதான் இருந்தது.

என்ன செய்வதென்று தெரியவில்லையே? என்று நினைத்த கிழவர், ஒவ்வொரு முறையும் அதை நெருங்கத் தயார் நிலையில் இருந்தும் முடியவில்லை. செய்வதறியாது இருக்கிறேன். ஆனால் மீண்டும் முயற்சி செய்கிறேன்.

மீண்டும் ஒரு முறை முயன்று பார்த்தார். மீனைத் தன் பக்கம் இழுக்க முயன்ற போது தான் அதனால் இழுத்துச் செல்லப்படுவது போல் உணர்ந்தார். அதற்குள் மீன் தன்னைச் சரி செய்து கொண்டு பெரிய வாலைக் காற்றில் அசைத்தவாறு மீண்டும் மெதுவாக நீந்தியது.

அவரின் கைகள் மிகத் தளர்ந்து, கண்கள் மையம் பூத்தது போல் இருந்தது. ஆனாலும் "தொடர்ந்து முயற்சிப்பேன், இது உறுதி" என்றார் கிழவர். அடுத்த முயற்சியும் வீணானது. மீன் அப்படியே இருந்தது. நான் முயற்சிப்பதற்குள் திரும்பி விடுகிறதே! திட்டமிட்டு மீண்டும் ஒருமுறை முயற்சிக்கிறேன் எனத் தனக்குத்தானே சொல்லிக் கொண்டார்.

இழந்த கர்வத்துடன், எஞ்சியிருந்த முழு வலிமையையும் ஒன்று திரட்டி மீனின் பிடிவாதத்திற்கு எதிராகப் போராடிக் கொண்டிருந்தார், மீன் அவரது பக்கவாட்டிற்கு அருகில் வந்து மெதுவாக நீந்தியது, அதன் துடுப்பு கிட்டத்தட்ட படகின் பலகையைத் தொட்டு, படகைக் கடக்கத் தொடங்கியது, நல்ல நீள, அகலமுள்ள ஆழமான வெள்ளி மற்றும் ஊதா நிறக் கோடுகளுடன் மீன் நீரில் முடிவற்று நீண்டிருந்தது.

கிழவர் கயிற்றைக் கீழே வீசிக் காலை அதன் மேல் வைத்துக்கொண்டு தன் சக்தியையெல்லாம் திரட்டி, ஈட்டியை முடிந்தவரை உயர்த்தி, ஒட்டுமொத்த ஆற்றலுடன் மீனின் பக்கவாட்டில், ஆள் உயர முன்பக்கத் துடுப்பின் பின்னால் ஆழமாகச் செலுத்தினார். ஈட்டி உள்ளே செல்வதை உணர்ந்த அவர் அதன் மீது சாய்ந்து அதை மேலும் ஆழமாகச் செலுத்தினார், பின்னர் தனது மொத்த எடையையும் ஒன்று திரட்டி ஈட்டியை இன்னும் ஆழமாக உள் செலுத்தினார்.

மீன் துடிதுடித்துத் தண்ணீரிலிருந்து மேலே எம்பி, அதன் பிரமாண்ட தோற்றத்தையும், முழு பலத்தையும், அழகையும் காட்டியபடி மரணித்தது. படகில் இருந்து பார்ப்பதற்கு மீன் அந்தரத்தில் கயிற்றில் தொங்குவது போல இருந்தது. பின்னர் அது ஒரு பெருவெடிப்புடன் தண்ணீரில் விழுந்து வயதான கிழவரையும், அவர்தம் படகையும் முழுக்க நனைத்தது.

கிழவருக்குத் தலைசுற்றியது, சோர்வாக இருந்தார், அவரால் சரியாகப் பார்க்க முடியவில்லை. ஆனாலும் ஈட்டிக் கயிற்றைச் சரிசெய்து அதை வெறும் கைகளினூடே மெதுவாக இழுத்தார். இப்போது மீனை நன்றாகப் பார்க்க முடிந்தது. வெள்ளி வயிற்றை மேலே தூக்கியபடி மீன் மல்லாக்கப் படுத்துக் கிடந்தது. ஈட்டி மீனின் உடலில் குத்தி ஒரு பக்கமாக நீட்டிக்கொண்டிருந்தது, அதன் இதயத்திலிருந்து பீரிட்ட இரத்தத்தில் கடல் சிவந்திருந்தது. முதலில் அது ஒரு மைலுக்கும் அதிகமான ஆழமுள்ள நீல நீரில் ஒரு மணல் திட்டு போல இருண்டு கிடந்தது. மெல்ல அது மேகம் போல் பரவியது. மீன் வெள்ளி நிறத்தில் அசைவற்று அலைகளுடன் சேர்ந்து மிதந்தது.

கிழவர் அதைக் கவனமாகப் பார்த்தார். பிறகு படகின் முன்வளைவில் கட்டியிருந்த ஈட்டிக் கயிற்றை இரண்டு சுற்றுகளாகச் சுற்றி எடுத்து வைத்துவிட்டு, தன் கைகளில் தலை வைத்துப் படுத்துக்கொண்டார்.

முன் பக்க வளைவின் கட்டையில் சாய்ந்தபடி "தலையைத் தெளிவாக வைத்துக்கொள்" என்றார். "நான் களைத்துப் போன கிழவன். ஆனால் என் சகோதரனைக் கொன்றுவிட்டேன், இனி அதற்குச் சேவகம் செய்ய வேண்டும்" என்றார்.

அடுத்து அதைக் கட்டுவதற்கான சுருக்குக் கயிறுகளையும், இணைப்புக் கயிற்றையும் தயார் செய்ய வேண்டும் என்று நினைத்தார். நாம் இருவர் மட்டுமே இருக்கிறோம். உன்னை இழுக்க அலைகள் உதவி செய்தாலும், படகுடன் சேர்த்து இறுக்கமாகக் கட்டாமல்விட்டால் என்னால் உன்னைச் சமாளிக்க முடியாது. எனவே நான் எல்லாவற்றையும் தயார் செய்துவிட்டு மீனை அருகில் இழுத்து, நன்றாகச் சேர்த்துக் கட்டி, பாய்மரத்தைப் பூட்டிக் கொண்டு வீட்டிற்குப் புறப்பட வேண்டும்.

செவுள்கள் வழியாகக் கயிற்றைச் செலுத்தி வாய் வழியாக வெளியில் எடுத்து மீனின் தலையைப் படகின் முன் பக்க வளைவுடன் சேர்த்துக் கட்ட ஏதுவாக மீனைப் படகின் பக்கவாட்டுப் பக்கம் இழுக்கத் தொடங்கினார். மீனைப் பார்க்க விரும்புகிறேன். அதனைத் தொடவும், உணரவும் விரும்புகிறேன். இவன் கிடைத்தது என் அதிர்ஷ்டம் என்று நினைத்துக்கொண்டார். ஆனால் அதற்காகத் தொட்டு உணர விரும்பவில்லை. இரண்டாவது முறையாக ஈட்டித் தண்டை அதனுள் செலுத்தியபோது அதன் இதயத்தை உணர்ந்தேன். இப்போதே அதனை அருகில் கொண்டுவந்து படகுடன் சேர்த்துக் கட்டவேண்டும், அதன் வாலைச் சுற்றி ஒரு சுருக்குக் கயிற்றையும், அதன் நடுவில் மற்றொரு சுருக்குக் கயிற்றையும் கொண்டு படகில் சேர்த்துக் கட்ட வேண்டும்.

"வேலையைப் பார் கிழவா" என்றபடி தண்ணீரைச் சிறிது குடித்தார். "சண்டை முடிந்துவிட்டது? இனி நீ செய்ய வேண்டிய வேலைகள் ஏராளம் இருக்கின்றது."

அவர் முதலில் வானத்தைப் பார்த்தார், அடுத்து தனது மீனைப் பார்த்த பிறகு சூரியனைக் கவனமாகப் பார்த்தார். நண்பகலுக்கு மேல் ஆகியிருக்காது என்று நினைத்துக்கொண்டார். மேலும் தடக் காற்று வீசுகிறது. கயிற்றுச் சுருளுக்கெல்லாம் இனி வேலையே இல்லை. வீட்டுக்குப் போனதும் சிறுவனும் நானும் அவற்றைப் பிரித்துக் கட்டிக்கொள்கிறோம்.

"வா மீனே" என்றார். ஆனால் மீனால் வர இயலாது. அதற்குப் பதிலாக அது கடலில் புரண்டு கிடக்க, கிழவர் படகை அதன் அருகில் கொண்டுசென்றார்.

மீனின் தலையை முன்பக்க வளைவை நோக்கி இழுத்தபோது அதன் உருவத்தை அவரால் நம்பவே முடியவில்லை. அடுத்து ஈட்டிக் கயிற்றை அவிழ்த்து, மீனின் செவுள்கள் வழியாகவும், தாடைகள் வழியாகவும் நுழைத்து, பாய்மரக் கம்பத்தை ஒரு சுற்று சுற்றி, கயிற்றை மற்றொரு செவுள் வழியாகச் செலுத்தி, மீண்டும் கம்பத்தில் மற்றொரு சுற்று சுற்றி, இரண்டு கயிற்றையும் சேர்த்து முடிந்து முன் பக்கக் கம்பத்தில் கட்டினார். மீதமிருந்த கயிற்றைக் கத்தியால் அறுத்துவிட்டு வால் பக்கத்தைச் சுருக்குக் கயிற்றால் இணைக்கப் புறப்பட்டார். மீன் அதன் அசல்

ஊதா கலந்த வெள்ளி நிறத்தில் இருந்து வெள்ளி நிறத்திற்கு முழுவதுமாக மாறியிருந்தது. மேலும் அதன் உடலின் வரிகள் வாலைப் போலவே வெளிர் ஊதா நிறத்தில் இருந்தன. அவை, விரல்களை விரித்தபடி உள்ள ஒரு மனிதனின் கையை விட அகலமாக இருந்தன.

மீனின் கண்கள் பெரிஸ்கோப் கண்ணாடியைப் போல இருந்தது, ஊர்வலத்தில் செல்லும் துறவியைப் போலப் பற்றற்றவையாகத் தெரிந்தன.

"அதை இப்படிதான் கொல்ல முடியும், அதுதான் ஒரே வழி" என்றார் கிழவர். கடலுக்கும் அவருக்கும் மீன் எங்கேயும் செல்லாது எனத் தெரிந்திருந்தது. அது ஓரளவுக்கு நிம்மதி அளித்தது. அதனால் அவரது சிந்தனைகள் தெளிவாக இருந்தது. மீன்ஆயிரத்து ஐநூறு பவுண்டுகளுக்கு மேல் இருக்கலாம், என்று நினைத்தார். இன்னும் அதிகமாகக் கூட இருக்கலாம். அதில் மூன்றில் இரண்டு பங்கை மட்டுமே பவுண்டு முப்பது சென்ட் வீதம் விற்றால் எவ்வளவு கிடைக்கும்?

"அதுக்கு ஒரு பென்சில் வேணும்" என்றார். "என் தலை அவ்வளவு தெளிவாக இல்லை. ஆனால் இணையற்ற டிமாஜியோ இன்று என்னைப் பார்த்தால் பெருமைப்படுவார் என்று நினைக்கிறேன். எனக்கு எலும்பு வீக்க நோய் இல்லை. ஆனால் கைகளும், முதுகும் தான் அதிகம் வலிக்கிறது." எலும்பு வீக்கம் பற்றி எனக்கு எதுவும் தெரியவில்லை என்பது ஆச்சரியமாக இருக்கிறது, என்னை அறியாமலேயே எனக்குக் கூட இருக்கலாம்.

மீனை, முன்பக்க வளைவு, பின்பக்கம் மற்றும் மையத்தில் இணைத்து இறுக்கமாகக் கட்டியிருந்தார்.. அதன் உருவம் பிரமாண்டமாக இருந்ததினால் படகுடன் மற்றொரு பெரிய படகைச் சேர்த்துக் கட்டி இருப்பது போல இருந்தது. அவர் ஒரு கயிற்றை வெட்டி, மீனின் கீழ்த் தாடையைப் படகின் கம்பத்துடன் சேர்த்துக் கட்டியதால் அதன் வாய் மூடிக்கொண்டதால் முடிந்தவரை மீன் சுத்தமாகப் பயணிக்கும். பிறகு பாய்மரக் கம்பத்தைச் சரி செய்து அதன் பக்கவாட்டுக் கம்பத்தை இணைத்து ஒட்டுப்போட்ட பாய்மரத் துணியை இழுத்துக் கட்டினார், சுரட்டைக் கழியைக் கையில் எடுத்துக்கொண்டார்.

படகு மெல்ல நகரத் தொடங்கியது, படகின் பின்புறத்தில் இருந்த அவர் தென்மேற்கில் பயணித்தார்.

தென்மேற்கு எங்கே இருக்கிறதென்று சொல்ல அவருக்குத் திசைகாட்டி தேவையில்லை. அயனக் காற்றின் உந்துதலும் பாய்மரத்தின் இழு விசையும் மட்டுமே அவருக்குத் தேவைப்பட்டன. ஒரு ஸ்பூன் வடிவ செயற்கைத் தூண்டில் கயிற்றுடன் இணைத்து அதை வீச வேண்டும், தொண்டையை ஈரப்படுத்திக்கொள்ளவும் சாப்பிடவும் குடிக்கவும் ஏதாவது கிடைக்குமா என்று முயற்சிக்க வேண்டும். ஆனால் அவரால் ஒரு ஸ்பூனைக் கூடக் கண்டுபிடிக்க முடியவில்லை, அவரது மத்தி மீன்கள் அழுகியிருந்தன. அதனால் மஞ்சள் நிற வளைகுடா களைச்செடிகளைக் கடந்து செல்லும்போது அதில் ஒரு கொத்தைக் கொக்கி போட்டு இழுத்து அதனைப் படகினுள் உலுக்கினார். அதனுள் இருந்த சிறிய இறால்கள், படகில் விழுந்தன. ஒரு டஜனுக்கும் மேற்பட்டவைகள் மணல் ஈக்களைப் போல உதைத்துக்கொண்டு குதித்தன. கிழவர் தன் கட்டை விரலாலும் ஆள்காட்டி விரலாலும் அவற்றின் தலையைக் கிள்ளிக் கிள்ளித் தோளையும் வால்களையும் மென்று தின்றார். அவை மிகச் சிறியவை, ஆனால் ஊட்டசத்து மிக்கவை. அவை நல்ல சுவையாகவும் இருந்தன.

கிழவர் பாட்டிலில் இன்னும் இரண்டு மிடறு தண்ணீர் வைத்திருந்தார், இறால் சாப்பிட்ட பிறகு அதில் பாதியைக் குடித்தார். சில தடைகள் இருந்த போதிலும் படகு நன்றாகவே பயணித்துக் கொண்டிருந்தது, அவரது கைகள் சுக்கானை அசைத்துக் கொண்டிருந்தன. அவரால் மீனைப் பார்க்க முடிந்தது. இப்போது அவர் தன் கைகளைத் தொட்டுப் பார்த்தும், முதுகைப் படகின் பின்புறம் சாய்த்தும், இது கனவல்ல நிஜம் என்று உறுதிப்படுத்திக் கொண்டார். மீன் பிடிபடும் முன் மிக மோசமாக உணர்ந்த ஒரு தருணத்தில், கனவாக இருக்க வேண்டும் என்று நினைத்தார். மீன் தண்ணீரிலிருந்து வெளியேறி, மீண்டும் விழுவதற்கு முன் வானில் அசைவற்று இருந்ததைப் பார்த்தபோது, ஏதோ ஒரு பெரிய அதிசயம் நிகழ்ந்திருக்கிறது என்பது அவருக்கு நிச்சயமாகத் தெரிந்தது, அதை அவரால் நம்பவே முடியவில்லை. அச்சமயத்தில் மீனை நன்றாகப் பார்க்க முடியவில்லை என்றாலும் இப்போது முன் போலவே நன்றாகப் பார்க்க முடிந்தது.

மீன் தன்னுடன் இருப்பதும், அடிபட்ட அவரது கைகளும் முதுகும் கனவல்ல என்று உறுதியாகியிருந்தது. கைகள் விரைவாகக் குணமாகிவிடும் என்று நினைத்தார். ரணங்களைச் சுத்தம் செய்து விட்டேன். உப்பு நீர் அவற்றை விரைவில் குணப்படுத்தும். உண்மையான வளைகுடாவின் இருண்ட நீர் மிக நல்ல நிவாரணி. நான் செய்ய வேண்டியதெல்லாம் தலையைத் தெளிவாக வைத்திருப்பதுதான். கைகள் தங்கள் வேலையைச் செய்தன, நாங்கள் நன்றாகப் பயணம் செய்கிறோம். மீன் வாயை மூடிக்கொண்டு, வாலை ஆட்டாமல் நாங்கள் இருவரும் சகோதரர்களைப் போலப் பயணிக்கிறோம். சிறிது நேரத்திற்குப் பிறகு அவரது தலை சற்று குழம்பி, மீன் என்னை இழுத்துச் செல்கிறதா அல்லது நான் அதை இழுத்துச் செல்கிறேனா எனச் சந்தேகமாக இருப்பதாக நினைத்தார். அதை என் படகின் பின்னால் கட்டி இழுத்துச் சென்றால் இக்கேள்வியே எழாது. அல்லது மீன் என் படகில் அடங்கிக் கிடந்திருந்தாலும் இக்கேள்வியே எழுந்திருக்காது. ஆனால் நாங்கள் அருகருகே சேர்ந்து பயணிக்கிறோம். மீனுக்கு மகிழ்ச்சி அளிக்கும் என்றால் அதுவே என்னை இழுத்துச் செல்வதாக இருக்கட்டும் என்று நினைத்தார். நான் இந்த மீனை விடவா மேலானவன், இல்லை தந்திரமானவன், ஆனால் மீன் உன்னதமானது சிறு தீங்கையும் எனக்குச் செய்யவில்லை.

அவர்கள் சிரமமின்றி நன்றாகப் பயணம் செய்தனர், கிழவர் உப்பு நீரில் கைகளை நனைத்துச் சிந்தனையைத் தெளிவாக வைத்திருக்க முயன்றார். உயர்ந்திருந்த திரள் மேகங்களும், அவற்றுக்கு மேலே போதுமான பனி மேகங்களும் இருந்தன, எனவே காற்று இரவு முழுவதும் நீடிக்குமென்று கிழவருக்குத் தெரியும். நடப்பது உண்மைதானா என்பதை உறுதிப்படுத்திக்கொள்வதற்காகக் கிழவர் அடிக்கடி மீனைப் பார்த்துக்கொண்டிருந்த போது, முதல் சுறா அவர்களைத் தாக்குவதற்கு இன்னும் ஒரு மணி நேரம் இருந்தது.

சுறாக்கள் வந்தது ஒன்றும் விபத்து அல்ல. கரிய குருதிப் படலம் படிந்து பல மைல் ஆழமுள்ள கடலில் சிதறிக் கிடந்தபோது நீரின் ஆழத்திலிருந்த சுறாக்கள் மேலே வந்திருந்தன. எந்தவித எச்சரிக்கையும் இன்றி மிக வேகமாகவும், ஸ்தூலமாகவும்

சூரிய ஒளியில் பளபளத்த நீல நிற நீரின் மேற்பரப்பைக் கிழித்துக்கொண்டு அவை வெளியில் வந்தன. பின்னர் கடலில் உட்புகுந்து மீண்டும் அந்த வாசனையை நுகர்ந்து படகும் மீனும் சென்ற பாதையில் அவை நீந்தத் தொடங்கின.

சில சமயம் சுறாக்கள் வாசனையை இழந்துவிடும். உடனே அதை மீண்டும் கண்டுபிடிக்கும், அல்லது நாம் விட்ட ஒரு தடயத்தைப் பின் தொடரும், அத்துடன் மிகத் துரிதமாகவும் கடுமையாகவும் நீந்தக் கூடியவை. அது ஒரு மிகப் பெரிய *மாகோ* சுறா. கடலிலுள்ள மிக வேகமான மீனைப் போல வேகமாக நீந்தக்கூடியது, அதன் பற்களைத் தவிர அனைத்தும் அழகுதான். அதன் முதுகு ஒரு வாள் மீனைப் போல நீல நிறமாகவும், வயிறு வெள்ளி நிறத்திலும், தோல் மென்மையாகவும் அழகாகவும் இருந்தது. வாள் மீனைப் போலவே உடல் அமைப்பும் இருந்தது, அதன் பெரிய தாடைகள் இறுக்கமாக மூடியிருக்க, நீருக்கடியில் இருந்த நீளமான முதுகுத் துடுப்பு உறுதியாகத் தண்ணீரைக் கத்திபோல் கிழித்துக்கொண்டு வேகமாக நீந்தியது. மூடிய இரட்டை உதட்டின் உள்ளே எட்டு வரிசைப் பற்களும் உள்நோக்கிச் சாய்ந்திருந்தன. அவை பெரும்பாலான சுறாக்களின் சாதாரண பிரமிடு வடிவ பற்கள் போல் இல்லாமல் பருந்துகளின் நகங்களைப் போல உறுதியானவைகளாகவும் மனிதனின் விரல்களைப் போலவும் இருந்தன. அவை ஏறக்குறைய கிழவரின் விரல்களைப் போலவே நீளமாக இருந்தன, மேலும் அவற்றின் இருபுறமும் சவரக்கத்தி போன்ற கூர்மையான வெட்டு முனைகள் இருந்தன. இது கடலிலுள்ள அனைத்து உயிர்களையும் வேட்டையாடுவதற்காகப் படைக்கப்பட்ட பிராணி, அவை மிக வலிமையான, ஆபத்தான ஆயுதத்தைத் தன்வசம் வைத்திருப்பதால் அவற்றுக்கு வேறு எதிரிகளே இல்லை. புதிய வாசனையை முகர்ந்தவுடன் அதன் வேகத்தை அது அதிகரித்தது. அதன் நீலநிறப் பின்னந்துடுப்பு தண்ணீரைக் கிழித்தது.

சுறா வருவதைப் பார்த்த கிழவர், சுறா எவ்விதப் பயமுமற்றது, தான் விரும்பியதைச் செய்யக்கூடியது என்பதை நன்கு அறிந்தவர், சுறா வருவதைப் பார்த்துக் கொண்டே ஈட்டியைத் தயார் செய்து கயிற்றை இறுகக் கட்டினார். ஏற்கெனவே மீனைக் கட்டுவதற்காகக் கயிற்றை வெட்டிவிட்டதால் அதன் நீளம் குறுகியதாக இருந்தது.

கிழவரின் தலை இப்போது தெளிவாகவும் நன்றாகவும் இருந்தது, அவர் தீர்மானமாகக் காணப்பட்டார். அவருக்குச் சிறு நம்பிக்கை இருந்தது. இந்த மீன் அருமையானது, இறுதி வரை உறுதியாகப் போராடி இறந்தது என்று நினைத்துக்கொண்டார். சுறாவை நெருங்கிப் பார்த்தபடி, மீனை ஒரு முறை பார்த்தார். அது ஒரு கனவாகக் கூட இருக்கலாம் என்று நினைத்தார்.

மீனைப் பார்த்துச் சுறாக்கள் உன்னைத் தாக்குவதை என்னால் தடுக்க முடியாது, ஆனால் அவற்றை விரட்டி அடிக்க என்னால் முடியும். அவை ராட்சசப் பல் சுறாக்கள் என்றபடி, "சுறாவே! உன் அம்மாவிடம் போ" என்றார்.

சுறா வேகமாகப் படகின் பின்புறம் வந்து, மீனைத் கடிக்கத் துவங்கியது. கிழவர் அதன் அகன்ற வாயையும், அதன் விசித்திரமான கண்களையும், பற்களைக் கடிக்கும் நற நற சத்தத்தையும் கேட்டார், அது வாலுக்குச் சற்று மேலே இருந்த பகுதியைக் கடிக்கச் சென்றது. சுறாவின் தலை தண்ணீருக்கு வெளியே இருந்தது, மெல்ல அதன் முதுகு வெளியே வந்து கொண்டிருந்தது, கிழவர் சுறாவின் தலையில், அதன் கண்களுக்கு இடையிலான கோடும், அதன் மூக்கிலிருந்து நேராகப் பின்னோக்கிச் சென்ற கோட்டுடன் வெட்டும் இடத்தில் ஈட்டியைச் செலுத்திய போது சுறாவின் தோலும் சதையும் கிழிபடும் ஓசையைக் கேட்க முடிந்தது. உண்மையில் அப்படி எந்தக் கோடும் இல்லை. கனத்த கூரிய நீலத் தலையும், பெரிய கண்களும், அனைத்தையும் விழுங்கக்கூடிய க்ளிக் சத்தம் எழுப்பும் தாடைகள் மட்டுமே இருந்தன. ஆனால் அங்குதான் அதன் மூளை இருக்கிறது. கிழவர் அதைச் சரியாகத் தாக்கினார். அவரது ரத்தம் தோய்ந்த கைகளால் முழு பலத்தையும் பிரயோகித்து ஈட்டியை அதனுள் செலுத்தினார். அவர் அதை நம்பிக்கையின்றி ஆனால் தீர்மானத்துடனும் முழு சக்தியுடனும் செலுத்தினார்.

சுறா சுழன்றது, கிழவர் அதன் கண் உயிரற்று இருப்பதைக் கண்டார், சுறா மீண்டும் ஒருமுறை சுழன்று, இரண்டு சுற்று கயிற்றால் தன்னைச் சுற்றிக்கொண்டது. கிழவருக்கு அது இறந்துவிட்டது என்று தெரியும், ஆனால் சுறா அதை ஏற்கவில்லை. அதன் முதுகில், வாலை அடித்துக்கொண்டு, தாடைகள் கிளிக் சத்தம் எழுப்ப, ஒரு வேகப் படகு போல அது தண்ணீரில் நீந்திக் கொண்டிருந்தது. அதன் வால் அடித்த இடத்தில் தண்ணீர் வெண்மையாக இருந்தது, கயிறு இறுகி, நடுங்கி, பின்னர் அறுந்தபோது உடலின் முக்கால்வாசி தண்ணீருக்கு மேலே தெளிவாகத் தெரியும்படி இருந்தது. சுறா சிறிது நேரம் அமைதியாக மேற்பரப்பில் கிடந்தது, கிழவர் அதனைப் பார்த்துக் கொண்டிருக்க, அது மிக மெல்ல நீருக்குள் மூழ்கியது.

“சுமார் நாற்பது பவுண்டுகள் நாசம் செய்துவிட்டது,” கிழவர் உரக்கச் சொன்னார். என் ஈட்டியையும் கயிறு முழுவதையும் கூட எடுத்துச் சென்றுவிட்டது. இப்போது என் மீனுக்கு மறுபடியும் ரத்தம் வரும். அதனால் இன்னும் பல சுறாக்களும் வரக்கூடும்.

மீன் சிதைக்கப்பட்டிருந்ததால் பார்க்கப் பிடிக்கவில்லை. மீனைச் சுறா தாக்கியபோது தானே அடிபட்டது போல் அவருக்கு வலித்தது.

ஆனால் என் மீனைத் தாக்கிய சுறாவைக் கொன்றுவிட்டேன் என்று நினைத்தார். நான் பார்த்ததிலேயே மிகப் பெரிய கோரப்பல் சுறா அதுதான். நான் இதைவிடப் பெரிய மீன்களைப் பார்த்திருக்கிறேனா என்பது கடவுளுக்குத்தான் தெரியும்.

நடப்பவைகள் அனைத்தையும் நம்புவதற்குக் கடினமாக இருக்கிறது என்று நினைத்த அவர், இது ஒரு கனவாக இருந்திருக்க வேண்டும் என விரும்புகிறேன், நான் மீனுக்காகத் தூண்டில் போடாமல் என் படுக்கையில் செய்தித்தாள்களின் மீது தனியாகக் கிடந்திருக்கலாம் என்று எண்ணினார்.

“ஆனால், மனிதன் தோற்கடிக்கப்படுவதற்காகப் படைக்கப்பட்டவன் அல்ல” என்ற அவர், “மனிதனை அழித்துவிட முடியும் ஆனால் தோற்கடித்துவிட முடியாது” என்றார். இருந்தாலும் இந்த மீனைக் கொன்றதற்காக வருந்துகிறேன். கெட்ட நேரம் தொடங்கிவிட்டது, என்னிடம் ஒரு ஈட்டிகூட இல்லை. கோரப்பல் சுறா கொடூரமானது, திறமையானது, வலிமையானது, புத்திசாலியும் கூட. ஆனால் நான் அதைவிடப் புத்திசாலி. இல்லை, ஒருவேளை அப்படி இல்லாமலும் இருக்கலாம் என்று எண்ணிய அவர், நான் இன்னும் சரியாக ஆயுதத்தைப் பயன்படுத்தி இருக்க வேண்டும் என வருந்துகிறேன்.

“யோசிக்காதே கிழவா” என்றார் உரத்த குரலில். “நம் பாதையில் பயணிப்போம் அவை குறுக்கிட்டால் கவனித்துக்கொள்வோம்.”

ஆனால், நான் யோசிக்க வேண்டும் என்று நினைத்தார். ஏனெனில் அது மட்டுமே என்னிடம் எஞ்சியிருக்கிறது. ஆம், அதுவும் பேஸ்பாலும் மட்டுமே. நான் சுறாவை மூளையில் அடித்த விதத்தை டிமாஜியோ எப்படி ரசித்திருப்பார் என்று எனக்கு ஆச்சரியமாக இருக்கிறது? அது ஒன்றும் பிரமாதமில்லை என்று நினைத்த அவர். எந்த மனிதனாலும் அதைச் செய்ய கூடியது. ஆனால், எலும்பு வீக்கத்தைப் போலவே என் கைகள் ஊனமாக இருந்ததாக நீ நினைக்கிறாயா? எனக்குத் தெரியாது. நீச்சல் அடிக்கும்போது திருக்கை மீன் கொடுக்குகளின் மீது கால்

வைத்ததும், காலின் கீழ்ப்பகுதி செயலிழந்து, தாங்க முடியாத வலியை ஏற்படுத்தியதைத் தவிர குதிகாலில் எனக்கு எந்தப் பிரச்சினையும் இல்லை.

"உற்சாகமாக ஏதாவது யோசி கிழவா" என்றார். "ஒவ்வொரு நிமிடமும் நீ வீட்டை நெருங்கிக் கொண்டிருக்கிறாய். நாற்பது பவுண்ட் இழப்பினால் நீ இன்னும் இலகுவாகப் பயணிக்கிறாய்.

நீரோட்டத்தின் உள் பகுதியை அடைந்தால் என்ன நடக்கும் என்பதை நன்கு அறிந்திருந்தார். ஆனாலும் இப்போது செய்வதற்கு ஒன்றுமே இல்லை.

"வழி இருக்கிறது" என்றார் உரத்த குரலில். "நான் என் கத்தியைத் துடுப்புகளில் ஒன்றின் பின்னால் கட்டி அதைக் கொண்டு தாக்க முடியும்."

உடனடியாக, துடுப்பைத் தன் கக்கத்திலும் பாய்மரத்தின் கயிற்றைத் தன் காலுக்குக் கீழும் வைத்துக்கொண்டு அதைத் தயார் செய்தார்.

"நான் தயார்" என்ற அவர். "நான் இன்னும் வயதானவன்தான். ஆனால் நிராயுதபாணி அல்ல" என்றார்.

காற்று இப்போது புத்துணர்ச்சியாக இருந்தது, அவர் சிரமமின்றி பயணித்தார். மீனின் முன் பகுதியை மட்டுமே பார்த்த அவருக்கு ஓரளவு நம்பிக்கை பிறந்தது.

நம்பிக்கையற்று இருப்பது முட்டாள்தனம். தவிர, அது ஒரு பாவம் என்று நம்புகிறேன். பாவத்தைப் பற்றி நினைக்காதே, என்று தனக்குள் சொல்லிக்கொண்டார். பாவத்தை விட நீ சிந்திக்க ஏராளமான பிரச்சினைகள் இருக்கிறது. அத்துடன் அது பற்றிய புரிதலும் இல்லை.

ஆம், எனக்கு அதைப் பற்றிய புரிதல் இல்லை, அதை நம்புகிறேனா என்று கூட எனக்குத் தெரியவில்லை. ஒருவேளை மீனைக் கொல்வது கூடப் பாவமாக இருக்கலாம். என்னை உயிருடன் வைத்திருக்கவும், பலருக்கு உணவளிக்கவும் நான் அதைக் கொன்றதாக நினைக்கிறேன். ஆனால், எல்லாமே பாவம்தான். பாவத்தைப் பற்றி நினைக்காதே கிழவா!. அதற்கு மிக தாமதமாகிவிட்டது, அத்தோடு பலர் அதற்காகவே

படைக்கப்பட்டிருக்கின்றனர். அவர்கள் சிந்திக்கட்டும். அது மீனாகப் பிறந்தது போல நீ மீனவனாகப் பிறந்தாய். மாபெரும் டிமாஜியோவின் தந்தையைப் போலவே சான் பெட்ரோவும் ஒரு மீனவன்.

ஆனால் பலவற்றைக் குறித்தும் சிந்திக்க விரும்பினார், படிக்கவும் கேட்கவும் எதுவுமே இல்லாததால் எப்போதும் சிந்தித்துக் கொண்டிருந்தார், பாவத்தைப் பற்றி அதிகம் சிந்தித்தார். தன்னை உயிருடன் வைத்திருப்பதற்காகவும், உணவுக்காக விற்பதற்காகவும் மட்டுமே மீனைக் கொல்லவில்லை என்று நினைத்தார். நீ ஒரு மீனவன் என்பதால் உன் பெருமைக்காக அதைக் கொன்றாய். அது உயிருடன் இருந்தபோது நீ அதை நேசித்தாய் அதற்குப் பின்பும் கூட அதை நேசித்தாய். நீ அதை நேசித்ததால் அதைக் கொல்வது பாவம் ஆகாதா. இல்லை, மிகக் கொடிய பாவச் செயலா?

"நீ அதிகம் யோசிக்கிறாய், கிழவா," உரக்கச் சொன்னார்.

ஆனால் நீ கோரப் பல் சுறாவைக் கொல்வதை ரசித்தாய். உன்னைப் போலவே அதுவும் பச்சை மீனை உண்டு வாழ்கிறது. அது சாருண்ணி அல்ல. சில சுறாக்களைப் போல சுவை மிகுந்ததும் அல்ல. ஆனால் அழகானது, உன்னதமானது, எதற்கும் பயமற்றது.

"தற்காப்புக்காகத்தான் அதைக் கொன்றேன்" என்றார் கிழவர். "ஆனால் திறமையாகக் கொன்றேன்."

தவிர, எல்லா உயிரினங்களும் மற்ற எல்லாவற்றையும் ஏதோ ஒரு விதத்தில் கொன்றுதான் வாழ்கிறது. மீன் பிடிப்பது என்னை வாழ வைப்பது போலவே என்னைக் கொல்லவும் வைக்கிறது. அந்தச் சிறுவன் என்னை வாழ வைக்கிறான் என்று நினைத்துக் கொண்டார். என்னை நானே அதிகம் ஏமாற்றிக்கொள்ளக் கூடாது.

பக்கவாட்டில் சாய்ந்து சுறா கடித்த மீனின் இறைச்சித் துண்டை எடுத்து மென்று சாப்பிட்டார், அதன் தரத்தையும் நல்ல சுவையையும் ருசித்தார். அது இறைச்சியைப் போலவே உறுதியாகவும் சாறு நிறைந்ததாகவும் இருந்தது, ஆனால் அது சிவப்பு நிறத்தில் இல்லை. அதில் எந்த இறுக்கமும் இல்லை, சந்தையில் அதிக விலைபோகும் என்று அவருக்குத் தெரியும்.

ஆனால் அதன் வாசனையைத் தண்ணீரிலிருந்து விலக்கி வைக்க எந்த வழியும் இல்லை, மிக மோசமான காலம் எதிர் வரக் காத்திருக்கிறது என்று கிழவருக்குத் தெரியும்.

தென்றல் சீராக வீசியது. இன்னும் சற்று வடகிழக்குத் திசை நோக்கிப் பின்வாங்கியிருந்தது, இனி அது குறையாது என்று அவருக்குத் தெரியும். கிழவர் தனக்கு முன்னால் பார்த்தார், பாய்மரப் படகுகள் எதுவும் தென்படவில்லை கப்பலின் முகப்பையோ அல்லது கப்பலின் புகையையோ அவரால் பார்க்க முடியவில்லை. படகின் முன்பக்க வளைவுக்கு அருகில் இருபுறமும் பறந்து சென்ற பறக்கும் மீன்களும், வளைகுடா களைகளின் மஞ்சள் திட்டுகளும் மட்டுமே கண்களில் பட்டன. அவரால் ஒரு பறவையைக் கூடப் பார்க்க முடியவில்லை.

இரண்டு மணி நேரம் பயணித்த அவர், படகின் பின்புறத்தில் சாய்ந்தபடி இளைப்பாறிக்கொண்டும், சில சமயங்களில் மார்லின் மீனிலிருந்து கொஞ்சம் இறைச்சியை ருசித்துக் கொண்டும், ஓய்வெடுக்கவும் தன்னைத் தயார்படுத்திக்கொள்ளவும் முயன்றபோது, இரண்டு சுறாக்களில் முதலாவதைப் பார்த்தார்.

"ஓ" என்றார் உரத்த குரலில். இந்த வார்த்தைக்கு எந்த மொழிபெயர்ப்பும் தேவையில்லை. ஒருவேளை அது மனிதன் தன்னையறியாமலேயே, ஆணி தன் கைகள் வழியாக மரத்திற்குள் செல்வதை உணர்ந்த போது எழுப்பிய சத்தமாக இருக்கலாம்.

"கேலனோஸ்" என்றார் உரக்க.. இரண்டாவது சுறா முதல் சுறாவுக்குப் பின்னால் வருவதையும் பார்த்துவிட்டார். பழுப்பு நிற முக்கோணத் துடுப்பையும் வாலின் அசைவுகளையும் வைத்து அவை மண்வெட்டி மூக்கு சுறாமீன்கள் என்று அடையாளம் கண்டுகொண்டார். அவை இரத்த வாசனையை மோப்பம் பிடித்து வந்திருந்தன, அகோரப் பசி கண்களை மறைத்திட, உற்சாகத்தில் வாசனையை மீண்டும் மீண்டும் தேடிப் பிடித்துப் பின்தொடர்ந்தன. அவை எந்நேரத்திலும் நெருங்கிவிடும் தொலைவில் இருந்தன.

கிழவர் கயிற்றைக் கொண்டு துடுப்புகளை இருக்கமாகப் பிணைத்து வைத்தார். பின்னர் கத்தி பொருத்திய துடுப்பை எடுத்துக் கொண்டு தயாரானார். வலியால் ஏற்கெனவே போர்க்கொடி

கிழவனும் கடலும் | 101

தூக்கி இருந்த கைகளை முடிந்தவரை லேசாகத் தூக்கினார். அவற்றைத் தளர்த்துவதற்காகத் துடுப்புகளைப் பிடித்தபடி கைகளை லேசாகத் திறந்து மூடினார். சுறா மீன்கள் வருவதைக் கவனமாகப் பார்த்துக்கொண்டே, பதட்டத்தில் தளர்ந்துவிடாமல், வலியைத் தாங்கிக் கொள்ள ஏதுவாகக் கைகளை இறுக மூடிக்கொண்டார். அவற்றின் அகன்ற, தட்டையான, மண்வெட்டி போன்ற கூர்மையான தலைகளையும், வெண்ணிற முனைகள் கொண்ட அகன்ற மார்புத் துடுப்புகளையும் அவரால் இப்போது பார்க்க முடிந்தது. அவை மோசமான சுறாக்கள், துர்நாற்றம் வீசக்கூடியவை. கொலைவெறி கொண்ட சாருண்ணிகள், அவை பசியாக இருக்கும்போது படகின் துடுப்பு அல்லது சுக்கானைக் கூடக் கடிக்கக் கூடியவை. இந்தச் சுறாக்கள்தான் ஆமைகள் மேற்பரப்பில் தூங்கும்போது அவற்றின் கால்களையும் துடுப்புகளையும் கடித்துவிடும், பசியாக இருந்தால் இரத்த வாடையோ, மீன் வாடையோ இல்லாவிட்டாலும் கூட மனிதனைக் கொல்லக் கூடியவை.

"வந்துவிட்டாயா கேலனோஸ், வா" என்றார் கிழவர்.

அவை இப்போது வந்துவிட்டன. ஆனால் மாகோ வந்தது போல் அவை வரவில்லை. ஒன்று தண்ணீருக்குள் மூழ்கிப் படகிற்கு அடியில் சென்றது. மீனின் மீது மோதி, கடித்து இழுத்த போது படகு குலுங்குவதை உணர்ந்தார். மற்றொன்று கிழவரை மஞ்சள் நிறக் கண்களால் முறைத்துக்கொண்டு இருந்தது. பிறகு தன் அரைவட்டத் தாடையை அகல விரித்தபடியே வேகமாக வந்து ஏற்கெனவே கடிபட்டிருந்த இடத்திலேயே மீனைக் கடித்தது. மூளை முதுகுத் தண்டுவடத்துடன் இணையும் இடத்தைப் பழுப்பு நிறத் தலையின் மேற்புறத்திலும் முதுகிலும் சென்ற கோடு தெளிவாகக் காட்டியது, கிழவர் துடுப்பில் இணைக்கப்பட்டிருந்த கத்தியை அந்தப் புள்ளியில் செலுத்தினார், அதை வெளியே எடுத்து, மீண்டும் சுறாவின் மஞ்சள் பூனை போன்ற கண்களுக்குள் செலுத்தினார். மீனை விட்டுச் சுறா விலகி, கீழே நழுவியது, கடைசியாகக் கடித்த துண்டை விழுங்கியபடியே மூழ்கி இறந்தது.

மற்றொரு சுறா, மெர்லினைக் கடித்துக் குதறிக்கொண்டிருந்ததால் படகு இன்னும் குலுங்கியபடியே இருந்தது, கிழவர் பாய் மரத்தைத் தளர்த்திவிட்டார், இதனால் படகு அகல வாக்கில்

ஊசலாடி, சுறாவை அடியிலிருந்து வெளியே கொண்டு வந்தது. சுறாவைக் கண்டதும் பக்கவாட்டில் சாய்ந்து அதைக் கத்தியால் குத்தினார். அது அதன் தசையை மட்டுமே துளைத்தது. தோள்பட்டைகளையும் கைகளையும் உறுதியாக்கிக் கொண்டு மீண்டும் கத்தியை அதனுள் செலுத்தினார். அது அவரது கைகளை மட்டுமல்ல, தோள்பட்டையையும் காயப்படுத்தியது. ஆனால் சுறா தண்ணீரிலிருந்து தனது தலையை வெளியே நீட்டி, அதன் மூக்குகள் மீனை நோக்கி வேகமாக வந்தபோது, கிழவர் தட்டையான அதன் தலைக்கு நடுவில் பலமாகத் தாக்கினார். உடனே கத்தியை எடுத்து அதே இடத்தில் சுறாவைக் குத்தினார். அப்போதும் அது தாடையை இறுக்கிக்கொண்டு மீனைப் பிடித்தபடியே தொங்கிக்கொண்டிருந்ததால், கிழவர் அதன் இடது கண்ணில் குத்தினார். சுறா இன்னும் அங்கேயேதான் தொங்கிக் கொண்டிருந்தது.

"இன்னும் சாகவில்லையா?" என்ற கிழவர் கத்தியை முதுகெலும்புக்கும் மூளைக்கும் இடையில் செருகினார். அது ஒரு இலகுவான தாக்குதல். அதில் அதன் குருத்தெலும்பு அறுபடுவதை உணர்ந்தார். கிழவர் துடுப்பைத் திருப்பி சுறாவின் தாடைகளுக்கிடையில் செலுத்தித் திறந்தார். துடுப்பை முறுக்கித்

திறந்ததும், சுறாவின் வாய் திறந்தது, "போ கலானோ. ஒரு மைல் ஆழத்திற்குப் போ? உன் அம்மாவிடம் போ.." என்றார்.

கிழவன் கத்தியின் முனையைத் துடைத்துவிட்டுத் துடுப்பைக் கீழே வைத்தபோது கயிறும், பாய்மரமும் காற்றால் நிரம்பியிருப்பதைக் கண்டார், படகை அதன் பாதையில் திருப்பினார்.

"நல்ல சதைப்பற்றுள்ள கால்வாசியாவது அவை கொண்டு சென்றிருக்க வேண்டும்" என்று உரக்கச் சொன்னார். "இது ஒரு கனவாக இருக்க வேண்டும் என விரும்புகிறேன், அதைப் பிடித்து இருக்கவே கூடாது. அதற்காக வருந்துகிறேன், மீனே அதுவே எல்லாவற்றிற்கும் முதல் காரணம். இப்போது மீனைப் பார்ப்பதையே நிறுத்திவிட்டார், பிடிக்கவில்லை. ரத்தம் சொட்டச் சொட்ட, கறைகளுடன் கண்ணாடியின் பின்பக்கம் போல் இருந்த மெர்லினின் உடலில் அதன் கோடுகள் இன்னும் நன்றாகத் தெரிந்தன.

"இவ்வளவு தூரம் வந்திருக்கவே கூடாது. உனக்காகவும் எனக்காகவும், என்னை மன்னித்திடு மீனே" என்றார்

இனி வருவது வரட்டுமென்று தனக்குத்தானே சொல்லிக் கொண்டார். கத்தி சரியாகக் கட்டப்பட்டுள்ளதா என்று பார். அதன் கயிறுகள் அறுபட்டுள்ளனவா? அப்படியிருந்தால் அவற்றைச் சரியாகக் கட்ட வேண்டும், ஏனெனில் இன்னும் நிறைய வர இருக்கிறது எனத் தனக்குள் சொல்லிக்கொண்டார்.

"கத்திக்குப் பதில் ஒரு கல்லைக் கொண்டு வந்திருக்கலாம்". துடுப்பின் கட்டுகளைச் சரிபார்த்த பிறகு கிழவர் சொன்னார். "ஒரு கல்லை எடுத்து வந்திருக்க வேண்டும்." நீ நிறைய சாமான்கள் கொண்டு வந்திருக்க வேண்டும் என்று நினைத்துக்கொண்டார். ஆனால் நீ எதையும் கொண்டு வரவில்லை, கிழவா. நம்மிடம் இல்லாததைப் பற்றிச் சிந்திக்க இது நேரமில்லை. இருப்பதை வைத்து என்ன செய்ய முடியும் என்று யோசி.

"நீ எனக்கு நிறைய நல்ல ஆலோசனைகளை வழங்குகிறாய்," என்று உரக்கச் சொன்ன அவர். "எனக்குச் சோர்வாக இருக்கிறது" என்றார்.

சுக்கானைக் கக்கத்தில் வைத்துக்கொண்டு, படகு முன்னோக்கிச் செல்ல, தன் இரு கைகளையும் தண்ணீரில் நனைத்தார்.

"அந்தக் கடைசி சுறா எவ்வளவு பிய்த்து எடுத்தது என்பது கடவுளுக்குத்தான் தெரியும், ஆனால் அவள் இப்போது மிகவும் இலகுவாக இருக்கிறாள்" என்றார். மீனின் அடிப்பகுதி சிதைக்கப்பட்டிருப்பதைப் பற்றி அவர் சிந்திக்க விரும்பவில்லை. சுறாவின் ஒவ்வொரு ஆவேச முட்டுக்கும் ஈடான சதைப் பகுதி பிய்த்து எடுத்துச் செல்லப்பட்டுவிட்டது என்பதையும், அந்த மீன் இப்போது கடலில் அனாமத்தாகச் சகலவிதமான சுறாக்களுக்கும் இரையாகக் காத்திருந்தது என்பதையும் அறிந்திருந்தார்.

குளிர்காலம் முழுவதும் ஒரு மனிதனை உயிருடன் வைத்திருக்கப் போதுமான மீன் இதுவென்று நினைத்தார். அதைப் பற்றி இப்போது சிந்திக்காதே ஓய்வெடு, அதனிடம் எஞ்சியுள்ளதைப் பாதுகாக்கக் கைகளைத் தயார் செய். என் கைகளில் இருந்து வரும் ரத்த வாடை இப்போது தண்ணீரில் பரவியுள்ள அந்த மீனின் இரத்த வாடையுடன் ஒப்பிடும்போது ஒன்றுமேயில்லை. தவிர, அதில் ஒன்றும் அதிக இரத்தமும் வெளியேறப்போவதில்லை. அது குறித்துக் கவலைப்பட அது வெட்டுக் காயமும் இல்லை. ஒருவேளை இரத்தப்போக்கு இடது கை மரப்பைக் கூடத் தடுக்கலாம்.

இனி எதைப் பற்றிச் சிந்திப்பது? எதையும் யோசிக்காமல், அடுத்து வர இருப்பவற்றிற்காகக் காத்திருக்க வேண்டும். உண்மையில் இது ஒரு கனவாக இருக்க வேண்டும். ஆனால் யாருக்குத் தெரியும்? இந்த முறை சாதகமாக முடியக்கூட வாய்ப்பிருக்கிறது.

அடுத்து வந்தது ஒற்றை மண்வெட்டி மூக்குச் சுறா. நம் தலையைக் கவ்விச் செல்லும் அளவுக்கு அகல வாய் திறந்து, பன்றித் தொட்டிக்கு வருவது போல மீனின் அருகில் வந்தது சுறா. கிழவர் மீனிடம் அதை நெருங்கவிட்டு, துடுப்பில் இருந்த கத்தியை அதன் மூளைக்குள் பாய்ச்சினார். சுறா உருண்டு பின்னோக்கிச் சாய்ந்தது, கத்தி துடுப்பில் இருந்து அவிழ்ந்தது.

கிழவர் படகைச் செலுத்துவதில் முனைப்பு காட்டினார். அடிபட்ட பெரிய சுறா தண்ணீரில் இருந்து ஒரு ஆள் உயரத்திற்கு உயரக் குதித்து மெல்ல நீரில் மூழ்கி மறைந்ததைக் கூட அவர்

கிழவனும் கடலும் | 105

பார்க்கவில்லை. அது கிழவரை எப்போதுமே குதூகலப்படுத்தும் ஒன்று. ஆனால் அதைக் கூட அவர் கவனிக்க விரும்பவில்லை.

"என்னிடம் சுரடு இருக்கிறது. ஆனால் அது எந்த வகையிலும் உதவாது. என்னிடம் இரண்டு துடுப்புகளும், துடுப்புக் கழியும், சிறு தடியும் கூட இருக்கிறது" என்றார்.

அவை என்னைத் தோற்கடித்துவிட்டன. சுறாக்களைக் கொன்று குவிக்கும் வயதைக் கடந்துவிட்டேன். ஆனால் துடுப்புகளும், குட்டையான தடியும் இருக்கும் வரை முயற்சிசெய்வேன் என்று எண்ணினார்.

கைகளை நனைப்பதற்காக மீண்டும் தண்ணீரில் கைகளை வைத்தார். பிற்பகல் நேரமாகிக்கொண்டிருந்தது, கடலையும் வானத்தையும் தவிர வேறெதையும் பார்க்கவில்லை. முன்பை விடக் காற்று சற்றே கூடுதலாக வீசியது, விரைவில் நிலத்தைப் பார்ப்போம் என்று நம்பினார்.

"நீ களைப்பாக இருக்கிறாய், கிழவா" என்ற அவர், "நீ உள்ளூறக் களைத்துப் போயிருக்கிறாய்" என்றார்.

சூரியன் மறைவதற்குச் சற்று முன்பு வரை சுறாக்கள் மீண்டும் அவரைத் தாக்கவில்லை.

அதன்பின் பழுப்பு நிறத் துடுப்புகள், தண்ணீரில் எதிர்கொண்டு வருவதைக் கண்டார். மீன் வாசனையை மோப்பம் பிடித்து அவை வந்திருக்கவில்லை. அவை அருகருகே மிதக்கும் படகை நோக்கி நேராக வந்தன.

சுக்கானை அழுத்தி, பாயை விரித்து, படகின் பின்பக்கத்திலிருந்து தடியை எடுத்தார். அது பழைய உடைந்த துடுப்பின் கைப்பிடி. சுமார் இரண்டரை அடி நீளத்துக்கு வெட்டப்பட்டிருந்தது. ஒரு கையால் அதை நன்றாக இயக்குவதற்கு வசதியாக அதில் கைப்பிடி இருந்தது. வலது கையால் வைத்துக்கொண்டு, சுறாக்கள் வருவதையே கவனித்துக்கொண்டிருந்தார். அவை இரண்டும் கேலனோக்கள்.

முதலாவதை நன்றாகப் பிடித்து மூக்கின் முனையிலோ அல்லது நேராகத் தலையின் உச்சியிலோ அடிக்க வேண்டுமென்று அவர் நினைத்துக்கொண்டார்.

இரண்டு சுறாக்களும் ஒன்றையொன்று நெருங்கி வந்தது, தனக்கு அருகிலிருந்த சுறா வாயை அகலத் திறந்தபடி மீனின் வெள்ளி நிறப் பக்கத்தைக் கவ்வியதைக் கண்டதும், தடியை மேலே உயர்த்தி, பலமாகச் சுறாவின் அகன்ற தலையின் உச்சியில் அறைந்தார். ரப்பர் போன்ற அதன் மெது மெதுப்பை உணர்ந்த போதும் உறுதியான எலும்புகளைப் பதம் பார்த்தது. மீனை விட்டுச் சுறா கீழே செல்ல முற்பட்டபோது மீண்டும் மூக்கின் நுனியில் பலமாக அடித்தார்.

மற்றொரு சுறா தண்ணீருக்கு உள்ளேயும் வெளியேயும் மாறிமாறிப் போக்குக் காட்டி, தனது வாயை அகல விரித்தபடி மீண்டும் மேலே வந்தது. கிழவர் மீனை அடித்துத் தாடைகளை மூடியபோது தாடையின் ஓரத்தில் மீனின் இறைச்சித் துண்டுகள் வெள்ளையாகச் சிதறிக் கிடப்பதைக் கண்டார். அதை நோக்கிப் பாய்ந்து தலையை மட்டும் தாக்க, சுறா அவரைப் பார்த்தவாறே இறைச்சியை நழுவவிட்டது. கிழவர் மீண்டும் தடியை அதன் மீது வீச, அது நழுவி கனமான ரப்பர் தசைகளைத் தாக்கியது.

"வா கலானோ, மீண்டும் வா" என்றார் கிழவர்.

சுறா வேகமாக வந்தது, கிழவர் அது வாயை மூடியபோது தாக்கினார். அவர் தடியைத் தன்னால் இயன்ற அளவு பலமாகவும் முடிந்த அளவு உயர்த்தியும் அடித்தார். இந்த முறை மூளையின் அடிப்பகுதியிலுள்ள அதன் எலும்பைத் தாக்கினார், அதே இடத்தில் திரும்பத் தாக்கினார், இறைச்சியைக் கடித்துக் கிழித்துக்கொண்டிருந்த சுறா தளர்ந்து விழ மீனிலிருந்து கடித்த சதை கீழே நழுவியது.

அது மீண்டும் வரும் எனக் கிழவர் காத்திருந்தார், ஆனால் வரவில்லை. சிறிது நேரம் கழித்து மேற்பரப்பில் ஒன்று வட்டமடிப்பதைக் கண்டார். ஆனால் மற்றொன்றின் துடுப்பை அவரால் பார்க்க முடியவில்லை.

இந்தமுறை அவற்றைக் கொல்ல முடியுமா எனத் தெரியவில்லை. ஆனால் சரியான சமயத்தில் தாக்கி இரண்டையும் மோசமாகக் காயப்படுத்தியுள்ளேன், இரண்டும் மீண்டும் வர வாய்ப்பே இல்லை. இரண்டு கைகளால் மட்டையைப் பயன்படுத்த

முடிந்திருந்தால் முதல் சுறாவை நிச்சயம் கொன்றிருப்பேன். இப்போதும் கூட அப்படித்தான் நினைக்கிறேன்.

அவர் மீனைப் பார்க்க விரும்பவில்லை. அதன் பெரும் பகுதி இறையாகிவிட்டது என்று அவருக்குத் தெரியும். அவர் சுறாக்களுடன் சண்டையிட்டுக் கொண்டிருந்தபோது சூரியன் மறைந்திருந்தது .

“இன்னும் கொஞ்ச நேரத்தில் இருட்டிவிடும்” என்றார். “அப்படியானால் ஹவானாவின் மினுமினுப்பு என் கண்ணில் பட வேண்டும். கிழக்கே வெகுதொலைவில் இருந்தால், புதிய கடற்கரைகளில் ஒன்றின் விளக்குகளைப் பார்க்கக்கூடும் என்று எண்ணினார்.

ஆனால் இப்போது அதிக தூரத்தில் இருக்க வாய்ப்பில்லை என்று நினைத்தார். அத்தோடு யாரும் பெரிதாக அலட்டிக் கொண்டிருக்கமாட்டார்கள் என்றும் தோன்றுகிறது. கவலைப்பட பையன் மட்டும்தான் இருக்கிறான். ஆனால் அவனுக்கு நிச்சயமாக நம்பிக்கை இருக்கும். வயதான மீனவர்கள் பலர் கவலைப்படுவார்கள். இன்னும் சிலரும் கூட என்று நினைத்துக் கொண்டார். நான் ஒரு நல்ல ஊரில் வசிக்கிறேன்.

மீன் மிக மோசமாகச் சேதமடைந்துவிட்டதால் அவரால் மீனுடன் பேச முடியவில்லை. அப்போது திடீரென ஏதோ தோன்றியது. “பாதி மீன்” என்றார். “நீ எவ்வளவு அருமையான மீன். நான் வெகுதூரம் வந்ததற்காக வருந்துகிறேன். நம் இருவரையும் நாசம் செய்துவிட்டேன். ஆனால் நீயும் நானும் பல சுறாக்களைக் கொன்று இன்னும் பலவற்றை விரட்டியடித்து இருக்கிறோம். கிழட்டு மீனே, நீ எத்தனை மீன்களைக் கொன்று இருப்பாய்? உன் ஈட்டி போன்ற கூரான மூக்கு அதற்காகத் தானே இருக்கிறது” என்றார்.

அந்த மீனைப் பற்றியும், அது சுதந்திரமாக நீந்தினால் சுறாவுடன் எப்படிச் சண்டையிட்டிருக்கும் என்பதைப் பற்றியும் சிந்திக்க அவர் விரும்பினார். சுறாவுடன் சண்டையிட ஈட்டி போன்ற கூரான அதன் மூக்கை வெட்டியிருக்க வேண்டும் என்று நினைத்தார். ஆனால் என்னிடம் கோடாரியோ கத்தியோ இல்லை.

ஆனால் அது மட்டும் என்னிடம் இருந்திருந்தால், சுறா துடுப்பின் பின்புறம் தாக்கியிருப்பேன், என்ன ஓர் அற்புதமான ஆயுதம். அது மட்டும் இருந்திருந்தால் நான் அவற்றுடன் சண்டையிட்டிருக்கலாம். ஆனால் அவை இரவில் வந்தால் என்னால் என்ன செய்ய முடியும்? உன்னால்தான் என்ன செய்ய முடியும்?

"அவற்றுடன் சண்டையிடு" என்றார். "நான் சாகும் வரை அவற்றுடன் சண்டையிடுவேன்."

ஆனால், இப்போது விளக்குகள் எதுவும் தென்படாமல், வெளிச்சம் முழுவதுமாக மறைந்து இருட்டில், காற்றானது பாய்மரத்தைச் சீராக இழுத்துச் செல்வதை மட்டுமே உணர முடிந்தது. ஒருவேளை தான் ஏற்கெனவே இறந்துவிட்டேனோ என்று எண்ணினார். தன் இரு கைகளையும் சேர்த்து வைத்து உள்ளங்கைகளைத் தொட்டுப் பார்த்து இன்னும் இறக்கவில்லை உறுதிப்படுத்திக்கொண்டார், அவற்றைத் திறந்து மூடுவதன் மூலம் உயிருள்ள உணர்வை அவரால் பெறமுடிந்தது. படகின் பின்புறமாகச் சாய்ந்து அமர்ந்தபோது தோள்பட்டை வலி அவர் இன்னும் இறக்கவில்லை என்பதை உணர்த்தியது.

மீனைப் பிடித்தால் சொல்வதாகச் சொன்ன பிரார்த்தனைகள்? இன்னும் நினைவில் இருக்கிறது. ஆனால் அவற்றை இப்போது ஜெபிக்க முடியாது, சோர்வாக இருக்கிறது. சாக்கை எடுத்து என் தோள்களைப் போர்த்திக்கொள்வது நல்லது என்று எண்ணினார்.

படகின் பின்புறமாகச் சாய்ந்துகொண்டு நகரின் ஒளி கண்ணில் படுகிறதா என்று பார்த்துக்கொண்டிருந்தார். என்னிடம் பாதிமீன் இருக்கிறது என்று நினைத்துக்கொண்டார். ஒருவேளை முன் பாதியைக் கொண்டு செல்லும் அதிர்ஷ்டம் எனக்கு இருக்கலாம்.

"வாய்ப்பில்லை" என்றார் அவர். "நீ வெகுதூரம் வந்து உன் அதிர்ஷ்டத்தை தொலைத்து விட்டாய்."

"முட்டாள்தனமாக யோசிக்காதே," என்று அவர் சத்தமாகக் கூறினார். "விழிப்புடன் இருந்து சரியான திசையில் உன் படகைச் செலுத்து. அதிர்ஷ்டம் உனக்காக இன்னும் காத்திருக்கலாம்."

"அதிர்ஷ்டத்தை விலைக்கு வாங்க முடிந்தால் கொஞ்சம் வாங்கிக் கொள்ளலாம்," என்றார்.

எதைக் கொண்டு அதிர்ஷ்டத்தை வாங்குவாய்? என்று தன்னைத்தானே கேட்டுக்கொண்டார். தொலைந்து போன ஈட்டியையும், உடைந்த கத்தியையும், இரண்டு உதவாக்கரை கைகளையும் வைத்துக்கொண்டு அதை வாங்க முடியுமா?

"எண்பத்தி நாலு நாள் கடலில் இருந்தபோது அதிர்ஷ்டத்தை வாங்க முயன்றாய். ஆனால் மொத்தத்தையும் தொலைத்து விட்டாய்."

நான் அசட்டுத்தனமாக யோசிக்கக்கூடாது என்று நினைத்தார். அதிர்ஷ்டம் எந்த வடிவத்திலும் வரக்கூடும், அதை யார் அடையாளம் காண்பது? எந்த வடிவத்தில் வந்தாலும், கேட்பதைக் கொடுத்து சிலவற்றையாவது வாங்கிக்கொள்வேன். நகரத்தின் பளபளப்பைச் சீக்கிரம் பார்க்க வேண்டும். நான் பல விஷயங்களை விரும்புகிறேன். ஆனால் இதுதான் இப்போதைய விருப்பம். அவர் துடுப்பு போட ஏதுவாகவும், வலியில் இருந்து விடுபட்டு வசதியாக அமர முயன்றார், அவரது வலியிலிருந்து தான் இறக்கவில்லை என்பதை உணர்ந்தார்.

இரவு பத்து மணியளவில் நகர விளக்குகளின் வெளிச்சத்தைக் கண்டார். சந்திரன் உதிப்பதற்கு முன் வானத்தில் ஒளி மட்டுமே இருப்பது போல் நகரத்தின் விளக்குகள் மட்டுமே முதலில் தெரிந்தன. காற்றின் வேகத்தால் கொந்தளிப்பாக இருந்த கடலில் இருந்து பார்ப்பதற்கு அவை மட்டுமே நிலையாக இருந்தன. அந்த ஒளி வெள்ளத்தில் நுழைந்த அவர், சீக்கிரமே நகர எல்லையை அடைந்துவிட வேண்டுமென்று நினைத்தார்.

மீன் முழுவதுமாகக் கிடைப்பதற்கு வாய்ப்பில்லை. அநேகமாக அவை மீண்டும் என்னைத் தாக்கக்கூடும். ஆனால் ஆயுதம் இல்லாமல் இருட்டில் தனிமனிதனாக அவற்றை எதிர்த்து என்ன செய்ய முடியும்?

அவர் விறைப்பாகவும், ரணமாகவும் இருந்தார். அவருடைய காயங்களும், அடிபட்ட பாகங்களும் இரவின் குளிரால் வலித்தன. நான் மீண்டும் சண்டையிட வேண்டியதில்லை

என்று நினைக்கிறேன். நான் மீண்டும் போராடத் தேவையில்லை என்று நம்புகிறேன்.

ஆனால் நள்ளிரவில் அவர் சண்டையிட்டார், இம்முறை சண்டை பயனற்றது என்பதை அறிந்திருந்தும் சண்டையிட்டார். சுறாக்கள் இந்தமுறை கூட்டமாக வந்தன. அவற்றின் துடுப்புகள் நீரில் வரைந்த கோடுகளையும், அவை மீன்களின் மீது ஏற்படுத்திய ஒளிர்வையும் மட்டுமே அவரால் பார்க்க முடிந்தது. தடியால் தலையில் அடித்தார். அவை மீனைக் கடித்து இழுக்க, அவருக்குத் தாடைகள் குதறும் ஓசையும், படகு குலுங்கும் சத்தமும் கேட்டது. தன்னால் உணரவும் கேட்கவும் முடிந்ததைத் தடுக்க முடியாத விரக்தியில் கண்டபடி தாக்கிக்கொண்டிருந்தார், ஏதோவொன்று தடியைப் பிடித்துக்கொண்டது, பின்னர் தடியும் போய்விட்டது.

துடுப்புக் கழிகளைச் சுக்கானில் இருந்து விடுவித்து, இரு கைகளாலும் பிடித்து மீண்டும் கீழே தாக்கினார். ஆனால் அவை இப்போது படகின் முன்பக்க வளைவுக்கு அருகே சென்று, ஒன்றன்பின் ஒன்றாக நீருக்குள் உள்ளே சென்றன, கடலுக்கு அடியில் பளபளப்பாகத் தெரிந்த இறைச்சித் துண்டுகளைக் கிழித்து உண்ணத் தொடங்கின.

கடைசியில் ஒன்று மீனின் தலைக்கு நேராக வந்ததும் மீன் முற்றிலும் இறையாகிவிட்டது என்று அவருக்குத் தெரிந்தது. சுறா மீனின் தலையில் துடுப்புக் கழிகளைக் கொண்டு தாக்கினார், அங்கு மீனின் தலையைக் கடித்து இழுக்க முடியாமல் அதன் தாடைகள் சிக்கிக்கொண்டன. ஒன்று, இரண்டு என அடுத்தடுத்து பலமுறை சுழற்றித் தாக்கினார். துடுப்புக் கழிகள் உடைபடுவதைக் கேட்ட அவர் உடைந்த கூரான துடுப்பின் மூலம் சுறாவைத் தாக்கினார். அது சுறாவின் உள்ளே செல்வதை உணர்ந்த அவர் அதை மீண்டும் உள்ளே செலுத்தினார். சுறா விடுபட்டு உருண்டு சென்றது. அதுதான் கூட்டத்தின் கடைசிச் சுறா. அதற்கு மேல் அவை உண்பதற்கு எதுவுமில்லை.

கிழவரால் இப்போது மூச்சுவிட முடியவில்லை, அவர் வாயில் ஒரு வித்தியாசமான சுவையை உணர்ந்தார். அது செம்பும் இனிப்பும் கலந்திருந்தது, அது குறித்து ஒரு கணம் பயந்தார். ஆனால் அது பெரிதாக நீடித்திருக்கவில்லை.

கடலில் துப்பிவிட்டு, "இதையும் சாப்பிடு கேலனோஸ்" என்றார். "நீ ஒரு மனிதனைக் கொன்றுவிட்டதாகக் கனவு கண்டுகொள்."

இப்போது வாய்ப்புகள் ஏதுமின்றி தோற்கடிக்கப்பட்டுவிட்டோம் என்பதை அவர் உணர்ந்துகொண்டார். மீண்டும் படகின் பின்பகுதிக்குச் சென்ற அவர், துடுப்புக் கழிகளின் துண்டிக்கப்பட்ட முனை சுக்கானின் துளைக்குள் சரியாகப் பொருந்துவதைக் கண்டார். சாக்கைத் தன் தோளில் போட்டுக்கொண்டு படகை அதன் பாதையில் செலுத்தினார். இலகுவாகப் பயணம் செய்தார், எந்த விதமான சிந்தனைகளோ, உணர்ச்சிகளோ இல்லை. அவர் எல்லாவற்றையும் கடந்துவிட்டிருந்தார், அவரது படகு துறைமுகத்தை நோக்கிப் பயணித்தது, அவரால் இயன்றவரை சமயோசிதமாகச் செயல்பட்டார். இரவில் மேஜையிலிருந்து ரொட்டித் துண்டுகளை எடுப்பது போலச் சுறாக்கள் மீனின் எலும்புக் கூட்டைத் தாக்கின. கிழவர் அவற்றைக் கண்டுகொள்ளவில்லை, படகைச் செலுத்துவதைத் தவிர வேறு எதிலும் அவருக்குக் கவனம் இருக்கவில்லை. படகு எவ்வளவு இலகுவாகவும், எவ்வளவு நேர்த்தியாகவும் செல்கிறது என்பதை மட்டுமே கவனித்தார். அவளுடைய உடலில் இப்போது அதிகச் சுமை எதுவுமில்லை.

அவள் உன்னதமானவள் என்று எண்ணினார். அவள் வலுவானவள், துடுப்புகளைச் சேதப்படுத்தியதைத் தவிர வேறு எவ்வகையிலும் எனக்குத் தீங்கு விளைவிக்கவில்லை. துடுப்புகளை எளிதாக மாற்றிக்கொள்ளலாம்.

தான் இப்போது நீரோட்டத்துக்குள் இருப்பதை அவரால் உணர முடிந்தது, கரையோரக் காலனிகளின் விளக்குகளை அவரால் பார்க்க முடிந்தது. தான் எங்கே இருக்கிறோம் என்பது அவருக்கு நன்கு தெரியும், இனி வீட்டிற்குச் செல்வது ஒன்றும் பெரிய காரியம் அல்ல.

எப்படியிருந்தாலும் காற்று எம் நண்பன் என்று எண்ணிய அவர் உடனே, சில சமயங்களில் மட்டும் என்றார். என் நண்பர்களையும் எதிரிகளையும் ஒன்றாகக் கொண்டுள்ள இச்சமுத்திரமும் என் நண்பன் என நினைத்தார். அத்துடன் என் படுக்கை. என் உற்ற நண்பன் என்றே நினைத்தார். படுக்கை மிக உன்னதமானது. நான் எத்தனை எளிதாகத் தோற்கடிக்கப்பட்டுவிட்டேன். அது

இத்தனை எளிது என்று எனக்குத் தெரியாது. ஆனால் எது என்னைத் தோற்கடித்தது?

"எதுவுமில்லை" என்றார் உரத்த குரலில். "நான்தான் அதிக தூரம் சென்றுவிட்டேன்."

அந்தச் சிறிய துறைமுகத்துக்குள் நுழைந்தபோது டெரஸின் விளக்குகள் அடைக்கப்பட்டு இருந்தன. எல்லோரும் உறக்கத்தில் இருப்பார்கள் என்று அறிவார். சீராக எழுந்த தென்றல் இப்போது பலமாக வீசிக்கொண்டிருந்தது. துறைமுகம் அமைதியாக இருந்தது. பாறைகளுக்கு அடியில் இருந்த சிறு திட்டில் அவர் படகை ஏற்றினார். அவருக்கு உதவ யாரும் இல்லாததால், படகை எவ்வளவு தூரம் முடியுமோ அவ்வளவு தூரம் மட்டும் மேலே இழுத்தார். பின்னர் வெளியே வந்து அவளை ஒரு பாறையில் இழுத்துக் கட்டினார்.

பாய்மரக் கம்பத்தை அவிழ்த்துச் சுருட்டிக் கட்டித் தோளில் போட்டுக் கொண்டு நடக்கத் தொடங்கினார். அப்போதுதான் களைப்பின் தீவிரம் புரிந்தது. ஒரு கணம் நின்று திரும்பிப் பார்த்தார், தெரு விளக்கின் வெளிச்சத்தில் மீனின் பெரிய வால் படகை விட வெகு நீளமாக இருப்பதைக் கண்டார். மீனின் வெற்று முதுகெலும்பின் வெண்ணிறக் கோட்டையும்,

தலையின் கரிய திரட்சியும், வெளியே நீட்டிக்கொண்டிருந்த அலகும், இவற்றுக்கிடையில் எதுவும் இல்லாமல் இருந்ததையும் பார்த்தார்.

மீண்டும் நடக்கத் தொடங்கினார். கரை ஏறியதும், சாலையில் அமர்ந்து பாய்மரத்தில் தலை சாய்த்துக்கொண்டு சற்று நேரம் படுத்துக் கொண்டார். சிறிது நேரம் கழித்து எழ முயன்றார். முடியாமல் போகவே பாய்மரத்தைத் தோளில் போட்டுக்கொண்டு உட்கார்ந்தபடி சாலையைப் பார்த்தார். தூரத்தில் ஒரு பூனை அதன் வேலையில் மும்முரமாக இருந்தது, சற்றுநேரம் அதைப் பார்த்துக்கொண்டிருந்தார். பிறகு சாலையை வெறித்து பார்த்துக் கொண்டிருந்தார்.

சிறிது நேரத்துக்குப் பிறகு பாய்மரத்தைக் கீழே வைத்துவிட்டு எழுந்து மீண்டும் பாய்மரத்தைத் தோளில் போட்டுக்கொண்டு சாலையில் நடந்து குடிசையை அடைவதற்குள் ஐந்து முறை உட்கார வேண்டியிருந்தது.

குடிசைக்குள் பாய்மரத்தைச் சுவரில் சாய்த்துவிட்டு இருட்டில் ஒரு தண்ணீர் பாட்டிலைத் தேடித் தண்ணீர் குடித்தார். பிறகு கட்டிலில் படுத்துக் கொண்டார். போர்வையைத் தோளிலும் பின்பு முதுகிலும் கால்களிலும் இழுத்துப் போர்த்திக் கொண்டு, உள்ளங்கைகளை மேலே தூக்கியபடி, கைகளை நேராக நீட்டி, செய்தித்தாள்கள் மீது முகம் குப்புறப் படுத்து தூங்கினார்.

காலையில் சிறுவன் வீட்டிற்கு வந்தபோது அவர் தூங்கிக் கொண்டிருந்தார். பலத்த காற்று வீசியதால் படகுகள் கடலுக்குச் செல்ல முடியவில்லை அதனால் சற்று நேரம் கூடுதலாகத் தூங்கிவிட்டுத் தினமும் காலையில் வருவது போலக் கிழவரின் குடிசைக்கு வந்தான். அவர் ஆழமாக மூச்சு விடுவதைப் பார்த்த சிறுவன், அவரின் கைகளைப் பார்த்து அழ ஆரம்பித்தான். அவன் மிக அமைதியாக வெளியே வந்து கிழவனுக்கு காபி கொண்டு வரச் சென்றான். சாலை முழுவதும் அழுதபடியே நடந்தான்.

மீனவர்கள் பலர் அவரது படகைச் சுற்றி நின்றுகொண்டு படகுடன் சேர்த்துக் கட்டப்பட்டிருந்த மீனைப் பார்த்துக் கொண்டிருந்தனர். மீனவர் ஒருவர் கால் சட்டைகளைச் சுருட்டி

விட்டுக்கொண்டு, தண்ணீரில் நின்று மீன் எலும்புக்கூட்டின் நீளத்தை அளந்துகொண்டிருந்தார்.

சிறுவன் கீழே இறங்கவில்லை. அவன் முன்பே படகைப் பார்த்துவிட்டுச் சென்றிருந்தான். மீனவர்களில் ஒருவர் அவனுக்காகப் படகைக் கவனித்துக்கொண்டிருந்தார்.

"அவர் எப்படி இருக்கிறார்?" என்று ஒரு மீனவர் கேட்டார்.

"தூங்கிக்கொண்டிருக்கிறார்" என்றான். தான் அழுவதை மற்றவர்கள் பார்ப்பது பற்றிப் பொருட்படுத்தவில்லை. "அவரை யாரும் தொந்தரவு செய்யாதீங்க" என்றான்.

"மூக்கிலிருந்து வால் வரைக்கும் பதினெட்டு அடி நீளம் இருக்கும்" என்று மீனை அளந்துகொண்டிருந்த மீனவன் சொன்னான்.

"நிச்சயம் இருக்கும்," என்றான் சிறுவன்.

டெரஸ்க்குச் சென்று ஒரு கோப்பை காபி கேட்டான்.

"பால், சர்க்கரை தூக்கலாக ஒரு காபி."

"வேறு ஏதாவது வேணுமா?"

"இல்லை. அப்புறமா என்ன சாப்பிடலாம்ன்னு பார்க்கிறேன்" என்றான்.

“என்ன மீன் அது” என்றார் உரிமையாளர். “இப்படி ஒரு மீனைப் பார்த்ததே இல்லை. நேற்று நீ கொண்டு வந்த இரண்டும் கூட நல்ல மீன்கள்தான்.”

“அவை நாசமாகப் போகட்டும்” என்று சொல்லிக்கொண்டே, மீண்டும் அழ ஆரம்பித்தான் சிறுவன்.

“உனக்கு ஏதாவது குடிக்க வேண்டுமா?” என்று உரிமையாளர் கேட்டார்.

“இல்லை” என்றான் சிறுவன். “சாண்டியாகோவைத் தொந்தரவு செய்ய வேண்டாம் என்று அவர்களிடம் சொல்லிவிடுங்கள். சீக்கிரம் திரும்பி வருகிறேன்.”

“நான் வருத்தப்பட்டேன் என்று அவரிடம் சொல்லு.”

“நன்றி” என்றான் சிறுவன்.

சிறுவன் சூடான காபிக் குடுவையைக் கிழவரின் குடிசைக்கு எடுத்துச் சென்று, அவர் விழிக்கும் வரை அவருடன் அமர்ந்திருந்தான். ஒருமுறை அவர் விழிப்பது போல் தோன்றியது. ஆனால், மீண்டும் ஆழ்ந்த உறக்கத்திற்குச் சென்றார், சிறுவன் காபியைச் சூடாக்கக் கொஞ்சம் விறகை இரவல் வாங்கிவரச் சாலையைக் கடந்து சென்றிருந்தான்.

இப்போது கிழவர் விழித்துக்கொண்டார்.

“எழுந்து உட்காராதே” என்றான் சிறுவன். “அப்படியே இதைக் குடி.” காபியை ஒரு கப்பில் ஊற்றினான்.

கிழவர் அதை வாங்கிக்குடித்தார்.

“அவை என்னைத் தோற்கடித்துவிட்டன, மனோலின்” என்றார் அவர். “உண்மையிலேயே அவை என்னைத் தோற்கடித்துவிட்டன.”

“இந்த மீனா உன்னைத் தோற்கடித்தது, இல்லை எதுவும் உன்னைத் தோற்கடிக்க முடியாது..”

“இந்த மீன் இல்லை, ஆனால் இதைப் பிடித்ததற்கு அப்புறம் நான் தோற்றுவிட்டேன்.”

"பெட்ரிகோ படகையும், பாய் மரத்தையும் பார்த்துக்கொள்கிறார். தலையை என்ன செய்யப்போகிறோம்?"

"பெட்ரிகோ அதை மீன் பொறியில் வைக்க வெட்டிப் பயன்படுத்திக் கொள்ளட்டும்."

"அப்புறம் ஈட்டி?"

"உனக்கு வேண்டுமானால் எடுத்துக்கொள்."

"ஆமாம் எனக்கு வேண்டும்" என்றான் சிறுவன். "இப்போது நாம் மற்ற விஷயங்களைப் பற்றிப் பேசி நம்முடைய அடுத்த திட்டத்தை முடிவு செய்ய வேண்டும்."

"அவர்கள் என்னைத் தேடி வந்தார்களா?"

"ஆமாம். கடலோரக் காவல்படை விமானத்துடன் வந்தது."

"என் சிறிய படகை இத்தனை பெரிய கடலில் தேடிக் கண்டுபிடிப்பது சுலபம் இல்லை" என்று கிழவர் கூறினார். தனக்குத் தானே பேசிக் கொள்வதை விடவும் கடலிடம் பேசுவதை விடவும் யாருடனாவது பேசுவது எவ்வளவு இனிமையானது என்று எண்ணினார். "நீ இல்லாமல் பல சமயத்துல கஷ்டப்பட்டேன்" என்றார். "நீ என்ன பிடித்தாய்?"

"முதல் நாள் ஒன்றும் இரண்டாவது நாள் இரண்டும்" என்றான்.

"நல்லது."

"இனி நாம் இருவரும் சேர்ந்து மீன் பிடிக்கப்போகிறோம்."

"இல்லை. நான் துரதிர்ஷ்டசாலி. இனி எனக்கு அதிர்ஷ்டம் இல்லை."

"அதிர்ஷ்டம் யாருக்கு வேண்டும்," என்ற சிறுவன். "அதை நான் கொண்டு வருகிறேன்" என்றான்.

"உன் பெற்றோர் ஒப்புக்கொள்வார்களா?"

"எனக்குக் கவலையில்லை. நேற்று இரண்டு மீன்களைப் பிடித்தேன். இனி நாம் ஒன்றாக மீன் பிடிப்போம். உன்னிடம் கற்றுக்கொள்ள நிறைய இருக்கிறது."

"ஒரு நல்ல கொலை ஈட்டியை வாங்க வேண்டும், அது எப்பவும் படகில் இருக்க வேண்டும். நாமே ஒரு பழைய ஃபோர்டு காருடைய இரும்புப் பட்டியில் இருந்து செய்துகொள்ளலாம். குவானாபகோவாவில் அதைச் செய்துகொடுப்பார்கள். அது கூர்மையாகவும் உறுதியாகவும் இருக்க வேண்டும். லேசாக இருந்தால் என் கத்தி உடைந்துவிடும்."

"புதுக் கத்தி ஒன்றை வாங்கி கொள்ளலாம். அதற்கு ஒரு ஸ்ப்ரிங் சட்டமும் வாங்கிடலாம்."

"இன்னும் எத்தனை நாளைக்குச் சூறாவளிக் காற்று இருக்கும்?"

"மூன்று நாள்கள். அதிகமா கூட இருக்கலாம்."

"நான் எல்லாவற்றையும் பார்த்துக்கொள்கிறேன்" சிறுவன் சொன்னான். "உன் கையைச் சீக்கிரம் குணப்படுத்த வேண்டும் கிழவா."

"அதை எப்படிச் சரி செய்வதென்று எனக்குத் தெரியும். நேற்றிரவு எச்சில் துப்பும்போது ஏதோ வித்தியாசமாக இருந்தது நெஞ்சில் ஏதோ உடைந்துவிட்டது போல் தோன்றுகிறது."

"அதையும் குணப்படுத்த வேண்டும்" என்றான் சிறுவன். "படுத்துக் கொள் கிழவா, நான் உனக்குப் புதிய சட்டை ஒன்றை வாங்கிக் கொண்டு சாப்பிட ஏதாவது கொண்டு வருகிறேன்."

"நான் இங்கே இல்லாத சமயத்தில் வந்த பேப்பர் எதையாவது கொண்டு வா" என்றார் கிழவர்.

"நீ சீக்கிரம் குணமாக வேண்டும் உன்னிடம் கற்றுக்கொள்ள வேண்டிய விஷயம் நிறைய இருக்கிறது. அதை உன்னிடம்தான் கற்றுக்கொள்ள வேண்டும். ரொம்பச் சிரமப்பட்டாயா?"

"நிறைய" என்றார் கிழவர்.

"சாப்பாடும் பத்திரிகையும் கொண்டு வருகிறேன்" என்றான் சிறுவன். "நல்லா தூங்கு கிழவா. மருந்துக் கடையிலிருந்து உன் கைக்கு மருந்தும் வாங்கிவருகிறேன்" என்றான்.

"பெட்ரிகோவிடம் தலை அவருடையது என்று சொல்ல மறக்காதே."

"திபுரான்" என்ற பணியாள். "அது ஒரு சுறா மீன்" என்று அவர் நடந்ததை விளக்கத் தொடங்கினார்.

"சுறாக்களுக்கு இவ்வளவு நீளமான, அழகிய வால் இருக்குமென்று எனக்குத் தெரியாது."

"எனக்கும் தெரியாது" என்றான் அவளது ஆண் தோழன்.

சாலையில் தன் குடிசையில் கிழவர் மீண்டும் உறங்கிக் கொண்டிருந்தார். அவர் இன்னும் குப்புறப் படுத்துத் தூங்கிக் கொண்டிருக்க, சிறுவன் அவரருகில் அமர்ந்து அவரையே பார்த்துக்கொண்டிருந்தான். கிழவன் சிங்கங்களைப் பற்றிக் கனவு கண்டுகொண்டிருந்தார்.